‘ಹುಷಾರು, ಒಮ್ಮೆ ಬಾಟಲಿಯಿಂದ ಅದನ್ನು ಹೊರಬಿಟ್ಟರೆ ಮತ್ತೆ ಒಳಗೆ ಸೇರಿಸುವುದು ಅಸಾಧ್ಯ’ ಎಂದವರು ಗಿರೀಶ್ ಕಾರ್ನಾಡ್. ಅದು 1991. ಆಗ ತಾನೆ ಲಾಲಕೃಷ್ಣ ಅಡ್ವಾಣಿ ಅವರು ತಮ್ಮ ಮಹತ್ವದ ಕನಸಾದ ರಥವನ್ನು ಹತ್ತಿ ಯಾತ್ರೆ ಹೊರಟಿದ್ದರು. ಅದೊಂದು ಸೂಚನೆಯೇನೋ ಎಂಬಂತೆ ಉತ್ತರ ಪ್ರದೇಶ, ಬಿಹಾರದ ಹಲವು ನಗರಗಳು ಬೆಂಕಿಯಲ್ಲಿ ಉರಿಯತೊಡಗಿದವು. ಹೆಂಗಸರು ಮಕ್ಕಳೆನ್ನದೆ ಕೋಮು ಹಿಂಸಾಚಾರ ತನ್ನ ಉರಿ ನಾಲಗೆಯನ್ನು ಚಾಚಿತು. ಆಗಲೇ ಗಿರೀಶ್ ಕಾರ್ನಾಡ್ ಮಾತನಾಡಿದ್ದು– ‘ಕೋಮು ವಿಷ ಎನ್ನುವುದು ಬಾಟಲಿಯಲ್ಲಿರುವ ದೆವ್ವ ಅದನ್ನು ಹೊರಗೆ ಬಿಟ್ಟರೆ ಮತ್ತೆ ಒಳಗೆ ಸೇರಿಸಿ ಬಂಧಿಸುವುದು ಕಷ್ಟ’ ಎಂದು.

ಹಾಗೆ ಹೇಳುವ ಕೆಲವೇ ದಿನಗಳ ಹಿಂದಷ್ಟೇ ಕೋಮುವಾದಿಗಳು ಕಾರ್ನಾಡರು ರಾಮ ಮಂದಿರದ ಬಗ್ಗೆ ನೀಡಿದ ಹೇಳಿಕೆಗಾಗಿ ಅವರ ಮನೆಯ ಮೇಲೆ ಕಲ್ಲು ತೂರಿದ್ದರು. ಅದರಿಂದ ಒಂದಿಷ್ಟೂ ವಿಚಲಿತರಾಗದೆ ಕಾರ್ನಾಡ್ ನೇರವಾಗಿ ನಾವು ಸಂಘಟಿಸಿದ್ದ ‘ಏಕತೆಗಾಗಿ ನಾವು– ನೀವು’ ಎನ್ನುವ ಕೋಮು ಸೌಹಾರ್ದ ಕಣ್ಣೋಟದ ಸಾಂಸ್ಕೃತಿಕ ಕಾರ್ಯಕ್ರಮಕ್ಕೆ ಚಾಲನೆ ನೀಡಿದ್ದರು. ಕಾರ್ನಾಡರೆಂದರೆ ಕಾರ್ನಾಡರೇ.. ಅವರಿಗೆ ಮಾತಿಗಿಂತಲೂ ಕೃತಿಯಲ್ಲಿ ಹೆಚ್ಚು ವಿಶ್ವಾಸವಿತ್ತು. ಹಾಗಾಗಿ ಅವರು ನೇರವಾಗಿ ಹೆಜ್ಜೆ ಹಾಕಿ ಎದುರಿಗೆ ಹರಡಲಾಗಿದ್ದ 200 ಅಡಿ ಕ್ಯಾನ್ವಾಸ್ ನಲ್ಲಿ ಬಣ್ಣದ ಗೆರೆ ಎಳೆದರು. ಅವರು ಬರೆದದ್ದು ಪಿಕಾಸೋನ ಅತ್ಯಂತ ಜನಪ್ರಿಯ ‘ಗೆರ್ನಿಕಾ’ ಕೃತಿಯನ್ನು. ಯುದ್ಧದ ಬಾಂಬ್ ದಾಳಿಯಲ್ಲಿ ಸತ್ತ ತನ್ನ ಮಗುವನ್ನು ಹೊತ್ತುಕೊಂಡು ನಗರದ ಶಾಂತಿಯನ್ನು ಕದಡಿ ಹಾಕುವಂತೆ

ಅಳುತ್ತಿರುವ ತಾಯಿಯ ಚಿತ್ರ ಅದು. ಯುದ್ಧ ವಿರೋಧಕ್ಕೆ ರೂಪಕವಾಗಿ ನಿಂತ ಚಿತ್ರ. ಕಾರ್ನಾಡರು ನಾಳೆಯ ಭವಿಷ್ಯವನ್ನು ಅರಿತವರಂತೆ ಹೇಳುತ್ತಾ ಹೋದರು– 'ಒಂದು ಜಾತಿ ಅಥವಾ ಒಂದು ಧರ್ಮಕ್ಕೆ ಬುದ್ಧಿ ಕಲಿಸುತ್ತೇವೆ ಎಂದು ಹೊರಟರೆ ಬುದ್ಧಿ ಕಲಿಯುವುದು ಆ ಜಾತಿ, ಧರ್ಮ, ವರ್ಗವಲ್ಲ ಬದಲಿಗೆ ಅದು ಇಡೀ ಸಮಾಜವನ್ನೇ ದುರಂತದತ್ತ ಕೊಂಡೊಯ್ಯುತ್ತದೆ. ಕೊನೆಗೆ ನಮ್ಮ ಮಕ್ಕಳನ್ನೇ ಬಲಿ ತೆಗೆದುಕೊಳ್ಳುತ್ತದೆ' ಎಂದು.

ಕಾರ್ನಾಡ್ ಅವರು ಅವರ ಕೃತಿಗಳಿಗಾಗಿ ಎಷ್ಟು ಇಷ್ಟವೋ ಅದಕ್ಕಿಂತ ಒಂದು ತೂಕ ಹೆಚ್ಚು ಈ ಕಾರಣಕ್ಕಾಗಿ ನನಗೆ ಇಷ್ಟ. 'ಹುಟ್ಟದೇ ಹೋಗಬಹುದಾಗಿದ್ದ' ಕಾರ್ನಾಡರು ಹೊಸ ವಿಚಾರಗಳನ್ನು ಸತತವಾಗಿ ಹುಟ್ಟು ಹಾಕುತ್ತಲೇ ಹೋದರು. ನಿಸಾರ್ ಅಹ್ಮದ್‌ರ 'ನಾನೆಂಬ ಪರಕೀಯ' 'ರಂಗೋಲಿ ಮತ್ತು ಮಗ' ಹೀಗೆ ತಣ್ಣನೆ ದನಿಯಲ್ಲಿ ಸಮಾಜದ ಮಧ್ಯೆ ಕಂಡೂ ಕಾಣದಂತೆ ಗೋಡೆಗಳು ಏಳುತ್ತಿರುವುದರ ಬಗ್ಗೆ ಇದ್ದ ಕವಿತೆಗಳನ್ನು ಓದುತ್ತಿದ್ದ ದಿನಗಳು ಅವು. ಜೊತೆಗೆ 'ಅಲ್ಲಾನೂ ಒಂದೇ, ಬೆನಕಾನೂ ಒಂದೇ..' ಎಂದು ಬಿ ವಿ ಕಾರಂತರ ಆಲಿಬಾಬಾ ನಾಟಕ ಬಿಟ್ಟುಕೊಟ್ಟಿತ್ತು. ಹೀಗೆ ಸಮಾಜದ ಮಧ್ಯೆ ಏಳುತ್ತಿರುವ ಗೋಡೆಯನ್ನು ಕಾಲಕ್ಕೂ ಮೊದಲೇ ಕಂಡವರು ಗಿರೀಶ್ ಕಾರ್ನಾಡ್. ಹಾಗಾಗಿಯೇ ಅವರು ಗೆರ್ನಿಕಾ ಕೃತಿ ರಚಿಸಿದ ನಂತರ 'ಲೆಬನಾನ್ ನಲ್ಲಿ ಮುಸ್ಲಿಮರು ಹಾಗೂ ಕ್ರೈಸ್ತರ ನಡುವೆ ನಡೆದ ಹಿಂಸೆಯಿಂದ ಅಲ್ಲಿನ ನಾಲ್ಕು ವಿಶ್ವವಿದ್ಯಾಲಯಗಳು ಹಾಳಾದವು. ಹನ್ನೆರಡೂವರೆ ಲಕ್ಷದಷ್ಟಿದ್ದ ಜನಸಂಖ್ಯೆ ಅಪಾರ ಸಾವು ನೋವುಗಳಿಂದ ಎರಡೂವರೆ ಲಕ್ಷಕ್ಕೆ ಇಳಿದಿದೆ' ಎಂದಿದ್ದರು.

ಶ್ರೀನಿವಾಸ ವೈದ್ಯರ 'ಹಳ್ಳ ಬಂತು ಹಳ್ಳ'ದಲ್ಲಿ ನೆಲಕ್ಕೆ ಕಿವಿಕೊಟ್ಟು ಎಲ್ಲೋ ದೂರ, ಬಹು ದೂರದಲ್ಲಿ ಹರಿದು ಬರುತ್ತಿರುವ ನೀರನ್ನು ಗುರುತಿಸುವವರಿದ್ದಾರೆ. ನನಗೆ ಗಿರೀಶ್ ಕಾರ್ನಾಡ್ ಕಂಡದ್ದು ನಾಳೆ ಬರುವ ಆತಂಕವನ್ನು ಇಂದೇ ಕಾಣುವವರಾಗಿ. ಅವರು ನಾಟಕಗಳಲ್ಲಿ ಪುರಾಣ, ಚರಿತ್ರೆಯ ಪದರುಗಳನ್ನು ಬಿಡಿಸುತ್ತಾ ಹೋದರೆ ತಮ್ಮ ಮಾತು, ನಡೆಯಲ್ಲಿ ವರ್ತಮಾನದ ತಲ್ಲಣಗಳನ್ನು ಬಿಡಿಸಿಡುತ್ತಾ ಹೋದರು. ಅವರ ಚರಿತ್ರೆ, ಪುರಾಣದ ಮರು ವ್ಯಾಖ್ಯಾನ ಹಾಗೂ ಅವರ ಇಂದಿನ ಮಾತೆಲ್ಲವೂ ಒಟ್ಟಿಗೆ ದುಡಿಯುತ್ತಿದ್ದುದು ನಾಳೆಗೆ ಎಲ್ಲರಿಗೂ ನೆಮ್ಮದಿಯ ಬದುಕನ್ನು ಕಟ್ಟಿಕೊಡಬೇಕು ಎನ್ನುವುದರ ಕಡೆಗೆ.

ಕಾರ್ನಾಡರ ಕೃತಿಗಳು ಸಾಕಷ್ಟು ಚರ್ಚೆಗೆ ದಾರಿಮಾಡಿದ್ದವು. ಅದು ಅಂದೂ ಸಾಕಷ್ಟು ವಿರೋಧವನ್ನೂ ಎದುರಿಸಿತ್ತು. ಆದರೆ ಅಂದಿನ ಕಾಲ 'ಟ್ರಾಲ್ ಫ್ಯಾಕ್ಟರಿ'ಗಳ ಕಾಲವಲ್ಲ. ಹಾಗಾಗಿ ಆಗಿನ ಚರ್ಚೆ ಮಾತು ಮಾತು ಮಥಿಸಿ ಬರುವ ನವನೀತಕ್ಕೂ ಒಂದಿಷ್ಟು ಕಾರಣವಾಗಿತ್ತು. ಆದರೆ ಜಾಗತೀಕರಣ ಹಾಗೂ ನಮ್ಮ ಮೇಲೆ ಇನ್ನಿಲ್ಲದಷ್ಟು ಹಿಡಿತ ಸಾಧಿಸಿರುವ ತಾಂತ್ರಿಕತೆ ಮಾಧ್ಯಮದ ವಿನ್ಯಾಸವನ್ನೇ

ಬದಲಿಸಿಹಾಕಿದೆ. ಜಾಗತೀಕರಣ ಸಮೂಹ ಪ್ರಜ್ಞೆಯನ್ನು ಇಲ್ಲವಾಗಿಸುತ್ತಾ ಹೋದ ಸಮಯದಲ್ಲೇ ಎದ್ದು ಬಂದ ಭಿನ್ನ ಮಾಧ್ಯಮಗಳು ಅಸಹನೆಯ ಅಂಗಳಗಳಾಗಿವೆ.

ಅಸಹನೆ ಇಂದು ಬದುಕು, ಮಾಧ್ಯಮ, ರಾಜಕಾರಣ ಎಲ್ಲದರ ಕೇಂದ್ರ ಬಿಂದು. ಹಾಗಾಗಿಯೇ ಗಿರೀಶ್ ಕಾರ್ನಾಡರಿಗೆ ಹೆಚ್ಚು ಮಾತನಾಡಬೇಕಾದ ಅನಿವಾರ್ಯತೆ ಬಂತು. ಹಾಗಾಗಿಯೇ ಹೆಚ್ಚು ಅಸಹನೆಯನ್ನು ಎದುರಿಸಬೇಕಾದ ಅನಿವಾರ್ಯತೆಯೂ ಸೃಷ್ಟಿಯಾಯಿತು. ಮನೆಗೆ ಕಲ್ಲು ಹೊಡೆದವರನ್ನು ಕಂಡು ಹಿಡಿದುಬಿಡಬಹುದು. ಸೋಶಿಯಲ್ ಮೀಡಿಯಾದ ಮರೆಯಲ್ಲಿ ನಿಂತು ಎಸೆಯುವ ಅಸ್ತ್ರಗಳನ್ನು ಎದುರಿಸುವುದು ಹೇಗೆ ಎಂದು ಗೊತ್ತಾಗದೆ ತಬ್ಬಿಬ್ಬಾಗಿರುವ ದಿನಗಳು ಇವು.

ಕಾರ್ನಾಡರು ನನಗೆ ಹತ್ತಿರವಾಗಲು ಅವರು ಫಾದರ್ ಮಾರ್ಟಿನ್ ನೆಮ್ಯೂಲರ್ ಅವರ ಕವಿತೆಗೆ ವಿರುದ್ಧವಾಗಿ ಬದುಕಿದರು ಎನ್ನುವುದೂ ಮುಖ್ಯ ಕಾರಣ. 'ಅವರು ಕೊನೆಗೆ ನಮ್ಮನ್ನೇ ಹುಡುಕಿ ಬಂದರು, ಆಗ ನಮ್ಮ ಪರವಾಗಿ ದನಿ ಎತ್ತುವವರು ಯಾರೂ ಇರಲಿಲ್ಲ' ಎನ್ನುತ್ತದೆ ನೆಮ್ಯೂಲರ್ ಕವಿತೆ. ಇಲ್ಲ, ಕಾರ್ನಾಡರು ಹಾಗಲ್ಲ. ಅವರು ಇದ್ದಾರೆ ಅವರು ದನಿ ಎತ್ತುತ್ತಾರೆ ಎನ್ನುವ ಅಪಾರ ವಿಶ್ವಾಸ ಎಲ್ಲರಿಗೂ ಇತ್ತು. ಅವರು ದನಿ ಎತ್ತುತ್ತಿದ್ದರು ಮಾತ್ರವಲ್ಲ ಅವರು ಈ ಒಳಿತಿನ ಪರವಾಗಿ

ಕೋಮು ಸೌಹಾರ್ದದ ಕಾರ್ಯಕ್ರಮ: ಪ್ರತಿಕ್ರಿಯೆ

ಚಿತ್ರ ಬಿಡಿಸುವ ಕಾರ್ಯಕ್ರಮದ ಉದ್ಘಾಟನೆ ಗಿರೀಶ್‌ಕಾರ್ನಾಡ್ ಅವರಿಂದ ಪೊಲೀಸ್ ಕಮಿಷನರ್ ಆರ್. ರಾಮಲಿಂಗಂ ಆಸಕ್ತಿಯಿಂದ ವೀಕ್ಷಿಸುತ್ತಿದ್ದಾರೆ.

ಮತ್ತೊಬ್ಬರೂ ಸಹಾ ದನಿ ಎತ್ತಲು ಕಾರಣರಾಗುತ್ತಿದ್ದರು. 'ಶಿವ' ನಾಟಕಕ್ಕೆ ಬಂದ ಬೆದರಿಕೆಯ ಹಿನ್ನೆಲೆಯಲ್ಲಿ ಆ ನಾಟಕವನ್ನು ಹಿಂದೆಗೆದುಕೊಂಡಾಗ ಕಾರ್ನಾಡರು ಇಲ್ಲ ಇದು ಮುಗಿಯಬೇಕಾದದ್ದು ಹೀಗಲ್ಲ ಎಂದು ಸ್ಪಷ್ಟವಾಗಿ ತಿಳಿದವರಾಗಿದ್ದರು. ಹಾಗಾಗಿಯೇ ಆ ತಂಡದ ಮುಖ್ಯಸ್ಥರಿಗೆ 'ಇದು ಈ ರೀತಿ ಅಂತ್ಯವಾಗಲು ನೀವು ಬಿಡಬಾರದಿತ್ತು. ನಾವು ಬೆದರಿಕೆಯ ವಿರುದ್ಧ ದನಿ ಎತ್ತದಿದ್ದರೆ ಅವರು ನಮ್ಮನ್ನು ಭಯಪಡಿಸುತ್ತಲೇ ಇರುತ್ತಾರೆ' ಎಂದು ಅವರು ಮನಗಾಣುವಂತೆ ಮಾಡಿದ್ದರು. ಈ ಘಟನೆಯನ್ನು ಬಿಚ್ಚಿಡುವ ಅರುಂಧತಿ ಘೋಷ್ 'ನಾವು ಶಿವ ನಾಟಕವನ್ನು ಕೆಲವು ಕಾರಣಗಳಿಗಾಗಿ ಮುಂದುವರೆಸಲು ಸಾಧ್ಯವಾಗಲಿಲ್ಲ. ತಂಡದ ಸುರಕ್ಷತೆಯ ದೃಷ್ಟಿಯಿಂದ ಮುಂದುವರೆಸಲಾಗಲಿಲ್ಲ ಎನ್ನುವುದೊಂದೇ ಮುಖ್ಯ ಕಾರಣವಾಗಿರಲಿಲ್ಲ. ಆದರೂ ನಾವು ಗಿರೀಶ್ ಕಾರ್ನಾಡರನ್ನು ಎಲ್ಲಿಯೋ ಸೋಲಿಸಿಬಿಟ್ಟೆವು ಎನಿಸುತ್ತದೆ. ಇನ್ನು ಮುಂದಾದರೂ ಅವರು ಸೋಲದಂತೆ ನಾವು ನೋಡಿಕೊಳ್ಳಬೇಕು' ಎಂದಿದ್ದಾರೆ.

ಕಾರ್ನಾಡರ ಬಗ್ಗೆ ನಾವೇಕೆ ಇಷ್ಟೊಂದು ಅವಸರದಲ್ಲಿ ಆದರೆ ಅಷ್ಟೇ ಅಚ್ಚುಕಟ್ಟಾಗಿ ದಿನಗಟ್ಟಲೆ ನಿದ್ದೆಗೆಟ್ಟು ಕೃತಿಯನ್ನು ಹೊರತಂದೆವು ಎಂದು ಯೋಚಿಸುತ್ತೇನೆ. ಮತ್ತೆ ನಾನು ಅರುಂಧತಿ ಘೋಷ್ ಅವರ ಮಾತುಗಳಲ್ಲಿಯೇ ಇದಕ್ಕೆ ಉತ್ತರ ಕಂಡುಕೊಳ್ಳಬೇಕು. 'ಜೀವನದಲ್ಲಿ ಗಣ್ಯರೊಬ್ಬರ ಅಗಲಿಕೆ ನಮಗೆ ಆದ ವೈಯಕ್ತಿಕ ನಷ್ಟ ಎನಿಸುವದು ಕೆಲವೇ ಕೆಲವು ಬಾರಿ ಮಾತ್ರ'. ಹೌದು, ಕಾರ್ನಾಡರು ಇಲ್ಲವಾದಾಗ ಅದು ವೈಯಕ್ತಿಕ ನಷ್ಟ ಎಂದು ಅನಿಸಿತು. ಅದು ನನಗೂ, ಜೋಗಿಗೂ ಹಾಗೂ ಈ ಜಗತ್ತಿನ ಹಲವರಿಗೂ.. ಈ ಕಾರಣಕ್ಕಾಗಿಯೇ ನಾಳೆಯವರಿಗಾಗಿ ಕಾರ್ನಾಡ್ ಎಂಬ ಬೆಳಕನ್ನು ಬೊಗಸೆಯಲ್ಲಿಟ್ಟು ಕೊಡುವ, ಇಂದಿನವರಿಗೆ ಸೋಲಿನ ಹತಾಶೆ ಆವರಿಸದಂತೆ ನೋಡಿಕೊಳ್ಳುವ, ನಿನ್ನೆಯವರಿಗೆ ಅವರ ತಲೆಮಾರು ಕಟ್ಟಿಕೊಟ್ಟ ಒಂದು ಸುಂದರ ಕನಸನ್ನು ವಿಫಲವಾಗಲು ಬಿಡುವುದಿಲ್ಲ ಎನ್ನುವ ಭರವಸೆ ನೀಡಲು ಈ ಕೃತಿ ನಿಮ್ಮ ಮುಂದಿದೆ.

ಜೋಗಿ ಅವರಿಗೆ ಕಾರ್ನಾಡರು 'ಅವರ ಚಿಂತನೆಗಳಲ್ಲಿ ಚಿರವಾಗಿದ್ದಾರೆ.' ಹಾಗಾಗಿಯೇ ಅವರ ಚಿಂತನೆಗಳು, ಅವರ ನಿಲುವುಗಳು, ಅವರ ಕೃತಿಗಳ ಅಂತಸ್ಸತ್ವವನ್ನು ಒಮ್ಮೆ ಮರಳಿ ನೋಡುವ ಈ ಕೃತಿ ನಿಮ್ಮ ಮುಂದಿದೆ. ಜೋಗಿ ದಣಿವಿಲ್ಲದೆ ಕೆಲಸ ಮಾಡಿರದಿದ್ದರೆ ಕಾರ್ನಾಡ್ ಎಂಬ 'ಬಹುರೂಪಿ'ಯನ್ನು ಕಟ್ಟಿಕೊಡಲು ಸಾಧ್ಯವೇ ಆಗುತ್ತಿರಲಿಲ್ಲ.

ಖ್ಯಾತ ಸಂಗೀತಗಾರರಾದ ಟಿ ಎಂ ಕೃಷ್ಣ ಹೇಳುತ್ತಾರೆ– 'ಕಲೆ ಮುಂದೊಡ್ಡುವ ಅನಾಮಿಕ ಬಾಗಿಲು, ಕಿಟಕಿಗಳ ಮೂಲಕ ನಾವು ಬದುಕನ್ನು ಅರ್ಥೈಸಿಕೊಳ್ಳುತ್ತೇವೆ. ಈ ಬಾಗಿಲು, ಕಿಟಕಿಗಳನ್ನು ತೆರೆದುಕೊಡುವ ಕೆಲಸ ಕಲಾವಿದನದ್ದು. ಆದರೆ ಗಿರೀಶ್ ಕಾರ್ನಾಡರು ಕೇವಲ ಆ ಬಾಗಿಲುಗಳನ್ನು ತೆರೆದುಕೊಡುವ ಕೆಲಸ

ಮಾಡಲಿಲ್ಲ ಬದಲಿಗೆ ಕೆಲವನ್ನು ಮುರಿದರು ಕೂಡಾ' ಎಂದು. ಗಿರೀಶ್ ಕಾರ್ನಾಡ್ ನಾಟಕಗಳಲ್ಲಿ ಹೇಗೆ ಒಂದು ಕಥೆಯನ್ನೋ, ಪಾತ್ರವನ್ನೋ ಮುರಿದು ಕಟ್ಟುತ್ತಿದ್ದರೋ ಥೇಟ್ ಹಾಗೆಯೇ ತಮ್ಮ ಬದುಕಿನಲ್ಲೂ ಸಮಾಜ, ವ್ಯವಸ್ಥೆ ಈಗಾಗಲೇ ಕಟ್ಟಿಬಿಟ್ಟಿದ್ದ ಗೋಡೆಗಳನ್ನು ಕೆಡಹುತ್ತಲೇ ಹೋದರು.

ನನಗೆ ಕಾರ್ನಾಡರ ಬಗ್ಗೆ ಇರುವ ಒಂದು ಅಚ್ಚರಿಯೆಂದರೆ ಅವರು ಒಂದು ಕೃತಿ ರಚನೆಯ ಬಗ್ಗೆ ಹೇಗೆ ಸಾಕಷ್ಟು ಹೋಮ್ ವರ್ಕ್ ಮಾಡುತ್ತಿದ್ದರೋ ಹಾಗೆಯೇ ವಿವೇಕ್ ಶಾನಭಾಗ್ ಹೇಳುವಂತೆ ತಾವು ಕೈಗೆತ್ತಿಕೊಳ್ಳುತ್ತಿದ್ದ ಒಂದು ಕವಿತೆಯ ಅನುವಾದಕ್ಕೂ ಅಷ್ಟೇ ಹೋಮ್ ವರ್ಕ್ ಮಾಡುತ್ತಿದ್ದರು. ಒಂದು ಕವಿತೆಯ ಬೆನ್ನತ್ತಲು ಅವರು ಆ ಕವಿಯ ಎಲ್ಲ ಕೃತಿಗಳ ಆಳಕ್ಕೆ ಇಳಿಯುತ್ತಿದ್ದರು. ನನಗೆ ಅನಿಸುತ್ತದೆ ಅವರು ತಮ್ಮ ಬಗ್ಗೆ ಬರುವ ವಿರೋಧ, ಹತಾಶೆ, ಸಿಟ್ಟು, ಆರ್ಭಟಗಳನ್ನೂ ಸಹಾ ಅರ್ಥ ಮಾಡಿಕೊಳ್ಳಲು ಅಷ್ಟೇ ಹೋಮ್ ವರ್ಕ್ ಮಾಡುತ್ತಿದ್ದರು ಎಂದು. ಇಲ್ಲದಿದ್ದರೆ ಕ್ಯಾ. ಗೋಪಿನಾಥ್ ಅವರು ಹೇಳುವಂತೆ ಗಿರೀಶ್ ಕಾರ್ನಾಡರು 'ಜನರನ್ನು ಒಡೆಯುವ ಪ್ರಯತ್ನಗಳು ಸಹಾ ಪ್ರಜಾಪ್ರಭುತ್ವದ ಒಂದು ಭಾಗವೇ. ನಾವು ಅದನ್ನು ಎದುರಿಸಬೇಕು. ಸೋಶಿಯಲ್ ಮೀಡಿಯಾಗಳಿಂದಾಗಿ ಆದು ವಿವಾದವೋ ಭಾವನಾತ್ಮಕ ಸಂಗತಿಯೋ ಆಗುತ್ತದೆ. ಅದನ್ನು ನಿಯಂತ್ರಿಸಲು ಬರುವುದಿಲ್ಲ. ಪ್ರಜಾಪ್ರಭುತ್ವ ಕೆಲಸ ಮಾಡುವುದೇ ಹಾಗೆ' ಎಂದು ಹೇಳಲು ಸಾಧ್ಯವಾಗುತ್ತಿರಲಿಲ್ಲ.

ಕವಿ ಎಕ್ಕುಂಡಿಯವರು ನನ್ನೊಂದಿಗೆ ಹೇಳುತ್ತಿದ್ದರು– 'ನಾನು ಯೋಧನಾಗಿ ರಣರಂಗಕ್ಕೆ ಹೋಗಲಾಗಲಿಲ್ಲ. ಆದರೆ ಅವರಿಗೆ ಬೇಕಾದ ಕತ್ತಿ ಗುರಾಣಿಗಳನ್ನು ಮಾಡಿಕೊಟ್ಟೆ'. ಗಿರೀಶ್ ಕಾರ್ನಾಡ್ ಅವರನ್ನು ಅವರಿಲ್ಲದ ಈ ಕಾಲದಲ್ಲಿ ನೆನಪಿಸಿಕೊಳ್ಳುವಾಗ ನನಗೆ ಸ್ಪಷ್ಟವಾಗುತ್ತಿರುವುದು– ಅವರು ಯೋಧರೂ ಆಗಿದ್ದರು ಹಾಗೂ ಅವರು ಯೋಧರಿಗೆ ಬೇಕಾದ ಕತ್ತಿ ಗುರಾಣಿಗಳನ್ನೂ ಮಾಡಿಕೊಟ್ಟರು. ಚಿತಾಗಾರದಲ್ಲಿ ಅರುಂಧತಿ ಘೋಷ್ ಅವರ ಬಳಿ ಕಾರ್ನಾಡರ ಪತ್ನಿ 'ನಿಮ್ಮೆಲ್ಲರ ಬಗ್ಗೆ ಅವರಿಗೆ ತುಂಬಾ ಹೆಮ್ಮೆಯಿತ್ತು' ಎನ್ನುತ್ತಾರೆ. 'ಅವರ ಬಗ್ಗೆ ನಮಗೂ ಹೆಮ್ಮೆ ಇತ್ತು. ಅವರು ಅಧಿಕಾರಸ್ಥರ ಎದುರು ಸದಾ ಸತ್ಯವನ್ನು ಪ್ರತಿಪಾದಿಸುತ್ತಿದ್ದರು ಎಂದು. ಅವರ ಬಗ್ಗೆ ನಮಗೆ ಹೆಮ್ಮೆ ಇತ್ತು ಏಕೆಂದರೆ ನಾವೆಲ್ಲರೂ ಅವರ ನೆರಳಿನಲ್ಲಿ ನಿಂತು ನ್ಯಾಯ ಕೇಳಬಹುದಿತ್ತು' ಎಂದು.

ಗಿರೀಶ್ ಕಾರ್ನಾಡ್ ಅಂತಹ ನಂಬುಗೆಯ ನೆರಳಾಗಿದ್ದರು. ಅಷ್ಟೇ ಅಲ್ಲ ಕಾರ್ಮೋಡ ಆವರಿಸುವ ಸಂದರ್ಭದಲ್ಲಿ ಅದರಿಂದ ರಕ್ಷಿಸುವ ನೆರಳೂ ಆಗಿದ್ದರು.

ಗಿರೀಶ್ ಕಾರ್ನಾಡ್ ಅವರಿಗೆ ಹೊಸ ಬೆಳವಣಿಗೆಗಳು ಹುಟ್ಟು ಹಾಕುತ್ತಿರುವ ಹೊಸ ಭಾಷೆಯ ಬಗ್ಗೆ ಆತಂಕವಿತ್ತು. ಲಿಂಚಿಂಗ್, ನಗರ ನಕ್ಸಲ್, ಟುಕುಡೆ –

ಟುಕುಡೆ, ದೇಶ ವಿರೋಧಿ ಎನ್ನುವ ಪದಗಳ ಭಾಷೆಯ ಹೊಸ ಬೆಳವಣಿಗೆಯ ಬಗ್ಗೆ ಅವರು ಆತಂಕಿತರಾಗಿದ್ದರು. 'ಹೊಸ ಭಾಷೆಯ ಶಬ್ದಗಳು ರಾಜಕೀಯವನ್ನು, ನಾಗರಿಕ ಹಕ್ಕುಗಳನ್ನು ಎಲ್ಲಾ ಜನರ ಮನಸ್ಸನ್ನು ವಿರೂಪಗೊಳಿಸುತ್ತಿದೆ' ಎನ್ನುವುದು ಅವರಿಗೆ ಗೊತ್ತಾಗಿ ಹೋಗಿತ್ತು.

ಗಿರೀಶ್ ಕಾರ್ನಾಡರದ್ದು ಸದಾ ಮುಂದೆ ನಿಂತು ಗೆದ್ದು ಬರುವ ಗುಣ. ಕಾಲೇಜಿನಲ್ಲಿ ಕಾರ್ನಾಡರನ್ನು ಸಹಪಾಠಿಯಾಗಿ ಹೊಂದಿದ್ದ ವಿವೇಕ್ ಶಾನಭಾಗ್ ರ ಅಮ್ಮ ವಿವೇಕರ ಬಳಿ ಕಾರ್ನಾಡರ ಸದಾ ಮುನ್ನುಗ್ಗುವ ಸ್ವಭಾವ ಹಾಗೂ ಗೆದ್ದು ಬರುವ ಗುಣದಿಂದಾಗಿಯೇ ಅವರ ಕಾಲೇಜು ದಿನಗಳಲ್ಲಿ ಅವರಿಗೆ 'ಆಂಬ್ಯಾ ತಾಳೋ' ಎಂದು ಹೆಸರಿಟ್ಟಿದ್ದೆವು ಎಂದಿದ್ದರಂತೆ. 'ಆಂಬ್ಯಾ ತಾಳೋ' ಎಂದರೆ ಮಾವಿನ ತಳಿರು. ಅದಕ್ಕೆ ಹೆಬ್ಬಾಗಿಲಲ್ಲೇ ಇದ್ದು ಗೊತ್ತು ಹಾಗೂ ಹೆಬ್ಬಾಗಿಲಲ್ಲೇ ಎಲ್ಲರನ್ನು ಎದುರಿಸುವುದೂ ಗೊತ್ತು. ಅಂತಹ ಮಾವಿನ ಎಲೆ ಈಗಿಲ್ಲ. ಅವರಿಲ್ಲದೆ ಯುಗಾದಿ ಬರುವುದಾದರೂ ಹೇಗೆ??

ಜಿ ಎನ್ ಮೋಹನ್

ಬಹುರೂಪಿ

ಗಿರೀಶ್ ಕಾರ್ನಾಡ್

ಸಂಪಾದಕ: **ಜೋಗಿ**

ಬಹುರೂಪಿ

1, 'ನಾಕುತಂತಿ' ಬಸಪ್ಪ ಬಡಾವಣೆ, ಆರ್‌ಎಂವಿ 2ನೇ ಘಟ್ಟ
ಸಂಜಯನಗರ, ಬೆಂಗಳೂರು – 560 094

ದೂರವಾಣಿ: 70191 82729 editor.bahuroopi@gmail.com
Online Book Store: bahuroopi.in
facebook: bahuroopi.official/

20

BAHUROOPI GIRISH KARNAD
A compliation of memoirs
Edited By **Jogi**
Published by **Bahuroopi**

Edited By
Jogi
7892777055
hatwar@gmail.com

ಬಹುರೂಪಿ
ಪ್ರಕಟಣೆಗಳಿಗಾಗಿ ಈ
QR ಕೋಡ್ ಅನ್ನು
ಸ್ಕ್ಯಾನ್ ಮಾಡಿ.

Published By
Bahuroopi
1, Naaku Tanti, Basappa Layout,
RMV Second Stage, Sanjayanagar,
Bangalore 560 094
--
editor.bahuroopi@gmail.com
Mobile: 70191 82729

online book store:
bahuroopi.in

First Edition: 2019
ISBN : 978-81-941661-2-2
Pages: 216
Price: Rs.250/-

Cover Photo: **D C Nagesh**
Cover Design: **Gousi Arts**
Design: **Sagar M S**

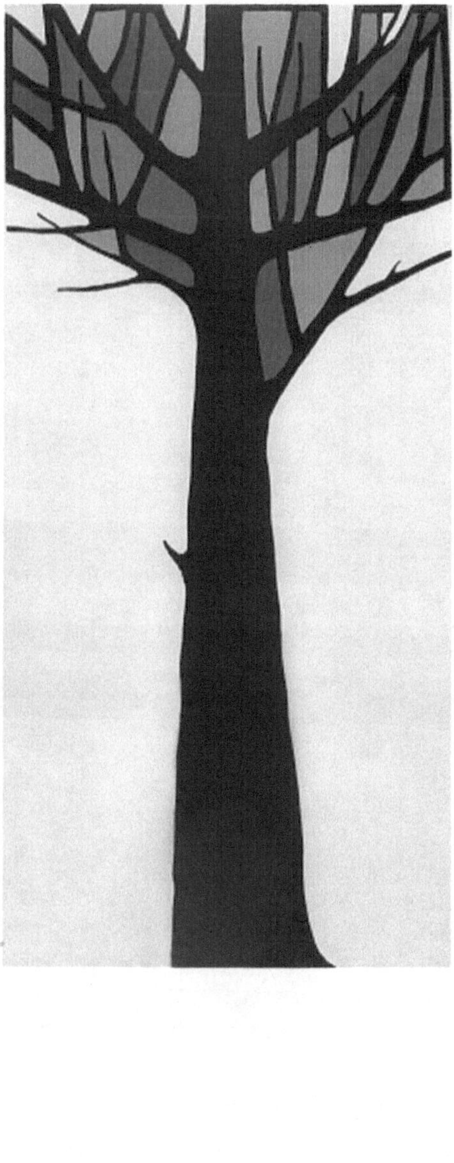

ಅವರು
ಪ್ರತಿನಿಧಿಸಿದ
ಮಾನವೀಯ
ಆಶಯಗಳಿಗೆ
ಅರ್ಪಣೆ

ಅವರು ಚಿಂತನೆಗಳಲ್ಲಿ ಚಿರವಾಗಿದ್ದಾರೆ

ಕಾರ್ನಾಡರ ಕುರಿತು ಮಾತಾಡುತ್ತಾ ಕೂತಿದ್ದಾಗ ಗೆಳೆಯರಾದ ಜಿ ಎನ್ ಮೋಹನ್, ಕಾರ್ನಾಡರ ಕುರಿತು ಒಂದು ಪುಸ್ತಕ ಮಾಡೋಣವೇ ಎಂದು ಕೇಳಿದರು. ಇಲ್ಲ ಎಂದು ಗೊತ್ತಿಲ್ಲದ ನಾನು ಹ್ಞೂ ಅಂದುಬಿಟ್ಟೆ, ಅದಾಗಿ ನಾಲ್ಕೈದು ದಿನ ಬೇರೇನೇನೋ ಕೆಲಸಗಳು ಮೈಮೇಲೆ ಬಂದು, ಆ ಬಗ್ಗೆ ಯೋಚಿಸಲಿಕ್ಕೂ ಆಗಿರಲಿಲ್ಲ. ಮತ್ತೆ ಭೇಟಿಯಾದಾಗ ಪಟ್ಟಾಗಿ ಕುಳಿತು ಕೆಲಸ ಮುಗಿಸಲೇಬೇಕೆಂದು ತೀರ್ಮಾನಿಸಿದೆವು. ಅದರ ಪರಿಣಾಮವೇ ಈ ಪುಸ್ತಕ– ಬಹುರೂಪಿ ಗಿರೀಶ ಕಾರ್ನಾಡ.

ದಕ್ಷಿಣಕನ್ನಡದ ಪುಟ್ಟ ಹಳ್ಳಿಯಾದ ಉಪ್ಪಿನಂಗಡಿಯಿಂದ ಬಂದ ನನಗೆ ಗಿರೀಶ ಕಾರ್ನಾಡರು ಭಯ ಮತ್ತು ಅಚ್ಚರಿಯ ವ್ಯಕ್ತಿಯೇ ಆಗಿದ್ದರು. ಅವರ ಮಾತುಗಳನ್ನು ನಾನು ಕೇಳಿದ್ದು ಬೆಂಗಳೂರಿಗೆ ಬಂದ ನಂತರ. ಅದಕ್ಕೂ ಮೊದಲು ಅವರ ಯಯಾತಿ, ಹಯವದನ, ತುಘಲಕ್, ಹಿಟ್ಟಿನ ಹುಂಜ, ಅಂಜುಮಲ್ಲಿಗೆ ನಾಟಕಗಳನ್ನು ಓದಿಕೊಂಡಿದ್ದೆ. ಅವುಗಳನ್ನೆಲ್ಲ ಎಷ್ಟು ಸಲ ಓದಿಕೊಂಡಿದ್ದೆನೆಂದರೆ ಆ ನಾಟಕಗಳ ಅರ್ಧದಷ್ಟು ಮಾತುಗಳು ಬಾಯಿಪಾಠ ಆಗಿಬಿಟ್ಟಿದ್ದವು. ಗೆಳೆಯರ ಜೊತೆ ಮಾತಾಡುವಾಗೆಲ್ಲ ಆ ಸಂಭಾಷಣೆಗಳನ್ನು ನಾನು ಸಂದರ್ಭೋಚಿತವಾಗಿ ಬಳಸುತ್ತಿದ್ದೆ ಕೂಡ.

ನಮಗೆ ನಾಟಕಗಳ ಹುಚ್ಚು ಹಿಡಿಸಿದ್ದು ಗಿರೀಶ ಕಾರ್ನಾಡರೆಂದೇ ಹೇಳಬೇಕು. ಅವರ ನಾಟಕಗಳನ್ನು ಓದಿದ

ನಂತರವೇ ನಾನು ಚಂದ್ರಶೇಖರ ಪಾಟೀಲ, ಲಂಕೇಶ್, ಪ್ರಸನ್ನ, ಎಚ್ ಎಸ್ ಶಿವಪ್ರಕಾಶ್, ಸುಬ್ಬಣ್ಣ, ಅಷ್ಟೇ ಯಾಕೆ ಷೇಕ್ಸ್‌ಪಿಯರ್ ನಾಟಕಗಳನ್ನೂ ಓದಲು ಆರಂಭಿಸಿದ್ದು. ಅಲ್ಲಿಯ ತನಕ ನಾಟಕ ಕೇವಲ ಪ್ರದರ್ಶನಕ್ಕಷ್ಟೇ, ಓದುವುದಕ್ಕಲ್ಲ ಎಂಬ ನಂಬಿಕೆ ನನ್ನಲ್ಲಿತ್ತು.

ಕಾರ್ನಾಡರ ನಾಲ್ಕೈದು ನಾಟಕಗಳನ್ನು ಹಸ್ತಪ್ರತಿಯಲ್ಲೇ ಓದುವ ಅವಕಾಶ ನನಗೆ ಸಿಕ್ಕಿತ್ತು. ಅವರ ಅಗ್ನಿ ಮತ್ತು ಮಳೆ ನಾಟಕವನ್ನು ವೈಯನ್ಕೆ ಓದಲು ಕೊಟ್ಟಿದ್ದರು. ಬೆಂದಕಾಳೂರು ಆನ್ ಟೋಸ್ಟ್ ನಾಟಕವನ್ನು ಕಾರ್ನಾಡರೇ ಕಳುಹಿಸಿದ್ದರು. ಅವರ ಕೊನೆಯ ನಾಟಕ ರಾಕ್ಷಸ–ತಂಗಡಿಯನ್ನು ನನಗೆ ಕಳುಹಿಸಿಕೊಡುವಂತೆ ಸಮೀರ ಜೋಶಿಯವರಿಗೆ ಹೇಳಿದ್ದರು.

ಕಾರ್ನಾಡರ ಮೂರು ನಾಟಕಗಳಲ್ಲಿ ಬರುವ ಪ್ರಸಂಗಗಳ ಬಗ್ಗೆ ನಾನೊಮ್ಮೆ ಅವರ ಹತ್ತಿರ ಚರ್ಚಿಸಿದ್ದೆ. ಅವರ ಆತ್ಮಚರಿತ್ರೆ ಆಡಾಡತಾ ಆಯುಷ್ಯದಲ್ಲಿ ಬರುವ ಒಂದು ಪ್ರಸಂಗವನ್ನು ಓದಿದ ನಂತರ ಅದಕ್ಕೂ ಅವರು ನಾಟಕಗಳಲ್ಲಿ ಪದೇ ಪದೇ ಪ್ರಸ್ತಾಪಿಸುವ ಒಂದು ಅಂಶಕ್ಕೂ ಸಂಬಂಧವಿದೆ ಅನ್ನಿಸಿತ್ತು.

ಭಾಲಚಂದ್ರ ಆತ್ಮಾರಾಮ ಗೋಕರ್ಣ ತನ್ನ ಹೆಸರು ಬದಲಾಯಿಸಿಕೊಂಡು ಭಾಲಚಂದ್ರ ರಘುನಾಥ ಕಾರ್ನಾಡ ಆಗಿ ಕಾರ್ನಾಡ ಕುಟುಂಬದಲ್ಲಿ ಒಂದಾಗಿಹೋದ ಎಷ್ಟೋ ದಿನಗಳ ನಂತರ, ಜನ್ಮದಾಖಲೆಯ ಪತ್ರವೊಂದಕ್ಕೆ ಭಾಲಚಂದ್ರ ಅವರ ಹಿರಿಯ ಮಗಳು ನೀಲಿಮಾ ಅರ್ಜಿ ಹಾಕುತ್ತಾರೆ. ಆಗ ಬಂದ ಸರ್ಟಿಫಿಕೇಟಿನಲ್ಲಿ ಭಾಲಚಂದ್ರರ ಹೆಸರು ಕಾರ್ನಾಡ ಅಂತಿರದೇ ಗೋಕರ್ಣ ಅಂತಿರುವುದು ನೋಡಿ ಕಾರ್ನಾಡರು ಸ್ತಂಭೀಭೂತರಾದದ್ದನ್ನು ಬರೆದುಕೊಂಡಿದ್ದಾರೆ.

ಈ ಸಂಗತಿ ಅವರ ನಾಟಕಗಳಲ್ಲೂ ಮತ್ತೆ ಮತ್ತೆ ಪ್ರಸ್ತಾಪವಾಗುತ್ತದೆ. ತಾನು ಅರವೀಡು ವಂಶದವನು ಅನ್ನುವುದು ಅಳಿಯ ರಾಮರಾಯನನ್ನು ಕಾಡುತ್ತದೆ. ತನ್ನ ಹಿರಿಯರು ಗುಲಾಮರಾಗಿದ್ದರು ಅನ್ನುವುದು ತುಘಲಕ್‌ನಂಥ ತುಘಲಕ್‌ನನ್ನು ಕೊರೆಯುತ್ತಿರುತ್ತದೆ. ತಾನು ಮೂಲತಃ ಕಳಚೂರ್ಯ ವಂಶಕ್ಕೆ ಸೇರಿದವನು ಅನ್ನುವುದು ಬಿಜ್ಜಳನ ಅಂತರಂಗದ ನೋವಿಗೆ ಕಾರಣವಾಗುತ್ತದೆ.

ಈ ಕುರಿತು ಕೇಳಿದಾಗ ಅವರಿಗೆ ಆಶ್ಚರ್ಯವಾಗಿತ್ತು. ಭಾಲಚಂದ್ರ ಪ್ರಕರಣಕ್ಕೂ ಈ ಮೂರು ಪ್ರಸಂಗಗಳಿಗೂ ಸಂಬಂಧ

ಇದೆ ಅಂತ ನಾನು ಅಂದುಕೊಂಡಿರಲೇ ಇಲ್ಲ. ಆದರೆ ಅದು ನನ್ನ ಮನಸ್ಸಿನಲ್ಲೆಲ್ಲೋ ಅವಿತು ಕುಳಿತಿತ್ತೆಂದು ಕಾಣುತ್ತದೆ. ಬರೆಯುವಾಗ ಅದು ಅಪ್ರಜ್ಞಾಪೂರ್ವಕ ಹೊರಬಂದಿದ್ದರೂ ಬಂದಿರಬಹುದು. ನಾನೂ ಆ ಕುರಿತು ಯೋಚನೆ ಮಾಡಬೇಕಾಗಿದೆ ಈಗ ಅಂದಿದ್ದರು.

ನನಗೆ ಕಾರ್ನಾಡರನ್ನು ಪರಿಚಯ ಮಾಡಿಕೊಟ್ಟದ್ದು ವೈಯನ್ಕೆ. ಅವರ ಜೊತೆಗೆ ಅನೇಕ ಸಲ ನಾನು ಕಾರ್ನಾಡರನ್ನು ಭೇಟಿ ಮಾಡಿದ್ದೆ. ಒಂದೆರಡು ಸಲ ಒಬ್ಬಂಟಿಯಾಗಿ ಅವರ ಮನೆಗೂ ಹೋಗಿದ್ದೆ. ಒಬ್ಬ ಲೇಖಕ ಎಷ್ಟು ಸನ್ನದ್ಧನಾಗಿರುತ್ತಾನೆ ಅನ್ನುವುದನ್ನು ನಾನು ನೋಡಿದ್ದು ಅವರ ಮನೆಗೆ ಹೋದಾಗಲೇ. ಅಲ್ಲಿ ಬರೆಯುವ ಟೇಬಲ್ಲು, ಟೈಪ್ ರೈಟರ್, ಪ್ರಿಂಟರ್– ಹೀಗೆ ಎಲ್ಲವೂ ಇತ್ತು. ಬರೆಯುವುದಕ್ಕೆಂದೇ ಪ್ರತ್ಯೇಕ ಕೋಣೆಯಿತ್ತು. ಲೈಬ್ರರಿಯೂ ಇತ್ತು. ಹಳ್ಳಿಯಿಂದ ಬಂದ ನನಗೆ ಅದು ಅಚ್ಚರಿಯ ಸಂಗತಿಯಾಗಿತ್ತು.

ಮುಂದೊಂದು ದಿನ ಅರ್ಕಾ ಮೀಡಿಯಾ ಸಂಸ್ಥೆಯ ನಿರ್ಮಾಪಕರು ಕನ್ನಡದಲ್ಲೊಂದು ಸೀರಿಯಲ್ ಮಾಡಲು ನಿರ್ಧರಿಸಿದಾಗ ಅದರ ಪ್ರಮುಖ ಪಾತ್ರಕ್ಕೆ ಗಿರೀಶ್ ಕಾರ್ನಾಡರೇ ಬೇಕು ಎಂದು ನಿರ್ಧರಿಸಿದ್ದರು. ಆಗ ಅವರ ಮನೆಗೆ ಕತೆ ಹೇಳಲು ಹೋಗಿದ್ದೆ. ಅವರು ಕತೆಯನ್ನು ಮೆಚ್ಚಿಕೊಂಡು ನಟಿಸಲು ಒಪ್ಪಿದ್ದರು. ಮೊದಲ ದಿನದ ಚಿತ್ರೀಕರಣಕ್ಕೂ ಬಂದಿದ್ದರು. ಆ ಹೊತ್ತಿಗೆ ಅವರಿಗೆ ಸೀರಿಯಲ್ ಚಿತ್ರೀಕರಣ ಹೇಗೆ ನಡೆಯುತ್ತದೆ ಅನ್ನುವುದು ಗೊತ್ತಿರಲಿಲ್ಲ. ನಿರ್ದೇಶಕರು ಒಂದೇ ದಿನ ಅವರ ಹದಿನೈದು ದೃಶ್ಯಗಳನ್ನು ಚಿತ್ರೀಕರಿಸಿಕೊಳ್ಳಲು ತಯಾರಿ ನಡೆಸಿದ್ದಾರೆ ಹಾಗೂ ಸೀರಿಯಲ್ ತುಂಬ ಉದ್ದುದ್ದ ಸಂಭಾಷಣೆಗಳಿರುತ್ತವೆ ಎಂದು ಗೊತ್ತಾಗುತ್ತಿದ್ದಂತೆ ಅವರು ಸೀರಿಯಲ್ ಸಹವಾಸದಿಂದ ಹೊರಗುಳಿದಿದ್ದರು.

ಕಾರ್ನಾಡರ ಜೊತೆಗೆ ನಾನು ಹೆಚ್ಚು ಸಮಯ ಕಳೆದದ್ದು ಕಾನೂರು ಹೆಗ್ಗಡತಿ ಚಿತ್ರದ ಶೂಟಿಂಗ್ ಸಂದರ್ಭದಲ್ಲಿ. ಎರಡು ಮೂರು ದಿನಗಳ ಕಾಲ ಕಾನೂರು ಮನೆಯ ಚಿತ್ರೀಕರಣವನ್ನು ನೋಡುತ್ತಾ, ಬಿಡುವಿನ ವೇಳೆಯಲ್ಲಿ ಅವರನ್ನು ಸಂದರ್ಶಿಸುತ್ತಾ ಅಲ್ಲಿಯೇ ಇದ್ದುಬಿಟ್ಟಿದ್ದೆ. ಅವರು ಹಳೆಯ ಕತೆಗಳನ್ನು ಹೇಳುತ್ತಾ, ಕುವೆಂಪು ಕಾದಂಬರಿಗಳನ್ನು ಸಿನಿಮಾ ಮಾಡುವ ಬಗ್ಗೆ ಅವರು ಮಾಡಿಕೊಂಡಿರುವ ಸಿದ್ಧತೆಗಳನ್ನೆಲ್ಲ ವಿವರಿಸಿದ್ದರು.

ಅವರನ್ನು ನನ್ನ ಪುಸ್ತಕಗಳ ಬಿಡುಗಡೆಗೆ ಕರೆಯುತ್ತಿದ್ದೆ. ಅವರು ಮಾತ್ರ ಯಾವತ್ತೂ ಪುಸ್ತಕ ಬಿಡುಗಡೆ ಮಾಡಲು ಬರಲಿಕ್ಕೆ ಒಪ್ಪಿರಲೇ ಇಲ್ಲ. ಎರಡು ಬಾರಿ ಸದ್ದಿಲ್ಲದೇ ಬಂದು, ಗುರುತಿಲ್ಲದೇ ಹೊರಟು ಹೋಗಿದ್ದರು. ಒಂದು ಬಾರಿ ಅವರನ್ನು ದಿಢೀರನೇ ವೇದಿಕೆಗೆ ಕರೆದದ್ದಕ್ಕೆ ಸಿಟ್ಟು ಮಾಡಿಕೊಂಡಿದ್ದರು. ಆ ನಂತರ ಅವರು ನನ್ನ ಪುಸ್ತಕ ಬಿಡುಗಡೆಗೆ ಬರಲಿಲ್ಲ.

ಅವರ ಜೊತೆಗಿನ ಒಂದು ಪ್ರಸಂಗವನ್ನು ನಾನು ನೆನೆಯಲೇಬೇಕು. ಧಾರವಾಡ ಸಾಹಿತ್ಯ ಸಂಭ್ರಮಕ್ಕೆ ಅವರು ಪ್ರತಿ ವರ್ಷ ಬರುತ್ತಿದ್ದರು. ಒಂದು ಸಲ ಅಲ್ಲಿ ಸಿಕ್ಕಾಗ, ಸಂಜೆ ಸೇರೋಣ, ವಿವೇಕರಿಗೂ ಹೇಳುತ್ತೇನೆ. ಎಂಟು ಗಂಟೆಗೆ ನನ್ನ ರೂಮಿನಲ್ಲೇ ಭೇಟಿಯಾಗೋಣ ಅಂದಿದ್ದರು. ಅಷ್ಟರಲ್ಲಾಗಲೇ ಅವರಿಗೆ ಆಕ್ಸಿಜನ್ ಸಿಲಿಂಡರ್ ಕೂಡ ಬಂದಿತ್ತು. ಆವತ್ತು ಸಂಜೆ ನಾನು ಮತ್ತು ಬಿ ಆರ್ ಲಕ್ಷ್ಮಣರಾವ್ ನಮ್ಮ ಮಿತ್ರರೊಬ್ಬರ ಮನೆಗೆ ಊಟಕ್ಕೆ ಹೋಗುವುದೆಂದು ನಿರ್ಧಾರವಾಗಿತ್ತು. ಆರು ಗಂಟೆಗೆ ಅವರ ಮನೆಗೆ ಹೋಗಿ, ಅಲ್ಲಿ ಏಳೂವರೆಯ ತನಕ ಇದ್ದು, ನಂತರ ಕಾರ್ನಾಡರ ರೂಮಿಗೆ ಹೋಗುವುದು ಎಂದು ನಾನು ಲೆಕ್ಕಾಚಾರ ಹಾಕಿದ್ದೆ.

ನಮ್ಮ ಮಿತ್ರರ ಮನೆ ಧಾರವಾಡದ ಹೊರವಲಯದಲ್ಲಿತ್ತು. ಆ ಸಂಜೆ ಮಳೆಯೂ ಬಂದು, ಅಲ್ಲಿಗೆ ಹೋಗಿ ತಲುಪಿದಾಗ ಏಳು ಗಂಟೆಯಾಗಿತ್ತು. ಅಷ್ಟು ಹೊತ್ತಿಗೆ ಕಾರ್ನಾಡರು ಫೋನ್ ಮಾಡಿ, ರೂಮಲ್ಲಿ ಸೇರುವ ಪ್ಲಾನ್ ಬದಲಾಗಿದೆ ಎಂದೂ, ವಿವೇಕ ಶಾನಭಾಗರು ಬರುತ್ತಿಲ್ಲವೆಂದೂ, ಮಂದಾರ ಹೋಟೆಲಿನಲ್ಲಿ ಸೇರೋಣ ಅಂತಲೂ ಹೇಳಿದರು. ಗೆಳೆಯರ ಮನೆಯಲ್ಲಿ ಮುಕ್ಕಾಲು ಗಂಟೆ ಇದ್ದು, ನಾನು ಗಡಿಬಿಡಿಯಲ್ಲಿ ಹೊರಡುವ ಹೊತ್ತಿಗೆ ನನ್ನನ್ನು ಕರೆತಂದಿದ್ದ ಡ್ರೈವರ್ ಮತ್ತೇನೋ ತರುವುದಕ್ಕೆ ಮರಳಿ ಸಿಟಿಗೆ ಹೋಗಿದ್ದ. ಆ ಮಳೆಯಲ್ಲಿ ವಾಪಸ್ಸು ಹೋಗುವುದಕ್ಕೆ ಯಾವ ವಾಹನವೂ ಸಿಗಲಿಲ್ಲ. ಕೊನೆಗೆ ಡ್ರೈವರನ್ನು ಕರೆಸಿಕೊಂಡು ನಾನು ಮಂದಾರ ಹೋಟೆಲ್ ತಲುಪಿದಾಗ ಒಂಬತ್ತು ಗಂಟೆ ದಾಟಿತ್ತು.

ಧಾರವಾಡದ ರಂಗಾಯಣದ ಪಕ್ಕದಲ್ಲಿದ್ದ ಮಂದಾರ ಹೋಟೆಲಿನ ಹಸಿರು ಲಾನ್ ಮಧ್ಯೆ ಕಾರ್ನಾಡರು ಒಬ್ಬರೇ ಒಂದು ಟೇಬಲ್ಲಿನ ಮುಂದೆ ಕಾಯುತ್ತಿದ್ದರು. ಮಳೆ ನಿಂತು ಹುಲ್ಲುಹಾಸು ನಳನಳಿಸುತ್ತಿತ್ತು. ತಣ್ಣಗಿನ ಗಾಳಿ ಬೀಸುತ್ತಿತ್ತು. ನಾನು

ಅಪರಾಧೀಭಾವದಿಂದ ಅವರ ಬಳಿ ಹೋಗಿ ಸಮಜಾಯಿಷಿ ಕೊಡತೊಡಗಿದೆ. ನನ್ನ ಮಾತನ್ನು ಅವರು ಅರ್ಧಕ್ಕೆ ಕತ್ತರಿಸಿ, 'ಈಗಾಗಲೇ ತಡ ಆಗಿದೆ. ಆಮೇಲೆ ಏನೂ ಸಿಗೋದಿಲ್ಲ. ನಿಮಗೆ ಏನೇನು ಬೇಕೋ ಆರ್ಡರ್ ಮಾಡಿ' ಅಂತ ಹೇಳಿ ಬೇರರ್‌ನನ್ನು ಕರೆದರು. ನಾನು ತಡವಾಗಿ ಬಂದ ಬಗ್ಗೆ ಒಂದು ಮಾತೂ ಆಡಲಿಲ್ಲ. ಅವರು ಸುಮಾರು ಒಂದೂವರೆ ಗಂಟೆ ಅಲ್ಲಿ ಕಾದಿದ್ದರು ಅನ್ನುವುದು ಆಮೇಲೆ ನನಗೆ ಗೊತ್ತಾಯಿತು.

ನಾನು ಬೆಂಗಳೂರಿನ ಅನುಭವಗಳ ಕುರಿತು ಬರೆದ **ಬಿ ಕ್ಯಾಪಿಟಲ್** ಪುಸ್ತಕವನ್ನು ಅವರಿಗೆ ಕಳುಹಿಸಿದ್ದೆ. ಅದನ್ನು ಓದಿದ ಅವರು ಆ ಪುಸ್ತಕವನ್ನು ಮೆಚ್ಚಿಕೊಂಡು, ಅದನ್ನು ಒಂದು ಸಂಗೀತಿಕೆ– ಮ್ಯೂಸಿಕಲ್– ಮಾಡಬಹುದಾಗಿತ್ತು. ಅದಕ್ಕೆ ಬೇಕಾದ ಸಮಯ ನನ್ನಲ್ಲಿಲ್ಲ ಎಂದು ದೀರ್ಘವಾದ ಪತ್ರವೊಂದನ್ನು ಬರೆದಿದ್ದರು.

ಅವರ ರಾಕ್ಷಸತಂಗಡಿ ಓದಿದ ನಂತರ ನಾಲ್ಕೈದು ಸಲ ಅವರ ಮನೆಗೆ ಹೋಗಿದ್ದೆ. ಆ ಕಾದಂಬರಿ ಹುಟ್ಟಿದ ಕ್ಷಣವನ್ನೂ ಅದಕ್ಕೆ ಕಾರಣವಾದ ರಿಚರ್ಡ್ ಎಂ ಈಟನ್ ಬರೆದ Power, Memory, Architecture: Contested Sites on India's Deccan Plateau ಪುಸ್ತಕವನ್ನೂ ತೋರಿಸಿದ್ದರು. ಆ ಪುಸ್ತಕ ಓದುವ ಆಸಕ್ತಿ ತೋರಿಸಿದಾಗ, ಇದನ್ನೇ ತಗೆದುಕೊಂಡು ಹೋಗಿ ಅಂತ ಕೊಟ್ಟಿದ್ದರು. ಆಮೇಲೆ ಏನನ್ನಿಸಿತೋ ಏನೋ, ನಿಮಗೆ ಬೇರೆ ಪ್ರತಿ ಕಳಿಸುತ್ತೇನೆ ಎಂದು ಹೇಳಿ, ಹೊಸ ಪ್ರತಿಯನ್ನು ತರಿಸಿ, ಅದು ಬಂದ ತಕ್ಷಣ ಫೋನ್ ಮಾಡಿ, ಮೂರು ಪುಸ್ತಕಗಳನ್ನು ಹಸ್ತಾಕ್ಷರದೊಂದಿಗೆ ಕೊಟ್ಟಿದ್ದರು.

ಅವರು ಹೇಳಿದ ಕತೆಯೊಂದು ನನಗೆ ನೆನಪಿದೆ. ರಾಮಾನುಜನ್ ತಮ್ಮನ ಮದುವೆಗೆಂದು ಅವರು ಬೆಂಗಳೂರಿಗೆ ಬರಬೇಕಾಗಿತ್ತು. ಬರುವ ದಾರಿಯಲ್ಲಿ ಕಾರಿನ ಟೈರ್ ಪಂಕ್ಚರ್ ಆಗಿ, ಮಲ್ಲೇಶ್ವರಂ ತಲುಪುವಾಗ ನಡುರಾತ್ರಿ ಮೀರಿತ್ತು. ಮಲ್ಲೇಶ್ವರಂನ ಕತ್ತಲ ಬೀದಿಗಳಲ್ಲಿ ಸುತ್ತಾಡಿ, ವಿಳಾಸ ಸಿಗದೇ ಒದ್ದಾಡಿದ ನಂತರ ಅವರಿಗೆ ಒಂದು ಮನೆಯಲ್ಲಿ ದೀಪ ಕಾಣಿಸುತ್ತದೆ. ಅಲ್ಲಿ ಹೋಗಿ ದಾರಿ ಕೇಳಿದಾಗ ಬಾಗಿಲು ತೆಗೆದ ವಯಸ್ಕರೊಬ್ಬರು 'ಈ ರಾತ್ರಿ ಎಲ್ಲಿ ವಿಳಾಸ ಹುಡುಕುತ್ತೀರಿ? ಎರಡು ಚಾಪೆ ಹಾಕಿ ಕೊಡುತ್ತೇನೆ. ಇಲ್ಲೇ ನಿದ್ದೆ ಮಾಡಿ. ಬೆಳಗಾಗೆದ್ದು ಕಾಫಿ ಕುಡಿದು ಕಲ್ಯಾಣ ಮಂಟಪ ಹುಡುಕಿ' ಎಂದು ಹೇಳುತ್ತಾರೆ. ತನ್ನನ್ನು ಬೆಂಗಳೂರು

ಹೀಗೆ ಆಪ್ತವಾಗಿ ಸ್ವಾಗತಿಸಿತ್ತು. ಅದು ಬೆಂದಕಾಳಿನಿಂದ ಕೆಂಪೇಗೌಡನಿಗೆ ಸಿಕ್ಕ ಬೆಂಗಳೂರಿಗಿಂತ ತೀರಾ ಹೆಚ್ಚೇನೂ ಬದಲಾಗಿರಲಿಲ್ಲ ಅಂದಿದ್ದರು ಅವರು.

ಹೀಗೆ ಸ್ವಾಗತಿಸಿದ ಬೆಂಗಳೂರು ಅವರನ್ನು ಅಷ್ಟೇ ಪ್ರೀತಿಯಿಂದ ಕಳುಹಿಸಿಕೊಡಲಿಲ್ಲ. ಅವರ ಸಂಚಿಲ್ಲದ ನಡೆಯನ್ನು ಕಪಟವಿಲ್ಲದ ಮಾತುಗಳನ್ನು ಪೂರ್ವಗ್ರಹ ಇಲ್ಲದ ಟೀಕೆಗಳನ್ನು ಸ್ವೀಕರಿಸುವ ಔದಾರ್ಯ ತೋರಲಿಲ್ಲ. ಅವರು ಪ್ರೀತಿಸಿದ ಮನೆಯಲ್ಲಿ ಅವರು ಕೊನೆಯ ದಿನಗಳಲ್ಲಿ ವಾಸ ಮಾಡುವುದಕ್ಕೆ ಮಹಾನಗರ ಬಿಡಲಿಲ್ಲ. ಅವರ ಮಾತುಗಳನ್ನು ಎಷ್ಟು ಸಾಧ್ಯವೋ ಅಷ್ಟು ತಿರುಚುವುದು ಲಾಭದಾಯಕ ಉದ್ಯಮವೆಂಬುದು ಅನೇಕರಿಗೆ ಗೊತ್ತಾಗಿಬಿಟ್ಟಿತು. 'ರಾಕ್ಷಸ ತಂಗಡಿ' ಎಲ್ಲ ಕಡೆಯೂ ಸೃಷ್ಟಿಯಾಗುತ್ತಿರುವುದನ್ನೂ ಒಂದು ಮಹಾಸಾಮ್ರಾಜ್ಯವನ್ನು ಅಳಿಯುವಂತೆ ಮಾಡಲು ಒಳಸಂಚುಗಳು ಹೊಂಚು ಹಾಕುತ್ತಿರುವುದನ್ನೂ ಅವರು ಊಹಿಸಬಲ್ಲವರಾಗಿದ್ದರು.

ಕಾರ್ನಾಡರ ನಾಟಕಗಳನ್ನು ಓದಿದವರ ಸಂಖ್ಯೆ ಹೆಚ್ಚಿಲ್ಲ. ನೋಡಿದವರ ಸಂಖ್ಯೆ ಮತ್ತೂ ಕಡಿಮೆ. ಆದರೆ ಅವರ ಪ್ರಜ್ಞೆ, ವಿಚಾರಧಾರೆ, ನಿಲುವು ಏನೆಂಬುದು ಇಡೀ ನಾಡಿಗೆ, ದೇಶಕ್ಕೇ ಗೊತ್ತಿದ್ದಂತಿತ್ತು. ಎಂದೂ ಸಭೆಗಳಲ್ಲಿ ಭಾಗವಹಿಸದ, ಸಾಹಿತ್ಯ ಸಮ್ಮೇಳನಗಳಲ್ಲಿ ಕಾಣಿಸಿಕೊಳ್ಳದ, ಹರಟೆಗಳಲ್ಲಿ ಸಮಯ ಕಳೆಯದ, ಹೇಳಿಕೆಗಳಲ್ಲಿ ಕಳೆದುಹೋಗದ ಕಾರ್ನಾಡರನ್ನು ಪ್ರೀತಿಸುವ, ಓದುವ, ಮೆಚ್ಚುವ ದೊಡ್ಡ ಬಳಗವೇ ಇದೆ.

ಅವರ ಒಂದು ಮಾತು ನನ್ನನ್ನು ಮತ್ತೆ ಮತ್ತೆ ಕಾಡುತ್ತದೆ:

ಸೈನಿಕನಂತೆ ವರ್ತಿಸುವುದರಿಂದ ನಾಗರಿಕನಿಗೆ ಸಿಗುವ ಅತಿದೊಡ್ಡ ಮಾನಸಿಕ ತೃಪ್ತಿಯೆಂದರೆ ಅವನು ಎಲ್ಲ ಸಾಮಾಜಿಕ, ನೈತಿಕ ಜವಾಬುದಾರಿಗಳಿಂದ ಪಾರಾಗುತ್ತಾನೆ. ಮನುಷ್ಯತ್ವದ ಅತ್ಯಂತ ಮಹತ್ವದ ಕುರುಹು ಎಂದರೆ ಆಯ್ಕೆ ಮಾಡುವ ಸ್ವಾತಂತ್ರ್ಯ. ನನ್ನ ನೈತಿಕ ಮೌಲ್ಯಗಳನ್ನು ನಾನು ನನ್ನ ಅಂತರಂಗದಿಂದ ಸೃಷ್ಟಿಸಬೇಕು.

ಕಾರ್ನಾಡರು ಅವರ ನೈತಿಕ, ಸಾಮಾಜಿಕ ಮತ್ತು ವೈಚಾರಿಕ ಮೌಲ್ಯಗಳನ್ನು ಅಂತರಂಗದಿಂದಲೇ ಸೃಷ್ಟಿಸಿಕೊಂಡ ಮಾನವೀಯ ಪ್ರತಿಭೆ.

ಜೋಗಿ

ಮರೆಯಲಾಗದ ಹಲವರು

ಗಿರೀಶ ಕಾರ್ನಾಡರ ವಿದಾಯ ಚಿತ್ರಗಳನ್ನೆಲ್ಲ ಒಟ್ಟಾಗಿಸಿ ಒಂದು ಪುಸ್ತಕ ಮಾಡಬೇಕೆಂದು ಹೊರಟಾಗ, ನಮ್ಮ ಹಾದಿ ಇಷ್ಟು ಕಠಿಣ ಎಂಬುದು ಖಂಡಿತಾ ಗೊತ್ತಿರಲಿಲ್ಲ. ಕನ್ನಡದಲ್ಲಿ ಬಂದ ಬರಹಗಳನ್ನೆಲ್ಲ ಸಂಗ್ರಹಿಸಿದ್ದಾಯಿತು. ಇಂಗ್ಲಿಷ್ ಪತ್ರಿಕೆಗಳಲ್ಲಿ, ವೆಬ್‌ಸೈಟುಗಳಲ್ಲಿ, ಫೇಸ್‌ಬುಕ್‌ನಲ್ಲಿ ಅನೇಕ ಅತ್ಯುತ್ತಮ ಬರಹಗಳು ಬಂದಿದ್ದವು. ಕಾರ್ನಾಡರ ಕುರಿತು ಇಡೀ ದೇಶವೇ ಪ್ರತಿಕ್ರಿಯಿಸಿತ್ತು. ಅದನ್ನೆಲ್ಲ ಸಂಗ್ರಹಿಸಿ, ಅನುವಾದಿಸುವ ಬಹುದೊಡ್ಡ ಕೆಲಸ ನಮ್ಮ ಮುಂದಿತ್ತು.

ಅದಕ್ಕಿಂತ ಮುಖ್ಯವಾಗಿ ಎದುರಾದದ್ದು ಲೇಖನಗಳನ್ನು ಬಳಸಿಕೊಳ್ಳಲು ಅನುಮತಿ ಪಡೆಯುವ ಕೆಲಸ. ಬೇರೆ ಬೇರೆ ಇಂಗ್ಲಿಷ್ ಪತ್ರಿಕೆಗಳಲ್ಲಿ ಲೇಖನ ಬರೆದ ಅನೇಕರ ಪರಿಚಯ ನನಗಿರಲಿಲ್ಲ. ಅವರ ವಿಳಾಸ ಕೂಡ ಸಿಗುವ ಹಾಗಿರಲಿಲ್ಲ. ಈ ಹಂತದಲ್ಲಿ ನೆರವಾದವರು ವಿವೇಕ ಶಾನಭಾಗ. ಅವರು ಎಲ್ಲರಿಗೂ ಬರೆದು, ಅವರ ಅನುಮತಿ ದೊರಕಿಸಿಕೊಟ್ಟರು. ಅವರ ಸಹಾಯವಿಲ್ಲದೇ ಹೋಗಿದ್ದರೆ ಇದನ್ನು ಇಷ್ಟು ಸಮಗ್ರವಾಗಿ ತರಲು ಸಾಧ್ಯವೇ ಆಗುತ್ತಿರಲಿಲ್ಲ.

ಇಂಗ್ಲಿಷ್ ಲೇಖನಗಳನ್ನು ತುರ್ತಾಗಿ ಅನುವಾದಿಸಿ ಕೊಟ್ಟವರು ಕೂಡ ಈ ಕೃತಿ ಅಂದುಕೊಂಡ ಸಮಯಕ್ಕೆ ಸರಿಯಾಗಿ ಹೊರಬರಲು ನೆರವಾಗಿದ್ದಾರೆ. ಹಿರಿಯರಾದ ರಾಜಾರಾಮ್ ತಲ್ಲೂರು, ಸಂಯುಕ್ತಾ ಪುಲಿಗಲ್, ಪ್ರಸಾದ್ ನಾಯ್ಕ್,

ಶಿವಕುಮಾರ ಮಾವಲಿ, ಮಹಾಬಲ ಸೀತಾಳಬಾವಿ, ವಿಕಾಸ್ ನೇಗಿಲೋಣಿ, ಚೈತ್ರಿಕಾ ನಾಯ್ಕ್ ಹರ್ಗಿ ಅಚ್ಚುಕಟ್ಟಾಗಿ ಅನುವಾದಿಸಿ ಕೊಟ್ಟಿದ್ದಾರೆ. ದೂರದರ್ಶನದ ಎರಡು ಸಂದರ್ಶನಗಳನ್ನು ಒದಗಿಸಿಕೊಟ್ಟದ್ದು ಕವಯಿತ್ರಿ ಎಚ್ ಎನ್ ಆರತಿ, ಅದನ್ನು ಬರಹರೂಪಕ್ಕೆ ಇಳಿಸಿ, ಅದಕ್ಕೊಂದು ಸಂದರ್ಶನದ ಸ್ವರೂಪ ಕೊಟ್ಟವರು ರಾಜೇಶ್ ಶೆಟ್ಟಿ. ಇವರೆಲ್ಲರಿಗೂ ಕೃತಜ್ಞತೆ.

ಇಲ್ಲಿಯ ಬರಹಗಳನ್ನು ಬಳಸಿಕೊಳ್ಳಲು ಅನುಮತಿ ನೀಡಿದ ಎಲ್ಲಾ ಪತ್ರಿಕೆ, ವೆಬ್‌ಸೈಟು ಮತ್ತು ಮಾಧ್ಯಮಗಳ ಸಂಪಾದಕರಿಗೆ ಧನ್ಯವಾದ. ಇಲ್ಲಿ ಹಲವಾರು ಛಾಯಾಚಿತ್ರಗಳು ಬಳಕೆಯಾಗಿವೆ. ಅವುಗಳ ಫೋಟೋಗ್ರಾಫರುಗಳಿಗೆ, ಆ ಫೋಟೋಗಳು ಪ್ರಕಟವಾದ ಆಯಾ ಮಾಧ್ಯಮಗಳಿಗೆ ಅಭಿವಂದನೆ. ಸತೀಶ್ ಆಚಾರ್ಯ ಅವರ ಉತ್ತಮ ಕಾರ್ಟೂನೊಂದನ್ನು ಇದರಲ್ಲಿ ಬಳಸಿಕೊಂಡಿದ್ದೇವೆ. ಅವರಿಗೂ ವಂದನೆಗಳು.

ಎಂಟೇ ಗಂಟೆಗಳ ಅವಧಿಯಲ್ಲಿ ಅಚ್ಚುಕಟ್ಟಾಗಿ ಪ್ರೂಫ್ ರೀಡಿಂಗ್ ಮಾಡಿ, ನಮ್ಮ ಕೆಲಸ ಹಗುರಾಗಿಸಿದ ಪಲ್ಲವಿ ಹೆಗಡೆ, ಕಡಿಮೆ ಸಮಯದಲ್ಲೇ ಸೊಗಸಾಗಿ ಪುಟವಿನ್ಯಾಸ ಮಾಡಿದ ಸಾಗರ್ ಎಂ.ಎಸ್. ಅವರಿಗೆ ಕೃತಜ್ಞತೆ.

ಇಂಥ ಪುಸ್ತಕ ಪ್ರಕಟಿಸಲಿಕ್ಕೆ ಮುಂದೆ ಬಂದ ಬಹುರೂಪಿ ಪ್ರಕಾಶನದ ಶ್ರೀಜಾ ವಿಎನ್ ಮತ್ತು ಜಿ ಎನ್ ಮೋಹನ್ ಅವರ ಧೈರ್ಯ ದೊಡ್ಡದು. ಅವರಿಗೆ ಕೃತಜ್ಞತೆಯ ಜೊತೆಗೆ ಶುಭಹಾರೈಕೆ.

ಪುಸ್ತಕ ನಿಮ್ಮ ಮುಂದಿದೆ. ಕಾರ್ನಾಡರ ಕುರಿತ ನಾಡಿನ ಪ್ರೀತಿ ಇಲ್ಲಿ ದಾಖಲಾಗಿದೆ. ಅದಕ್ಕೆ ನಿಮ್ಮ ಪ್ರೀತಿಯೂ ಬೆರೆತರೆ ನಮ್ಮ ಶ್ರಮ ಸಾರ್ಥಕ.

ಜೋಗಿ
ಸಂಪಾದಕ

ಆಡಾಡತಾ ಕಾರ್ನಾಡ

ಸಂದರ್ಶನಗಳು

ನನ್ನೊಳಗಿರುವ ಅಪ್ಪನ ಚಿತ್ರ

ರಘು ಕಾರ್ನಾಡ್ *ಲೇಖಕ, ಪತ್ರಕರ್ತ*

ನನ್ನ ಮನಸ್ಸೊಳಗೆ ಕುಳಿತು ಹೋಗಿರುವ ಚಿತ್ರವೆಂದರೆ ಸೋಫಾದ ಮೇಲೆ ಕುಳಿತ ಅಪ್ಪ, ಅವರ ಬಳಸಿ ಹಿಡಿದ ವಿಸ್ಕಿ ಗ್ಲಾಸ್, ಅವರಿಂದ ಕೇಳಿಸಿಕೊಂಡ ಇತಿಹಾಸ, ಹಾಡು, ಜಾನಪದ, ತತ್ವಶಾಸ್ತ್ರ ಇತ್ಯಾದಿಗಳು. ಅಪ್ಪನನ್ನು ನಾನು ಹಾಗೆಯೇ ಇಷ್ಟಪಡುತ್ತಾ ಬಂದಿದ್ದು.

ನನ್ನ ಹಲವಾರು ಸ್ನೇಹಿತರು ನೆನೆಸಿಕೊಂಡ ಹಾಗೆ, ಅಪ್ಪನಿಗೆ ಅದ್ಭುತವಾದ ಟೈಮಿಂಗ್ ಇತ್ತು. ಕಳೆದ ವಾರ ಸ್ನೇಹಿತರೊಬ್ಬರ ಮದುವೆಗೋಸ್ಕರ ನಾನು ಮತ್ತು ಶಾಲ್ಮಲಿ– ಇಬ್ಬರೂ ಮನೆಯಲ್ಲಿದ್ದೆವು. ಶನಿವಾರ ರಾತ್ರಿ ಖ್ಯಾತ ಅನುವಾದಕಿ ಆರ್ಶಿಯಾ ಸಟ್ಟರ್ ಜೊತೆ ಆಡಿಯೋ ಸಂದರ್ಶನವನ್ನು ಅಪ್ಪ ಮುಗಿಸಿದರು. ಭಾನುವಾರ ಸಂಜೆ ನಾವು ಮನೆಯವರೆಲ್ಲಾ ನಮ್ಮ ಟೆರೇಸ್ ಮೇಲೆ ಒಟ್ಟಿಗೇ ಕಳೆದೆವು. ನಾನು ಅಪ್ಪನಿಗೆ ಫಿಸಿಯೋ ಥೆರಪಿ ಮಾಡುತ್ತಿದ್ದರೆ ಶಾಲ್ಮಲಿ ಅಪ್ಪನ ಉಗುರುಗಳನ್ನು ಕತ್ತರಿಸುತ್ತಿದ್ದಳು. ನಾವು ಅಪ್ಪನ ಅನಾರೋಗ್ಯ, ದೈಹಿಕ ತ್ರಾಸಿನ ಬಗ್ಗೆ ಮಾತಾಡಿದೆವು. ಸ್ವಲ್ಪ ಬೇಸರದ ಮಾತೇ ಆಗಿತ್ತು, ಇನ್ನೂ ಬೇಸರದ ಸಂಗತಿ ಎಂದರೆ ಸೋಮವಾರ ಬೆಳಿಗ್ಗೆ ಹೊತ್ತಿಗೆ ಅಪ್ಪನನ್ನು ನಾವು ಕಳಕೊಂಡೇಬಿಟ್ಟೆವು.

ಆನಂತರ ನಮ್ಮ ಮನೆ ಮತ್ತು ನನ್ನ ಮನಸ್ಸು ಅಪ್ಪನನ್ನು ಜ್ಞಾಪಿಸಿಕೊಳ್ಳುತ್ತಲೇ ಇದೆ, ಕೊಂಕಣಿ, ಕನ್ನಡ, ತಮಿಳು, ಮಲಯಾಳಂ, ಇಂಗ್ಲಿಷ್, ಹಿಂದಿ– ಹೀಗೆ ನಮಗೆ ಅಭ್ಯಾಸವಾದ ಭಾಷೆಗಳಲ್ಲಿ.

ಅಪ್ಪನ ಮೇಲೆ ನಮಗೆಲ್ಲಾ ಹೇಳಿಕೊಳ್ಳಲಾಗದ ಪ್ರೀತಿ ಮತ್ತು ಕೃತಜ್ಞತೆ.

ಅಪ್ಪನ ಬದುಕು ಮತ್ತು ಸಾಧನೆಯ ಬಗ್ಗೆ ನೀವೆಲ್ಲಾ ಕಳಿಸುತ್ತಿರುವ ಸಂದೇಶ, ಬರೆಯುತ್ತಿರುವ ಲೇಖನ, ಅನುಭವಗಳಿಗೆ ನನ್ನ ಕಡೆಯಿಂದ ತುಂಬು ಹೃದಯದ ಧನ್ಯವಾದಗಳು. ಸ್ಮರಿಸಬಾರದ ಕಾರಣಕ್ಕೆಲ್ಲಾ ಸ್ಮರಿಸುತ್ತಿರುವವರಿಗೂ ಅದನ್ನೇ ಹೇಳುತ್ತೇನೆ. ಅವರ ಬದುಕಲ್ಲಿ ಬಂದ ಹಲವಾರು ಗುರುವರ್ಯರು, ಉಪನ್ಯಾಸಕರು, ಅಕ್ಕ ತಂಗಿಯಂದಿರು, ನೆಂಟರಿಷ್ಟರು, ನಿರ್ದೇಶಕರು, ವಿದ್ಯಾರ್ಥಿಗಳು, ಪ್ರಕಾಶಕರು, ನಟರು, ಓದುಗರು, ಮಿತ್ರರು, ಶತ್ರುಗಳು, ಸಹಪಾಠಿಗಳು, ಮುಖ್ಯವಾಗಿ ಕೆಲವು ಡ್ರೈವರ್‌ಗಳು ಮತ್ತು ಪಾನಗೋಷ್ಠಿಯಿಂದಾಗಿ ಸಿಕ್ಕ ಕೆಲವು ಗಮನಾರ್ಹ ಸ್ನೇಹಿತರಿಂದ ಅಪ್ಪ ಬೆಳೆಯುತ್ತಾ ಹೋದರು, ಮಾಗುತ್ತಾ ಹೋದರು. ಅವರ ಕೊನೆಕೊನೆಯ ವಾರ, ದಿನ, ಸಮಯದಲ್ಲಿ ಅಂಥ ಹಲವಾರು ಹೆಸರುಗಳನ್ನು ಅಪ್ಪನ ಬಾಯಲ್ಲೇ ಕೇಳಿದೆ. ಅವರಂಥ ಅದ್ಭುತವಾದ ವ್ಯಕ್ತಿಯೊಬ್ಬನನ್ನು ಕಟ್ಟಿ ಬೆಳೆಸಿದ ನಿಮಗೆಲ್ಲಾ ಒಂದು ಪ್ರೀತಿಯ ಕೃತಜ್ಞತೆ.

ಕನ್ನಡಕ್ಕೆ: ವಿಕಾಸ್ ನೇಗಿಲೋಣಿ

‘ಯಯಾತಿ’ಯಿಂದ ‘ರಾಕ್ಷಸ ತಂಗಡಿ’ತನಕ

ಅನಂತನಾಗ್ ನಟ

ಗಿರೀಶ್ ಕಾರ್ನಾಡರ ಕುರಿತು ಯೋಚನೆ ಮಾಡಿದಾಗೆಲ್ಲ ಹಲವಾರು ಸಂಗತಿಗಳು ಮನಸ್ಸಲ್ಲಿ ಮೂಡುತ್ತವೆ. ಗಿರೀಶ್ ಕಾರ್ನಾಡರು ನಮ್ಮ ಜೀವನದಲ್ಲಿ ಹಾಸುಹೊಕ್ಕಾಗಿದ್ದರೋ ಅಥವಾ ಅವರ ಜೀವನದಲ್ಲಿ ನಾನು ಮತ್ತು ಶಂಕರ್‌ನಾಗ್ ಹಾಸುಹೊಕ್ಕಾಗಿದ್ದೆವೋ ನನಗೆ ಗೊತ್ತಾಗುತ್ತಿಲ್ಲ. ಅಂಥ ಅವಿನಾಭಾವ ಅನುಸಂಧಾನ ನಮ್ಮ ಮಧ್ಯೆ ಇತ್ತು. ಅದು ಹಲವಾರು ವರ್ಷಗಳ ಸಂಬಂಧ ಕೂಡ. ನಾನು ಮುಂಬಯಿಯಲ್ಲಿ ಇದ್ದಾಗ ಗಿರೀಶ್ ಕಾರ್ನಾಡರು ಬರೆದ ಯಯಾತಿ ನಾಟಕದಲ್ಲಿ ಪುರುವಿನ ಪಾತ್ರ ಮಾಡಿದ್ದೆ. ಆಮೇಲೆ ನಾನು ಬೆಂಗಳೂರಿಗೆ ಬಂದಾಗ

ವೈಯನ್ನೆ, ಗಿರೀಶ ಕಾರ್ನಾಡ್ ಮತ್ತು ಜಿವಿ ಅಯ್ಯರ್ ಸಾಂಗತ್ಯವೂ ಇದ್ದ ಸಂಕಲ್ಪ ಚಿತ್ರದಲ್ಲಿ ನಟಿಸಿದೆ. ಶಂಕರ್‌ನಾಗ್ ಕೂಡ ಚಿತ್ರರಂಗಕ್ಕೆ ಬಂದದ್ದು ಗಿರೀಶ್ ಕಾರ್ನಾಡರೇ ನಿರ್ದೇಶಿಸಿದ ಒಂದಾನೊಂದು ಕಾಲದಲ್ಲಿ ಚಿತ್ರದ ಮೂಲಕ.

ಅವರ ಜೊತೆ ನಿಶಾಂತ್ ಮತ್ತು ಮಂಥನ್ ಚಿತ್ರದಲ್ಲಿ ಅವರ ಜೊತೆ ನಟಿಸಿದೆ. ಶಂಕರ್‌ನಾಗ್ ನಟಿಸಿದ ಒಂದಾನೊಂದು ಕಾಲದಲ್ಲಿ ಚಿತ್ರದ ನಂತರ ಗಿರೀಶ್ ಕಾರ್ನಾಡರು ಬರೆದ ಅಂಜುಮಲ್ಲಿಗೆ ನಾಟಕವನ್ನು ನಾವು ರಂಗಕ್ಕೆ ತಂದಿದ್ದೆವು. ಅದನ್ನು ಶಂಕರ್‌ನಾಗ್ ನಿರ್ದೇಶನ ಮಾಡಿದ್ದ. ನಾನೂ ಶಂಕರ್ ಇಬ್ಬರೂ ಅದರಲ್ಲಿ ನಟಿಸಿದ್ದೆವು. ಅದರ ನಂತರ ಮಾಲ್ಗುಡಿ ಡೇಸ್ ಶುರುವಾದಾಗ ಅದರಲ್ಲಿ ನಟಿಸಲಿಕ್ಕೆ ಗಿರೀಶ್ ಕಾರ್ನಾಡರನ್ನು ಶಂಕರ್ ಕರೆದ. ಆಗ ಶಂಕರ್ ನಿರ್ದೇಶನದಲ್ಲಿ ಗಿರೀಶ್ ನಟಿಸಿದ್ದರು. ಮುಂದೆ ನಮ್ಮದೇ ನಿರ್ಮಾಣದಲ್ಲಿ ಚಂದ್ರಶೇಖರ ಕಂಬಾರರ ಜೋಕುಮಾರ ಸ್ವಾಮಿ ನಾಟಕವನ್ನು ಸಿನಿಮಾ ಮಾಡಲು ನಿರ್ಧರಿಸಿದೆವು. ಅದರಲ್ಲಿ ಶಂಕರ್ ನಟಿಸಬೇಕಾಗಿತ್ತು, ಗಿರೀಶ್ ನಿರ್ದೇಶಿಸಬೇಕಾಗಿತ್ತು. ಲೋಕಾಪುರದಲ್ಲಿ ಚಿತ್ರೀಕರಣ ಎಂದು ನಿರ್ಧಾರವಾಗಿತ್ತು. ಅಲ್ಲಿಗೆ ಚಿತ್ರೀಕರಣಕ್ಕೆಂದು ತೆರಳುವ ಹೊತ್ತಿಗೇ ಶಂಕರ್‌ನಾಗ್ ಅಪಘಾತದಲ್ಲಿ ಹೋಗಿಬಿಟ್ಟ.

ಅದು 1990. ಆಗ ಮೊಬೈಲ್‌ಗಳಿನ್ನೂ ಬಂದಿರಲಿಲ್ಲ. ಗಿರೀಶ್ ಅಲ್ಲಿಂದಲೇ ಫೋನ್ ಮಾಡಿ ನಾನು ಸಂಜೆಯ ಹೊತ್ತಿಗೆ ಬರುತ್ತೇನೆ. ನನಗೋಸ್ಕರ ಕಾಯಬೇಕು. ಅಂತ್ಯಕ್ರಿಯೆ ಮುಗಿಸಬೇಡ ಅಂತ ದಾರಿಯಲ್ಲಿ ಬರುವಾಗ ಅಲ್ಲಲ್ಲಿ ಕಾರು ನಿಲ್ಲಿಸಿ, ಫೋನು ಮಾಡಿ ಹೇಳುತ್ತಲೇ ಬಂದರು. ಅವರು ಬಂದು ತಲುಪಿದಾಗ ರಾತ್ರಿ ಒಂದು ಗಂಟೆ. ಇವತ್ತು ಅವರಿಲ್ಲ.

ನಾನು ಮಂತ್ರಿಯಾಗಿದ್ದಾಗ ಒಮ್ಮೆ ವಿಧಾನಸೌಧಕ್ಕೆ ಬಂದಿದ್ದರು. ಟಿಪ್ಪು ಸುಲ್ತಾನ್ ಧಾರಾವಾಹಿಯಲ್ಲಿ ನೀನೊಂದು ಪಾತ್ರ ಮಾಡಬೇಕು ಅಂದರು. ಆಗ ನಾನು ಸಚಿವನಾಗಿದ್ದರಿಂದ ಸಾಧ್ಯವಿಲ್ಲ ಅಂತ ಹೇಳಿದೆ. ಜೆ ಎಚ್ ಪಟೇಲರು ಆಗ ಮುಖ್ಯಮಂತ್ರಿಯಾಗಿದ್ದರು. ಸಚಿವನಾಗಿರುವಾಗ ನೀನು ನಟಿಸಬಾರದು ಅಂತ ಅವರು ಹೇಳಿದ್ದರು. ಅದರ ಚಿಂತೆ ಮಾಡಬೇಡ. ನಾನು ನೋಡ್ಕೋತೀನಿ ಅಂತ ಹೇಳಿ ನನ್ನ ಚೇಂಬರಿನಿಂದ ಸೀದಾ ಮುಖ್ಯಮಂತ್ರಿಗಳ ಚೇಂಬರಿಗೆ ಹೋಗಿ ಅವರನ್ನು ಒಪ್ಪಿಸಿದ್ದರು. ಆವತ್ತೇ ಸಂಜೆ ಶೂಟಿಂಗು ಶುರುಮಾಡೋಣ ಅಂದಿದ್ದರು. ಟಿಪ್ಪು ಸುಲ್ತಾನನ ಪಾತ್ರದಲ್ಲಿ ನಾನು ನಟಿಸಿದೆ.

ಹೀಗೆ ಅವರ ಜೊತೆಗೆ ನಿರಂತರವಾಗಿ ನನ್ನ ಒಡನಾಟ ಇತ್ತು. ಅದಕ್ಕೇ ನಾನು, ಅವರ ಜೀವನದಲ್ಲಿ ನಾವು ಹಾಸು ಹೊಕ್ಕಾಗಿದ್ದೆವೋ ಅಥವಾ ನನ್ನ ಮತ್ತು ಶಂಕರ್ ಜೀವನದಲ್ಲಿ ಅವರು ಹಾಸುಹೊಕ್ಕಾಗಿದ್ದರೋ ಗೊತ್ತಾಗುತ್ತಿಲ್ಲ ಎಂದು ಹೇಳಿದ್ದು.

ಕಳೆದ, ಆಗಸ್ಟ್ 15, 2018ರಂದು ಗಿರೀಶ್ ಇದ್ದಕ್ಕಿದ್ದ ಹಾಗೆ ನನಗೆ ಫೋನ್ ಮಾಡಿದ್ದರು. ಒಂದು ಪುಸ್ತಕ ಕಳಿಸಿದ್ದೀನಿ. ಓದಿ ಹೇಗಿದೆ ಅಂತ ಹೇಳು ಅಂದರು. ಮಾರನೆಯ ದಿನವೇ ಪೋಸ್ಟ್‌ನಲ್ಲಿ ಪುಸ್ತಕ ಬಂತು. ಅದು ಅವರ ಹೊಸ ನಾಟಕ ರಾಕ್ಷಸ–ತಂಗಡಿ. ಅವರು ಬರೆದ ಕೊನೆಯ ನಾಟಕವೂ ಹೌದು.

ಆ ನಾಟಕದ ಮೊದಲ ಪುಟದಲ್ಲಿ ಅವರು ತಮ್ಮದೇ ಹಸ್ತಾಕ್ಷರದಲ್ಲಿ ಸಹಿ ಮಾಡಿ ಹೀಗೆ ಬರೆದಿದ್ದರು; ***ಯಯಾತಿಯಿಂದ ರಾಕ್ಷಸ–ತಂಗಡಿಯ ತನಕ ಜೊತೆಗಿದ್ದ ಅನಂತನಿಗೆ – ಪ್ರೀತಿಯೊಂದಿಗೆ!***

ಅದನ್ನು ಓದಿದವನೇ ಅವರಿಗೆ ಫೋನ್ ಮಾಡಿದೆ. ಗಿರೀಶ್, ಇದು ಅದ್ಭುತವಾದ ನಾಟಕ. ನಿಮಗೆ ಹುಷಾರಿಲ್ಲ ಅಂತ ಕೇಳಿದೆ. ಹಾಗಿದ್ದರೂ ಇಂಥ ಶ್ರೇಷ್ಠವಾದ ನಾಟಕ ಬರೆದಿದ್ದೀರಲ್ಲ ಅಂತ ಕೇಳಿದೆ. ಆರೋಗ್ಯದ ಮಾತು ಬಿಡು, ನಾಟಕ ಹೇಗಿದೆ ಹೇಳು ಅಂದರು. ನಾನೇನೂ ಹೇಳಬೇಕಾಗಿಲ್ಲ. ಅದ್ಭುತವಾಗಿ ಬರೆದಿದ್ದೀರಿ. ಶೇಕ್ಸ್‌ಪಿಯರ್ ನಾಟಕಗಳನ್ನು ಓದದೇ ಇದ್ದವರೂ ಅವನೊಬ್ಬ ಮಹಾನ್ ದುರಂತ ನಾಟಕಕಾರ ಅನ್ನುತ್ತಾರೆ. ನೀವು ಕೂಡ ದುರಂತ ನಾಟಕವನ್ನೇ ಬರೆದಿದ್ದೀರಿ. ವಿಜಯನಗರದ ಕೊನೆಯ ದಿನಗಳ ದುರಂತ ಕತೆಯನ್ನು ಅಳಿಯ ರಾಮರಾಯನ ದುರಂತವನ್ನು ದಾಖಲಿಸಿದ್ದೀರಿ. ಬಹಳ ಒಳ್ಳೆಯ ನಾಟಕ ಇದು ಎಂದು ಹೇಳಿದೆ. ಈ ನಾಟಕವನ್ನು ರಂಗಕ್ಕೆ ತಂದರೆ ನೀನು ನಟಿಸುತ್ತೀಯಾ ಅಂತ ಕೇಳಿದರು. ಅಳಿಯ ರಾಮರಾಯನ ಪಾತ್ರ ಮಾಡುತ್ತೀಯಾ ಅಂದರು. ನನಗೀಗ ಎಪ್ಪತ್ತು ವರ್ಷ. ಮೂರು ನಾಲ್ಕು ಅಂಕಗಳ ನಾಟಕ ಬರೆದಿದ್ದೀರಿ. ಉದ್ದುದ್ದ ಮಾತುಗಳಿವೆ. ಅವನ್ನೆಲ್ಲ ಉರುಹೊಡೆದು, ರಿಹರ್ಸಲ್ ಮಾಡಿ, ರಂಗದ ಮೇಲೆ ನಿಂತು ಅಭಿನಯಿಸಬೇಕು ಅಂದರೆ ಎಷ್ಟು ರಿಹರ್ಸಲ್ ಮಾಡಬೇಕೋ ಗೊತ್ತಿಲ್ಲ. ನೀವಿದನ್ನು ಸಿನಿಮಾ ಮಾಡೋಹಾಗಿದ್ರೆ ಹೇಳಿ, ನಾನು ನಟಿಸುತ್ತೇನೆ ಅಂದೆ.

ನನಗೆ ಅವರ ತಲೆದಂಡ ನಾಟಕವನ್ನೂ ಸಿನಿಮಾ ಮಾಡಬೇಕು ಅಂತ ಆಸೆಯಿತ್ತು. ಹಾಗಂತ ವಿಷ್ಣುವರ್ಧನ್ ಮತ್ತು ಶಂಕರ್‌ಗೆ ಹೇಳಿಯೂ ಇದ್ದೆ. ಬೇರೆ ಬೇರೆ ಕಾರಣಗಳಿಂದಾಗಿ ಅದು ಆಗಲಿಲ್ಲ ಅನ್ನೋದು ಬೇರೆ ಮಾತು.

ಗಿರೀಶ್ ಮಾತಾಡುತ್ತಿರುವಾಗ ಅದರ ಧ್ವನಿ ಕೊಂಚ ಅದುರಿದ ಹಾಗೆ ಕೇಳಿಸುತ್ತಿತ್ತು. ಮಾತು ಪ್ರತಿಧ್ವನಿಸುತ್ತಿತ್ತು. ಯಾಕೆ ಹೀಗೆ ಅಂತ ಕೇಳಿದೆ. ಅದಕ್ಕೆ ಅವರು ನಾನು ಆಕ್ಸಿಜನ್ ಪೈಪ್ ಹಾಕಿಕೊಂಡಿದ್ದೇನೆ. ಅದನ್ನು ತೆಗೆದಿಟ್ಟು ಮಾತಾಡ್ತೀನಿ ತಡಿ ಅಂತ ಹೇಳಿ ಪೈಪ್ ತೆಗೆದಿಟ್ಟು ಸ್ವಲ್ಪ ಹೊತ್ತು ಮಾತಾಡಿದರು. ಇದಾದ ನಂತರ ಅವರನ್ನು ಭೇಟಿ ಮಾಡಬೇಕು, ಅವರ ಮನೆಗೆ ಹೋಗಬೇಕು ಅಂದುಕೊಂಡೆ. ಅವರು ಮನೆ ಬದಲಾಯಿಸಿದ್ದಾರೆ ಅಂತ ಆಮೇಲೆ ಗೊತ್ತಾಯಿತು.

ಅಲ್ಲದೇ ಅವರಿಗೆ ಹುಷಾರಿಲ್ಲ ಅನ್ನುವ ಕಾರಣಕ್ಕೆ ಅವರ ಮನೆಗೆ ಹೋಗುವುದು ಅವರಿಗೆ ಇಷ್ಟವಾಗುವುದಿಲ್ಲ ಅಂತ ನನಗೆ ಗೊತ್ತಿತ್ತು.

ಹಲವಾರು ವರ್ಷಗಳ ಹಿಂದೆ ಅವರೊಮ್ಮೆ ಕಾಯಿಲೆ ಬಿದ್ದು ಸೈಂಟ್ ಜಾನ್ಸ್ ಆಸ್ಪತ್ರೆಯಲ್ಲಿದ್ದರು. ಅದು ಗೊತ್ತಾಗಿ ವೈಯನ್ಕೆ ಅವರನ್ನು ನೋಡಿಕೊಂಡು ಬರೋಣ ಅಂದರು. ನಾನೂ ವೈಯನ್ಕೆ ಅವರನ್ನು ನೋಡಲಿಕ್ಕೆಂದು ಹೋದೆವು. ಅದು ಅವರಿಗೆ ಇಷ್ಟವಾಗಿರಲಿಲ್ಲ. ಹೀಗಾಗಿ ಅವರ ಮನೆಗೆ ಹೋಗಲು ನಾನು ಹಿಂಜರಿದೆ.

ಅವರು ಬರೆದ ನಾಟಕಗಳ ವೈವಿಧ್ಯ ನೋಡಿ. ಹಿಟ್ಟಿನ ಹುಂಜ ನಾಟಕದಲ್ಲಿ ಹಿಂಸೆಯ ಬಗ್ಗೆ ಹೇಳಿದ್ದಾರೆ. ಯಯಾತಿ, ಹಯವದನ, ತುಘಲಕ್, ತಲೆದಂಡ– ಹೀಗೆ ಬೇರೆ ಬೇರೆ ಥರದ ನಾಟಕ ಬರೆದಿದ್ದಾರೆ. ಅಬ್ಸರ್ಡ್, ಅಬ್‌ಸ್ಟ್ರಾಕ್ಟ್, ಸಾಮಾಜಿಕ, ಪೌರಾಣಿಕ, ಐತಿಹಾಸಿಕ ಕತೆಗಳನ್ನೆಲ್ಲ ನಾಟಕವಾಗಿಸಿದ್ದಾರೆ. ಅವರು ಈ ಶತಮಾನದ ಶ್ರೇಷ್ಠ ನಾಟಕಕಾರ. ಇಂಡಿಯಾದ ಬಹುದೊಡ್ಡ ನಾಟಕಕಾರರೂ ಹೌದು. ಅವರು ಸೊಗಸಾಗಿ ಇಂಗ್ಲಿಷ್ ಬರೆಯಬಲ್ಲವರಾಗಿದ್ದರು. ಮರಾಠಿಯಲ್ಲೂ ಪರಿಣತಿ ಇತ್ತು. ಆದರೆ ಕನ್ನಡದಲ್ಲೇ ನಾಟಕ ಬರೆದರು.

ಅವರ ಕೆಲವು ನಿಲುವುಗಳು ಅನೇಕರಿಗೆ ಒಪ್ಪಿಗೆಯಾಗಿರಬಹುದು, ಕೆಲವರು ಒಪ್ಪದೇ ಇರಬಹುದು. ಆದರೆ ಅವರು ಮಹಾನ್ ನಾಟಕಕಾರ ಅನ್ನುವುದರಲ್ಲಿ ಮಾತ್ರ ಯಾವ ಅನುಮಾನವೂ ಇಲ್ಲ.

ಅವರು ನನಗೆ ಕಳುಹಿಸಿದ ನಾಟಕ ಪುಸ್ತಕದ ಆರಂಭದಲ್ಲಿ ಬರೆದ ಮಾತುಗಳು ಈಗಲೂ ನನ್ನನ್ನು ಕಾಡುತ್ತಲೇ ಇವೆ. 'ಯಯಾತಿಯಿಂದ ರಾಕ್ಷಸ–ತಂಗಡಿಯ ತನಕ ಜೊತೆಗಿದ್ದ ಅನಂತನಿಗೆ ಪ್ರೀತಿಯೊಂದಿಗೆ – ಗಿರೀಶ' ಎಂದು ಬರೆದಿದ್ದರಲ್ಲ, ಅದರಲ್ಲಿ ಅವರ ಸಾವಿನ ಒಂದು ಸೂಚನೆ ಇತ್ತಾ? ಯಯಾತಿಯಿಂದ ರಾಕ್ಷಸ–ತಂಗಡಿಯ ತನಕ ಅಂತ ಯಾಕೆ ಬರೆದರು? ಅದೇ ತನ್ನ ಕೊನೆಯ ನಾಟಕವಾಗುತ್ತದೆ ಎಂಬುದು ಅವರಿಗೆ ಗೊತ್ತಿತ್ತಾ? ಯೋಚಿಸುತ್ತಿದ್ದೇನೆ.

ಅವರು ಎಂಥಾ ಘನತೆಯುಳ್ಳ ವ್ಯಕ್ತಿತ್ವ ಅನ್ನುವುದನ್ನು ಅವರ ಸಾವಿನಲ್ಲೂ ಅವರು ತೋರಿಸಿಕೊಟ್ಟಿದ್ದಾರೆ. ನನಗೆ ಸರ್ಕಾರಿ ಅಂತ್ಯಕ್ರಿಯೆ ಬೇಡ, ಯಾರೂ ಮನೆಗೆ ಬರಬೇಕಾಗಿಲ್ಲ. ಸಾರ್ವಜನಿಕ ದರ್ಶನ ಬೇಕಾಗಿಲ್ಲ. ಬರುವವರು ಸ್ಮಶಾನಕ್ಕೆ ಬಂದರೆ ಸಾಕು ಅಂತ ಮೊದಲೇ ಹೇಳಿಟ್ಟಿದ್ದರು.

ಅವರಿಗೆ ನನ್ನ ಗೌರವಪೂರ್ವಕ ಅಂತಿಮ ನಮನಗಳು. ನೀವೇ ಹೇಳಿದ ಹಾಗೆ ಯಯಾತಿಯಿಂದ ರಾಕ್ಷಸತಂಗಡಿಯ ತನಕವೂ ನಾನು ಜೊತೆಗಿದ್ದೆ. ಅದು ನನ್ನ ಸೌಭಾಗ್ಯ.

ಕನ್ನಡಪ್ರಭ

ಕನ್ನಡದಲ್ಲಿ ಜೀವವಿಟ್ಟ ಕಾರ್ನಾಡ

ವಿವೇಕ ಶಾನಭಾಗ *ಲೇಖಕ*

ಗಿರೀಶ ಕಾರ್ನಾಡರನ್ನು ಕೊನೆಯ ಬಾರಿಗೆ ಅವರ ಮನೆಯಿಂದ ಬೀಳ್ಕೊಡುವ ನಿಮಿಷಗಳ ಮುನ್ನ, ಅಲ್ಲಿ ನೆರೆದ ಸ್ನೇಹಿತರ, ಬಂಧುಗಳ ಸಣ್ಣ ಗುಂಪಿನೆದುರು ಮತ್ತು ನಿಶ್ಚಲವಾಗಿ ಮಲಗಿದ ಕಾರ್ನಾಡರ ಎದುರು ನಾಗಮಂಡಲ ನಾಟಕದ ಒಂದು ಚಿಕ್ಕ ಭಾಗವನ್ನು ಅವರ ಕುಟುಂಬದ ಕೋರಿಕೆಯ ಮೇರೆಗೆ ಓದಿದೆ. ನಂತರ ಹಯವದನದ ಸಂಭಾಷಣೆಯೊಂದನ್ನು ಅರ್ಜುನ ಸಜನಾನಿ ಇಂಗ್ಲಿಷಿನಲ್ಲಿ ಓದಿದರು. ನಾನು ಆ ಭಾಗವನ್ನು ಆಯ್ದುಕೊಳ್ಳಲು ಯಾವ ನಿರ್ದಿಷ್ಟ ಕಾರಣವಿರಲಿಲ್ಲ. ಅವರ ಸಂಗ್ರಹದಿಂದ ಸಮಗ್ರ ಕನ್ನಡ ನಾಟಕಗಳ ಸಂಪುಟವನ್ನು ಎತ್ತಿಕೊಂಡಾಗ ಅದರಲ್ಲಿ ನಾಗಮಂಡಲ ನಾಟಕದ ಒಂದು ಪುಟವನ್ನು ಅವರು ಗುರುತು ಹಾಕಿದ್ದು ಕಂಡಿತು. ಯಾವ ಕಾರಣಕ್ಕಾಗಿ ಅವರದನ್ನು ಗುರುತು ಮಾಡಿದ್ದರೋ ತಿಳಿಯದು. ಅದೇನಿದ್ದರೂ, ಅವರ ಸ್ಪರ್ಶವಿರುವ ಭಾಗವೇ ಇರಲೆಂದು ಅದನ್ನೇ ಆರಿಸಿಕೊಂಡೆ. ‘ನಾಗಮಂಡಲ’ದ ರಾಣಿಯು ನಾಗಪ್ಪನ ನಿರೀಕ್ಷೆಯಲ್ಲಿ ಹುಟ್ಟಿದ ದುಗುಡವನ್ನು, ಅವನ ಆಗಮನದಿಂದಾದ ಸಂತೋಷವನ್ನು, ಅದರಿಂದ ಪರಿಹಾರವಾದ ತಳಮಳಗಳನ್ನು ನಿವೇದಿಸಿಕೊಳ್ಳುವ ಆ ಭಾಗವನ್ನು ಓದುತ್ತಿರುವಾಗ ಅಲ್ಲಿಯ ಸಂಭಾಷಣೆಯ ಶಕ್ತಿಯಿಂದ ಭಾವವಶನಾದೆ. ರಾಣಿಯ ಕಳವಳ, ದಾಂಪತ್ಯದ ಗಿಲೀಟು, ಸಂಬಂಧಗಳ ವಿಚ್ಛಿದ್ರತೆಯನ್ನು ಕನ್ನಡದ ಮಾತಿನೊಳಗೆ ಅವರು ಹಿಡಿದಿಟ್ಟ ಅಸಾಧಾರಣ ಕೌಶಲ್ಯ ಒಮ್ಮೆಲೇ ಸ್ಪಷ್ಟವಾಗಿ ಅರಿವಿಗೆ ಬರತೊಡಗಿತು. ರಾಣಿಯ ಮನಸ್ಸನ್ನು ಹೊಕ್ಕು ಬಳಸಿ ಆ ಸಂದರ್ಭದ ಸಂಪೂರ್ಣ ಚಿತ್ರಣವನ್ನು ಅವರು ಕನ್ನಡ ಭಾಷೆಯ ಏರಿಳಿತಗಳ ಮೂಲಕ ಕೈವಶ ಮಾಡಿಕೊಂಡ ಬಗೆಯಿಂದ ನನ್ನ ಮನಸ್ಸು ತುಂಬಿ ಬಂತು. ಅದೇ ಸಂಜೆ ಕಾರ್ನಾಡರೇ ಅನುವಾದಿಸಿದ ಅದೇ ನಾಟಕದ ಇಂಗ್ಲಿಷ್ ಅನುವಾದವನ್ನು ಓದಿದೆ. ಅದೇ ಓಘದಲ್ಲಿ ಇನ್ನಿತರ ನಾಟಕಗಳ ಇಂಗ್ಲಿಷ್ ಅನುವಾದಗಳನ್ನು ಸಹ

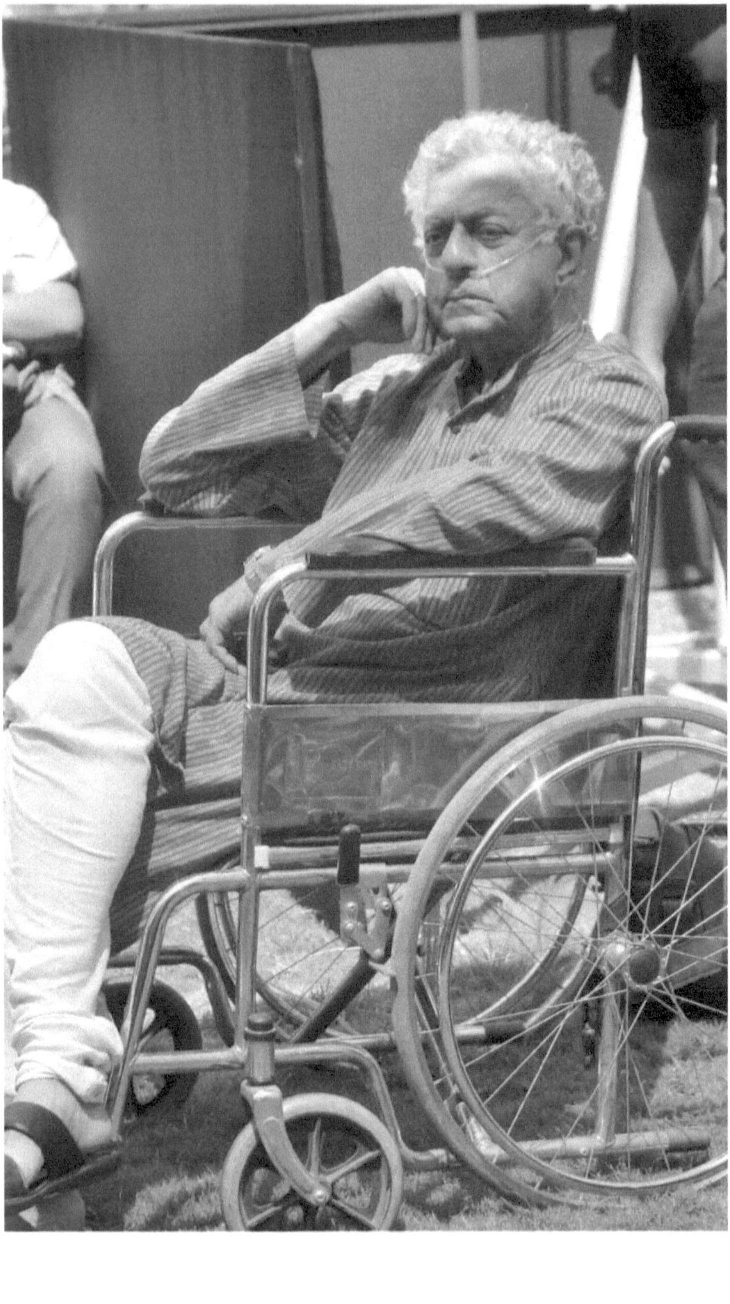

ನೋಡಿದೆ. ಮತ್ತೆ ಮರಳಿ ಕನ್ನಡಕ್ಕೆ ಬಂದಾಗ, ಅವರ ನಾಟಕಗಳ ನಿಜವಾದ ರುಚಿ ದೊರೆಯುವುದು ಕನ್ನಡದಲ್ಲಿ ಮಾತ್ರ ಅನಿಸಿತು.

ಈ ನನ್ನ ಮಾತುಗಳನ್ನು ಅನುವಾದದ ಕೊರೆಯೆಂದೋ, ಈಗಾಗಲೇ ಬಳಸಿ ಹಳತಾಗಿರುವ ಕನ್ನಡ ಇಂಗ್ಲೀಷಿನ ತುಲನಾತ್ಮಕ ಗೊಣಗಾಟವೆಂದೋ ನೋಡದೇ ಕಾರ್ನಾಡರ ನಾಟಕಗಳಿಗಿರುವ ಸಶಕ್ತ ಕಾವ್ಯಾತ್ಮಕತೆಯ ಪ್ರಶಂಸೆಯೆಂದು ಕಾಣಬೇಕು. ಅವರ ನಾಟಕಗಳು ಎಷ್ಟು ಆಳವಾಗಿವೆ ಮತ್ತು ಅತ್ಯುತ್ತಮವಾದ ಸಂರಚನೆಯನ್ನು ಹೊಂದಿವೆಯೆಂದರೆ ಅವು ಅನುವಾದದಲ್ಲಿ ಎಷ್ಟೊಂದನ್ನು ಕಳಕೊಂಡರೂ ಜಗತ್ತಿನಾದ್ಯಂತ ಸಫಲವಾದ ರಂಗಪ್ರಯೋಗಗಳಾಗಿವೆ. ತನ್ನ ಸರ್ವಸ್ವವೂ ಎಲ್ಲಿ ಅರಳುತ್ತದೆ, ಯಾವ ಸೃಜನಶೀಲ ಗಳಿಗೆಗಳಲ್ಲಿ ತನ್ನೊಳಗಿನ ಬುದ್ಧಿಭಾವಗಳಿಗೆ ಭಾಷೆಯ ದೇಹ ಒದಗಿಬರುತ್ತದೆಂಬುದರ ಕುರಿತು ಕಾರ್ನಾಡರಿಗೆ ಸ್ಪಷ್ಟವಾದ ಅರಿವು ಇದ್ದುದರಿಂದಲೇ ಅವರು ಇಂಗ್ಲಿಷ್ ಕವಿಯಾಗುವ ಆಸೆಯನ್ನು ಕೈಬಿಟ್ಟು ಕನ್ನಡ ನಾಟಕಕಾರನಾಗುವ ನಿರ್ಧಾರ ಕೈಗೊಂಡರು. ಈ ಸಂದರ್ಭದಲ್ಲಿ ತಮ್ಮ ಮೊದಲ ನಾಟಕ ಯಯಾತಿ ಹುಟ್ಟಿ ಬಂದ ಬಗೆಯನ್ನು ಅವರು ಆತ್ಮಚರಿತ್ರೆಯಲ್ಲಿ ವರ್ಣಿಸಿದ್ದನ್ನು ನೆನೆಯಬೇಕು: ಪಾತ್ರಗಳು ಜೀವಂತವಾಗಿ ಸಂಭಾಷಣೆಯನ್ನಾಡುತ್ತ ನನ್ನ ಕಣ್ಣೆದುರಿಗೆ ಓಡಾಡುತ್ತಿದ್ದಾಗ ನಾನು 'ಸ್ಟೆನೋಟೈಪಿಸ್ಟನಂತೆ' ಆ ಸಂವಾದಗಳನ್ನು ಹಾಳೆಗಿಳಿಸುತ್ತ ಹೋದೆ. ನಾಟಕ ರಚನೆಯಲ್ಲಿ ಈ ತರಹದ ಪರವಶತೆಯ ಅನುಭವ ತದನಂತರ ನನಗೆ ಮತ್ತೆ ನನ್ನ ಜನ್ಮದಲ್ಲೇ ಸಿಗಲಿಲ್ಲ. ಇಲ್ಲಿ ಸ್ಟೆನೋ ಟೈಪಿಸ್ಟನಂತೆ ಎಂಬ ಶಬ್ದ ಬಹಳ ಮುಖ್ಯ. ಬರೆಯುವುದೆಂದರೆ ತನ್ನ ಸ್ವಪ್ರಯತ್ನ, ಪ್ರತಿಭೆ ಮಾತ್ರವಲ್ಲ ಅದು ಭಾಷೆಯೊಡನೆ ವಿವರಿಸಲಿಕ್ಕಾಗದ ರೀತಿಯಲ್ಲಿ ತಳಕು ಹಾಕಿಕೊಂಡ ಒಂದು ಗಾಢ ಸಂಬಂಧದ ಪರಿಣಾಮ ಕೂಡ ಎಂದು ಅರಿವಾಗುವ ಕ್ಷಣವಿದು.

ಅದೃಷ್ಟವಶಾತ್ ಬರವಣಿಗೆಯ ಆರಂಭಕಾಲದಲ್ಲೇ ಇಂಥದೊಂದು ಪರವಶತೆಯ ಅನುಭವವಾಗಿದ್ದರಿಂದ ತಮ್ಮ ಸೃಜನಶೀಲತೆಯ ಸೆಲೆ ಕನ್ನಡದಲ್ಲಿದೆಯೆಂಬುದನ್ನು ಕಾರ್ನಾಡರು ಕಂಡುಕೊಂಡರು. ಅವರ ನಾಟಕಗಳಿಗೆ ಇರುವ ಕಾವ್ಯಾತ್ಮಕ ಗುಣ, ಅವರ ಸಂಭಾಷಣೆಗಳಲ್ಲಿ ಇರುವ ಏರಿಳಿತಗಳು, ಆ ಪಾತ್ರಗಳು ತಮ್ಮ ಒಡಲಲ್ಲಿ ಹಿಡಿದಿಟ್ಟುಕೊಂಡಿರುವ ಸಂಕಟಗಳನ್ನು ಪೂರ್ಣವಾಗಿ ಗ್ರಹಿಸುವುದು ಕನ್ನಡದಲ್ಲಿ ಮಾತ್ರ ಸಾಧ್ಯ. ಅಂದರೆ ಕನಸುಗಳ ಬೆಂಬತ್ತಿದ ಒಡಕಲು ವ್ಯಕ್ತಿತ್ವದ ತುಘಲಕ್ ಪೂರ್ತಿಯಾಗಿ ಒದಗುವುದು ಕನ್ನಡದಲ್ಲೇ. ಹಯವದನದ ಕಪಿಲ, ಪದ್ಮಿನಿ, ದೇವದತ್ತರು ಕನ್ನಡದವರು. ತಲೆದಂಡದ ಬಸವಣ್ಣ, ಬಿಜ್ಜಳರಂತೂ ಬಿಡಿ. ನಾಗಮಂಡಲದ ರಾಣಿ, ಟಿಪ್ಪು, ಅಗ್ನಿ ಮತ್ತು ಮಳೆಯ ನಿತ್ತಿಲೆ ಎಲ್ಲರ ಜೀವವು ಕನ್ನಡದಲ್ಲಿದೆ. ದೇಶವಿದೇಶಗಳಲ್ಲಿರುವ, ಹಲವು ಭಾಷೆಗಳಲ್ಲಿ ಕಾರ್ನಾಡರ

ನಾಟಕಗಳನ್ನು ಆಸ್ವಾದಿಸಿದ ಅವರ ಅಭಿಮಾನಿ ಓದುಗರಿಗೆ, ನಾಟಕಪ್ರಿಯರಿಗೆ ಈ ಮಾತುಗಳಿಂದ ತುಸು ಪೆಚ್ಚಾಗಬಹುದು. ಆದರೆ ಕಾವ್ಯಶಕ್ತಿಯೇ ಅವರ ನಾಟಕಗಳ ಜೀವಾಳವೆಂಬುದನ್ನು ಒತ್ತಿ ಹೇಳುವುದು ನನ್ನ ಉದ್ದೇಶ. ಆದ್ದರಿಂದ ಮೂಲ ಭಾಷೆಯಲ್ಲಲ್ಲದೇ ಬೇರೆಲ್ಲೂ ಆ ಮಾತುಗಳನ್ನು ಪೂರ್ತಿಯಾಗಿ ಅನುಭವಿಸುವುದು ಸಾಧ್ಯವಿಲ್ಲ. ಸೃಜನಶೀಲ ಲೇಖಕನೊಬ್ಬ ಕೇವಲ ತನ್ನ ಭಾಷೆಯಲ್ಲಿ ಮಾತ್ರವೇ ಸಮಗ್ರವಾಗಿ ಒದಗಿಬರುವುದರಿಂದಲೇ ಶ್ರೇಷ್ಠನಾಗುತ್ತಾನೆ. ಕಾರ್ನಾಡರ ಹಾಗೆ.

ಕನ್ನಡ ನಾಟಕಗಳು ಸಾಮಾಜಿಕ ವಿಮರ್ಶೆಗಾಗಿ, ವಿಡಂಬನೆಗಾಗಿ, ಹಾಸ್ಯಕ್ಕಾಗಿ, ಮನರಂಜನೆಗಾಗಿ, ಪೌರಾಣಿಕ ಕತೆಗಳ ವಿಲಾಸಕ್ಕಾಗಿ ಮಾತ್ರ ಬಳಕೆಯಾಗುತ್ತಿದ್ದ ದಿನಗಳಲ್ಲಿ ನಾಟಕಗಳೊಳಗೆ ಮೊಟ್ಟಮೊದಲ ಬಾರಿಗೆ ಆಧುನಿಕ ಮನುಷ್ಯನೊಬ್ಬನ ಒಳತುಮುಲಗಳನ್ನು, 'ಇದೆಲ್ಲದರ ಅರ್ಥವೇನು ದೇವರೇ?' ಎಂಬ ಪುರುವಿನ ಆಕ್ರಂದನವನ್ನು ಕೇಳಿಸುವಂತೆ ಮಾಡಿದ್ದು ಕಾರ್ನಾಡರು. ರಂಗಭೂಮಿಯೆನ್ನುವುದು ಇಂದಿನ ಜಗತ್ತಿನ ವೈಚಾರಿಕ, ತಾತ್ವಿಕ ತುಮುಲಗಳನ್ನು ವ್ಯಕ್ತಪಡಿಸುವ ಮಾಧ್ಯಮವೆಂಬ ಸಾಧ್ಯತೆಯನ್ನು ಮೊಟ್ಟಮೊದಲ ಬಾರಿಗೆ ಪರಿಚಯಿಸಿದರು. ಒಮ್ಮೆ ಈ ಮಗ್ಗಲನ್ನು ಕಂಡ ಬಳಿಕ ಕನ್ನಡದಲ್ಲಿ ಹೊಸ ನಾಟಕಗಳ ಪರಂಪರೆ ಆರಂಭವಾಯಿತು. ಅವರ ಎರಡನೆಯ ನಾಟಕ ತುಘಲಕ್ ಮತ್ತು ತದನಂತರದ ಹಯವದನ ಈಗಾಗಲೇ ಕನ್ನಡ ಮತ್ತು ಭಾರತೀಯ ರಂಗಭೂಮಿಯ ಕ್ಲಾಸಿಕ್ ನಾಟಕಗಳ ಸಾಲಿಗೆ ಸೇರಿವೆಯೆನ್ನುವುದು ಅವರು ಈ ಹಾದಿಯ ಮುಂಚೂಣಿಯಲ್ಲಿದ್ದುದರ ದ್ಯೋತಕವಾಗಿದೆ.

ಒಂದಿನಿತೂ ಬಿರುಕಿಲ್ಲದ ನಾಟಕದ ಸಂರಚನೆ ಸಾಧ್ಯವೆಂಬುದನ್ನು ತೋರಿಸಿಕೊಟ್ಟಿದ್ದು ಕಾರ್ನಾಡರ ಇನ್ನೊಂದು ಮಹತ್ವದ ಕಾಣಿಕೆಯೆನ್ನಬಹುದು. ಮೃಚ್ಛಕಟಿಕ, ಕಾಕನಕೋಟೆ ಮತ್ತು ಹರಿಜನ್ವಾರ ನಾಟಕಗಳ ಮೇಲೆ ಅವರು ಕನ್ನಡದಲ್ಲಿ ಬರೆದಿರುವ ಅತ್ಯುತ್ತಮ ವಿಮರ್ಶಾ ಲೇಖನಗಳನ್ನು (ಇವು ಇಂಗ್ಲಿಷಿನಲ್ಲಿ ಲಭ್ಯವಿಲ್ಲ) ಗಮನಿಸಿದರೆ ಅವರು ಯಾವ ಬಗೆಯ ಸಂರಚನೆಯ ಹುಡುಕಾಟದಲ್ಲಿದ್ದರೆಂಬುದು ಮತ್ತು ಪರಿಪೂರ್ಣ ನಾಟ್ಯಕ್ರಿಯೆಯ ಕುರಿತ ಅವರ ಕಲ್ಪನೆಯೇನೆಂಬುದು ಗೊತ್ತಾಗುತ್ತದೆ. ಅವರ ನಾಟಕಗಳ ಮಾತುಗಳು ಹೇಗೆ ಒಂದಕ್ಕೊಂದು ಕುಣಿಕೆ ಹಾಕಿಕೊಂಡಿರುತ್ತವೆಂದರೆ ಎಲ್ಲಿ ಮುಟ್ಟಿದರೂ ಇಡಿಯು ಮಿಡಿಯುವ ಹಾಗಿರುತ್ತವೆ. ಒಂದನ್ನು ಅಳಿಸಿದರೆ ಇಡಿಯ ಕಟ್ಟಡವೇ ಕುಸಿಯುತ್ತದೆ. ಈ ಪರಿಪೂರ್ಣತೆಯನ್ನು ಸಾಧಿಸಲು ಅವರು ಪಡುವ ಸತತ ಪರಿಶ್ರಮವನ್ನು ನಾನು ಸ್ವತಃ ಕಂಡು ಬಲ್ಲೆ. ಅವರ ಮದುವೆಯ ಆಲ್ಬಮ್ ನಾಟಕದ ಮೊದಲ ಓದುಗ ನಾನೇ. ಹಲವು ತಿದ್ದುಪಡಿಗಳ ನಂತರ ಸಿದ್ಧವಾದ ಹಸ್ತಪ್ರತಿಯದು. ಈ ನಾಟಕದ ಮೊದಲ ಮೂರು ದೃಶ್ಯಗಳನ್ನು ನಾನು ಸಂಪಾದಿಸುತ್ತಿದ್ದ 'ದೇಶ

ಕಾಲ' ಸಾಹಿತ್ಯಿಕ ಪತ್ರಿಕೆಯಲ್ಲಿ ಪ್ರಕಟಿಸಲು ಒಪ್ಪಿಗೆ ಕೊಟ್ಟರು. ಕಾರ್ನಾಡರು ಕೊನೆಯವರೆಗೂ ಕನ್ನಡವನ್ನು ಕೈಯಲ್ಲಿ ಬರೆಯುತ್ತಿದ್ದರೇ ವಿನಃ ಕಂಪ್ಯೂಟರ್ ಉಪಯೋಗಿಸುತ್ತಿರಲಿಲ್ಲ. ಹಾಗಾಗಿ ಕೈಬರಹದಲ್ಲಿದ್ದ ಮೂರು ದೃಶ್ಯಗಳನ್ನು ಟೈಪ್ ಮಾಡಿ, ಪೇಜ್ ಸೆಟ್ ಮಾಡಿಸಿ ಪರಿಶೀಲನೆಗೆಂದು ಅವರಿಗೆ ಕಳಿಸಿದೆ. ಕೆಲವು ದಿನಗಳ ನಂತರ ಮರಳಿ ಬಂದ ಹಸ್ತಪ್ರತಿಯಲ್ಲಿ ಎಷ್ಟು ಬದಲಾವಣೆಗಳಿದ್ದವೆಂದರೆ ಅದನ್ನು ಎಡಿಟ್ ಮಾಡುವುದಕ್ಕಿಂತ ಮತ್ತೆ ಮೊದಲಿನಿಂದ ಟೈಪ್ ಮಾಡಿಸುವುದು ಒಳ್ಳೆಯದೆನಿಸಿತು. ಮತ್ತೊಮ್ಮೆ ಪೇಜ್ ಸೆಟ್ ಮಾಡಿ ಕಳಿಸಿದಾಗ ಅದರಲ್ಲೂ ಸಾಕಷ್ಟು ಬದಲಾವಣೆಗಳಿದ್ದವು. ಮೂರನೆಯ ಬಾರಿ ಕಳಿಸುವಾಗ, ಪತ್ರಿಕೆಯ ಡೆಡ್‌ಲೈನ್ ಸಮೀಪಿಸುತ್ತಿರುವುದರಿಂದ ಉಳಿದ ಬದಲಾವಣೆಗಳನ್ನು ಪುಸ್ತಕದಲ್ಲಿ ಮಾಡಿಕೊಳ್ಳುವಂತೆ ವಿನಂತಿಸಿದೆ. ಪಠ್ಯದ ಮೇಲೆ ವರ್ಷಗಟ್ಟಲೇ ಹೀಗೆ ಕೆಲಸ ಮಾಡುವ ತಾಳ್ಮೆ ಅವರಿಗಿತ್ತು. ಸತತ ರಿಯಾಜ್ ಮಾಡಿ ಸ್ವರವನ್ನು ಕೈವಶ ಮಾಡಿಕೊಳ್ಳುವ ಸಂಗೀತಗಾರನ ರೀತಿಯಲ್ಲಿ ತಮಗೆ ತೃಪ್ತಿಯಾಗುವವರೆಗೂ ನಿಲ್ಲಿಸುತ್ತಿರಲಿಲ್ಲ.

ಅಷ್ಟೇ ಅಲ್ಲ, ಪ್ರತಿ ಹೊಸ ಮುದ್ರಣಕ್ಕೆ ಕಳಿಸುವಾಗಲೂ ಕಾರ್ನಾಡರು ನಾಟಕದಲ್ಲಿ ಏನಾದರೂ ಸಣ್ಣಪುಟ್ಟ ಬದಲಾವಣೆಗಳನ್ನು ಮಾಡುತ್ತಿದ್ದರು. ಉದಾಹರಣೆಗೆ ತುಘಲಕ್ ನಾಟಕದ ಮೊದಲ ಮುದ್ರಣಕ್ಕೂ ಇತ್ತೀಚಿನದಕ್ಕೂ ಎಷ್ಟೊಂದು ವ್ಯತ್ಯಾಸಗಳನ್ನು ಗಮನಿಸಬಹುದು. ಅವರದೇ ಮಾತಿನಲ್ಲಿ ಹೇಳುವುದಾದರೆ ಯಾವ ನಾಟಕದೊಡನೆಯೂ ಕೊನೆಯವರೆಗೂ ಪರ್ಲು ಹರಿಯಲೇ ಇಲ್ಲ. ಈ ಸ್ವಭಾವ ವಿಶೇಷವು ಅವರಿಗೆ ತಮ್ಮ ಕೃತಿಯ ಜೊತೆಗಿರುವ ಆಳವಾದ ಸಂಬಂಧವನ್ನು ಹೇಳುತ್ತದೆ. ಅವರ ಎಲ್ಲ ನಾಟಕಗಳಿಗೂ ರಂಗಪ್ರಯೋಗದ ಮತ್ತು ವಿಸ್ತೃತ ವಿಮರ್ಶೆಯ ಸೌಭಾಗ್ಯ ದೊರೆತಿದೆ. ನಾಡಿನ ನುರಿತ ಪ್ರಸಿದ್ಧ ನಟನಟಿಯರು ನಿರ್ದೇಶಕರು ಅವರ ನಾಟಕಗಳನ್ನು ಪ್ರಪಂಚದಾದ್ಯಂತ ಆಡಿಸಿದ್ದಾರೆ. ಆದಾಗ್ಯೂ ಈ ಯಾವುದೂ ಅವರನ್ನು ನಾಟಕಗಳ ಪಠ್ಯವನ್ನು ಮತ್ತೆ ಮತ್ತೆ ತಿದ್ದುವುದರಿಂದ ವಿಮುಖರಾಗಿಸಿಲ್ಲ. ಅಂದರೆ, ನಾಟಕ ಪ್ರಕಟವಾಗುವುದು, ಅದನ್ನು ಯಶಸ್ವಿಯಾಗಿ ರಂಗಪ್ರಯೋಗ ಮಾಡುವುದು ಇತ್ಯಾದಿಗಳು ಅವರ ಬರವಣಿಗೆಯ ಆತ್ಯಂತಿಕ ಉದ್ದೇಶವಲ್ಲ. ವಸ್ತು, ಭಾಷೆ, ಪಠ್ಯ ಮತ್ತು ಲೇಖಕನ ಅಂತರಂಗಕ್ಕಿರುವ ಸಂಬಂಧವನ್ನು ಅವರು ಸತತವಾಗಿ ಶೋಧಿಸಿದರು. ಈ ಹೆಣಗಾಟವೇ ಅವರಿಗೆ ಮುಖ್ಯವಾಗಿತ್ತು. ದುರ್ದೈವವೆಂದರೆ ಅವರ ಪ್ರಭಾವಳಿಯ ಪ್ರಖರ ಬೆಳಕಿನಲ್ಲಿ ಹಲವರಿಗೆ ಇದರ ಮಹತ್ವ ಕಾಣದೇ ಹೋಯಿತು.

ತಮ್ಮ ಖ್ಯಾತಿ, ಜನಪ್ರಿಯತೆ, ಸಂಪರ್ಕಗಳು, ಹುದ್ದೆಗಳು ಈ ಯಾವುದನ್ನೂ ಕಾರ್ನಾಡರು ತಮ್ಮ ಬರವಣಿಗೆಯನ್ನು ಮುಂದೆ ತಳ್ಳಲು (ಪ್ರಮೋಟ್

ಮಾಡಿಕೊಳ್ಳಲು) ಉಪಯೋಗಿಸಿದವರಲ್ಲ. ಪ್ರಶಸ್ತಿಗಳನ್ನು ಅವರು ಎಂದಿಗೂ ಸಾಧನೆಯೆಂದು ನೋಡಲಿಲ್ಲ. ಹಾಗೆಂದೇ ಜ್ಞಾನಪೀಠ ಪ್ರಶಸ್ತಿ ಪಡೆದ ಲೇಖಕರನ್ನು ಕರ್ನಾಟಕದಲ್ಲಿ ವಿಶೇಷವಾಗಿ ಗೌರವಿಸುವುದನ್ನು ಅವರು ಒಪ್ಪುತ್ತಿರಲಿಲ್ಲ. ತಮ್ಮ ಸಾವಿನ ನಂತರ ಎಲ್ಲ ಬಗೆಯ ಸರಕಾರಿ ಗೌರವಗಳನ್ನು ಬೇಡವೆಂದದ್ದರ ಹಿಂದೆ ಇದೇ ಮನೋಭಾವವಿದೆ. ಅವರು ಬರವಣಿಗೆಯ ಖಾಸಗೀತನದ ಮಹತ್ವವನ್ನು ಅರಿತ ಲೇಖಕ. ತಮ್ಮ ಜಾಗತಿಕ ಕಾರ್ಯಕ್ಷೇತ್ರದ ಹೊರತಾಗಿಯೂ ಕನ್ನಡದ ಜೊತೆಗಿನ ಅವಿನಾಭಾವ ಸಂಬಂಧವನ್ನು ಜತನದಿಂದ ಕೊನೆತನಕ ಕಾಯ್ದುಕೊಂಡಿದ್ದರು. ಬರವಣಿಗೆಯನ್ನು ಪ್ರಾಪಂಚಿಕ ಲಾಭದ ಎಲ್ಲದರ ಜೊತೆ ತಳಕು ಹಾಕಿ ಗಬ್ಬೆಬ್ಬಿಸಿಕೊಂಡಿರುವ ಈವತ್ತಿನ ಕಾಲದಲ್ಲಿ ಇದು ದೈವಿಕವಾಗಿ ಕಾಣುತ್ತದೆ.

ಎಲ್ಲ ಬಗೆಯ ಸ್ಥಾನಮಾನ ಖ್ಯಾತಿಗಳ ನಂತರವೂ, ಈಗಾಗಲೇ ಪ್ರಕಟವಾಗಿ ಹಲವು ಆವೃತ್ತಿಗಳನ್ನು ಕಂಡ ನಾಟಕದ ಒಂದು ವಾಕ್ಯಕ್ಕೆ ತಿದ್ದುಪಡಿಯೊಂದು ಹೊಳೆದಾಗ ದೊರೆಯುವ ಉದ್ವೇಗವನ್ನು ಅವರು ಎಂದಿಗೂ ಕಳಕೊಳ್ಳಲಿಲ್ಲ. ಮುಖ್ಯವೆಂದರೆ ಅದಕ್ಕಾಗಿ ಪರಿಶ್ರಮ ಪಡುವುದನ್ನು ಕೊನೆಯ ಗಳಿಗೆಯವರೆಗೂ ನಿಲ್ಲಿಸಲಿಲ್ಲ. ಹತ್ತುಹಲವು ಕ್ಷೇತ್ರಗಳಲ್ಲಿ ಅವರ ವ್ಯಕ್ತಿತ್ವ ವ್ಯಾಪಿಸಿದ್ದರೂ ಬರವಣಿಗೆ ಮತ್ತು ಭಾಷೆಯ ಜೊತೆಯ ಈ ಗಾಢ ಖಾಸಗೀ ನಂಟಿನ ಕಾರಣದಿಂದ ಕನ್ನಡವಲ್ಲದೇ ಬೇರೆಲ್ಲೂ ಅವರ ಜೀವ ನೆಲೆ ನಿಲ್ಲಲಿಲ್ಲ.

ದಿ ಹಿಂದೂ

ಅಪ್ರತಿಮ ನಾಟಕಕಾರ, ವಸ್ತುನಿಷ್ಠ ಧೀಮಂತ

ಗಿರೀಶ ಕಾರ್ನಾಡರೊಡನೆಯ ನನ್ನ ಮೊದಲ ಭೇಟಿ ಯಾವಾಗ ಮತ್ತು ಹೇಗಾಯಿತು ಎಂಬುದು ನನಗೆ ನೆನಪಿಲ್ಲ. ಮನಸ್ಸಿನಲ್ಲಾಗಲೇ ಹಲವು ಬಾರಿ ಸಂಧಿಸಿದವರ ಮೊದಲ ಭೇಟಿಯನ್ನು ನೆನಪಿಟ್ಟುಕೊಳ್ಳುವುದು ಕಷ್ಟವೇ. ಮುಖತಃ ಪರಿಚಯವಾಗುವ ಮೊದಲೇ ನನಗೆ ಕಾರ್ನಾಡರ ಬಗ್ಗೆ ಬಹಳ ಕೇಳಿ ಗೊತ್ತಿತ್ತು. ಶಿರಸಿಯ ಅವರ ಶಾಲಾದಿನಗಳಲ್ಲಿ ಅವರು ನನ್ನ ಅಮ್ಮನ ಸಹಪಾಠಿಯಾಗಿದ್ದರು. ಶಾಲೆಯಲ್ಲಿ ನಡೆಯುವ ಪ್ರತಿ ಕಾರ್ಯಕ್ರಮಗಳಲ್ಲೂ – ನಾಟಕ, ಚರ್ಚೆ, ಓದು ಹೀಗೆ ಪ್ರತಿಯೊಂದರಲ್ಲೂ ಮುಂದೆ ನಿಂತು ಗೆದ್ದು ಬರುವ ಅವರ ಗುಣದಿಂದಾಗಿ ಅವರಿಗೆ ಕೊಂಕಣಿಯಲ್ಲಿ 'ಆಂಬ್ಯಾ ತಾಳೊ' (ಎಂದರೆ ಮಾವಿನ ತಳಿರು) ಎಂದು

ಹೆಸರಿಟ್ಟಿದ್ದರಂತೆ. ಮಾವಿನ ತಳಿರು ಎಲ್ಲ ಶುಭಸಂದರ್ಭಗಳಲ್ಲಿ ಹಾಜರಿರುವಂತೆ ಇವರೂ ಮುಂದಾಳತ್ವ ವಹಿಸುತ್ತಿದ್ದರೆಂಬ ಪ್ರಶಂಸಾತ್ಮಕ ಅಭಿಮಾನದಿಂದ ಇಟ್ಟ ಹೆಸರದು.

ಜೀವನದುದ್ದಕ್ಕೂ ತೊಡಗಿಸಿಕೊಂಡ ಕ್ಷೇತ್ರಗಳಲ್ಲೆಲ್ಲ ಕಾರ್ನಾಡ ಯಶಸ್ವಿಯಾದರು. ಭಾರತೀಯ ರಂಗಭೂಮಿಯ ಅಪ್ರತಿಮ ನಾಟಕಕಾರ, ಪುಣೆಯ ಫಿಲ್ಮ್ ಇನ್ಸ್ಟಿಟ್ಯೂಟಿನ ನಿರ್ದೇಶಕ, ಪದ್ಮಶ್ರೀ ಪುರಸ್ಕೃತ, ಸಂಗೀತ ನಾಟಕ ಅಕಾಡೆಮಿಯ ಪ್ರಶಸ್ತಿ ಪುರಸ್ಕೃತ, ಹೋಮಿ ಭಾಭಾ ಫೆಲೋ, ಕರ್ನಾಟಕ ನಾಟಕ ಅಕಾಡೆಯ ಅಧ್ಯಕ್ಷ, ರಾಷ್ಟ್ರಪ್ರಶಸ್ತಿ ವಿಜೇತ ಚಲನಚಿತ್ರ ನಿರ್ದೇಶಕ ಇದೆಲ್ಲವನ್ನೂ ಅವರು ಮೂವತ್ತರ ಆಸುಪಾಸಿನ ವಯಸ್ಸಿನಲ್ಲಿಯೇ ಸಾಧಿಸಿದ್ದರು. ಅವರ ತಾರುಣ್ಯದಲ್ಲಿ ಅವರಷ್ಟು ದೇಶದುದ್ದಕ್ಕೂ ಪ್ರಖ್ಯಾತರಾದ, ಗ್ಲಾಮರಸ್ ಆದ ಲೇಖಕ ಇನ್ನೊಬ್ಬರಿರಲಿಕ್ಕಿಲ್ಲ. ಈಗಲೂ ಗಿರೀಶ ಕಾರ್ನಾಡ ಎಂದರೆ ಕನ್ನಡದ ಆಚೆಗೆ ನಮ್ಮ ಸಾಂಸ್ಕೃತಿಕ ಸಾಧನೆಯನ್ನು ಅಭಿಮಾನದಿಂದ ಹೇಳಿಕೊಳ್ಳಬಹುದಾದ ಪ್ರಮುಖ ಹೆಸರುಗಳಲ್ಲಿ ಒಂದು.

ಮೊನ್ನೆ ಭಾನುವಾರ ರಾತ್ರಿ 9 ಗಂಟೆಗೆ ಕಾರ್ನಾಡರ ಜೊತೆ ಫೋನಿನಲ್ಲಿ ಮಾತನಾಡಿದ್ದೇ ಅವರ ಜೊತೆಯ ಕೊನೆಯ ಮಾತಾಯಿತು. ಅಗತ್ಯಕ್ಕಿಂತ ಹೆಚ್ಚಿನ ಮಾತು, ಕಾಡುಹರಟೆ, ಲೋಕಾಭಿರಾಮ ಅವರ ಸ್ವಭಾವದಲ್ಲಿರಲಿಲ್ಲ. ಮಾತನಾಡಲು ನಿರ್ದಿಷ್ಟ ವಿಷಯ ಇಲ್ಲವಾದರೆ ಅವರ ಜೊತೆ ಮಾತುಕತೆ ಸಾಧ್ಯವೇ ಇಲ್ಲ ಅನ್ನುವಷ್ಟು ಕಠಿಣವಾಗಿ ಅವರು ತಮ್ಮ ಏಕಾಗ್ರತೆಯನ್ನು ಮತ್ತು ಸೃಜನಶೀಲತೆಗೆ ಅವಶ್ಯವಾದ ಏಕಾಂತವನ್ನು ಕೊನೆಯವರೆಗೂ ನಿರ್ವಹಿಸಿದರು. ಇದೇ ಕಾರಣದಿಂದ ನಿಷ್ಠುರತೆಯನ್ನೂ ಗಳಿಸಿಕೊಂಡಿದ್ದರು.

'ಎಷ್ಟು ಬೇಕೋ ಅಷ್ಟೇ' ಮಾಡುವುದು ಮತ್ತು ಆ 'ಅಷ್ಟನ್ನು' ತಮ್ಮ ಸರ್ವಸ್ವವನ್ನೂ ಧಾರೆಯೆರೆದು ಮಾಡುವುದು ಅವರ ರೀತಿಯಾಗಿತ್ತು. ಜೊತೆಗೆ ಸ್ವವಿಮರ್ಶೆಯ ಉಗ್ರ ವಸ್ತುನಿಷ್ಠತೆ ಅವರಿಗೆ ಸಾಧ್ಯವಾಗಿತ್ತು. ಈ ನಿಲುವನ್ನು ಪ್ರತಿಫಲಿಸುವಂತೆ ಅವರು ತೀರಿಕೊಂಡಾಗಲೂ ಸಹ ತಮ್ಮ ಸಾವಿನ ನಂತರದ ಯಾವ ಕಾರ್ಯಗಳನ್ನೂ ಸಾರ್ವಜನಿಕವಾಗಿ ಮಾಡಕೂಡದೆಂದು ಬಯಸಿದ್ದರು. ಇದನ್ನು ಅವರ ಕುಟುಂಬ ಅಪಾರವಾದ ಒತ್ತಡದ ನಡುವೆಯೂ ನೆರವೇರಿಸಿತು. ಸ್ಮಶಾನಭೂಮಿಗೆ ಅವರ ದೇಹವನ್ನು ಒಯ್ಯುವವರೆಗೂ ಕುಟುಂಬದವರು ಮತ್ತು ಆಪ್ತ ಸ್ನೇಹಿತರು ಮಾತ್ರ ಇದ್ದರು. ಜ್ಞಾನಪೀಠ ಪ್ರಶಸ್ತಿ ಸಂದುದಕ್ಕಾಗಿ ಸನ್ಮಾನ ಮಾಡಿಸಿಕೊಳ್ಳದೇ ಇರುವ ಏಕೈಕ ಕನ್ನಡ ಲೇಖಕ ಅವರಿರಬಹುದು. ಬಹುಶಃ ಅವರು ಎಂದಿಗೂ ಯಾವ ಸನ್ಮಾನವನ್ನೂ ಮಾಡಿಸಿಕೊಂಡಿಲ್ಲವೆಂಬುದು ನನ್ನ

ಊಹೆ. ಪ್ರಶಸ್ತಿ ಪಡೆಯುವುದೇ ಸಾಧನೆಯಲ್ಲವೆಂಬುದು ಅವರ ನಂಬಿಕೆಯಾಗಿತ್ತು. ಈ ನಂಬಿಕೆಯನ್ನು ಅವರು ಸ್ವತಃ ಆಚರಣೆಗೂ ತಂದಿದ್ದರು.

ಇಪ್ಪತ್ತನೆಯ ಶತಮಾನದ ಶ್ರೇಷ್ಠ ನಾಟಕಕಾರರಲ್ಲಿ ಅವರಿಗೆ ಎತ್ತರದ ಸ್ಥಾನವಿದೆ. ಕನ್ನಡ ಮಾತ್ರವಲ್ಲ ಭಾರತೀಯ ರಂಗಭೂಮಿಗೆ ಅವರ ನಾಟಕಗಳು ಹೊಸ ತಿರುವನ್ನಿತ್ತವು. ಇಂಗ್ಲಂಡಿನ ಆಕ್ಸ್‌ಫರ್ಡಿಗೆ ರೋಡ್ಸ್ ಸ್ಕಾಲರ್‌ಶಿಪ್ ಪಡೆದು ಹೋಗುವ ಮೊದಲು ಬರೆದ ಯಯಾತಿ ಹೇಗೆ ಅವರನ್ನು ಮತ್ತೆ ಕನ್ನಡಕ್ಕೆ ಮರಳಿ ತಂದಿತೆಂಬುದನ್ನು, ಕುರ್ತಕೋಟಿಯವರು ಇದಕ್ಕೆ ಹೇಗೆ ಕಾರಣರಾದರೆಂಬುದನ್ನು ಅವರು ತಮ್ಮ ಆತ್ಮಕತೆಯಲ್ಲಿ ವಿವರವಾಗಿ ಬರೆದಿದ್ದಾರೆ. ಇಂಗ್ಲಿಷ್ ಕವಿಯಾಗಲು ಹೊರಟವರು 'ಕನ್ನಡ ನಾಟಕಕಾರ'ರಾಗುವ ಕನಸು ಹೊತ್ತು ಭಾರತಕ್ಕೆ ಬಂದರು. ದೇಶದ ರಂಗಪ್ರಿಯರನ್ನು ತನ್ನ ಉಜ್ವಲತೆಯಿಂದ, ವಿಸ್ತಾರವಾದ ಅರ್ಥವ್ಯಾಪ್ತಿಯಿಂದ ಬೆಚ್ಚಿಬೀಳಿಸಿದ 'ತುಘಲಕ್' ನಾಟಕ ಕಾರ್ನಾಡರ ಇಪ್ಪತ್ತಾರನೇ ವಯಸ್ಸಿಗೆ ಪ್ರಕಟವಾಯಿತೆಂಬುದನ್ನು ಗಮನಿಸಿದರೆ ಅವರ ಅಪಾರ ಪ್ರತಿಭೆಯ ಅರಿವಾಗುತ್ತದೆ. ಈ ನಾಟಕದ ಮೂಲಕ ಅವರ ಖ್ಯಾತಿ ದೇಶಾದ್ಯಂತ ಹರಡಿತು. ಪ್ರತಿ ಕಾಲದಲ್ಲೂ ತುಘಲಕ್ ಅತ್ಯಂತ ಪ್ರಸ್ತುತವೆನಿಸುತ್ತಿದೆಯೆನ್ನುವುದೇ ಅದರ ಮಹತ್ವವನ್ನು ಸಾರುತ್ತಿದೆ. ನಂತರದ ಹಯವದನ ಮತ್ತು ಮುಖ್ಯವಾಗಿ ಕಾರಂತರು ಅದನ್ನು ಪ್ರಯೋಗಿಸಿದ್ದು ರಂಗಭೂಮಿಗೆ ಹೊಸ ಚೈತನ್ಯವನ್ನೊದಗಿಸಿತು. ಎರಡು ದಿನಗಳ ಹಿಂದೆ ಈ ಹೊಸತನದ ಪ್ರಸ್ತಾಪ ಬಂದು ತನ್ನ ನಾಟಕ ಮತ್ತು ಕಾರಂತರ ಸಂಗೀತ ತಂದ ಈ ಹೊಸರುಚಿಯನ್ನು ಕನ್ನಡಿಗರು ಈಗಲೂ ವಿವಿಧ ರೂಪಗಳಲ್ಲಿ ಆಸ್ವಾದಿಸುತ್ತಿರುವುದು, ಇನ್ನೂ ಅದನ್ನು ತೊಡೆದುಹಾಕುವ ಹೊಸರುಚಿಗಳು ಪೂರ್ತಿಯಾಗಿ ಬೆಳೆದಿಲ್ಲವೆನ್ನುವುದು ಕನ್ನಡ ರಂಗಭೂಮಿಯ ಬಲಹೀನತೆಯೆಂಬರ್ಥದಲ್ಲಿ ಮಾತನಾಡಿದರು. ಅವರು ಯಾವುದನ್ನಾಗಲೀ ವಿಮರ್ಶಿಸುವಾಗ ಅಡ್ಡಗೋಡೆಯ ಮೇಲೆ ದೀಪವಿಟ್ಟ ಮಾತಾಡುತ್ತಿರಲಿಲ್ಲ. ಅದನ್ನು ಸ್ವತಃ ತನ್ನ ಬಗ್ಗೆ ಕೂಡ ಅನ್ವಯಿಸಿಕೊಳ್ಳುತ್ತಿದ್ದರು.

ಹತ್ತು ವರ್ಷಗಳ ಹಿಂದೊಮ್ಮೆ ಪ್ರಜಾವಾಣಿಯಲ್ಲಿ ಒಂದು ಕವಿತೆಯ ಅನುವಾದವನ್ನು ಪ್ರಕಟಿಸಿದರು. ಆಗ ಅವರ ಜೊತೆ ನಡೆದ ಮಾತುಕತೆ ನನಗಿನ್ನೂ ನೆನಪಿದೆ. ಒಂದು ಘಟನೆಗೆ ಪ್ರತಿಕ್ರಿಯೆಯಾಗಿ ಅವರು ಆ ಕವಿತೆಯ ಅನುವಾದ ಮಾಡಿದ್ದರೂ ಸಹ, ಅದಕ್ಕೂ ಮೊದಲು ಆ ಕವಿಯನ್ನು ಅಮೂಲಾಗ್ರ ಓದಿದ ನಂತರವೇ ಅನುವಾದವನ್ನು ಕೈಗೆತ್ತಿಕೊಂಡಿದ್ದರು. ಆ ಒಂದು ಕವಿತೆಯ ಅನುವಾದದ ಹಿಂದೆ ಎಷ್ಟೊಂದು ದಿನಗಳ ಶ್ರಮವಿದ್ದೀತೆಂದು ಎಣಿಸಿದರೆ ಅವರು ಯಾವ ತೀವ್ರತೆಯಲ್ಲಿ ಬರವಣಿಗೆಯಲ್ಲಿ ತೊಡಗುತ್ತಿದ್ದರೆಂಬುದು ಅರಿವಾಗುತ್ತದೆ.

ಬರವಣಿಗೆ, ಸಿನೇಮಾ, ನಾಟಕ, ಲೇಖನ ಪ್ರತಿಯೊಂದರಲ್ಲೂ ಅವರು ಯಾವ ಸಣ್ಣ ವಿವರವನ್ನೂ ಅಲಕ್ಷಿಸುತ್ತಿರಲಿಲ್ಲ. ಅದು ಅವರ ಪುಸ್ತಕಗಳ ಮುಖಪುಟಗಳ ಬಗೆಗೂ ನಿಜ. ಕಲಾವಿದರ ಜೊತೆಯ ಅವರ ಒಡನಾಟದ ಬಗ್ಗೆಯೇ ದೀರ್ಘವಾಗಿ ಬರೆಯಬಹುದು. ಮದರಾಸಿನಲ್ಲಿದ್ದಾಗ ಅವರು ನಿಯಮಿತವಾಗಿ ಮೂರು ವರ್ಷಗಳ ಕಾಲ ಕಲಾವಿಮರ್ಶೆಯನ್ನು ಬರೆಯುತ್ತಿದ್ದರೆಂಬುದು ಬಹಳ ಜನರಿಗೆ ಗೊತ್ತಿಲ್ಲ. ಕಲಾವಿದ ವಾಸುದೇವ್ ಮತ್ತು ಗಿರೀಶರ ಸ್ನೇಹವು ಕನ್ನಡ ಸಾಹಿತ್ಯಕ್ಕೆ ಕಲಾಸ್ಪರ್ಶ ಒದಗಿಸುವಲ್ಲಿ ಮುಖ್ಯ ಪಾತ್ರ ವಹಿಸಿದೆ.

ಕಾರ್ನಾಡರ ಗದ್ಯಕ್ಕೆ ವಿಶೇಷ ಮೆರುಗಿದೆ. ಅವರ ಪದಪ್ರಯೋಗವೇ ವಿಶಿಷ್ಟ. ಅದು ಮರಾಠಿ ಮತ್ತು ಕೊಂಕಣಿಯಿಂದ ಪ್ರಭಾವಿತವಾದದ್ದು. ಕಾಕನಕೋಟೆ ನಾಟಕದ ಕುರಿತ ಅವರ ವಿಮರ್ಶಾ ಲೇಖನವು ಕನ್ನಡ ನಾಟಕಗಳ ಬಗ್ಗೆ ಬರೆದ ಅತ್ಯುತ್ತಮ ಲೇಖನಗಳಲ್ಲೊಂದು. ಅವರ ಕನ್ನಡ ಭಾಷಾಪ್ರಯೋಗದ ಬಗ್ಗೆ ಟೀಕೆಗಳು ಬಂದದ್ದನ್ನು ಸ್ಮರಿಸಿಕೊಂಡು 'ಪ್ರಜಾವಾಣಿ ಸಾಹಿತ್ಯ ಪುರವಣಿ'ಗಾಗಿ 'ನಾನು ಮತ್ತು ನನ್ನ ಕನ್ನಡ' ಎಂಬ ಲೇಖನವನ್ನು ಬರೆಯಲು ಅವರನ್ನು ಪ್ರಚೋದಿಸಿದ್ದೆ. ಕೊಂಕಣಿ ಮನೆಮಾತಾದ, ಮರಾಠಿಯ ನಿಕಟ ಸಂಪರ್ಕದಲ್ಲಿ ಬೆಳೆದ ಲೇಖಕನೊಬ್ಬ ಕನ್ನಡವನ್ನು ತನ್ನದನ್ನಾಗಿ ಮಾಡಿಕೊಳ್ಳುವ ಪ್ರಕ್ರಿಯೆಯನ್ನು ವಿವರಿಸಿದ ಆ ಲೇಖನ ಅವರ ಸೃಜನಶೀಲ ವ್ಯಕ್ತಿತ್ವವನ್ನು, ಅವರ ಪ್ರಾಮಾಣಿಕ ನಿಲುವುಗಳನ್ನು ಪ್ರತಿಫಲಿಸುತ್ತದೆ.

ನಾವಿಬ್ಬರೇ ಇದ್ದಾಗ ಕೊಂಕಣಿಯಲ್ಲಿ ಮಾತಾಡುತ್ತಿದ್ದೆವು. ಹಾಗಾಗಿ ಮಾತುಕತೆ ಭಾಷೆಗೆ ಸಹಜವಾದ ಏಕವಚನದಲ್ಲಿರುತ್ತಿತ್ತು. ಕನ್ನಡದಲ್ಲಿ ಸಾರ್ವಜನಿಕವಾಗಿ ಅವರ ಜೊತೆ ಮಾತಾಡುವಾಗ ಮಾತ್ರ ಬಹುವಚನ!

ಸಾಹಿತ್ಯ, ಸಿನೇಮಾ, ಆಡಳಿತ, ರಾಜಕೀಯ ಹೀಗೆ ಯಾವುದೇ ಕ್ಷೇತ್ರದಲ್ಲೂ ಸ್ಪಷ್ಟ ನಿರ್ದಿಷ್ಟ ಪ್ರಾಮಾಣಿಕ ನಿಲುವು ತಳೆಯಲು ಕಾರ್ನಾಡರು ಹಿಂಜರಿಯುತ್ತಿರಲಿಲ್ಲ. ಇಂಥ ಧೈರ್ಯಸ್ಥ ಪ್ರತಿಭಾವಂತ ವ್ಯಕ್ತಿತ್ವಗಳು ಅಳತೆಗೋಲುಗಳ ಹಾಗೆ ಆಯಾ ಕ್ಷೇತ್ರಗಳ ಗುಣಮಟ್ಟ ಮತ್ತು ನೈತಿಕತೆಯನ್ನು ಕಾಯುತ್ತವೆ. ಕಾರ್ನಾಡರ ಕಣ್ಮರೆಯಿಂದಾಗ ಕನ್ನಡದ ಸ್ಥೈರ್ಯ ತುಸು ಕುಗ್ಗಿದೆಯೆಂಬ ಭಾವನೆ ಹುಟ್ಟಿದೆ.

ಪ್ರಜಾವಾಣಿ

ಏಕವಚನದ ಗೆಳೆಯ

ಚಂದ್ರಶೇಖರ ಕಂಬಾರ *ಲೇಖಕ*

ನಾನು ಮತ್ತು ಗಿರೀಶ್ ಕಾರ್ನಾಡ್ ಮೊದಲು ಭೇಟಿಯಾದದ್ದು 1967ರಲ್ಲಿ ಇರಬೇಕು. ಅದು, ಜಿ. ಬಿ. ಜೋಶಿ ಅವರ ಮನೋಹರ ಗ್ರಂಥಮಾಲೆಯ ಅಟ್ಟದಲ್ಲಿ. ನಮ್ಮಿಬ್ಬರನ್ನು ಪರಸ್ಪರ ಪರಿಚಯಿಸಿದವರು ಕೀರ್ತಿನಾಥ ಕುರ್ತಕೋಟಿ. ಆ ವೇಳೆಗಾಗಲೇ ಗಿರೀಶ್ ಕಾರ್ನಾಡ್ ಬರೆದಿದ್ದ ತುಘಲಕ್‌ನ್ನು ಓದಿ ಮೆಚ್ಚಿಕೊಂಡಿದ್ದೆ. ನಾನೂ ಋಷ್ಯಶೃಂಗ ಬರೆದಿದ್ದೆ. ಅದನ್ನೂ ನನ್ನ ಇತರ ಬರಹಗಳನ್ನೂ ಕಾರ್ನಾಡ್ ಓದಿದ್ದ. ಪರಿಚಯವಾದ ಕೂಡಲೇ ಆತ ಮೊತ್ತಮೊದಲು ಹೇಳಿದ್ದು, “ಇನ್ನು ಮುಂದೆ ನಾವಿಬ್ಬರೂ ಏಕವಚನದಲ್ಲಿಯೇ ಮಾತನಾಡೋಣ’ ನನಗೂ ಸರಿ ಎನ್ನಿಸಿತು. ಅಂದಿನಿಂದ ಮೊನ್ನೆ ನಿರ್ಗಮಿಸುವವರೆಗೂ ನಾವು “ಹೋಗು’, “ಬಾ’ ಎಂದೇ ಮಾತನಾಡಿಕೊಳ್ಳುತ್ತಿದ್ದೆವು. ಜಿ.ಬಿ.ಜೋಶಿ ಸೂಕ್ಷ್ಮ ಸಂವೇದನಾಶೀಲ ನಾಟಕಕಾರರಾಗಿದ್ದರಿಂದ ನಮ್ಮಿಬ್ಬರೊಳಗಿನ ನಾಟಕಕಾರನನ್ನು ಬೆಳೆಸಿದರು.

ಗಿರೀಶ್ ಕಾರ್ನಾಡ್ ಕೇವಲ ನಾಟಕಕಾರ ಮಾತ್ರವಲ್ಲ; ಒಳ್ಳೆಯ ಚಿತ್ರಕಾರ ಕೂಡ. ಆ ದಿನಗಳಲ್ಲಿಯೇ ಟಿ.ಎಸ್. ಎಲಿಯೆಟ್‌ನ ಚಿತ್ರ ಬರೆದು, ಅವರಿಗೆ ತೋರಿಸಿ, ಸಹಿ ಪಡೆದುಕೊಂಡು ಬಂದದ್ದು ನಮಗೆಲ್ಲ ರೋಮಾಂಚನವನ್ನು ಉಂಟುಮಾಡಿತ್ತು. ಅದರಿಂದ ಉತ್ತೇಜಿತನಾದ ನಾನು ಋಷ್ಯಶೃಂಗ ನಾಟಕಕ್ಕೆ ಕಾರ್ನಾಡ್‌ನಿಂದ ಚಿತ್ರ ಬರೆಸಿ ಮುಖಪುಟಕ್ಕೆ ಬಳಸಿದೆ. ನಾವು ಏಕವಚನದಲ್ಲಿ ಮಾತನಾಡುತ್ತ ಆಪ್ತರಾಗಿದ್ದರೂ ಸಾಹಿತ್ಯದ ವಿಚಾರದಲ್ಲಿ ಸ್ಪರ್ಧಾತ್ಮಕ ಮನೋಭಾವದಲ್ಲಿದ್ದೆವು. ನಾನೊಂದು ನಾಟಕ ಬರೆದರೆ ಅವನೂ ಬರೆಯುತ್ತಿದ್ದ. ಅವನು ಬರೆದರೆ ನಾನೂ ಬರೆಯುತ್ತಿದ್ದೆ. ಒಮ್ಮೆ ಎ. ಕೆ.ರಾಮಾನುಜನ್ ಜಾನಪದ ಕತೆಯೊಂದನ್ನು ನಮ್ಮಿಬ್ಬರಿಗೂ ಹೇಳಿದ್ದರು. ಅದನ್ನು ಆಧರಿಸಿ ನಾನು ಸಿರಿ ಸಂಪಿಗೆ ಬರೆದೆ. ಅದು ಉದಯವಾಣಿ ದೀಪಾವಳಿ ವಿಶೇಷಾಂಕದಲ್ಲಿ ಮೊದಲು ಪ್ರಕಟವಾಯಿತು. ಕಾರ್ನಾಡ್ ಆ ಹೊತ್ತಿಗಾಗಲೇ

ಅದೇ ವಸ್ತುವಿನ ಹಯವದನ ಬರೆದಿದ್ದ. ಸಿರಿ ಸಂಪಿಗೆ ಓದಿ, "ನಾನೂ ಇದೇ ವಸ್ತುವಿನ ನಾಟಕ ಬರೆಯುತ್ತೇನೆ' ಎಂದ. "ನೀನು ಈಗಾಗಲೇ ಬರೆದಿರುವೆಯಲ್ಲ, ಮತ್ತೊಂದು ನಾಟಕವೇಕೆ?' ಎಂದು ಕೇಳಿದೆ. "ಇಲ್ಲ, ನನಗೆ ಬರೆಯಬೇಕೆನಿಸಿದೆ. ಬರೆಯುತ್ತೇನೆ' ಎಂದು ನಾಗಮಂಡಲ ಬರೆದ. ಮುಂದಿನದ್ದೆಲ್ಲ ಎಲ್ಲರಿಗೂ ತಿಳಿದ ವಿಚಾರವೇ.

ಕಾರ್ನಾಡ್ ತಲೆದಂಡ ಬರೆದ. ನಾನು ಶಿವರಾತ್ರಿ ಬರೆದೆ. ಈಚೆಗೆ ರಾಕ್ಷಸ ತಂಗಡಿ ಬರೆದ. ನಾನು ಮಹಮದ್ ಗಾವಾನ್ ಬರೆದೆ. ಹೀಗೆ ನಮ್ಮಿಬ್ಬರ ನಡುವೆ ಇರುವ ಸ್ಪರ್ಧಾತ್ಮಕ ಮನೋಭಾವವೇ ಸೃಜನಶೀಲ ನೆಲೆಗಳಲ್ಲಿ ಬೆಳೆಸಿತು. ಪ್ರತಿಯೊಬ್ಬ ಲೇಖಕನಲ್ಲಿಯೂ ಅವನದ್ದೇ ಆದ ಸೃಜನಶೀಲ ಉಪಕರಣಗಳು ಇರುತ್ತವೆ. ಅವು ಕಲ್ಪನೆಯ ಸಾಧ್ಯತೆಗಳನ್ನು ಹಿಗ್ಗಿಸಿ ಕೃತಿಗಳನ್ನು, ಆಕೃತಿಗಳನ್ನು ಬೇರೆಯೇ ಆಗಿಸುತ್ತವೆ. ಹೀಗಾಗಿ, ನನ್ನ ಶಿವರಾತ್ರಿ ಇರಬಹುದು, ಲಂಕೇಶ್‌ನ ಸಂಕ್ರಾಂತಿ ಇರಬಹುದು, ಕಾರ್ನಾಡ್‌ನ ತಲೆದಂಡ ಇರಬಹುದು, ಎಚ್. ಎಸ್. ಶಿವಪ್ರಕಾಶನ ಮಹಾಚೈತ್ರ ಇರಬಹುದು- ವಸ್ತು ಒಂದೇ, ಆಕೃತಿಗಳು ಬೇರೆ ಬೇರೆ.

ಬಸವಣ್ಣನನ್ನೇ ಕೇಂದ್ರವಾಗಿರಿಸಿಕೊಂಡು ಬರೆದ ನನ್ನ ನಾಟಕದಲ್ಲಿ ಬಸವಣ್ಣ ಮತ್ತು ಬಿಜ್ಜಳ ಶೂದ್ರನ ಮನೆಯಲ್ಲಿ ಭೇಟಿಯಾಗುವ ಹಾಗೆ ಚಿತ್ರಿಸಿದೆ. ಕಾರ್ನಾಡ್ ಬಸವಣ್ಣನನ್ನು ಬಿಜ್ಜಳ- ಬಸವಣ್ಣರನ್ನು ಅರಮನೆ, ಪ್ರಭುತ್ವಗಳ ಹಿನ್ನೆಲೆಯಲ್ಲಿ ಮರುರೂಪಿಸಿದ. ಕಾರ್ನಾಡ್‌ನ ನಾಟಕಗಳಲ್ಲಿ ಪ್ರಖರ ವೈಚಾರಿಕತೆ ಇರುತ್ತಿತ್ತು. ನನ್ನ ನಾಟಕಗಳಲ್ಲಿ ಕಾವ್ಯಾತ್ಮಕ ಕ್ರಿಯೆ ಎದ್ದು ತೋರುತ್ತಿತ್ತು. ಎಷ್ಟೋ ಬಾರಿ ಕಾರ್ನಾಡ್

ನನ್ನ ನಾಟಕಗಳನ್ನು ಮೆಚ್ಚಿ ಅದರಲ್ಲಿನ ಕಾವ್ಯಾತ್ಮಕತೆಗೆ ಮಾರುಹೋಗಿರುವುದಾಗಿ ಹೇಳುತ್ತಿದ್ದ.

ರಂಗಭೂಮಿಯಲ್ಲಿ ವೈಚಾರಿಕ ಆವರಣವನ್ನಿಟ್ಟುಕೊಂಡು ಕೃತಿ ರಚಿಸಿದವರಲ್ಲಿ ಕಾರ್ನಾಡ್ ಮೊದಲಿಗನೇನಲ್ಲ. ಆ ಹೊತ್ತಿಗಾಗಲೇ ಶ್ರೀರಂಗ, ಕೈಲಾಸಂ ಮುಂತಾದವರು ಪ್ರಖರ ವೈಚಾರಿಕ ನೆಲೆಯ ನಾಟಕಗಳನ್ನು ಬರೆದಿದ್ದರು. ಈ ಪರಂಪರೆಯನ್ನು ಮುಂದುವರಿಸಿದವರಲ್ಲಿ ಕಾರ್ನಾಡ್ ಮತ್ತು ಲಂಕೇಶ್ ಪ್ರಮುಖರು.

ಒಮ್ಮೆ ಲಂಕೇಶ್‌ಗೆ ಕನ್ನಡ ನಾಟಕ ಸಾಹಿತ್ಯವನ್ನು ರಾಷ್ಟ್ರಮಟ್ಟದಲ್ಲಿ ಕಾಣಿಸಬೇಕೆಂಬ ಯೋಚನೆ ಬಂತು. 1972ರಲ್ಲಿ ಬಿ.ವಿ. ಕಾರಂತರ ನಿರ್ದೇಶನದಲ್ಲಿ ನಾಟಕೋತ್ಸವವನ್ನು ಆಯೋಜಿಸಿದ್ದ. ನನ್ನ ನಾಟಕ ಜೋಕುಮಾರಸ್ವಾಮಿ ಮತ್ತು ಲಂಕೇಶರ ಈಡಿಪಸ್, ಸಂಕ್ರಾಂತಿ ಈ ನಾಟಕೋತ್ಸವದಲ್ಲಿ ಪ್ರದರ್ಶನಗೊಂಡವು. ಜೋಕುಮಾರ ಸ್ವಾಮಿಯಲ್ಲಿ ಗೌಡನಾಗಿ, ಈಡಿಪಸ್‌ನಲ್ಲಿ ಈಡಿಪಸ್ ಆಗಿ ಕಾರ್ನಾಡ್ ಅದ್ಭುತವಾಗಿ ಅಭಿನಯಿಸಿದ್ದ. ಕೆಲವೇ ದಿನಗಳಲ್ಲಿ ಈ ರಾಷ್ಟ್ರೀಯ ನಾಟಕೋತ್ಸವದ ಸುದ್ದಿ ದೇಶದೆಲ್ಲೆಡೆ ಹಬ್ಬಿ, ಕನ್ನಡ ನಾಟಕಗಳ ಬಗ್ಗೆ ರಾಷ್ಟ್ರಮಟ್ಟದಲ್ಲಿ ಚರ್ಚೆಯಾಗುವಂತಾಯಿತು.

ಕಾರ್ನಾಡ್‌ದ್ದು ಬಹುಮುಖೀ ವ್ಯಕ್ತಿತ್ವ. ಒಂದೆಡೆ ಸಾಹಿತ್ಯ ರಚನೆಯಲ್ಲಿ ತೊಡಗಿಸಿಕೊಂಡಿದ್ದರೆ, ಮತ್ತೊಂದೆಡೆ ಸಿನೆಮಾದಲ್ಲಿ ನಟಿಸುತ್ತಿದ್ದ. ಶ್ರೇಷ್ಠ ಚಲನಚಿತ್ರಗಳ ನಿರ್ದೇಶನವನ್ನೂ ಮಾಡಿದ್ದ. ಆಡಳಿತಗಾರನಾಗಿ ಹಲವು ಸಂಘಸಂಸ್ಥೆಗಳನ್ನು ಕಟ್ಟಿ ಬೆಳೆಸಿದ, ಸಮರ್ಥವಾಗಿ ನಡೆಸಿದ ಹೆಗ್ಗಳಿಕೆ ಆತನದು. ಕೇಂದ್ರ ಸಂಗೀತ ಮತ್ತು ನಾಟಕ ಅಕಾಡೆಮಿ ಇರಬಹುದು, ಪ್ಯಾರಿಸ್‌ನ ನೆಹರೂ ಸೆಂಟರ್ ಇರಬಹುದು, ಪುಣೆಯ ಫಿಲ್ಮ್ ಆ್ಯಂಡ್ ಟೆಲಿವಿಷನ್ ಇನ್‌ಸ್ಟಿಟ್ಯೂಟ್ ಇರಬಹುದು– ಎಲ್ಲವೂ ಕಾರ್ನಾಡ್‌ನ ನೇತೃತ್ವದಲ್ಲಿ ಉನ್ನತಿಕೆಯನ್ನು ಸಾಧಿಸಿದವು. ದೇಶದಲ್ಲಿ, ವಿದೇಶಗಳಲ್ಲಿ ತಾನು ಹೋದಲ್ಲೆಲ್ಲ ಕನ್ನಡತನ ಮತ್ತು ಭಾರತೀಯತೆಯನ್ನು ಪ್ರತಿಪಾದಿಸಿದ. ನನಗಾದರೋ ಕನ್ನಡ ಭಾಷೆಯೊಂದೇ, ಅವನಿಗೆ ಏಳೆಂಟು ಭಾಷೆಗಳ ಬಳಕೆ ಇತ್ತು.

ಆಗಿನ ಚಾರಿತ್ರಿಕ ಸನ್ನಿವೇಶವೇ ಹಾಗಿತ್ತು. ಇಂಗ್ಲಿಷ್‌ನ ಸತ್ವವನ್ನು ಹೀರಿಕೊಂಡು ಕನ್ನಡ ಭಾಷೆ ಬೆಳೆದಿತ್ತು. ಗೋಪಾಲಕೃಷ್ಣ ಅಡಿಗರಂಥವರು 'ಈಡಿಪಸ್ಸಿನ ಗೂಢ ಪಾಪಲೇಪಿತ ನಾನು' ಎಂಬ ಸಾಲನ್ನು ಬರೆದು ಆಘಾತಗೊಳಿಸಿದ್ದರು. ಅನಂತಮೂರ್ತಿ ಕ್ಲಿಪ್ ಪಾಯಿಂಟ್‌ನಂಥ ಕಥೆ ಬರೆದಿದ್ದರು. ಲಂಕೇಶ್ ತಮ್ಮ ಪ್ರಯೋಗಶೀಲತೆಯಿಂದಲೇ ಹೆಸರಾಗಿದ್ದರು.

ಇಂಥ ಸಂದರ್ಭದಲ್ಲಿ ನಾನು ಮತ್ತು ಕಾರ್ನಾಡ್ ಸಹಜವಾದ ಸ್ಪರ್ಧಾತ್ಮಕ ಮನೋಭಾವದಲ್ಲಿ ಸಾಹಿತ್ಯ ರಚನೆ ಮಾಡಿದೆವು. ನಮ್ಮ ಸ್ನೇಹ ಸೃಜನಶೀಲತೆಗೆ ಪರಸ್ಪರ ಪೂರಕವಾಗಿ ಇರುತ್ತಿತ್ತು. ಯಾವತ್ತೂ ಕಹಿ ಉಳಿಯಲಿಲ್ಲ. ಅದಕ್ಕೆ ನಾವಿಬ್ಬರು ಸೇರಿ ಮಾಡಿದ ಕೆಲಸಗಳೇ ಸಾಕ್ಷಿ. ಅವನು ಎಸ್.ಎಲ್. ಭೈರಪ್ಪ ಅವರ ವಂಶವೃಕ್ಷ ಕಾದಂಬರಿಯನ್ನು ನಿರ್ದೇಶಿಸಿದ. ನಾನು ಆ ಸಿನೆಮಾಕ್ಕೆ ಹಾಡುಗಳನ್ನು ಬರೆದೆ. ಕಾರ್ನಾಡ್, ಕೇಂದ್ರ ಸಂಗೀತ ಮತ್ತು ನಾಟಕ ಅಕಾಡೆಮಿಯ ಅಧ್ಯಕ್ಷನಾಗಿದ್ದಾಗ ನಾನು ಸದಸ್ಯನಾಗಿದ್ದೆ. ನಾನು ನ್ಯಾಶನಲ್ ಸ್ಕೂಲ್ ಆಫ್ ಡ್ರಾಮಾದ ಅಧ್ಯಕ್ಷನಾಗಿದ್ದಾಗ ಕಾರ್ನಾಡ್‌ನನ್ನು ಕರೆಸಿ ಹಲವು ಕೆಲಸಗಳನ್ನು ಮಾಡಿಸಿದೆ. ನಾನು ಮತ್ತು ಕಾರ್ನಾಡ್ ನಾಟಕ, ಸಿನೆಮಾಗಳನ್ನು ಒಟ್ಟೊಟ್ಟಿಗೆ ನೋಡುತ್ತಿದ್ದೆವು. ಕಾರ್ಯಕ್ರಮಗಳಲ್ಲಿ ಪರಸ್ಪರ ಚರ್ಚಿಸುತ್ತಿದ್ದೆವು, ಬಿಡುವಿನಲ್ಲಿ ಹರಟೆ ಹೊಡೆಯುತ್ತಿದ್ದೆವು.

ಅತ್ಯುತ್ತಮ ನಾಟಕಕ್ಕೊಂದು ವಿಶಿಷ್ಟವಾದ ಶಕ್ತಿ ಇದೆ. 'ಕಾವ್ಯೇಷು ನಾಟಕಂ ರಮ್ಯಂ' ಎನ್ನುವ ಮಾತಿದೆ. ಕಾವ್ಯದ ಉತ್ತಮ ರೂಪವೇ ನಾಟಕವೆಂದು ಪ್ರಸಿದ್ಧವಾಗಿತ್ತು. ಬಹಳ ಹಿಂದಿನಿಂದಲೂ ಪುರಾಣ, ಇತಿಹಾಸ ಆಧಾರಿತ ಕಥಾವಸ್ತುಗಳ ನಾಟಕಗಳು ಪ್ರದರ್ಶನಗೊಳ್ಳುತ್ತಿದ್ದವು. ಆ ವಸ್ತುಗಳನ್ನು ನಾವು ಆಧುನಿಕ ಸಂವೇದನೆಯಿಂದ ಮರುಸೃಷ್ಟಿಸಿದೆವು. ಪುರಾಣ, ಇತಿಹಾಸಗಳ ಬಗ್ಗೆ ಅರಿವಿದ್ದ ಜನಗಳು ಕೂಡ ಈ ಪ್ರಯೋಗಗಳನ್ನು ಸ್ವೀಕರಿಸಿದರು.

ಕಾರ್ನಾಡ್‌ನ ನಾಟಕಗಳಲ್ಲಿ ಶಬ್ದಕ್ಕೇ ಹೆಚ್ಚಿನ ಪ್ರಾಧಾನ್ಯವಿರುತ್ತಿತ್ತು. "ನೋಡು'ವುದಕ್ಕಿಂತ "ಆಲಿಸು'ವುದಕ್ಕೇ ಅಲ್ಲಿ ಪ್ರಾಧಾನ್ಯ. ನಮ್ಮಲ್ಲಿ 'ಸೀಯಿಂಗ್ ಈಸ್ ಬಿಲೀವಿಂಗ್' ಎಂಬ ಗ್ರಹಿಕೆ ಬಂದದ್ದರಿಂದ ಕಲ್ಪನಾಶಕ್ತಿ ಕ್ಷೀಣವಾಯಿತು. "ಒಂದು ಮಾತಿನಲ್ಲಿ ನೂರಾರು ಕೋಟಿ ದೇವತೆಗಳಿದ್ದಾರೆ' ಎಂದು ಹೇಳಿದರೆ ಅದನ್ನು ಜನ ನಂಬುತ್ತಾರೆ. ಛಂದಸ್ಸಿನಲ್ಲಿ ದೇವರು ಅಡಗಿದ್ದಾನೆ ಎಂದು ಹೇಳುವುದೇ ಅದಕ್ಕೆ. ಕಣ್ಣು ಒಂದೇ ಪ್ರತಿಮೆಯನ್ನು ಕಣ್ಣೆದುರು ನಿಲ್ಲಿಸುತ್ತದೆ, ಆದರೆ, ಕಿವಿ ನೂರಾರು ಪ್ರತಿಮೆಗಳನ್ನು ಕಲ್ಪಿಸುವ ಅವಕಾಶ ನೀಡಿ ಕಲ್ಪನೆಯನ್ನು ಹಿಗ್ಗಿಸುತ್ತದೆ. ಕಾರ್ನಾಡ್‌ಗೆ ಮಾತಿನ ಶಕ್ತಿಯಲ್ಲಿ ನಂಬಿಕೆ ಅಧಿಕ. ಅವನ ನಾಟಕಗಳಲ್ಲಿ ಚಿತ್ರಕ್ಕಿಂತ ಮಾತೇ ಪ್ರಧಾನ.

ಇತ್ತೀಚೆಗಿನ ದಿನಗಳಲ್ಲಿ ಕಾರ್ನಾಡ್‌ಗೆ ಅನಾರೋಗ್ಯ ಬಾಧಿಸುತ್ತಿದ್ದರೂ ವೈಚಾರಿಕ ಪ್ರಖರತೆ ಒಂದಿಷ್ಟೂ ಕುಂದಿರಲಿಲ್ಲ. ಸ್ಮಾರಕಗಳು ಬೇಡ, ಆಚರಣೆಗಳು ಬೇಡ ಎಂಬುದು ಆತನ ದೃಢ ನಿಲುವಾಗಿತ್ತು. ಕೊನೆಯ ದಿನಗಳವರೆಗೂ ಆ ಮಾತಿಗೆ ಬದ್ಧನಾಗಿಯೇ ಬದುಕಿದ.

ನಾನು, ಕಾರ್ನಾಡ್ ಹಳೆಯ ಕಾಲದವರು. ನಾವು ಬೆಳೆದ ಕಾಲದಲ್ಲಿ ಇವತ್ತಿನಂತೆ ತಂತ್ರಜ್ಞಾನ, ಸೌಕರ್ಯಗಳು ಇರಲಿಲ್ಲ. ಈಗ ಕಲ್ಪಿಸಿದ್ದನ್ನು ಈಗಲೇ ಬರೆದುಬಿಡಬೇಕು. ಈಗ ಬರೆದಿದ್ದಕ್ಕೆ ಈಗಲೇ ಮನ್ನಣೆ ಸಿಗಬೇಕು ಎಂಬಂಥ ಕಾಲ ಅದಲ್ಲ. ಹೊಳೆದದ್ದನ್ನು ಬರೆದು ಬಿಡಲು ಸಾಧ್ಯವಿರಲಿಲ್ಲ. ಬರೆಯುವ ಮುನ್ನ ಸುದೀರ್ಘವಾದ ಧ್ಯಾನಶೀಲತೆ ಬೇಕಾಗುತ್ತಿತ್ತು. ಕಾರ್ನಾಡ್‌ನಲ್ಲಿ ಅಂಥ ಧ್ಯಾನಶೀಲತೆಯನ್ನು ಉದ್ದಕ್ಕೂ ಗಮನಿಸಿದ್ದೇನೆ.

ಉದಯವಾಣಿ । ನಿರೂಪಣೆ: ನ.ರವಿಕುಮಾರ್

ಅತೀತದ ಧಣಿ: ಗಿರೀಶ್ ಕಾರ್ನಾಡ್

ಟಿ. ಎಂ. ಕೃಷ್ಣ *ಕರ್ನಾಟಕ ಸಂಗೀತ ಗಾಯಕ*

ಕಲಾವಿದ ಅಪರೂಪದ ಜೀವಿ. ಆತ ತನ್ನ ಸುತ್ತಮುತ್ತಲನ್ನು ಗಮನಿಸಿ, ಸ್ವೀಕರಿಸಬಲ್ಲ ಮತ್ತು ತನ್ನ ಕಲೆಯ ಮೂಲಕ ಅದಕ್ಕೆ ಜೀವ ತುಂಬಬಲ್ಲ. ಈ ತುಂಬಲಾದ ಜೀವಕಳೆ ನವೀನ ಮತ್ತು ಅದರ ಮೂಲೆ ಸಂದುಗಳಲ್ಲೇ ನಮ್ಮ ಅಸ್ತಿತ್ವದ ಸಂಕೀರ್ಣ ಅನುಭವಗಳು ಅಡಕವಾಗಿರುವುದು. ಇಂತಹದು ಸಂಭವಿಸಲು, ಕಲಾವಿದ ತನ್ನ ಅನುಭವಗಳಲ್ಲಿ ಆಳವಾಗಿ ತೊಡಗಿಕೊಳ್ಳಬೇಕು. ಮಾನವ ಬದುಕಿನ ಅನಂತ ವಾಸ್ತವದೆದುರು ಕಾರ್ಯ-ಕಾರಣ ಸಂಬಂಧಗಳೆಲ್ಲ ನಶ್ವರ.

ಗಿರೀಶ್ ಕಾರ್ನಾಡರು ಇಂತಹ ಅತೀತದ ಧಣಿಯಾಗಿದ್ದರು. ಈವತ್ತಿನಲ್ಲಿ ಬದುಕುತ್ತಲೇ ಅಸ್ತಿತ್ವದ ಸಪ್ತಸಾಗರಗಳಲ್ಲೂ ಹರಿಗೋಲು ಹಾಕಿದವರು ಅವರು. ನಂಬಿಕೆ, ಸ್ವಾತಂತ್ರ್ಯ, ಜವಾಬ್ದಾರಿ, ರಾಗ, ದ್ವೇಷ, ಪ್ರೀತಿ, ನೈತಿಕತೆ ಅಥವಾ ನಂಬಿಕೆ ಇದೆಲ್ಲವೂ ಅವರಿಗೆ ಚಲನಶೀಲ ಮತ್ತು ಪ್ರಶ್ನಾರ್ಹ. ಅವರ ಕಥನಗಳಲ್ಲಿ ಪರಿಪೂರ್ಣತೆಗೆ ಜಾಗವಿಲ್ಲ. ಹಾಗಾಗಿ ಅವರ ಎಲ್ಲ ಮಾತುಗಳಲ್ಲೂ ಒಂದು ಉದ್ದೇಶಪೂರ್ವಕ ದ್ವಂದ್ವ ಇರುತ್ತಿತ್ತು. ಇಂತಹ ದ್ವಂದ್ವದಲ್ಲೇ ನಮಗೆ ಪ್ರಶ್ನಿಸಲು, ಚಿಂತಿಸಲು ಮತ್ತು ಕಲಿಯಲು ಸಾಧ್ಯವಾಗುವುದು. ಒಬ್ಬ ಕಲಾವಿದರಾಗಿ ಅವರ ಪಾತ್ರ ಇಂತಹದಾಗಿತ್ತು, ಒಂದು ಕ್ಷಣ ನಿಂತು ನೋಡಿ ಅಚ್ಚರಿಗೊಳಿಸುವ ಶಕ್ತಿ ಅದಕ್ಕಿತ್ತು.

ಅವರು ತಮ್ಮ ಪಾತ್ರಗಳಿಂದ ಪ್ರಶ್ನೆ ಕೇಳಿಸುತ್ತಿದ್ದರು, ಅಪೂರ್ಣದ ಜೊತೆ ಹೆಣಗಾಡಲು ಅವಕ್ಕೆ ಅವಕಾಶ ಮಾಡಿಕೊಡುತ್ತಿದ್ದರು, ಹಾಗಾಗಿ ಅವರ ಕಥೆಗಳೆಲ್ಲವೂ ಅನಂತವಾಗಿದ್ದವು. ಪೌರಾಣಿಕ ಪಾತ್ರಗಳ ವಾಸ್ತವತನ ಅಥವಾ ಅವುಗಳ ಅಮಾನುಷ ಶಕ್ತಿಗಳು ಚರ್ಚಾಕೇಂದ್ರಗಳಾಗಿರುವ ದುರಾದೃಷ್ಟದ

ಕಾಲದಲ್ಲಿ ನಾವು ಬದುಕುತ್ತಿದ್ದೇವೆ. ಆದರೆ ಗಿರೀಶ್ ಕಾರ್ನಾಡರು ತಮ್ಮ ಯಯಾತಿ, ಹಯವದನ ಮತ್ತು ನಾಗಮಂಡಲ ನಾಟಕಗಳಲ್ಲಿ ಮತ್ತೆ ಮತ್ತೆ ತೋರಿಸಿದಂತೆ, ಇದು ಮಹತ್ವದ್ದಲ್ಲ, ಆಗಿರಬಾರದು. ಈ ಪಾತ್ರಗಳು ನಮ್ಮ ನಡುವೆಯೇ, ನಮ್ಮೊಳಗೆಯೇ ಇರುವಂತಹವಾಗಿದ್ದು, ಅವನ್ನು ಮೂರ್ತಗೊಳಿಸಿದಾಗ ನಮಗೆ ಅರಿವಿಲ್ಲದಂತೆಯೇ ನಮಗವು ತಟ್ಟಿರುತ್ತವೆ.

ಬದುಕಿನ ಅಮೂರ್ತರೂಪವನ್ನು ಕುಸುರಿ ಮಾಡಬಲ್ಲ, ಆ ಚಿತ್ರಣವು ನಮ್ಮದೇ ಎಂಬಂತೆ ಪ್ರತಿಬಿಂಬಿಸಬಲ್ಲ ಕೌಶಲ ಅವರಲ್ಲಿತ್ತು. ಹಾಗಾಗಿ ಅವರ ರಾಜಕೀಯ, ಅವರ ಕಲೆಯೊಳಗೆ ಇತ್ತು ಮತ್ತು ಅದು ಬೇರೆ ಆಗಿರಲು ಸಾಧ್ಯವಿರಲಿಲ್ಲ. ಅವರು ಪ್ರತಿಯೊಂದೂ ಸಾಮಾಜಿಕ ನಂಬಿಕೆಯನ್ನು ಧೈರ್ಯದಿಂದ ಮತ್ತು ತೀವ್ರತೆಯಿಂದ ಪ್ರಶ್ನಿಸಿದರು, ಆ ಮೂಲಕ ಬಯಸಿದವರಿಗೆ ಅವರ ದೃಷ್ಟಿಕೋನವನ್ನು ತೆರೆದಿಟ್ಟರು. ಅವರು ಸದ್ದಿರದ, ಬೆದರಿದ ಮತ್ತು ಅದುಮಿಟ್ಟ ಸ್ವರಗಳಿಗಾಗಿ ಹುಡುಕಾಡಿದರು,

ಅವರ ಕಥನಗಳಲ್ಲಿ ಅವಕ್ಕೆ ಜಾಗಕೊಟ್ಟರು ಮತ್ತು ತಮ್ಮ ಮನದಲ್ಲಿನ ಪ್ರಶ್ನೆಗಳನ್ನು ಈ ಕಥನಗಳ ಮೂಲಕ ತೆರೆದಿಟ್ಟರು.

ನಾನು 70ರ ದಶಕದ ಕೊನೆಯ ಭಾಗದಲ್ಲಿ ಹುಟ್ಟಿದವನು, ಹಾಗಾಗಿ ಕಾರ್ನಾಡರ ಕುರಿತು ನನ್ನ ಅರಿವು ಮೂಡಿದ್ದು ಬಹಳ ವಿಳಂಬವಾಗಿ. ನಾನು ಅವರ ಬಗ್ಗೆ ಯೋಚಿಸಿದಾಗ ನನ್ನ ಮನಸ್ಸಿನಲ್ಲಿ ಮೂಡುವ ಒಂದು ಚಿತ್ರಣ ಎಂದರೆ, ಶಂಕರ್‌ನಾಗ್ ಅವರ ಮಾಲ್ಗುಡಿ ಡೇಸ್‌ನಲ್ಲಿ ಸ್ವಾಮಿಯ ಅಪ್ಪನ ಪಾತ್ರ. ದೂರದರ್ಶನದಲ್ಲಿ ಸ್ವಾಮಿಯ ಕಥೆಗಳಿಗಾಗಿ ನಾವು ಕಾಯುತ್ತಿದ್ದೆವು. ಗಿರೀಶರಲ್ಲಿ ನಾನು ಮಧ್ಯಮ ವರ್ಗದ ಸಾಂಪ್ರದಾಯಿಕ, ಟಿಪಿಕಲ್ ಅಪ್ಪನನ್ನು ಕಾಣುತ್ತಿದ್ದೆ. ಅಲ್ಲಿದ್ದದ್ದು ಆರ್. ಕೆ. ನಾರಾಯಣರ ಪಾತ್ರ ಚಿತ್ರಣವಾಗಲೀ, ಶಂಕರ್‌ನಾಗ್ ನಿರ್ದೇಶನವಾಗಲೀ ಅಲ್ಲ; ಅದು ಸ್ವತಃ ಗಿರೀಶರು. ಅವರು ಈ ಕೌತುಕದ, ಕಿಲಾಡಿತನದ, ಕಲಿಯುವ ಮನಸ್ಸಿನ ಜೊತೆ ಒಡನಾಡುವ ತಂದೆ ಆಗಿಬಿಟ್ಟಿದ್ದರು. ಮಗನ ಬಗ್ಗೆ ಕಕ್ಕುಲಾತಿ ಇದ್ದರೂ, ಅದನ್ನು ತೋರಿಸಿಕೊಳ್ಳದೆ, ಮಗ ಚೆನ್ನಾಗಿ ಕಲಿತು ಬದುಕಿನಲ್ಲಿ ಯಶಸ್ಸು ಕಾಣಬೇಕೆಂದು ಬಯಸುವ ತಂದೆ! ಅವರ ಕಿರುನಗೆ, ಸಿಟ್ಟು, ಭಯ ಎಲ್ಲವೂ ಅಲ್ಲಿ ವ್ಯಕ್ತಗೊಳ್ಳುತ್ತಿದ್ದವು. ಶ್ರೀ. ಶ್ರೀನಿವಾಸನ್ (ಸ್ವಾಮಿಯ ತಂದೆ) ಒಂದು ಚಿತ್ರಣರೂಪವಲ್ಲ, ಅವರೊಬ್ಬ ನೈಜ ವ್ಯಕ್ತಿ, ನಮಗೆಲ್ಲ ಪರಿಚಿತರು. ನಾನು ಸ್ವಾಮಿಗಿಂತ ಸ್ವಲ್ಪವೇ ದೊಡ್ಡವನು. ಹಾಗಾಗಿ ಯಾವತ್ತೂ ಅವನ ಜೊತೆ ನಿಂತು, ಈ ಅಪ್ಪ ಶ್ರೀನಿವಾಸನ್ ತನ್ನ ಮಗ ಸ್ವಾಮಿಯನ್ನು ಅರ್ಥ ಮಾಡಿಕೊಳ್ಳುತ್ತಿಲ್ಲ ಎಂದೇ ಭಾವಿಸುತ್ತಿದ್ದೆ. ನಾವು ಹೆಚ್ಚಿನವರು ನಮ್ಮ ತಂದೆಯರ ಬಗ್ಗೆ ಇದೇ ಭಾವನೆ ಹೊಂದಿರುತ್ತೇವೆ. ಅಲ್ಲವೆ?

ಸಾಹಿತ್ಯ ಮತ್ತು ರಂಗಭೂಮಿ ಹೊರತಾದಂತೆ ಉಳಿದ ಭಾರತವು ಗಿರೀಶ್ ಕಾರ್ನಾಡರ ಮಹತ್ವವನ್ನು ಅರ್ಥ ಮಾಡಿಕೊಳ್ಳಲಿಲ್ಲ ಎಂಬುದು ಸತ್ಯ. ದಿಲ್ಲಿಯಿಂದ ಬೆಂಗಳೂರಿಗೆ ವಲಸೆ ಬಂದ ಸ್ನೇಹಿತೆಯೊಬ್ಬರು ಕಾರ್ನಾಡ್ ಇಷ್ಟು 'ದೊಡ್ಡವರು' ಎಂದು ಗೊತ್ತಿರಲಿಲ್ಲ ಎಂದು ಹೇಳಿದ್ದನ್ನು ಕೇಳಿದ್ದೇನೆ. ದಕ್ಷಿಣ ಭಾರತೀಯರಾದ ನಮಗೆ ಅವರೊಬ್ಬ ವಿಶೇಷ ನಟ, ನಾಟಕಕಾರ ಮತ್ತು ತಾನು ದುಡಿದ ಎಲ್ಲ ಮಾಧ್ಯಮಗಳಲ್ಲೂ ಸೂಪರ್‌ಸ್ಟಾರ್ ಅನ್ನಿಸಿಕೊಂಡರೂ, ಅದು ತನ್ನನ್ನು ನುಂಗಿಹಾಕದಂತೆ ಎಚ್ಚರದಿಂದ ಇದ್ದವರು. ಮೂಲತಃ ಬುದ್ಧಿಜೀವಿ ಆಗಿದ್ದ ಅವರು ಪ್ರಶ್ನಿಸುವ ಆವಶ್ಯಕತೆಯ ಅರಿವಿದ್ದವರು ಮತ್ತು ತನ್ನನ್ನು ಪ್ರಶ್ನಿಸುವ, ನಿರಾಕರಿಸುವ ಜನರಿಗೂ ಮುಕ್ತ ಅವಕಾಶ ಕೊಟ್ಟವರು, ಅಪರೂಪದ ಗುಣ ಇದು.

ತಮ್ಮ ಚಿಂತಕ ಗುಣ, ಅಪರಿಪೂರ್ಣತೆಗಳಿಂದಲೇ ತಮ್ಮನ್ನು ನೈಜ ಕಲಾವಿದರಾಗಿ ರೂಪಿಸಿಕೊಂಡವರು ಕಾರ್ನಾಡರು. ತಮ್ಮ ಮನಸ್ಸಿನಲ್ಲಿದ್ದದ್ದನ್ನು ಬಾಯಿಬಿಟ್ಟು ಹೇಳಿದ್ದರಿಂದಾಗಿಯೇ ವಿವಾದಗಳು ಅವರ ಸುತ್ತ ಹುಟ್ಟಿಕೊಂಡವು.

ಆದರೆ ಅವರೆಂದೂ ತಳತಪ್ಪಲಿಲ್ಲ. ನಿಖರವಾಗಿ ತಮ್ಮ ವಾದಗಳನ್ನು ಮುಂದಿಟ್ಟರು, ಹಾಗಾಗಿ ಕೆಲವೊಮ್ಮೆ ಒರಟು ಅನ್ನಿಸಿಕೊಂಡರು. ಒಬ್ಬ ನೈಜ ಚಿಂತಕನಾಗಿ ಅವರು ತಮ್ಮ ಕಥನಗಳು ಮನುಷ್ಯತ್ವ ಕಳೆದುಕೊಳ್ಳದಂತೆ, ತಮ್ಮದಲ್ಲದ ಹಾದಿಯಲ್ಲೂ ಮುಂದುವರಿಯುವುದಕ್ಕೆ ಹಾದಿ ಮಾಡಿಕೊಟ್ಟರು.

ದಿ ನ್ಯೂಸ್ ಮಿನಿಟ್ । ಕನ್ನಡಕ್ಕೆ: ರಾಜಾರಾಂ ತಲ್ಲೂರ್

ಗಿರೀಶ್ ಕಾರ್ನಾಡ್ ಮತ್ತವರ ಸೃಜನಶೀಲ ಜಗತ್ತು

ಕಾರ್ನಾಡರ ಯೋಚನಾಲಹರಿಗೆ ಮಿತಿಗಳಿರಲಿಲ್ಲ, ಕಲೆ ಮತ್ತು ಸತ್ಯಕ್ಕಾಗಿ ಅವರ ಹುಡುಕಾಟಗಳಲ್ಲಿ ಪ್ರಾಮಾಣಿಕತೆ ಇತ್ತು. ಕಲೆ ಹಾದಿ ತಪ್ಪಿಸಬಲ್ಲ ಜಗತ್ತು. ಕಲೆ ಎಂದಾಕ್ಷಣ ಅಲ್ಲಿ ಜೀವಜಗತ್ತನ್ನು ಅದರ ಪೂರ್ಣತೆಯಲ್ಲಿ ಒಂದುಗೂಡಿಸಬಲ್ಲ ಚಮತ್ಕಾರವೂ ಅದರೊಳಗಿರುತ್ತದೆ. ಕಲೆಯ ವೈವಿಧ್ಯತೆಗಳೆಲ್ಲ ಒಂದಿಲ್ಲೊಂದು ಹಾದಿಯಲ್ಲಿ ಅಂತಃಸಂಬಂಧ ಹೊಂದಿವೆ ಎಂಬುದನ್ನು ಅದು ಸೂಚಿಸುತ್ತದೆ. ಇದಕ್ಕಿಂತ ಮಿಥ್ಯೆಯೂ ಬೇರಿಲ್ಲ. ಕಲೆಗೆ ತನ್ನದೇ ಆದ ಯಾವುದೇ ಅನೂಹ್ಯ ಶಕ್ತಿ ಇಲ್ಲ, ಮತ್ತದು ಭಿನ್ನತೆಯ ಜಗತ್ತು. ಕಲೆ ಮುಂದೊಡ್ಡುವ ಅನಾಮಿಕ ಬಾಗಿಲು ಕಿಟಕಿಗಳ ಮೂಲಕ ನಾವು ಬದುಕನ್ನು ಅರ್ಥೈಸಿಕೊಳ್ಳುತ್ತೇವೆ. ಈ ಬಾಗಿಲು, ಕಿಟಕಿಗಳನ್ನು ತೆರೆದುಕೊಡುವ ಕೆಲಸ ಕಲಾವಿದನದು.

ಗಿರೀಶ್ ಕಾರ್ನಾಡರು ಕೇವಲ ಈ ಬಾಗಿಲುಗಳನ್ನು ತೆರೆದುಕೊಡುವ ಕೆಲಸ ಮಾಡಲಿಲ್ಲ; ಕೆಲವನ್ನು ಮುರಿದರು ಕೂಡ. ಅವರ ಕೊನೆಯುಸಿರಿನ ತನಕವೂ ಈ ಕಿಟಕಿಗಳು ತೆರೆದಿದ್ದವು. ಅವರ ಜಗತ್ತಿನಲ್ಲಿ ಕೈಗೆಟುಕದ್ದು, ಪ್ರಶ್ನಾರ್ಹ ಅಲ್ಲದ್ದು, ವಾಯಿದೆ ತೀರಿದ್ದು ಯಾವುದೂ ಇರಲಿಲ್ಲ. ಅವರ ಕಲ್ಪನೆಗಳಲ್ಲಿ ಅವೆಲ್ಲವೂ ಹೊಳಹಾಗಿ ಘಟಿಸುತ್ತಿದ್ದವು ಮತ್ತು ಬದುಕಿನ ಎಲ್ಲೆಡೆ ಚದುರಿರುವ ಎಲ್ಲ ಸಂಗತಿಗಳೂ ಅವರ ಕಥೆ, ಕಥಾಚಿತ್ರ ಮತ್ತು ಪಾತ್ರಗಳಾಗುತ್ತಿದ್ದವು.

ವಾಸ್ತವದಿಂದ ವಾಸ್ತವವನ್ನು, ಕಥೆಗಳಿಂದ ಕಥೆಯನ್ನು ಹೆಕ್ಕಿ ತರುವ ಭಾರತೀಯ ಪರಂಪರೆಯನ್ನು ಮುಂದುವರಿಸಿದ ಸಾಂಪ್ರದಾಯಿಕ ಕಥೆಗಾರರೂ ಹೌದಾಗಿದ್ದವರು ಅವರು. ಎ. ಕೆ ರಾಮಾನುಜಂ ಅವರು ತಮ್ಮ ಪ್ರಮುಖ ಪ್ರಬಂಧ ``Three hundred Ramayanas" ನಲ್ಲಿ ಹೇಳಿರುವಂತೆ, ಗಿರೀಶರು ತಮ್ಮದೇ ಆದ ಅಸಂಖ್ಯ ಪುರಾಣಗಳನ್ನು ಕಟ್ಟಿದರು; ಒಂದೇ ಆಖ್ಯಾನಕ್ಕೆ ಜೋತುಬೀಳಲಿಲ್ಲ. ಕಾರ್ನಾಡರ ಕೈಯಲ್ಲಿ ಪ್ರತಿಯೊಂದು ಪಾತ್ರ, ಸ್ಥಳ, ಘಟನೆ ಮತ್ತು ಸಂಭಾವ್ಯತೆಗಳು

ಅನೂಹ್ಯ ದಿಕ್ಕುಗಳಲ್ಲೂ ಹರಿದಾಡಿದವು. ಆದರೆ ಅದಕ್ಕೆಲ್ಲ ಒಂದು ಉದ್ದೇಶ ಇತ್ತು ಮತ್ತು ಅದು ಅವರ, ಅವರ ಸುತ್ತಣ ಜಗತ್ತಿನ ವರ್ತಮಾನವಾಗಿತ್ತು ಮತ್ತವರನ್ನು ಕಾಡುವ ಗೊಂದಲವೂ ಆಗಿತ್ತು.

ನಾನು ಈ ಹಿಂದೆ ಕಲೆ ಭಿನ್ನತೆಗಳ ಜಗತ್ತು ಎಂದೆ. ಈ ಭಿನ್ನತೆ ಸರಳವಲ್ಲ. ಅದು ಎಷ್ಟೊಂದು ವಿಪುಲ, ವೈವಿಧ್ಯಮಯ ಎಂದರೆ, ನಾವೆಲ್ಲ ಪರಸ್ಪರ ನೋಡುವುದು-ಕೇಳುವುದೂ ಅಪರೂಪ. ಎಲ್ಲೋ ಮುಖಾಮುಖಿ ಆದಾಗಲೂ ಕಳೆದುಹೋಗುವುದು ಮತ್ತು ಗೊಂದಲಗೊಳ್ಳುವುದೇ ಹೆಚ್ಚು. ಈ ಕಾರಣದಿಂದಾಗಿಯೇ ಕಲೆ ಸಂತಸದಾಯಕ ಎಂಬ ಮಟ್ಟದಿಂದ ಜರುಗದೇ ಉಳಿದರೂ ಅಚ್ಚರಿ ಇಲ್ಲ. ಗಿರೀಶ್ ಕಾರ್ನಾಡರಿಗೆ ಈ ಭಾಷೆ, ಸಂಸ್ಕೃತಿ, ಸಂಪ್ರದಾಯ, ಕೌಶಲ್ಯ, ತಂತ್ರ ಮತ್ತು ಉದ್ದೇಶಗಳ ಗಡಿಯನ್ನು ಮೀರಿಹೋಗುವ ಸಾಮರ್ಥ್ಯ ಇತ್ತು ಮತ್ತು ಅವರು ಹಾಗಾಗಿಯೇ ತಮ್ಮನ್ನು ಹಲವು ಕಲಾ ಪ್ರಕಾರಗಳಲ್ಲಿ ತೊಡಗಿಸಿಕೊಳ್ಳುವುದು ಸಾಧ್ಯವಾಯಿತು. ಹಾಗೆಂದರೆ ಅವರು ಆ ಎಲ್ಲಾ ಕಲಾಪ್ರಕಾರಗಳ ವ್ಯಾಕರಣಗಳನ್ನು ಅರೆದು ಕುಡಿದಿದ್ದರು ಎಂದರ್ಥವಲ್ಲ, ಆದರೆ ಅವರಿಗೆ ಈ ಸೌಂದರ್ಯವನ್ನು ಅವುಗಳ ಪೂರ್ಣತೆಯಲ್ಲೇ ಅನುಭವಿಸುವುದು ಸಾಧ್ಯವಾಗಿತ್ತು. ಜನ ಒಂದಕ್ಕಿಂತ ಹೆಚ್ಚು ವಲಯಗಳಲ್ಲಿ ತಮ್ಮನ್ನು ತೊಡಗಿಸಿಕೊಂಡಿದ್ದಾಗ, ನಾವು ಅಂತರ್-ಶಿಸ್ತು ಎಂಬ ಶಬ್ದವನ್ನು ಬಳಸುತ್ತೇವೆ. ಆದರೆ ಕಾರ್ನಾಡರು ಒಂದಕ್ಕಿಂತ ಹೆಚ್ಚು ಕಲಾ ಸಂಪ್ರದಾಯಗಳ ಸೂಕ್ಷ್ಮತೆಯಿಂದ ತನ್ನ ಬದುಕಿಗೆ ಚೈತನ್ಯ ತಂದುಕೊಂಡ ನಿಜಾರ್ಥದ ಅಂತರ್-ಶಿಸ್ತಿನ ಕಲಾವಿದರಾಗಿದ್ದರು. ತನ್ನ ಮೂಲಕ್ಷೇತ್ರದಲ್ಲಿ ಬಲವಾಗಿ ಕಾಲೂರಿ, 'ಇತರ' ಶಿಸ್ತುಗಳ ಪರಿಮಳದ ಹೊನಲು ತನ್ನ ಕೆಲಸಗಳಲ್ಲಿ ತೋರುವಂತೆ ಅವರು ಕಾರ್ಯಾಚಾರಿಸಿದ್ದರು.

ಅವರ ಬಗ್ಗೆ ಕೇಳಿಸುತ್ತಿದ್ದ ಇನ್ನೊಂದು ಪದ ಅವರೊಬ್ಬ ಸಾರ್ವಜನಿಕ ಬುದ್ಧಿಜೀವಿ (public intellectual) ಎಂಬುದು. ತೆರೆದ ಮನಸ್ಸಿನಿಂದ ಅಸ್ತಿತ್ವದ ಮೂಲಭೂತ ಪ್ರಶ್ನೆಗಳ ಬಗ್ಗೆ ಆಳವಾಗಿ ಚಿಂತಿಸುವ ಮತ್ತು ಆ ಮೂಲಕ ಇತರರನ್ನೂ ಅದರಲ್ಲಿ ತೊಡಗಿಸಿಕೊಳ್ಳಲು ಪ್ರೇರಿಸುವವರನ್ನು ಸಾರ್ವಜನಿಕ ಬುದ್ಧಿಜೀವಿ ಎಂದು ವ್ಯಾಖ್ಯಾನಿಸಬಹುದು. ಅವರು ತಾವು ಮುಖಾಮುಖಿಯಾದ ಪ್ರಶ್ನೆಗಳನ್ನು ಗಂಭೀರವಾಗಿ ಪರಿಗಣಿಸಿರುತ್ತಾರೆ. ನಾನು ಇನ್ನೂ ಒಂದು ಹೆಜ್ಜೆ ಮುಂದುವರಿದು ಹೇಳಬೇಕೆಂದರೆ, ಅವರು ಆ ಪ್ರಶ್ನೆಯಿಂದ ಹೊರ ನಿಂತು ಅದನ್ನು ವಿಶ್ಲೇಷಿಸಬಲ್ಲ ಅನನ್ಯ ಸಾಮರ್ಥ್ಯವನ್ನು ಹೊಂದಿರುತ್ತಾರೆ. ವಾಸ್ತವ ಬದುಕಿನಲ್ಲಿ ಇಂತಹದೊಂದು ವಿವರಣೆಗೆ ಒಗ್ಗಬಲ್ಲವರು ಇಲ್ಲವೆಂಬಷ್ಟು ಕಡಿಮೆ. ಗಿರೀಶ್ ಕಾರ್ನಾಡರು ಇಂತಹ ಅಪರೂಪದ ಸಾರ್ವಜನಿಕ ಬುದ್ಧಿಜೀವಿ ಆಗಿದ್ದರು. ಕಾರ್ನಾಡರ ನಾಟಕಗಳ ಪಾತ್ರಗಳು ಇಂತಹ ವಿಚಾರಗಳನ್ನು ಎತ್ತಿ ಚರ್ಚಿಸುತ್ತಿದ್ದವು. ಇನ್ನಿತರ ಹಲವಾರು

ನಾಟಕಕಾರರ, ಕತೆಗಾರರ ವಿಚಾರಗಳಲ್ಲೂ ಈ ಮಾತು ಪ್ರಸ್ತುತ ಎನ್ನಿಸಬಹುದು. ಅವರೆಲ್ಲರಿಗಿಂತ ಕಾರ್ನಾಡರು ಹೇಗೆ ಭಿನ್ನ ಎಂದರೆ, ಅವರ ಪ್ರತೀ ಮಾತಿನಲ್ಲೂ ಅಳುಕದ ಪ್ರಾಮಾಣಿಕತೆ ಇತ್ತು. ಹಾಗೆಂದ ಮಾತ್ರಕ್ಕೆ ಅವರು ಹೇಳಿದ್ದೆಲ್ಲ ಸರಿ, ಅವರಲ್ಲಿ ಎಲ್ಲದಕ್ಕೂ ಉತ್ತರ ಇತ್ತು ಎಂದಲ್ಲ, ಅವರು ತಪ್ಪೆಸಗುವುದಕ್ಕೂ-ಅಲ್ಲಿಂದ ತಿಳಿವನ್ನು ವಿಸ್ತರಿಸಿಕೊಳ್ಳುವುದಕ್ಕೂ ಸಿದ್ಧರಿದ್ದರು. ಯಾವ ಹಂತದಲ್ಲೂ ಅವರನ್ನು ಅಪ್ರಾಮಾಣಿಕ ಅಥವಾ ದಾಕ್ಷಿಣ್ಯಪರ ಎಂದು ಬೊಟ್ಟುಮಾಡಲು ಸಾಧ್ಯವಿಲ್ಲ. ಅವರು ಯಾವತ್ತೂ ತನಗೆ ಅನ್ನಿಸಿದ್ದನ್ನು ಮುಲಾಜಿಲ್ಲದೆ ಹೇಳಿದರು ಮತ್ತು ಆ ಕಾರಣಕ್ಕಾಗಿಯೇ ಅವರ ಕೃತಿಗಳು ನಮ್ಮನ್ನು ಗಾಢವಾಗಿ ತಟ್ಟಿದವು; ಅವುಗಳ ಸತ್ಯ ನಿಷ್ಕರುಣಿಯಾಗಿತ್ತು. ಅವರು ಭಯದ ಮಿತಿಗಳಿಲ್ಲದ ವ್ಯಕ್ತಿಯಾಗಿದ್ದರು.

ನಾನೊಂದು ವೈಯಕ್ತಿಕ ಸಂಗತಿಯೊಂದಿಗೆ ಈ ಬರಹವನ್ನು ಮುಗಿಸುತ್ತೇನೆ. 2018, ನವೆಂಬರ್ 17ರಂದು ನಾನು ದಿಲ್ಲಿಯಲ್ಲಿ ಒಂದು ಕಛೇರಿ ನೀಡಬೇಕಿತ್ತು. ಆದರೆ ಅಸಹಜ ಸನ್ನಿವೇಶವೊಂದರಲ್ಲಿ ಅದನ್ನು ಮುಂದೂಡಬೇಕಾಗಿ ಬಂದಿತ್ತು. ಬಳಿಕ ದಿಲ್ಲಿ ಸರ್ಕಾರ ಅದನ್ನು ಮರು ಆಯೋಜಿಸಿತು. ಈ ಸಂದರ್ಭದಲ್ಲಿ ಕಾರ್ನಾಡರು ನನಗೊಂದು ಇ-ಮೇಲ್ ಕಳಿಸಿದ್ದರು.

ಪ್ರಿಯ ಕೃಷ್ಣ,

ನಿಮಗೆ ಇನ್ನಷ್ಟು ಬಲ ಸಿಗಲಿ!,
ನಿಮ್ಮ ಧ್ವನಿ ದಿಗಂತಗಳಿಗೆ ವ್ಯಾಪಿಸಲಿ.

ಗಿರೀಶ್.

ಕಾರ್ನಾಡರು ಈ ದೇಶವನ್ನು ಹಲವು ಧ್ವನಿಗಳ, ಹಲವು ವೈರುಧ್ಯಗಳ, ಏಕರೂಪಿ ಅಲ್ಲದ ಖಜಾನೆಯಾಗಿ ಕಾಪಿಟ್ಟುಕೊಂಡರು ಮತ್ತು ಬಲಪಂಥೀಯ ಮತಾಂಧತೆಯನ್ನು ಮುಖಾಮುಖಿಯಾಗಿ ಎದುರಿಸಿ ನಿಂತರು. ಅವರು ತಾವು ಮಾತ್ರ ಧೈರ್ಯಶಾಲಿಯಾಗಿ ಉಳಿಯಲಿಲ್ಲ; ತಮ್ಮ ಜೊತೆಗಾರರಿಗೂ ಬೆಂಬಲವಾಗಿ ನಿಂತರು.

ದಿ ಹಿಂದೂ / ಕನ್ನಡಕ್ಕೆ: ರಾಜಾರಾಂ ತಲ್ಲೂರ್

ಮುಜುಗರವಿಲ್ಲದೇ ಸತ್ಯ ಹೇಳುತ್ತಿದ್ದ...

ಶ್ರೀನಿವಾಸ್ ವೈದ್ಯ *ಲೇಖಕ*

ತಾನು ಕಂಡ ಸತ್ಯವನ್ನು ಯಾವುದೇ ಭಿಡೆ, ಮುಚ್ಚುಮರೆಯಿಲ್ಲದೇ ನಿರ್ಭಯವಾಗಿ ಹೇಳಬಲ್ಲ ವ್ಯಕ್ತಿ ಕಾರ್ನಾಡ. ನಮ್ಮ ಸಮಾಜಕ್ಕೆ ಒಂದು ಅನ್ಯಮಾರ್ಗವನ್ನು ತೋರಿಸಬಲ್ಲ ಕೆಲವೇ ವ್ಯಕ್ತಿಗಳಲ್ಲಿ ಆತನೂ ಒಬ್ಬ.

ಕನ್ನಡವನ್ನು ಇಡೀ ಜಗತ್ತಿಗೆ ಆತ ಪಸರಿಸಿದ್ದು ಎಲ್ಲರೂ ಬಲ್ಲ ವಿಷಯವೇ. ಧಾರವಾಡದ ಕರ್ನಾಟಕ ಕಾಲೇಜಿನ ಬಿಲ್ಡಿಂಗ್ ನೋಡಿದಾಗಲೆಲ್ಲ ಅವನ ಜೊತೆಗಿನ ಒಡನಾಟವೇ ನೆನಪಾಗುತ್ತದೆ. ಅವನು ಎನ್‌ಸಿಸಿಯಲ್ಲಿದ್ದ. ನಾನೂ ಇದ್ದೆ. ಅವನು ಎರಡು ವರ್ಷ ಮಾತ್ರ ಇದ್ದ. ನಾನು ಆರು ವರ್ಷ ಇದ್ದೆ. ನಾನು ಅಂಡರ್ ಆಫೀಸರ್ ಆಗಿದ್ದೆ. ಅವನು ಆರ್ಡಿನರಿ ಕೆಡೆಟ್ ಆಗಿದ್ದ. ಅವನ ಪ್ರತಿಭೆಗೆ ಎನ್‌ಸಿಸಿ ಹೇಳಿದ್ದಲ್ಲ ಅಂತ ಬಿಟ್ಟನೋ ಏನೋ. ಎನ್‌ಸಿಸಿಯ ದಿನಗಳು ನನಗೆ ನೆನಪಾಗುತ್ತವೆ. ಇನ್ನೊಂದು ನೆನಪು ಮನೋಹರ ಗ್ರಂಥಮಾಲೆಯಲ್ಲಿ ನಡೆಯುತ್ತಿದ್ದ ಆ ಚರ್ಚಾಕೂಟಗಳದ್ದು. ಅಲ್ಲಿ ನಡೆಯುತ್ತಿದ್ದ ನಿರಂತರ ಚರ್ಚಾಕೂಟದಲ್ಲಿ ಕೀರ್ತಿನಾಥ ಕುರ್ತುಕೋಟಿ,

ರಾಮಾನುಜನ್, ಶಂಕರ್ ಮೊಕಾಶಿ ಪುಣೇಕರ್, ಕಾರ್ನಾಡ್ ಜೊತೆಗೆ ಕೂತು ಕೇಳುವ ಭಾಗ್ಯ ನನ್ನದಾಗಿತ್ತು. ಅದರಲ್ಲಿ ಭಾಗವಹಿಸುವ ಯೋಗ್ಯತೆ ನನಗಿರಲಿಲ್ಲ. ದೂರ ಕುಳಿತು ಪಾಲುಗೊಳ್ಳುವ ಭಾಗ್ಯ ಮಾತ್ರ ನನ್ನದಾಗಿತ್ತು. ಕಾರ್ನಾಡ ಬಹಳ ಶಿಸ್ತಿನ ಮನುಷ್ಯ. ಒಂದೊಂದು ಸಲ ರಾತ್ರಿ ಎಂಟು ಎಂಟೂವರೆಯ ಹೊತ್ತಿಗೆ ಅಲ್ಲಿ ಚರ್ಚೆ ತಾರಕಕ್ಕೇರಿರುತ್ತಿತ್ತು. ಯಾರು ಹೇಗೇ ಮಾತಾಡ್ತಿದ್ರೂ, ಎಷ್ಟೇ ಜೋರಾಗಿ ಮಾತಾಡ್ತಿದ್ದರೂ ಆತ ತನ್ನ ಟೈಮ್ ಆದಾಗ ಎದ್ದು ಹೋಗ್ತಿದ್ದ. ನಾವೆಲ್ಲ ರಾತ್ರಿ ಹತ್ತು ಹತ್ತೂವರೆ ತನಕ ಕೂತು ಮಾತಾಡುತ್ತಿದ್ದೆವು. ಆತ ಕರೆಕ್ಟ್ ಟೈಮ್‌ಗೆ ಎದ್ದು ಹೊರಟುಬಿಟ್ಟಿದ್ದ. ಇದು ಆತನ ಸ್ಟ್ರೇಂಜ್ ವ್ಯಕ್ತಿತ್ವ. ಧಾರವಾಡದಲ್ಲಿ ಬೀದಿ ಬೀದಿ ಅಲೆದಿದ್ದೇವೆ ನಾವು. ಧಾರವಾಡ ಒಂಥರ ವಿಚಿತ್ರ ಊರು. ಯಾರಿಗೂ ಬಹುವಚನದಲ್ಲಿ ಮಾತನಾಡಿ ಗೊತ್ತಿಲ್ಲ. ಬಾಬೂ ಸಿಂಗ್ ಠಾಕೂರ್ ಅಂತ ಪೇಡದ ಶಾಪ್‌ನವ ಇದ್ದ. ನಾನಾಗ ಮುಂಬೈಯಲ್ಲಿದ್ದೆ. ಧಾರವಾಡಕ್ಕೆ ಬಂದಾಗ ಆತ ವದರಿಹೇಳ್ತಿದ್ದ,'ಏ ವೈದ್ಯ, ಗಿರೀಶ ಬಂದಾನ ನೋಡು. ಇರ್ತಾನಂತ ಒಂದೆರಡು ದಿವ್ಸ. ಭೆಟ್ಟಿಯಾಗಿ ಹೋಗು' ಗಿರೀಶ ಎಲ್ಲೆಲ್ಲೋ ಕೆಲ್ಸ ಮಾಡಿ ಬಂದಿರುತ್ತಿದ್ದ. ಒಂದು ಸಲ ಸ್ಟೇಶನ್ ಹತ್ರ ಪ್ರೀಮಿಯರ್ ಪದ್ಮಿನಿ ಕಾರ್‌ನಲ್ಲಿ ಕೂತಿದ್ದ. ಆಗಿನ ಕಾಲದಲ್ಲಿ ಪದ್ಮಿನಿ ಕಾರು ಅಂದ್ರೇನು, ನಮಗೆಲ್ಲ ಕನಸದು. 'ಎಲ್ಲಿದ್ದೀಯೋ' ಅಂತ ನಾನು ಅವನಿಗೆ ಕೇಳಿದೆ. 'ಮದ್ರಾಸ್‌ನಲ್ಲಿ ಆಕ್ಸ್‌ಫರ್ಡ್ ಯುನಿವರ್ಸಿಟಿ ಪ್ರೆಸ್‌ನಲ್ಲಿ ಮ್ಯಾನೇಜರ್ ಆಗಿದ್ದೀನಿ' ಅಂದ. 'ಎಷ್ಟು ಸಂಬಳ ಬರ್ತದೆ?' ಅಂದೆ. 'ಹದಿನಾಲ್ಕುನೂರು' ಅಂದ. ಇದೆಲ್ಲ ನಡೆದಿದ್ದು 60ರ ದಶಕದಲ್ಲಿ. ಆಗ ಹದಿನಾಲ್ಕು ನೂರು ಸಂಬಳ ಅಂದ್ರೆ ಅದು ಪರಮಭಾಗ್ಯ. ಮುಂದೆ ಒಂದೆರಡು ತಿಂಗಳು ಬಿಟ್ಟು ನೋಡಿದರೆ ಅದೇ ಧಾರವಾಡದಲ್ಲಿ ಸೈಕಲ್ ಹಿಡ್ಕೊಂಡು ಅಡ್ಡಾಡ್ತಾ ಇದ್ದ. 'ಏನ್ಮಾಡ್ತಿಯೋ' ಅಂದ್ರೆ, 'ಬಿಟ್ಬಿಟ್ಟೆ ಅದನ್ನ. ರ್‍ಹೋಡ್ಸ್ ಸ್ಕಾಲರ್‌ಶಿಪ್ ಸಿಕ್ಕಿದೆ. ಅಲ್ಲಿ ಕೆಲಸ ಮಾಡ್ತಿದ್ದೀನಿ' ಅಂದ. ಅದ್ಭುತ ವ್ಯಕ್ತಿ ಆತ. ಆತನ ಅಗಲಿಕೆ ಎಷ್ಟು ದೊಡ್ಡ ನಷ್ಟ ಅಂತ ಹೇಗೆ ಹೇಳೋದು. ಸಂಸ್ಕಾರ ಬಂದಾಗ ಕನ್ನಡ ಸಿನಿಮಾ ರಂಗಕ್ಕೆ ಇಂಥ ಒಂದು ಸಾಧ್ಯತೆ ಉಂಟು ಎಂಬ ಕಲ್ಪನೆ ಕೂಡ ಯಾರಿಗೂ ಇರಲಿಲ್ಲ. ಅಂಥ ಒಂದು ಸಿನಿಮಾವನ್ನು ತೆಗೆದ ಅವನು. ನನಗೆ ಇವತ್ತಿಗೂ ಗಿರೀಶ ಅಂದರೆ ನೆನಪಿಗೆ ಬರುವುದು ಎರಡು ವಿಷಯ. ಒಂದು ತಾನು ಕಂಡ ಸತ್ಯವನ್ನು ಯಾವ ಮುಜುಗರವೂ ಇಲ್ಲದೇ ಹೇಳುವವ. 'ನ ಬ್ರೂಯಾತ್ ಸತ್ಯಮಪ್ರಿಯಮ್' ಅನ್ನೋದು ಅವನ ಪಾಲಿಗೆ ಲಾಗೂ ಆಗ್ಲಿಲ್ವೇನೋ. ಎರಡನೇದು ಆತ ವಿಶಿಷ್ಟ ಥಿಂಕರ್. ಸಮಾಜಕ್ಕೆ ಇನ್ನೊಂದು ಮಾರ್ಗವನ್ನು ತೋರಿಸಬಲ್ಲಂಥಾ ವ್ಯಕ್ತಿಯಾಗಿದ್ದ.

ಕನ್ನಡಪ್ರಭ

ನಮ್ಮ ಮನೆಗೆ ಬೆಳ್ಳುಳ್ಳಿ ತಂಬುಳಿ ತಂದಿದ್ದರು

ಕೆ.ಎಂ. ಚೈತನ್ಯ ನಿರ್ದೇಶಕ

ಪ್ರಸಿದ್ಧ ರಂಗಕರ್ಮಿಯೊಬ್ಬರು ಕಾರ್ನಾಡರನ್ನು ಅವರ ಜನ್ಮದಿನಾಚರಣೆಯ ಪಾರ್ಟಿಗೋಸ್ಕರ ಆಹ್ವಾನಿಸಿದ್ದರು. ಅದಕ್ಕೆ ಕಾರ್ನಾಡ್ ಅವರು ಪ್ರತಿಕ್ರಿಯಿಸಿದ್ದು ಹೀಗೆ: 'ಹುಟ್ಟು ಮತ್ತು ಸಾವು ಬಹಳ ವೈಯಕ್ತಿಕ ವಿಚಾರಗಳು. ಅದನ್ನು ತೀರಾ ಹತ್ತಿರದವರೊಂದಿಗೆ ಮಾತ್ರ ಹಂಚಿಕೊಳ್ಳಬೇಕು. ಈ ಹುಟ್ಟು ಸಾವುಗಳ ಮಧ್ಯೆ ನಾವು ಏನು ಮಾಡಿದ್ದೇವೆ ಎನ್ನುವುದಷ್ಟೇ ಜಗತ್ತಿಗೆ ಬೇಕಿರುವುದು'.

ತಮ್ಮ 16ನೇ ವಯಸ್ಸಿನಲ್ಲಿ ಕಾರ್ನಾಡರಿಗೆ ಪ್ರಖ್ಯಾತರ ಚಿತ್ರಗಳನ್ನು ತಾವೇ ಬಿಡಿಸಿ, ಅದನ್ನು ಅವರಿಗೆ ಕಳಿಸಿಕೊಡುವ ಪರಿಪಾಠ ಇತ್ತಂತೆ. ಆ ಚಿತ್ರಕ್ಕೆ ಆಟೋಗ್ರಾಫ್ ಹಾಕಿ ವಾಪಾಸ್ ಕಳಿಸಿಕೊಡುವಂತೆ ಆ ವ್ಯಕ್ತಿಗಳನ್ನು ಕೇಳಿಕೊಳ್ಳುತ್ತಿದ್ದರು. ಕಾರ್ನಾಡರು ಚಿಕ್ಕವರಾಗಿದ್ದಾಗ ಹಾಗೆ ಬಿಡಿಸಿಟ್ಟ ಅಲ್ಬರ್ಟ್ ಐನ್‌ಸ್ಟೀನ್, ಸರ್ವಪಲ್ಲಿ ರಾಧಾಕೃಷ್ಣನ್ ಮುಂತಾದವರ ಚಿತ್ರಗಳು ಅವರ ಸಂಗ್ರಹದಲ್ಲಿ ಇದ್ದವು, ಆ ಚಿತ್ರಕ್ಕೆ ಅವರ ಹಸ್ತಾಕ್ಷರ ಕೂಡ ಇತ್ತು. ಹೀಗೇ ಐರಿಶ್ ನಾಟಕಕಾರ ಷಾನ್ ಓ ಕೇಸಿ ಅವರಿಗೂ ಅವರದೊಂದು ಚಿತ್ರ ಕಳಿಸಿಕೊಟ್ಟಿದ್ದರು ಕಾರ್ನಾಡ್. ಅದಕ್ಕೆ ಆತ ಬರೆದು ಕಳಿಸಿದ ಪ್ರತಿಕ್ರಿಯೆ ಹೀಗಿತ್ತು: 'ಬೇರೆಯವರ ಇಂಥ ಆಟೋಗ್ರಾಫ್ ನಿಂದ ನಿನಗೆ ಏನಾಗಲಿಕ್ಕಿದೆ? ಇದೆಲ್ಲಾ ಮಾಡುವ ಬದಲು ನಿನ್ನ ಪ್ರತಿಭೆ ಬಳಸಿ ಏನಾದರೂ ಕೆಲಸ ಮಾಡು, ಆಗ ಜನರೇ ಒಂದು ದಿನ ನಿನ್ನ ಆಟೋಗ್ರಾಫ್ ಕೇಳಿಕೊಂಡು ಬರುತ್ತಾರೆ'.

ಕಾರ್ನಾಡರು ಯಯಾತಿ ಬರೆದಾಗ ಅವರಿಗೆ ಆಗಿನ್ನೂ 22 ವರ್ಷ ವಯಸ್ಸು. ಅದಾದಮೇಲೆ ಕಾರ್ನಾಡರು ಹಲವಾರು ನಾಟಕಗಳನ್ನು ಬರೆದರು, ಅವುಗಳೆಲ್ಲಾ

ಕಾರ್ನಾಡರನ್ನು ಭಾರತದ ಹಾಗೂ ಜಗತ್ತಿನ ಶ್ರೇಷ್ಠ ನಾಟಕಕಾರರಲ್ಲೊಬ್ಬರನ್ನಾಗಿ ರೂಪಿಸುತ್ತಾ ಹೋದವು. ಕಾರ್ನಾಡರ ಜೊತೆಗಿನ ನನ್ನ ಶುರು ಶುರುವಿನ ನೆನಪೆಂದರೆ ಸುಮಾರು 25 ವರ್ಷಗಳ ಹಿಂದೆ ಬೆಂಗಳೂರಿನ ಜೆಪಿ ನಗರಕ್ಕೆ ತಮ್ಮ ವಾಸ್ತವ್ಯವನ್ನು ಅವರು ಬದಲಾಯಿಸಿದ ದಿನಗಳು. ಕಾರ್ನಾಡರು ಬೆಳ್ಳುಳ್ಳಿ ತಂಬುಳಿ ಹಿಡಿದುಕೊಂಡು ಆಗ ನಮ್ಮ ಮನೆಗೆ ಬಂದಿದ್ದರು. 'ಹೀಗೆ ನಾನೊಂದು, ನೀವೊಂದು ಪದಾರ್ಥಗಳನ್ನು ಕೊಟ್ಟು ತಗೊಂಡು ಮಾಡದೇ ಹೋದರೆ ನಾವು ನೆರೆಹೊರೆ ಹೇಗಾಗ್ತೀವಿ' ಅಂತ ನಮ್ಮಮ್ಮನಿಗೆ ಕೇಳಿದ್ದರು.

ಆಗ ದೂರದರ್ಶನದಲ್ಲಿ ಪ್ರಸಾರವಾಗುತ್ತಿದ್ದ ಅವರ ಜನಪ್ರಿಯ ಕಾರ್ಯಕ್ರಮ 'ಟರ್ನಿಂಗ್ ಪಾಯಿಂಟ್'ನಲ್ಲಿ ವಿಜ್ಞಾನದ ಬಗ್ಗೆ ಅವರು ಮಾತಾಡುವುದನ್ನು ನಾನು ಟಿವಿಯಲ್ಲಿ ಆಸಕ್ತಿಯಿಂದ ನೋಡುತ್ತಿದ್ದೆ. ಹಾಗಿರುವಾಗ ಹೀಗೆ ತಂಬುಳಿ ಹಿಡಿದುಕೊಂಡು ನನ್ನ ಮನೆ ಬಾಗಿಲಲ್ಲಿ ನಿಂತ ಕಾರ್ನಾಡರನ್ನು ನೋಡುವಾಗ ವಿಚಿತ್ರ ಅನ್ನಿಸಿತ್ತು. ಅವರು ಬೆಂಗಳೂರಿಗೆ ಬಂದಾಗ ಮನೆ ಮಾಡಿದ್ದು ಕನ್ನಡದ ವಾತಾವರಣ ಇರುವಂತಹ ಶಾಂತವಾದ ಜೆ.ಪಿ.ನಗರದ ಬಡಾವಣೆಯಲ್ಲಿ. ಐದು ವರ್ಷಗಳ ಹಿಂದೆ, ಅವರ ಮನೆಯ ಮುಂಭಾಗದ ರಸ್ತೆಯನ್ನು ಅಗೆದು ಹಾಕಲಾಗುತ್ತಿತ್ತು, ಬಹಳ ವರ್ಷ ಹಳೆಯ ಮರಗಳನ್ನೆಲ್ಲಾ ಕಡಿದು ಹಾಕುತ್ತಿದ್ದರು, ಅತ್ಯಂತ ಮಹತ್ವದ ಅಂಡರ್ ಪಾಸ್ ಕಾಮಗಾರಿ ಪ್ರಗತಿಯಲ್ಲಿತ್ತು. ಹಾಗಾಗಿ ಹಗಲೂ ರಾತ್ರಿ ಸದ್ದು, ಗದ್ದಲ, ಟ್ರಾಫಿಕ್, ರಗಳೆ. ಆ ಪ್ರಾಜೆಕ್ಟ್ ಮುಗಿದು, ಸುಂದರ ಅಂಡರ್ ಪಾಸ್ ರಸ್ತೆ ನಿರ್ಮಾಣವಾದ ಮೇಲೆ ಆ ರಸ್ತೆಯಲ್ಲಿ ವಾಹನ ದಟ್ಟಣೆ ಮತ್ತಷ್ಟು ಹೆಚ್ಚಿತು, ರಗಳೆ ಇನ್ನಷ್ಟು ಹೆಚ್ಚಾಯಿತು. ಇವೆಲ್ಲಾ ಪ್ರಭಾವಶಾಲಿ ದೃಶ್ಯವಾಗಿ ಅವರ ಪ್ರಮುಖ ನಾಟಕಗಳಾದ 'ಬೆಂದಕಾಳೂರು ಆನ್ ಟೋಸ್ಟ್', 'ಮದುವೆ ಆಲ್ಬಂ' ಹಾಗೂ 'ಒಡಕಲು ಬಿಂಬ'ಗಳಲ್ಲಿ ಬಂದವು. ಬದಲಾಗುತ್ತಿರುವ ನಗರಗಳ ಬಗ್ಗೆ ಆ ನಾಟಕಗಳ ಪಾತ್ರಗಳು ಮಾತಾಡಿದವು.

ಕಳೆದ ವರ್ಷ ಅವರ ಆ ಜೆಪಿ ನಗರದ ಮನೆಯನ್ನು ಮಾರಿ, ಬೆಂಗಳೂರಿನ ಮಧ್ಯಭಾಗದ ಅಪಾರ್ಟ್‌ಮೆಂಟ್‌ಗೆ ಶಿಫ್ಟ್ ಆದರು. ಅಲ್ಲಿಗೆ ಅವರನ್ನು ಭೇಟಿ ಮಾಡಲು ಹೋದಾಗ 'ನೋಡು, ಬೆಂಗಳೂರಿನ ಮಧ್ಯಭಾಗದಲ್ಲಿ ಇದ್ದೀನಿ, ಆದರೂ ಎಷ್ಟು ಪ್ರಶಾಂತವಾಗಿದೆ. ಎಲ್ಲಾ ಹುಚ್ಚಾಟಗಳೂ ಆಚೆ ಕಡೆ ನಡೀತಿವೆ' ಅಂದಿದ್ದರು.

ಕಮ್ಯೂನಿಕೇಶನ್‌ನಲ್ಲಿ ಸ್ನಾತಕೋತ್ತರ ಪದವಿ ಪಡೆದು ಮುಂಬೈಗೆ ಹೋಗಲು ನಾನು ತಯಾರಾಗಿದ್ದಾಗ ಒಂದು ಸಲ ಕಾರ್ನಾಡರನ್ನು ಕಂಡು ಮಾತಾಡು ಅಂತ ನಮ್ಮ ತಂದೆ ಹೇಳಿದರು. ಕಾರ್ನಾಡರು ಹೇಳಿಕೇಳಿ ಸಮಯಪ್ರಜ್ಞೆಗೆ ಹೆಸರಾದವರು. ಒಂದು ಸಲ ಹೇಳಿದ ಸಮಯಕ್ಕಿಂತ ಮೊದಲೇ ಬಂದಿದ್ದರು ಅನ್ನುವ ಕಾರಣಕ್ಕೆ

ಬಾಲಿವುಡ್ ನಟಿಯೊಬ್ಬರನ್ನು ಮಾತಾಡದೇ ಆಚೆ ಕಳಿಸಿದ್ದರು. ಹಾಗೇ ಮತ್ತೊಬ್ಬ ಪ್ರಖ್ಯಾತ ನಟರೊಬ್ಬರಿಗೆ 'ಐದು ನಿಮಿಷ ತಡವಾಯ್ತು' ಅಂತ ಬೈದಿದ್ದನ್ನೂ ಕೇಳಿಸಿಕೊಂಡಿದ್ದೆ. ಹಾಗಾಗಿ ಆ ದಿನ ಕಾರ್ನಾಡರನ್ನು ಭೇಟಿ ಮಾಡಲು ಐದು ನಿಮಿಷ ಮೊದಲೇ ಹೋದೆ ಮತ್ತು ಹೊರಗಡೆ ಕಾದಿದ್ದು ಹೇಳಿದ ಸಮಯಕ್ಕೆ ಸರಿಯಾಗಿ ಅವರ ಮನೆ ಹೊಕ್ಕೆ.

ಆವತ್ತು ತುಂಬ ಭಯವೇ ಆಗಿತ್ತು. ನಾನು ಮುಂಬೈಗೆ ಹೋಗಬೇಕೆಂದಿರುವ ಬಗ್ಗೆ, ಅಲ್ಲಿರುವ ನನ್ನ ಸ್ನೇಹಿತರ ಬಗ್ಗೆ, ಏನೋ ಒಂದು ಕೆಲಸ ಸಿಗಬಹುದು ಎನ್ನುವ ಬಗ್ಗೆ ಅವರ ಜೊತೆ ಹೇಳಿಕೊಂಡೆ. ಹಾಗೇ ತಂದೆಯವರು ಹೇಳಿದ್ದರಿಂದ ನಿಮ್ಮನ್ನು ಭೇಟಿ ಮಾಡುತ್ತಿದ್ದೇನೆಂದೂ, ನಿಮ್ಮಿಂದ ಬೇರೆ ಯಾವ ಸಹಾಯವನ್ನೂ ಅಪೇಕ್ಷಿಸುತ್ತಿಲ್ಲವೆಂದೂ ಸೂಚ್ಯವಾಗಿ ನನ್ನ ಮಾತುಗಳಲ್ಲಿ ದಾಟಿಸಿದೆ. ಆದರೆ ಅವರು ನನಗೇ ಅಚ್ಚರಿಯಾಗುವ ರೀತಿ 'ಮುಂಬೈಗೆ ಯಾಕೆ ಹೋಗುತ್ತೀಯಾ, ನಾನು ಟೆಲಿವಿಶನ್ ಸೀರೀಸ್ ಮಾಡಲಿಕ್ಕಿದ್ದೇನೆ, ಅಸಿಸ್ಟೆಂಟ್ ಆಗಿ ಬರ್ತೀಯಾ?' ಅಂತ ಹೇಳಿಬಿಟ್ಟರು.

ಹಾಗೆ ನನ್ನ ಸಿನಿಮಾ ಮತ್ತು ಟಿವಿ ಪ್ರಯಾಣ ಪ್ರಾರಂಭವಾಯಿತು. ಎರಡು ಟಿವಿ ಶೋಗೋಸ್ಕರ ಅವರ ಜೊತೆ ನಾನು ಕೆಲಸ ಮಾಡಿದೆ. ಕುವೆಂಪು ಅವರ 'ಕಾನೂರು ಹೆಗ್ಗಡತಿ'ಯನ್ನು ಕನ್ನಡದಲ್ಲಿ ಸಿನಿಮಾ ಆಗಿಯೂ, ಹಿಂದಿಯಲ್ಲಿ

ಧಾರಾವಾಹಿಯಾಗಿಯೂ ಮಾಡಲು ಕಾರ್ನಾಡರು ನಿರ್ಧರಿಸಿದಾಗ ನಾನು ಅದಕ್ಕೆ ಸಹಾಯಕ ನಿರ್ದೇಶಕನಾಗಿದ್ದೆ. ಆ ಸಂದರ್ಭದಲ್ಲೇ ಅವರಿಗೆ ಪ್ರತಿಷ್ಠಿತ ಜ್ಞಾನಪೀಠ ಪ್ರಶಸ್ತಿ ಬಂತು ಮತ್ತು ದೆಹಲಿಗೆ ಅವರು ಹೋಗಲೇಬೇಕಾಯ್ತು. ಆದರೆ 'ಕಾನೂರು ಹೆಗ್ಗಡತಿ'ಗೋಸ್ಕರ ಇಡೀ ಚಿತ್ರತಂಡ ಮಲೆನಾಡಿನಲ್ಲಿ ಬೀಡು ಬಿಟ್ಟಿತ್ತು, ಶೂಟಿಂಗ್ ನಿಲ್ಲಿಸುವಂತೆಯೇ ಇರಲಿಲ್ಲ. ಆಗ ಅವರು ನನ್ನನ್ನು ಚಿತ್ರೀಕರಣ ನೋಡಿಕೊಳ್ಳಲು ಬಿಟ್ಟು, ದೆಹಲಿಗೆ ಹೊರಟು ಹೋದರು. ನಮ್ಮ ಈ ಚಿತ್ರಕ್ಕೆ 'ಮಾಲ್ಗುಡಿ ಡೇಸ್' ಖ್ಯಾತಿಯ ಪ್ರಖ್ಯಾತ ಛಾಯಾಗ್ರಾಹಕ ಎಸ್. ರಾಮಚಂದ್ರ ಅವರೇ ಛಾಯಾಗ್ರಾಹಕರಾಗಿದ್ದರು. ನನಗೆ ಆಗ ಬರೀ 23 ವರ್ಷ ವಯಸ್ಸು, ಕಾರ್ನಾಡರು ಹೊರಿಸಿ ಹೋದ ಆ ಜವಾಬ್ದಾರಿ ನನಗೆ ಸಂಭ್ರಮ ತಂದಿತ್ತು. ಮಲೆನಾಡಿನ ದೊಡ್ಡ ಮನೆ, ಆ ಮನೆಗೆ ಆ ಕಾಲಕ್ಕೆ ದುಬಾರಿ ಬಾಡಿಗೆ, ಆ ಕಾಲಕ್ಕೆ ಲ್ಯಾಂಡ್ ಲೈನ್ ಮಾತ್ರ ಸಂಪರ್ಕಕ್ಕೆ ಅಂತ ಇದ್ದಿದ್ದು. ಎರಡು ತಿಂಗಳುಗಳ ಕಾಲ ದೊಡ್ಡ ದೊಡ್ಡ ಕಲಾವಿದರು ಅಲ್ಲೇ ವಾಸ್ತವ್ಯ ಹೂಡಿದ್ದರು. ಆಗ ಕಾರ್ನಾಡರು ದಿನ ಬಿಟ್ಟು ದಿನ ನನಗೆ ಫೋನ್ ಮಾಡಿ ಮಾತಾಡುತ್ತಿದ್ದರು. ವಾಪಾಸ್ ಬಂದಮೇಲೆ ನಾನು ಶೂಟ್ ಮಾಡಿದ ಭಾಗಗಳನ್ನೆಲ್ಲಾ ನೋಡಿದರು, 'ಆ ದೂರದರ್ಶನ ಸರಣಿಯನ್ನು ಪೂರ್ತಿ ನೀನೇ ನೋಡಿಕೋ, ನಾನು ಸಿನಿಮಾ ನೋಡಿಕೊಳ್ಳುತ್ತೇನೆ' ಅಂತ ಹೇಳಿದರು.

ಚಲನಚಿತ್ರ ಮತ್ತು ರಂಗಭೂಮಿ ಇತಿಹಾಸದ ವಿಚಾರವಾಗಿ ಕಾರ್ನಾಡರ ಬಳಿ ಸಾಕಷ್ಟು ಆಸಕ್ತಿಕರ ಕತೆಗಳಿದ್ದವು. ಅವರು ಭಾರತೀಯ ಚಲನಚಿತ್ರ ಮತ್ತು ದೂರದರ್ಶನ ಸಂಸ್ಥೆ (ಎಫ್‌ಟಿಐಐ) ನಿರ್ದೇಶಕರಾಗಿದ್ದಾಗ ಆಯ್ಕೆದಾರರ ಸಮಿತಿ, ಖ್ಯಾತ ನಟ ಓಂಪುರಿ ಅವರನ್ನೇ ನಟನಾ ತರಬೇತಿ ಕೋರ್ಸಿಗೆ ಆಯ್ಕೆ ಮಾಡದೇ ತಿರಸ್ಕರಿಸಿತ್ತು. ಓಂಪುರಿ ಮುಖದ ಮೇಲಿನ ಕಲೆಗಳು ಮತ್ತು ಅವರು ತೀರಾ ಸಣಕಲ ಎಂಬುದು ಸಮಿತಿ ಅವರನ್ನು ತಿರಸ್ಕರಿಸಲು ಕೊಟ್ಟಿದ್ದ ಕಾರಣಗಳು. ಆದರೆ ಕಾರ್ನಾಡರು ತಮ್ಮ ಅಧಿಕಾರ ಬಳಸಿ ಓಂಪುರಿ ಅವರನ್ನು ಕೋರ್ಸಿಗೆ ಸೇರಿಸಿಕೊಂಡರು ಮತ್ತು ಆಮೇಲಿನದೆಲ್ಲಾ ಇತಿಹಾಸ.

ಸ್ವತಃ ಕಾರ್ನಾಡರೇ ನನ್ನ ಬಳಿ ಹೇಳಿಕೊಂಡ ಹಾಗೆ, ಮುಂಬೈನಲ್ಲಿ ಮರಾಠಿ ನಾಟಕವೊಂದರಲ್ಲಿ ಶಂಕರ್ ನಾಗ್ ಅವರನ್ನು ನೋಡಿದ ಕಾರ್ನಾಡರು, ನಾಟಕ ಮುಗಿದ ತಕ್ಷಣ ಬ್ಯಾಕ್‌ಸ್ಟೇಜ್‌ಗೆ ಹೋಗಿ ಶಂಕರ್ ನಾಗ್ ಅವರನ್ನು ಸಂಪರ್ಕಿಸಿ ತಮ್ಮ ಮುಂಬರುವ ನಾಟಕದಲ್ಲಿ ಪಾತ್ರ ವಹಿಸುವಂತೆ ಕೇಳಿಕೊಂಡಿದ್ದರು. ಆದರೆ ಶಂಕರ್, 'ಒಬ್ಬ ಲೇಖಕ ಹಾಗೂ ನಿರ್ದೇಶಕನಾಗಿ ನಿಮ್ಮನ್ನು ತುಂಬ ಇಷ್ಟಪಟ್ಟಿದ್ದೇನೆ, ನನಗೆ ನಟನೆ ಬೇಡ. ನನ್ನನ್ನು ನಿಮ್ಮ ಅಸಿಸ್ಟೆಂಟ್ ಆಗಿ ತೆಗೆದುಕೊಳ್ಳಿ' ಅಂತ ಹೇಳಿದರಂತೆ. ವಾಪಾಸ್ ಬೆಂಗಳೂರಿಗೆ ಬಂದ ಕಾರ್ನಾಡ್, ಶಂಕರ್ ಅವರ ಅಣ್ಣ ಅನಂತ್ ನಾಗ್‌ರನ್ನು ಸಂಪರ್ಕ ಮಾಡಿದರು. ಅದಾದ ಮೇಲೆ ತನ್ನ ತಮ್ಮನನ್ನು ಅನಂತ್

ನಾಗ್ ಕಾರ್ನಾಡ್ ಮನೆಗೆ ಕರೆದುಕೊಂಡು ಬಂದರು ಮತ್ತು 'ಒಂದಾನೊಂದು ಕಾಲದಲ್ಲಿ' ಚಿತ್ರದ ಮೂಲಕ ಶಂಕರ್ ನಾಗ್ ಅವರನ್ನು ಚಿತ್ರರಂಗಕ್ಕೆ ಪರಿಚಯಿಸಲು ಕಾರಣವಾಯಿತು.

ಶಂಕರ್ ಬಗ್ಗೆ ಇನ್ನೊಂದು ಘಟನೆ, ಸ್ವತಃ ಕಾರ್ನಾಡರೇ ಹೇಳಿದ್ದು. ಸುಮಾರು 40 ವರ್ಷಗಳ ಹಿಂದೆ ಸಿಗರೇಟು ಬಿಡುವುದಕ್ಕೋಸ್ಕರ ಜಿಂದಾಲ್ ಪ್ರಕೃತಿ ಚಿಕಿತ್ಸಾ ಕೇಂದ್ರಕ್ಕೆ ಕಾರ್ನಾಡ್ ಸೇರಿದ್ದಾಗ ಅವರನ್ನು ಭೇಟಿ ಮಾಡಲು ಶಂಕರ್ ನಾಗ್ ಹೋಗಿದ್ದರು. ಹೀಗೇ ವಾಕ್ ಹೋಗೋಣ ಅಂತ ಶಂಕರ್ ಕರೆದರಂತೆ, ಕಾರ್ನಾಡರು ಹೊರಟರು. ದಾರಿ ಮಧ್ಯೆ ಶಂಕರ್ ನಾಗ್ ತಮ್ಮ ಜೇಬಿನಿಂದ ಸಿಗರೇಟು ತೆಗೆದರು. ತಕ್ಷಣ, 'ಈ ಕ್ಯಾಂಪಸ್ಸಿನಲ್ಲಿ ಸಿಗರೇಟು ಸೇದುವ ಹಾಗಿಲ್ಲ' ಅಂತ ಕಾರ್ನಾಡರು ಎಚ್ಚರಿಸಿದರು. ಆಗ ಶಂಕರ್ ಹೇಳಿದ್ದರಂತೆ– 'ನೀವು ಸಿಗರೇಟು ಬಿಡೋದೇ ಆದರೆ ನಿಮ್ಮ ಕೊನೆಯ ಸಿಗರೇಟನ್ನ ನನ್ನ ಜೊತೆಗೇ ಸೇದಬೇಕು!'

ಮಾಂಸವನ್ನು ಹೇಗೆ ಕತ್ತರಿಸಬೇಕೆಂದು ಖ್ಯಾತ ನಟ, ನಿರ್ದೇಶಕ ಅಮ್ಜದ್ ಖಾನ್ ಹೇಳಿಕೊಟ್ಟಿದ್ದು, ಮರ್ಸಿಡೀಸ್‌ಗಿಂತ ಅಂಬಾಸಿಡರೇ ಉತ್ತಮ ಕಾರು ಅಂತ ನಿರ್ದೇಶಕ ಸತ್ಯಜಿತ್ ರೇ ಹೇಳುತ್ತಿದ್ದುದು–ಹೀಗೆ ಕಾರ್ನಾಡರು ಬಹಳಷ್ಟು ಸ್ವಾರಸ್ಯಕರ ಕತೆಗಳನ್ನು ನನ್ನ ಬಳಿ ಹಂಚಿಕೊಂಡಿದ್ದರು.

ಬಿಸಿಸಿ ಸಂಸ್ಥೆ, 'ಆರ್ಟ್ ದಟ್ ಶುಕ್ ದಿ ವರ್ಡ್' ಸರಣಿ ಮಾಡಿತ್ತು. ಆ ಕಾರ್ಯಕ್ರಮಕ್ಕಾಗಿ ಕಾರ್ನಾಡರನ್ನು ಮಹಾಭಾರತದ ಮೇಲೆ ಒಂದು ಸಂಚಿಕೆ ರೂಪಿಸಲು ಕೇಳಿಕೊಂಡಿತ್ತು. ಆಗ ಕಾರ್ನಾಡರು ಮುಲಾಜಿಲ್ಲದೇ 'ಜಗತ್ತಿನ ಯಾವ ಕ್ಲಾಸಿಕ್ ಕೃತಿಗಳಿಗೂ ಮಹಾಭಾರತವನ್ನು ಹೋಲಿಸಲು ಸಾಧ್ಯವೇ ಇಲ್ಲ. 'ಆರ್ಟ್ ದಟ್ ಕ್ರಿಯೇಟೆಡ್ ದಿ ವರ್ಲ್ಡ್' ಅಂತ ಒಂದು ಪ್ರತ್ಯೇಕ ಸರಣಿ ಮಾಡಿ ಅದರಲ್ಲಿ ಮಹಾಭಾರತದ ಬಗ್ಗೆ ಬಿತ್ತರಿಸಿ' ಅಂತ ಸಂಬಂಧಪಟ್ಟವರಿಗೆ ಹೇಳಿದ್ದರು. ಕಡೆಗೂ ಅವರನ್ನೆಲ್ಲಾ ಮನವೊಲಿಸಿ ಮಹಾಭಾರತದ ಬದಲು ಭಗವದ್ಗೀತೆಯ ಮೇಲೆ ಒಂದು ಸಂಚಿಕೆ ಮಾಡಿಸಲು ಯಶಸ್ವಿಯಾದರು.

ಉಪನಿಷತ್, ಗೀತೆಯ ಸಾಕಷ್ಟು ಭಾಗಗಳು ಹಾಗೂ ಸಂಸ್ಕೃತ ಸಾಹಿತ್ಯದ ಕ್ಲಾಸಿಕ್ ಕೃತಿಗಳು ಅವರ ಬಾಯಲ್ಲೇ ಇದ್ದವು. ಶೇಕ್ಸ್‌ಪಿಯರ್, ಎಲಿಯಟ್‌ನ ಸಾಹಿತ್ಯವನ್ನು ಹೇಗೆ ಕೋಟ್ ಮಾಡುತ್ತಿದ್ದರೋ ಹಾಗೇ ಗೀತೆ, ಉಪನಿಷತ್, ಸಂಸ್ಕೃತ ಕಾವ್ಯಗಳನ್ನೂ ಅವರು ಆರಾಮಾಗಿ ಬಾಯಲ್ಲೇ ಹೇಳುತ್ತಿದ್ದರು.

ಮೊತ್ತಮೊದಲ ಸಲ ಕಾರ್ನಾಡರು ತಮ್ಮ ನಾಟಕವನ್ನು ತಾವೇ ನಿರ್ದೇಶಿಸುವ ನಿರ್ಧಾರ ತೆಗೆದುಕೊಂಡಿದ್ದು 'ಒಡಕಲು ಬಿಂಬ' ಬರೆದಾಗ. ತಾಂತ್ರಿಕವಾಗಿ ಅದು ಬಹಳ ಸಂಕೀರ್ಣ ನಾಟಕ. ನಟಿಯೊಬ್ಬಳು ಸ್ಕ್ರೀನ್ ಮೇಲೆ ಬರುವ ತನ್ನ ಬಿಂಬದ

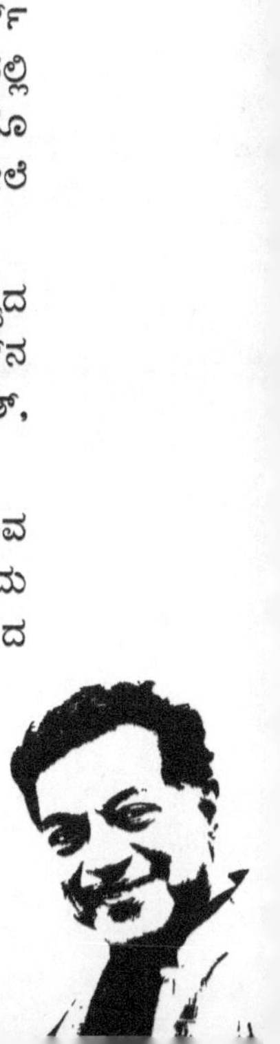

ಜೊತೆಗೇ ಸಂವಾದ ನಡೆಸುತ್ತಾಳೆ. ರಂಗದ ಮೇಲೆ ಬರುವ ನಟಿ ಮತ್ತು ಟಿವಿ ಪರದೆ ಕಾಣುವ ನಟಿಯರ ಮಧ್ಯೆ ಸಂಭಾಷಣೆ ನಡೆಯಬೇಕು. ಇದನ್ನು ಪ್ರೀ ರೆಕಾರ್ಡೆಡ್ ಮಾದರಿಯಲ್ಲಿ ಶೂಟ್ ಮಾಡಬಹುದಾದರೂ ಅದೆಷ್ಟು ಸಹಜವಾಗಿ ಇರಬೇಕು ಎನ್ನುವ ಬಗ್ಗೆ ಅವರು ತುಂಬ ತಲೆ ಕೆಡಿಸಿಕೊಂಡಿದ್ದರು. ನಾನು ಕೆಲವಷ್ಟು ಸಲಹೆಗಳನ್ನು ಕೊಟ್ಟೆ, ಅದು ಉಪಯುಕ್ತವೆಂದೂ ಅವರು ಪರಿಗಣಿಸಿದರು. ಹಲವು ತಾಂತ್ರಿಕ ವಿಚಾರಗಳನ್ನು ನೋಡಿಕೊಳ್ಳಬೇಕಾಗಿದ್ದರಿಂದ ನಾನೇ ಸ್ವಯಂ ಆಸಕ್ತಿಯಿಂದ ಆ ನಾಟಕದ ಜೊತೆಗೆ ಉದ್ದಕ್ಕೂ ಇದ್ದೆ. ಆ ನಾಟಕದ ಪೋಸ್ಟರ್ ಆಚೆ ಬಂದಾಗ, ಕಾರ್ನಾಡರು ತಮ್ಮ ಹೆಸರಿನ ಜೊತೆ ನನ್ನ ಹೆಸರನ್ನೂ 'ನಿರ್ದೇಶಕ' ಅಂತ ಸೇರಿಸಿ ನನ್ನನ್ನು ಗೌರವಿಸಿದರು.

ಲೇಖಕ ಅಗ್ನಿ ಶ್ರೀಧರ್ ಅವರು ತಮ್ಮ ನಿರ್ಮಾಣದ ಚಿತ್ರಕ್ಕೆ ನಿರ್ದೇಶಕರ ಹುಡುಕಾಟದಲ್ಲಿದ್ದಾಗ ನಾನೇ ಕಾರ್ನಾಡರ ಜೊತೆ ಮಾತಾಡುವಂತೆ ಹೇಳಿದೆ. ಆ ಕತೆಯನ್ನು ಶ್ರೀಧರ್ ಅವರು ಕಾರ್ನಾಡರಿಗೆ ಹೇಳಿದಾಗ ಈ ಸಿನಿಮಾಕ್ಕೆ ಎನರ್ಜಿ ಇರುವ ಯುವ ನಿರ್ದೇಶಕರೊಬ್ಬರು ಬೇಕು ಅಂತ ಸಲಹೆ ಕೊಟ್ಟರು. ಹಾಗೆ ಶ್ರೀಧರ್ ಅವರು ನನ್ನನ್ನು ನಿರ್ದೇಶಕರಾಗಿ ಆಯ್ಕೆ ಮಾಡಿಕೊಂಡರು. ಆಗ ನಾನೂ ಅಗ್ನಿ ಶ್ರೀಧರ್ ಅವರ ಜೊತೆ ಸಹ ಬರಹಗಾರರಾಗಿ ಚಿತ್ರಕತೆ ಬರೆದುಕೊಡುವಂತೆ ಅವರನ್ನು ವಿನಂತಿ ಮಾಡಿಕೊಂಡೆ. ಅದಕ್ಕೆ ಒಪ್ಪಿ ಚಿತ್ರಕತೆ ಬರೆದರಲ್ಲದೇ, ಒಂದು ಮುಖ್ಯ ಪಾತ್ರವನ್ನೂ ನಿರ್ವಹಿಸಿದರು. ನಾವು 'ಆ ದಿನಗಳು' ಚಿತ್ರದ ಚಿತ್ರಕತೆಯ ಮೊದಲ ಡ್ರಾಫ್ಟ್ ಬರೆದು ಮುಗಿಸಿದಾಗ ಕಾರ್ನಾಡರು ಓದಿ, 'ಈ ಸಿನಿಮಾದಲ್ಲಿ ಹೆಣ್ಮಕ್ಕಳಿಗೆ ಏನೂ ಇಲ್ಲ' ಅಂತ ಹೇಳಿದ್ದರು.

ಅದು 1986ರಲ್ಲಿ ಬೆಂಗಳೂರಿನಲ್ಲಿ ನಡೆದ ನೈಜ ಘಟನೆಗಳನ್ನಾಧರಿಸಿದ ಒಂದು ಭೂಗತ ಜಗತ್ತಿನ ಸಿನಿಮಾ. ನಾವು ಆ ಘಟನಾವಳಿಗಳನ್ನು ಆದಷ್ಟು ನಾಟಕೀಯವಾಗಿ ಸ್ಕ್ರಿಪ್ಟ್ ಆಗಿಸಲು ಪ್ರಯತ್ನಿಸಿದ್ದೆವೇ ಹೊರತೂ ಕಾರ್ನಾಡರು ಹೇಳಿದ ಮಹಿಳಾ ಪ್ರೇಕ್ಷಕರ ಬಗ್ಗೆ ಯೋಚನೆಯನ್ನೇ ಮಾಡಿರಲಿಲ್ಲ. ಹಾಗೇ ಕಾರ್ನಾಡರೇ 'ದಾರಿ ಯಾವುದಯ್ಯಾ ವೈಕುಂಠಕೆ' ಎಂಬ ಒಂದು ಪ್ರಭಾವಶಾಲಿ ಡಯಲಾಗ್ ಸೇರಿಸಲು ಸಲಹೆ ಕೊಟ್ಟಿದ್ದು. ಅದು 'ಆ ದಿನಗಳು' ಚಿತ್ರದ ಅತ್ಯಂತ ಶಕ್ತ ಸಂಭಾಷಣೆ, ಸಿನಿಮಾ ನೋಡಿದ ನಿಮಗೆಲ್ಲಾ ನೆನಪಿದೆ.

ವಾರ್ತಾ ಇಲಾಖೆ ಮತ್ತು ಸಾಹಿತ್ಯ ಅಕಾಡೆಮಿಗಳಿಗೆ ನಾನು ಕಾರ್ನಾಡರ ಮೇಲೆ ಸಾಕ್ಷ್ಯಚಿತ್ರ ಮಾಡಿಕೊಡಬೇಕಾಗಿ ಬಂದಾಗ, ಕಾರ್ನಾಡರು ಓಡಾಡಿದ ಜಾಗಗಳನ್ನೆಲ್ಲಾ ಕಾರ್ನಾಡರೊಟ್ಟಿಗೇ ಹೋಗಿ ಶೂಟ್ ಮಾಡುವ ಅವಕಾಶ ಸಿಕ್ಕಿತ್ತು. ಶೂಟ್ ಮುಗಿಸಿ ಎಡಿಟ್‌ಗೆ ಕುಳಿತಾಗ ನನ್ನ ಕೆಲಸ ಬಹಳ ಸುಲಭ ಅಂತ

ಅರಿವಾಗುತ್ತಾ ಹೋಯಿತು. ಯಾಕೆಂದರೆ ಕಾರ್ನಾಡರೇ ಅಷ್ಟೊಂದು ಸ್ಪಷ್ಟವಾಗಿ ವಿವರಿಸುತ್ತಾ ಹೋಗಿದ್ದರು, ಅವರ ನಿರೂಪಣೆಗೆ ತಕ್ಕ ಫೂಟೇಜ್ ಗಳನ್ನು ನಾನು ಜೋಡಿಸಿದರೆ ಸಾಕಿತ್ತು.

ಕಾರ್ನಾಡರು ಯಾವತ್ತೂ ಬಹಳ ಮುಕ್ತವಾಗಿ ತಮ್ಮ ವಿಚಾರವನ್ನು ವ್ಯಕ್ತಪಡಿಸುವವರಾಗಿದ್ದರು. ತುರ್ತುಪರಿಸ್ಥಿತಿ ಕಾರಣಕ್ಕೆ ಎಫ್‌ಟಿಐಐ ಸಂಸ್ಥೆಯನ್ನು ಬಿಟ್ಟು ಬರುವುದಾಗಿರಲಿ, ಮಾನನಷ್ಟ ಮೊಕದ್ದಮೆ ಕುರಿತು ರಾಜೀವ್ ಗಾಂಧಿ ಹೊರಡಿಸಿದ ಮಸೂದೆಯ ಬಗ್ಗೆ ಮಾಡಿದ ಟೀಕೆಯಾಗಿರಲಿ, ಬಾಬರಿ ಮಸೀದಿ ಕೆಡವಿದ್ದು ಮತ್ತು ಅನಂತರದಲ್ಲಾದ ಕೋಮು ಗಲಭೆಯ ಕುರಿತಾಗಿ ಅವರು ತೆಗೆದುಕೊಂಡ ಕಠಿಣ ನಿಲುವುಗಳಾಗಿರಲಿ– ಕಾರ್ನಾಡ್ ಯಾವತ್ತೂ ಬಹಿರಂಗವಾಗಿದ್ದವರೇ. ಆದರೆ ಪತ್ರಿಕೆಗಳು ದೈನಿಕಗಳಾಗಿ ಬದಲಾದಾಗ, ದೂರದರ್ಶನ ಚಾನಲ್‌ಗಳಾಗಿ ವಿಸ್ತಾರಗೊಂಡಾಗ, ಸಾಮಾಜಿಕ ಜಾಲತಾಣಗಳು ಹೆಚ್ಚಿದಾಗ ಸುದ್ದಿಯನ್ನು ಸೆನ್ಸೇಶನಲೈಜ್ ಮಾಡುವುದಕ್ಕೆ ಎಲ್ಲಿಲ್ಲದ ಮಹತ್ವ ಬಂತು. ಅದಕ್ಕೆ ಕಾರ್ನಾಡ್ ಮತ್ತು ಅವರ ನಿಲುವುಗಳು ಬಲಿಯಾದವು.

ಕಾರ್ನಾಡರಿಗೆ ಬೆಳಿಗ್ಗೆ ವಾಕ್ ಹೋಗುವುದೆಂದರೆ ಎಲ್ಲಿಲ್ಲದ ಆನಂದ. ಎಲ್ಲೇ ಇರಲಿ, ಆ ಅಭ್ಯಾಸವನ್ನು ಅವರು ಬಿಟ್ಟವರೇ ಅಲ್ಲ. ಜೆಪಿ ನಗರದ ಮಿನಿ ಕಾಡನ್ನು ಒಂದು ಸುತ್ತು ಬರುವುದು ಅವರಿಗೆ ಇಷ್ಟವಾದ ವಿಷಯವಾಗಿತ್ತು. ವಾಕ್ ಮುಗಿದ ಮೇಲೆ ಅವರು ತಮ್ಮ ಮನೆಯ ಸಮೀಪ ಇರುವ ಎಸ್ ಎಲ್ ಎನ್ ರಿಫ್ರೆಶ್‌ಮೆಂಟ್‌ಗೆ ಹೋಗಿ ತಮ್ಮ ನೆಚ್ಚಿನ ಉದ್ದಿನ ವಡೆ ಸವಿಯುತ್ತಿದ್ದರು. ಆದರೆ ಕಡೆಯ ಮೂರು ವರ್ಷಗಳಿಂದ ಅನಾರೋಗ್ಯ ಕಾರಣಕ್ಕೆ ವಾಕ್ ಹೋಗಲಾಗುತ್ತಿರಲಿಲ್ಲ ಮತ್ತು ಅವರು ಅದನ್ನು ತುಂಬ ಮಿಸ್ ಮಾಡಿಕೊಳ್ಳುತ್ತಿದ್ದರು.

ಕೆಲವು ತಿಂಗಳ ಹಿಂದೆ ಕಾರ್ನಾಡರ ಸಾಹಿತ್ಯ ಸೇವೆಗೋಸ್ಕರ 'ಅಮರ್ ಉಜಾಲಾ' ಹಿಂದಿ ಪತ್ರಿಕೆ ಒಂದು ಪ್ರಶಸ್ತಿಯನ್ನು ಘೋಷಣೆ ಮಾಡಿತ್ತು. ಆ ಪ್ರಶಸ್ತಿಯನ್ನು ನೀಡಲಿದ್ದವರು ಮಾಜಿ ರಾಷ್ಟ್ರಪತಿ ಪ್ರಣಬ್ ಮುಖರ್ಜಿ. ಆದರೆ ತಮ್ಮ ಆರೋಗ್ಯ ಸಮಸ್ಯೆಯಿಂದಾಗಿ ಪ್ರಯಾಣ ಮಾಡಲಾರದ ಸ್ಥಿತಿ ಇತ್ತಾದ್ದರಿಂದ ಪ್ರಶಸ್ತಿ ಸ್ವೀಕಾರ ಮಾಡಿರುವ ಬಗ್ಗೆ ಒಂದು ವೀಡಿಯೋ ಮಾಡಿ ಕಳಿಸುವ ನಿರ್ಧಾರಕ್ಕೆ ಬಂದಿದ್ದರು. ಅದಕ್ಕಾಗಿ ನನ್ನನ್ನು ವೀಡಿಯೋ ಶೂಟ್ ಮಾಡಲು ಕರೆಸಿಕೊಂಡಿದ್ದರು.

ಆ ವೀಡಿಯೋ ಶೂಟಿಂಗ್ ಮುಗಿದ ಮೇಲೆ ತಾವು ಇನ್ನು ಹೆಚ್ಚು ಕಾಲ ಬದುಕಲಿಕ್ಕಿಲ್ಲ ಅಂದರು. ಹೀಗೇ ಲೋಕಾಭಿರಾಮವಾಗಿ ಮಾತಾಡುತ್ತಾ, 'ಹೆಚ್ಚೆಂದರೆ ಇನ್ನು ಕೆಲವು ತಿಂಗಳುಗಳ ಕಾಲ ಇದ್ದೇನು, ಅಷ್ಟೇ' ಅಂದಿದ್ದರು ಕೂಡ. ಆದರೆ

ಅವರಿಗೆ ಅವರ ಸಾವು ತಿಳಿದಿತ್ತೇನೋ? ಆದರೆ ನಾನು ಅವರ ಮೂಡನ್ನು ಸರಿ ಮಾಡಲು, 'ಹೇಗೆ ಹೇಳ್ತೀರಿ, ನಿಮ್ಮ ಲೆಕ್ಕಾಚಾರ ತಪ್ಪಾದರೆ' ಅಂತ ಕೇಳಿದೆ. ಆಗ ಥಟ್ಟನೆ ಅವರು ಹೇಳಿದರು–'ಹಾಗಾದರೆ ನನ್ನ ಆತ್ಮಕತೆಯ ಎರಡನೇ ಭಾಗ ಬರೀತೀನಿ!'

ತಮ್ಮ ಸಾವು ಅತ್ಯಂತ ಖಾಸಗಿಯಾಗಿ ಇರಬೇಕು ಎಂದು ತಮ್ಮ ಕುಟುಂಬಕ್ಕೆ, ಸ್ನೇಹಿತರ ವರ್ಗಕ್ಕೆ ಕಾರ್ನಾಡರು ಆಗಲೇ ಹೇಳಿ ಇಟ್ಟಿದ್ದರು. ಆ ಮೂಲಕ ತಮ್ಮ ಜೀವಿತಾವಧಿಯ ಘನತೆ, ಪರಿಪೂರ್ಣತೆಯನ್ನೇ ಜೀವನಾನಂತರವೂ ಕಾರ್ನಾಡರು ಉಳಿಸಿ ಹೋಗಿದ್ದಾರೆ.

ದಿ ವೈರ್ । ಕನ್ನಡಕ್ಕೆ: ವಿಕಾಸ್ ನೇಗಿಲೋಣಿ

ಕಾರ್ನಾಡರ ಕೆಲವು ಚಿತ್ರಗಳು

ಸುರೇಂದ್ರನಾಥ್ *ಲೇಖಕ*

ಮಾನಸಿಕ ಸಮಸ್ಯೆಗಳನ್ನು ಇಟ್ಟುಕೊಂಡು ಗಿರೀಶ ಕಾರ್ನಾಡರು 'ಅಂತರಾಳ್' ಅಂತ ಒಂದು ಹಿಂದಿ ಸೀರಿಯಲ್ ಮಾಡಿದ್ದರು. ಆವಾಗ ಅಸಿಸ್ಟೆಂಟ್ ಆಗಿ ಅವರ ಜೊತೆಗೆ ಸೇರಿಕೊಂಡೆ. ಆ ಕೆಲಸ ಮಾಡುತ್ತ ಹೆಚ್ಚು ಒಡನಾಟ ಶುರುವಾಯ್ತು. ಅದಾದ ನಂತರ 'ಸ್ವರಾಜ್‌ನಾಮಾ' ಅಂತ ಮತ್ತೊಂದು ಸೀರಿಯಲ್. ಸ್ವಾತಂತ್ರ್ಯ ಬಂದು ಐವತ್ತು ವರ್ಷವಾದ ಹಿನ್ನೆಲೆಯಲ್ಲಿ ಸರ್ಕಾರ ಕಾರ್ನಾಡರು, ಶ್ಯಾಮ್ ಬೆನೆಗಲ್ ಮೊದಲಾದವರಿಗೆ ಸೀರಿಯಲ್ ಮಾಡಿ ಅಂದರು. ಗಿರೀಶ್ ಒಬ್ಬರೇ ಅನಿಸುತ್ತೆ, ಸರ್ಕಾರ ಕೊಟ್ಟ ದುಡ್ಡೆಲ್ಲ ಖರ್ಚು ಮಾಡಿ ಸೀರಿಯಲ್ ಮಾಡಿದವರು. ಎಲ್ಲರೂ ದುಡ್ಡು ಉಳಿಸಿಕೊಂಡರೆ ಈತ ಪಾಪ ಏನನ್ನೂ ಉಳಿಸಿಕೊಳ್ಳಲಿಲ್ಲ. ತುಂಬ ಚೆನ್ನಾಗಿ ಬರಬೇಕು ಅನ್ನುವ ಹಠಕ್ಕೆ ಬಿದ್ದು ದುಡ್ಡೆಲ್ಲ ಸುರಿದು ಸಾಕಷ್ಟು ರೀಸರ್ಚ್ ಮಾಡಿ ಸೀರಿಯಲ್ ಮಾಡಿದರು. ನಮ್ಮ ರೀಸರ್ಚ್ ಅಂದರೇನು, ನಾವು ಸಿದ್ಧತೆ ಎಷ್ಟಿರಬೇಕು ಅಂತ ಅವರಿಂದ ಬಹಳ ಕಲಿತೆ.

ಸೀರಿಯಲ್ ಇರಲಿ, ನಾಟಕ ಇರಲಿ, ಅವರ ತಯಾರಿ ಅದ್ಭುತ. 1970ರಲ್ಲಿ ಅವರು ಖರೀದಿಸಿದ ಪುಸ್ತಕ ನನಗೆ ಕೊಟ್ಟಿದ್ದರು. ಅದರಲ್ಲೇ ಅಗ್ನಿ ಮತ್ತು ಮಳೆಯ ರೆಫರೆನ್ಸ್ ಇತ್ತು. ಅಂದರೆ ಆ ಕಥೆ ಅದೆಷ್ಟು ದಿನದಿಂದ ಅವರನ್ನು ಕಾಡಿದ್ದಿರಬೇಕು!

ಓದೋದಕ್ಕೆ ಒಂದು ವ್ಯವಸ್ಥೆ ಇದೆ ಅಂತ ಅವರಿಂದ ಕಲಿತೆ. ಅದಕ್ಕೊಂದು ಆರ್ಡರ್ ಇರುತ್ತೆ. ಅವರು ಪುಸ್ತಕದಲ್ಲಿ ಬೇಕಾದ ಹಾಗೆ ಗೆರೆ ಎಳೆದುಕೊಂಡಿರುತ್ತಾರೆ. ಸುಲಭವಾಗಿ ಸಿಗುವ ಹಾಗೆ ಟಿಪ್ಪಣಿಗಳನ್ನು ಮಾಡಿಕೊಂಡಿರುತ್ತಾರೆ. ಕೊನೆಯಲ್ಲಿ ಗ್ರಂಥಋಣ ಅಂತ ಒಂದಿಷ್ಟು ಪುಟಗಳಿರುತ್ತವೆ. ಅದರಲ್ಲಿ ಅವರ ಹತ್ರ ಇರುವ ಪುಸ್ತಕಗಳು ಯಾವುದು ಅಂತ ಅವರು ಟಿಕ್ ಮಾಡಿಕೊಳ್ಳುತ್ತಿದ್ದರು. ಅವರು ಓದು

ಎಷ್ಟು ಗಾಢವಾಗಿತ್ತು ಎಂದರೆ ಮಾತಾಡ್ತಾ ಮಾತಾಡ್ತಾ ನಮಗೆ ಒಂದೊಂದು ಕೃತಿಯ ಬಗ್ಗೆ ಹೇಳೋರು.

ಸಿನಿಮಾ ಬಗ್ಗೆ ನಾವು ಕಲೀಲಿಲ್ಲ. ಓದೋದು ಹೇಗೆ ಅಂತ ಕಲಿತದ್ದು ವೈಎನ್‌ಕೆ ಹಾಗೂ ಗಿರೀಶರಿಂದ.

ಅವರಿಗೆ ಅವ್ಯವಸ್ಥೆ ಬಗ್ಗೆ ಸಿಟ್ಟು ಇರುತ್ತಿತ್ತು. ಅವರದು ನೇರ ನಡೆ. ತಪ್ಪು ಅಂತ ಕಂಡದ್ದನ್ನು ಹಾಗೇ ಹೇಳುತ್ತಿದ್ದರು. ಆರು ಗಂಟೆಗೆ ಅಲ್ಲಿರಬೇಕು ಅಂದರೆ ಅಲ್ಲಿರಬೇಕು. ಐದು ನಿಮಿಷವೂ ಆಚೀಚೆ ಆಗುವ ಹಾಗಿಲ್ಲ. ಫೋನ್ ಮಾಡದೇ ಮನೆಗೆ ಬಂದರೆ ಸಿಟ್ಟು ಬರ್ತಿತ್ತು. ಫೋನ್ ಮಾಡಿ ಮನೆಗೆ ಬರೋದಕ್ಕೆ ಏನು ಧಾಟಿ ಇವರಿಗೆ, ನನಗೇನೋ ಬರೆಯಲಿಕ್ಕಿದೆ ಅಂತ. ಯುವಕರ ಬಗ್ಗೆ ಅಷ್ಟೇ ಅಕ್ಕರೆಯೂ ಇತ್ತು. ತಮಗಿಂತ ಕಿರಿಯ ವಯಸ್ಸಿನವರನ್ನು ಸಲಹೋದರಲ್ಲಿ ಅನಂತಮೂರ್ತಿ ಹಾಗೂ ಇವರನ್ನು ಬಿಟ್ಟರೆ ಮತ್ತೊಬ್ಬರಿಲ್ಲ. ಬೇಕಾದಷ್ಟು ಪುಸ್ತಕಗಳನ್ನು ಕೊಡುತ್ತಿದ್ದರು ನಮ್ಮಂಥವರಿಗೆ. ಸುಮಾರಷ್ಟು ನನ್ನ ಬಳಿ ಇವೆ. ಹೀಗೆ ಒಡನಾಟ ಬೇರೆಯೇ ಆಯ್ತು.

ಕಾನೂರು ಹೆಗ್ಗಡತಿಯ ಸ್ಕ್ರಿಪ್ಟ್ ಮಾಡುತ್ತಿದ್ದಾಗ ಈಟಿವಿಯಿಂದ ಕರೆ ಬಂತು. ಸ್ಕ್ರಿಪ್ಟ್ ಕೆಲಸ ಸಂಪೂರ್ಣವಾಗಿತ್ತು. ಆಗ ಅವರ ಬಳಿ ಹೋಗಿ ವಿಷಯ ಹೇಳಿ, ಏನು ಮಾಡಲಿ ಅಂತ ಕೇಳಿದೆ. 'ಅಲ್ಹೋಗ್ರೀ.. ಇದನ್ನು ನಾನು ಮಾಡ್ತೀನಿ' ಅಂತ ಕಳುಹಿಸಿದರು. ಈಟಿವಿಗೆ ಹೋದ ಮೇಲೂ ನಮ್ಮ ನಡುವೆ ಸಂಪರ್ಕ ಇತ್ತು.

ಕಾರ್ನಾಡ್ ಅವರು ಯಾವತ್ತೂ ಶೂಟಿಂಗ್‌ನಲ್ಲಿ ಸಿಗರೇಟು ಸೇದಲ್ಲ. ಕೇಳಿದರೆ ನನಗೆ ಹಾರ್ಟ್ ಸಮಸ್ಯೆ ಅನ್ನೋರು. ಮುಂಚೆ ಸಿಕ್ಕಾಪಟ್ಟೆ ಸೇದುತ್ತಿದ್ದರು. ಅವರು ಸಿಗರೇಟು ಬಿಟ್ಟದ್ದಕ್ಕೂ ಒಂದು ಕಾರಣ ಇದೆ. ಆಗ ಅವರು ಮುಂಬೈನ ಅಪಾರ್ಟ್‌ಮೆಂಟ್‌ನಲ್ಲಿದ್ದರು. ಆ ಅಪಾರ್ಟ್‌ಮೆಂಟ್‌ನ ನಾಲ್ಕು ಫ್ಲೋರ್ ಮೇಲೆ

ಅಥವಾ ನಾಲ್ಕು ಫ್ಲೋರ್ ಕೆಳಗೆ ಪ್ರಸಿದ್ಧ ನಟ ಕುಲಭೂಷಣ ಕರಬಂಧ ಇದ್ದರು. ಒಂದು ಸಲ ಕುಲಭೂಷಣ ಕರಬಂಧ ಕೆಳಗೆ ಬಂದು ಗಿರೀಶ್ ಹತ್ರ ಕೇಳಿದ್ರಂತೆ, 'ಅದೆಷ್ಟು ಕೆಮ್ಮುತ್ತೀ ನೀನು, ಅಲ್ಲಿಗೆ ಕೇಳುತ್ತೆ' ಅಂತ. ಅವಾಗ ಗಿರೀಶರಿಗೆ ಗೊತ್ತಾಯ್ತು, ನಾನು ಸಿಗರೇಟು ಸೇದೋದ್ರಿಂದ ಕೆಮ್ಮುತ್ತಿದ್ದೀನಿ ಅಂತ. ಆವಾಗಿನಿಂದ ಬಿಟ್ಟರು. ಆದರೆ ಕೆಮ್ಮು ಅವರನ್ನು ಸದಾ ಕಾಡುತ್ತಿತ್ತು.

ಕಾನೂರು ಹೆಗ್ಗಡತಿ ಆದಮೇಲೆ ಒಮ್ಮೆ ಸಿಕ್ಕಾಗ ಒಂದು ಮಾತು ಹೇಳಿದರು, 'ನಾನಿನ್ನು ಸಿನಿಮಾ ಮಾಡಲ್ಲ. ಆ್ಯಕ್ಟ್ ಮಾತ್ರ ಮಾಡ್ತೀನಿ' 'ಯಾಕೆ?' ಅಂದೆ. ಇವತ್ತು ಭಾರತೀಯ ಚಿತ್ರರಂಗ ಇಂಟರ್‌ನ್ಯಾಶನಲ್ ಲೆವೆಲ್‌ನಲ್ಲಿ ಹೆಸರು ತೆಗದರೆ ಫಸ್ಟ್ ಶ್ಯಾಮ್ ಬೆನಗಲ್ ಅಂತಾರೆ. ಜಾನೂ ಬರುವಾ ಅಂತಾರೆ. ಸತ್ಯಜಿತ್ ರಾಯ್ ಅಂತಾರೆ. ನನ್ನ ಹೆಸರು ಹದಿನೆಂಟೋ ಹತ್ತೊಂಬತ್ತೋ ಆಗಿರುತ್ತೆ. ನಾಟಕದಲ್ಲಿ ಯಾರು ಅಂದರೆ ನನ್ನ ಹೆಸರು ಮೊದಲಿರುತ್ತೆ. ಅದಕ್ಕೆ ನಾನು ನಾಟಕ ಬರೀತೀನಿ. ಸಿನಿಮಾ ನನಗಾಗಲ್ಲ. ಆ್ಯಕ್ಟ್ ಮಾಡ್ತಾ ಇರತೀನಿ. ದುಡ್ಡು ಬರುತ್ತೆ ಅದರಿಂದ' ಅಂದರು. ಆಮೇಲೆ ಬರೀ ನಟನೆ ಮಾಡುತ್ತಿದ್ದರು. ನಿರ್ದೇಶನ ಮಾಡಲೇ ಇಲ್ಲ.

ರಂಗಶಂಕರದ ವಿಷಯದಲ್ಲಿ ಅರುಂಧತಿ ರಾವ್ ಅವರ ಮಾತಿಗೆ ಮತ್ತೊಂದು ಹೇಳುತ್ತಿರಲಿಲ್ಲ. ಎಲ್ಲಕ್ಕೂ ಒಪ್ಪುತ್ತಿದ್ದರು. ತಮ್ಮಿಂದಾದ ಸಲಹೆ ಸೂಚನೆ ನೀಡುತ್ತಿದ್ದರು. ರಂಗಶಂಕರ ಕಟ್ಟುವ ಆರಂಭದಲ್ಲಿ ಅರುಂಧತಿಯನ್ನು ಯಾಕೆ ಈ ಕೆಲಸಕ್ಕೆ ಹಾಕಿದೆ ಅಂತ ಬೈದವರು ಆಮೇಲೆ ಎಲ್ಲರಲ್ಲೂ ಹೊಗಳುತ್ತಿದ್ದರು. ರಂಗಶಂಕರಕ್ಕೆ ಬೆನ್ನೆಲುಬಾಗಿದ್ದರು.

ಕನ್ನಡಪ್ರಭ

ಕಾರ್ನಾಡ್: ಹಲವು ವ್ಯಕ್ತಿಗಳ ಸಂಗಮವಾಗಿದ್ದ ಒಬ್ಬ ವ್ಯಕ್ತಿ

ಟಿಜೆಎಸ್ ಜಾರ್ಜ್ ಪತ್ರಕರ್ತ, ಲೇಖಕ

ಗಿರೀಶ ಕಾರ್ನಾಡ್ ಬಗ್ಗೆ ಹಲವು ಸಂಗತಿಗಳನ್ನು ಹೇಳಬಹುದು ಮತ್ತು ಮೌನದ ಅಚ್ಚರಿಯಲ್ಲಿ ಹೆಚ್ಚು ಸ್ಮರಣೆಗಳಿರುತ್ತವೆ. ಅವರು ಒಬ್ಬ ವ್ಯಕ್ತಿಯಂತೆ ಕಾಣುತ್ತಿದ್ದರು. ಆದರೆ ವಾಸ್ತವವಾಗಿ ಅವರು ಅನನ್ಯತೆಗಳ ಮೊತ್ತವಾಗಿದ್ದರು– ನಟ, ನಾಟಕಕಾರ, ನಿರ್ದೇಶಕ, ಪ್ರಬಂಧಕಾರ ಮತ್ತು ಯಾವತ್ತೂ ಮರೆಯಬೇಡಿ, ಅವರು ನಗರ ನಕ್ಸಲ್. ಅವರು ತಮ್ಮ ಕಾಲವನ್ನು ರೂಪಿಸುವವರಾಗಿದ್ದರು. ತಮ್ಮ ದೇಶದ ಸಾಹಿತ್ಯ ಪರಂಪರೆಗೆ ಬೀಜರೂಪದ ಕೊಡುಗೆಗಳನ್ನು ನೀಡಿದವರು ಮತ್ತು ಅಂಧಾಭಿಮಾನದ ಮೋಡಗಳು ಕವಿದಾಗ ಮನ ಕಲಕಿದವರಂತಾದರು. ಜೀವಬೆದರಿಕೆಯ ಕರೆಗಳು ಬರುವುದಕ್ಕೆ ಸಾಕಾಗುವಷ್ಟು ಪ್ರಭಾವಿಯಾದ ತೀವ್ರವಾದಿ (ಆ್ಯಕ್ಟಿವಿಸ್ಟ್)ಯಾಗಿ ಬದಲಾದರು. ಅವರು ಅದನ್ನೆಲ್ಲ ನಿರ್ಲಕ್ಷಿಸಿದರು.

ದೃಢನಿರ್ಧಾರಗಳಿಂದಲೇ ಬಂದ ಧೈರ್ಯದಿಂದ ಮೂರ್ತಿವಂತರಾದವರು ಕಾರ್ನಾಡ್. 'ನಾನು ಕೂಡ ನಗರ ನಕ್ಸಲ್' ಎಂಬ ಘೋಷಣೆಯ ಫಲಕವನ್ನು ಕೊರಳಲ್ಲಿ ಹಾಕಿಕೊಂಡಿದ್ದು ಹಂತಕರ ಗುಂಡಿಗೆ ಬಲಿಯಾದ ವಿಚಾರವಾದಿಗಳಾದ ದಾಭೋಲ್ಕರ್ (2013), ಪಾನ್ಸರೆ (2015) ಮತ್ತು ಕಲ್ಬುರ್ಗಿ (2015)ಯವರ ಬೆಂಬಲಕ್ಕೆ ನಿಂತ ಅವರ ರೀತಿಯಾಗಿತ್ತು. 'ವಿಚಾರವಾದಿಗಳ ವಿರುದ್ಧದ ಆರೋಪಗಳು ಸಂಪೂರ್ಣವಾಗಿ ಹುರುಳಿಲ್ಲದ್ದು. ಇದು ಆತಂಕಕಾರಿ ಏಕೆಂದರೆ, ತಾವೇನು ಬಯಸುತ್ತೇವೋ ಅದನ್ನು ನಾವು ಮಾಡಬಲ್ಲೆವು ಎಂದು ಅವರು ತಿಳಿದುಕೊಂಡಿದ್ದಾರೆ... ಹೀಗೆ ಮಾತನಾಡುವುದು ನಕ್ಸಲಿಸಂ ಎಂದಾದರೆ ನಾನು ಕೂಡ ಒಬ್ಬ ನಗರ ನಕ್ಸಲ್. ಹಿಟ್ ಲಿಸ್ಟ್‌ನ ಭಾಗವಾಗಿರುವುದಕ್ಕೆ ನಾನು ಹೆಮ್ಮೆಪಡುತ್ತೇನೆ' ಎಂದು ಕಾರ್ನಾಡ್ ಹೇಳಿದ್ದರು.

ಎಲ್ಲ ಮಹಾನ್ ಪುರುಷರಂತೆ ಕಾರ್ನಾಡ್ ತಾವು ಈ ಜಗತ್ತಿನಿಂದ ಪಡೆದುದಕ್ಕಿಂತ ಹೆಚ್ಚಿನದನ್ನು ಅದಕ್ಕೆ ನೀಡಿದರು. (ಖಂಡಿತ, ಅವರು ಏನನ್ನೂ ತೆಗೆದುಕೊಂಡು ಹೋದಂತೆ ಕಾಣುವುದಿಲ್ಲ, ಅವರ ಅಗಲಿಕೆಯ ಸಂದರ್ಭದಲ್ಲಿ ಗನ್ ಸೆಲ್ಯೂಟ್ ಇಲ್ಲ, ಯಾವುದೇ ಧಾರ್ಮಿಕ ಕ್ರಿಯೆಗಳಿಲ್ಲ, ಯಾವುದೇ ಸಾರ್ವಜನಿಕ ಕಾರ್ಯಕ್ರಮಗಳಿಲ್ಲ.) ಒಬ್ಬ ವ್ಯಕ್ತಿ ನಿಜಕ್ಕೂ ಕೊಡಬಹುದಾದ ಸೂಕ್ತವಾದ ಕೊಡುಗೆಗಿಂತ ಅಧಿಕವಾಗಿ ಅವರು ರಂಗಭೂಮಿ ಮತ್ತು ಸಿನಿಮಾಕ್ಕೆ ನೀಡಿದರು. ಅವರೊಬ್ಬ ನಾಗರಿಕರಾಗಿಯೂ ತಮ್ಮ ಪಾತ್ರವನ್ನು ನಿರ್ವಹಿಸಿದರು, ಯಾವುದಕ್ಕೆ ಸಮರ್ಥನೆ ಬೇಕೋ ಆ ವಿಷಯಗಳನ್ನು ಮುಂದಿಟ್ಟರು.

ಭಾರತದ ಅತ್ಯುತ್ತಮ ಕಾಲವಾದ 1950–1960ರ ಕಾಲು ಶತಮಾನದದಲ್ಲಿ ಅವರು ಅರಳಿದ್ದು ಅವರ ಅದೃಷ್ಟ. 1970ರ ದಶಕದ ಮಧ್ಯಭಾಗದಲ್ಲಿ ಪರಿಚಿತವಲ್ಲದ ರಾಜಕೀಯ ಬೆಳವಣಿಗೆಗಳು ಪ್ರಾರಂಭವಾಗಿ ಭಾರತದ ಸ್ಫೂರ್ತಿಯನ್ನು ಹೊಸಕಿಹಾಕುವುದಕ್ಕೆ ಶುರುವಾದವು. 2010ರ ವೇಳೆಗೆ ಇದು ಶಿಖರ ತಲುಪಿದ್ದು ಭಾರತದ ಅಸ್ತಿವಾರದ ಪರಿಕಲ್ಪನೆಯಾದ ಸನಾತನ ಧರ್ಮಕ್ಕೆ ಅತ್ಯಂತ ವಿರುದ್ಧವಾದ ಅಸಹಿಷ್ಣುತೆಯು ಕೇಂದ್ರಸ್ಥಾನವನ್ನು ಪಡೆದುಕೊಂಡಾಗ ಮತ್ತು ಭಾರತವನ್ನು ಪರಸ್ಪರ ಸಂದೇಹಿಸುವ ಚಿಕ್ಕ ಭಾರತಗಳನ್ನಾಗಿ ಮಾಡಿದಾಗ. ಆ ಅವಧಿಯ ಆರಂಭದ ಹಂತಗಳಲ್ಲಿ ಕಾರ್ನಾಡರು ಭಾರತವನ್ನು ಅತ್ಯದ್ಭುತ ಎತ್ತರಕ್ಕೆ ಒಯ್ದ ಸೃಜನಾತ್ಮಕ ಅಲೆಯ ಭಾಗವಾದರು. ಕದಡಿದ ವರ್ಷಗಳಲ್ಲಿ, ದೇವತೆಗಳೂ ನಡೆದಾಡಲು ಭಯಪಡುವಂತಹ ಸಾಮ್ರಾಜ್ಯದಲ್ಲಿ ಅವರು ಧೈರ್ಯದಿಂದ ಹೆಜ್ಜೆಹಾಕಿದರು.

ಅವರು ಅರಳಿದ ವರ್ಷಗಳು ಸ್ಫೂರ್ತಿದಾಯಕವಾಗಿದ್ದವು. ಅವರ ತಲೆಮಾರು ಸೃಜನಾತ್ಮಕ ಮನಸ್ಸುಗಳಿಂದ ಶ್ರೀಮಂತವಾಗಿತ್ತು. ಉತ್ತರಿಸುವ ಸಾಹಸ ಮಾಡದೆ ಆ ತಲೆಮಾರು ಪ್ರಶ್ನೆಗಳನ್ನು ಎತ್ತುತ್ತಿತ್ತು. ಅದೊಂದು ಹಾಡುಹಕ್ಕಿಗಳ ಗೂಡಾಗಿತ್ತು– ಬಾದಲ್ ಸರ್ಕಾರ್ (ಜನನ 1925) ಬಂಗಾಳಿಯಲ್ಲಿ, ಮೋಹನ್ ರಾಕೇಶ್ (1925) ಹಿಂದಿಯಲ್ಲಿ, ವಿಜಯ ತೆಂಡೂಲ್ಕರ್ (1928) ಮರಾಠಿಯಲ್ಲಿ ಮತ್ತು ಕನ್ನಡದಲ್ಲಿ ಬಿ.ವಿ.ಕಾರಂತ (1929), ಯು.ಆರ್.ಅನಂತಮೂರ್ತಿ (1932) ಮತ್ತು ಪಿ.ಲಂಕೇಶ (1935). ಎರಡು ವಿಶಿಷ್ಟ ಗುಣಗಳು ಕಾರ್ನಾಡರು (1938) ತಮ್ಮದೇ ಎತ್ತರವನ್ನು ಏರುವುದಕ್ಕೆ ನೆರವಾದವು. ಮೊದಲನೆಯದು, ಅವರು ತಮ್ಮ ಪ್ರತಿಭೆಯ ಬಹುಮುಖತ್ವದಿಂದ ನಾಟಕದ ಹೊರತಾಗಿ ನಟನೆ, ಬರವಣಿಗೆ, ಸಿನಿಮಾ, ನಿರ್ದೇಶನ ಮತ್ತು ಟೀವಿಯಲ್ಲಿ ಮಿಂಚುವುದಕ್ಕೆ ಕಾರಣವಾಯಿತು. ಇದೇ ರೀತಿಯ ಸವ್ಯಸಾಚಿತ್ವವನ್ನು ತೋರಿಸಿದ ಸಮಕಾಲೀನರಲ್ಲಿ ಇನ್ನೊಬ್ಬ ವ್ಯಕ್ತಿಯೆಂದರೆ ಲಂಕೇಶ್. ಲಂಕೇಶರಲ್ಲಿ ಕೃತಿ ಸಂಗ್ರಹ, ಕಾವ್ಯ, ಕತೆ ಮತ್ತು ಪತ್ರಿಕೋದ್ಯಮವೂ

ಇತ್ತು. ಆದರೂ ಕಾರ್ನಾಡರು ಎತ್ತರಕ್ಕೆ ಏರಿದ್ದೇಕೆಂದರೆ ಅದು ಅವರ ಇನ್ನೊಂದು ವಿಶಿಷ್ಟವಾದ ಗುಣದಿಂದ: ಅವರು ತಮ್ಮ ನಾಟಕಗಳನ್ನು ಕನ್ನಡದ ಆಚೆಗೂ ಒಯ್ದರು. ಅಲ್ಲದೆ, ಪುಣೆ, ಡೆಲ್ಲಿ, ಲಂಡನ್ ಮತ್ತು ಶಿಕಾಗೋಗಳಲ್ಲಿ ನಿರ್ವಹಿಸಿದ ತಮ್ಮ ಅನೇಕ ನಾಯಕತ್ವದ ಜವಾಬ್ದಾರಿಗಳಿಂದ ತಮಗಾಗಿ ಒಂದು ಅಂತಾರಾಷ್ಟ್ರೀಯ ವ್ಯಕ್ತಿತ್ವವನ್ನು ರೂಪಿಸಿಕೊಂಡಿದ್ದರು.

ಅನಂತಮೂರ್ತಿಯವರೊಂದಿಗೆ ಅವರ ಸಾಹಚರ್ಯದ ಒಡನಾಟ ಆಳವಾಗಿತ್ತು. ಅನಂತಮೂರ್ತಿಯವರ ಶ್ರೇಷ್ಠ ಕೃತಿ ಸಂಸ್ಕಾರ 1970ರಲ್ಲಿ ಸಿನಿಮಾ ಆದಾಗ ಕಾರ್ನಾಡರು ಅದಕ್ಕೆ ಚಿತ್ರಕತೆ ಬರೆದರು. ಪಟ್ಟಾಭಿರಾಮರೆಡ್ಡಿಯವರು ನಿರ್ದೇಶಿಸಿದರು. ಕನ್ನಡದಲ್ಲಿ ಸಮಾನಾಂತರ ಸಿನಿಮಾ ನಿರ್ಮಾಣಕ್ಕೆ ಇದೊಂದು ಪರಂಪರೆಯನ್ನು ಹಾಕಿಕೊಟ್ಟಿತು. ಮತ್ತು ನವ್ಯ ಚಳವಳಿಗೆ ದಾರಿ ಮಾಡಿತು. ತುಘಲಕ್ ಇಂಗ್ಲಿಷಿನಲ್ಲಿ ಪ್ರಕಟವಾದಾಗ, ಅದಕ್ಕೆ ಮುನ್ನುಡಿಯನ್ನು ಬರೆದ ಅನಂತಮೂರ್ತಿಯವರು, 'ತುಘಲಕ್‌ಗೆ ಅದರ ಆಳ ಮತ್ತು ವಿಸ್ತಾರದಲ್ಲಿ ಸರಿಸಾಟಿಯಾಗಬಲ್ಲ ಬೇರೆ ನಾಟಕ ಇಲ್ಲ' ಎಂದು ಹೇಳಿದ್ದರು.

ತುಘಲಕ್ ಕಾರ್ನಾಡರ ಅತ್ಯುತ್ತಮ ನಾಟಕವೆ? ಇದು ಖಂಡಿತವಾಗಿ ಅತ್ಯಂತ ಪ್ರಖ್ಯಾತವಾದದ್ದು. ಕನ್ನಡದಲ್ಲಿ ಇದು ಕಾಣಿಸಿಕೊಂಡಿದ್ದು 1965ರಲ್ಲಿ. ಬಳಿಕ ಹಿಂದಿ, ಬಂಗಾಳಿ, ಮರಾಠಿ ಮತ್ತು ಇಂಗ್ಲಿಷಿನಲ್ಲಿ ಪ್ರದರ್ಶನ ನಡೆದವು. ಎಲ್ಲಿಯೋ ಯಾವುದೋ ರೂಪದಲ್ಲಿ ಅದು ನಿರಂತರವಾಗಿ ರಂಗದ ಮೇಲೆ

ಪ್ರದರ್ಶನಗೊಳ್ಳುತ್ತಲೇ ಬಂದಿದೆ. ಇನ್ನೊಂದೆಂದರೆ, ನೆಹರು ಬಿತ್ತಿದ ಕನಸುಗಳ ಭ್ರಮನಿರಸನವನ್ನು ಈ ನಾಟಕ ಪ್ರತಿಬಿಂಬಿಸಿದ್ದು. ಆ ಮೂಲಕ ನಾಟಕವು ಅಗತ್ಯವಿದ್ದ ಸಮಕಾಲೀನ ಪ್ರಸ್ತುತತೆಯ ಒಳನೋಟವನ್ನು ಒದಗಿಸಿದ್ದು. ಆದರೆ 1972ರಲ್ಲಿ ದೆಹಲಿಯ ಪುರಾನಾ ಖಿಲ್ಲಾದ ಅವಶೇಷಗಳ ನಡುವೆ ಅದನ್ನು ರಂಗದ ಮೇಲೆ ತಂದ ಎಬ್ರಾಹಿಂ ಅಲ್ಕಾಝಿ ಅವರು ತುಘಲಕ್ ನಾಟಕವನ್ನು ಅಃಕಾರಯುತ ವೈಭವವನ್ನಾಗಿ ಬದಲಿಸಿದರು.

ಅಂತಿಮವಾಗಿ, ಅವರನ್ನು ಸರಿಸಾಟಿಯಿಲ್ಲದ ನಾಟಕಕಾರರನ್ನಾಗಿ ಮಾಡಿದ್ದು ಅವರ ಅಸೀಮವಾದ ಕಲ್ಪನಾಶಕ್ತಿಯೇ ಹೌದು. ಹಾವೊಂದು ಹೆಣ್ಣಿನಲ್ಲಿ ಪ್ರೇಮಿಸುವುದನ್ನು ಬೇರೆ ಯಾರು ತಾನೆ ಕಲ್ಪನೆ ಮಾಡಿಕೊಳ್ಳಬಲ್ಲರು? ಅಥವಾ ಕುದುರೆಯೊಂದು ರಾಷ್ಟ್ರಗೀತೆಯನ್ನು ಹಾಡುತ್ತದೆ! ತಲೆ ಬೇರೆಯಾದ ಇಬ್ಬರು ಪುರುಷರ ತಲೆಗಳನ್ನು ತಪ್ಪಾಗಿ ಬೇರೆ ಬೇರೆ ಮುಂಡಗಳಿಗೆ ಜೋಡಿಸಿದಾಗ ಆಗುವ ಅನಾಹುತ! ಬೆಂಗಳೂರು ಅಂತಾರಾಷ್ಟ್ರೀಯ ವಿಮಾನ ನಿಲ್ದಾಣಕ್ಕೆ ಟಿಪ್ಪು ಸುಲ್ತಾನನ ಹೆಸರಿಡುವುದಕ್ಕೆ ಒತ್ತಾಯಿಸಬೇಕೆಂದು ಬೇರೆ ಯಾರು ತಾನೆ ಆಲೋಚಿಸಬಲ್ಲರು? ಏಕಕೇಂದ್ರವಲ್ಲದ ವಿಚಾರಗಳಲ್ಲಿ ಕಾರ್ನಾಡರು ತಮ್ಮ ಪಾಲನ್ನು ಹೊಂದಿದ್ದಾರೆ. ಆದರೆ ಇವೆಲ್ಲವುಗಳಿಂದ ಉದ್ಭವಿಸಿದ್ದು ಒಬ್ಬ ಸ್ವಾರ್ಥರಹಿತ ವ್ಯಕ್ತಿ. ಇದು ಈ ದಿನಗಳಲ್ಲಿ ಅತ್ಯಂತ ವಿಶಿಷ್ಟವಾದದ್ದು.

***

ತುಘಲಕ್ ಇಂಗ್ಲಿಷಿನಲ್ಲಿ ಪ್ರಕಟವಾದಾಗ ಅದಕ್ಕೆ ಮುನ್ನುಡಿ ಬರೆದ ಅನಂತಮೂರ್ತಿಯವರು, 'ತುಘಲಕ್‌ಗೆ ಅದರ ಆಳ ಮತ್ತು ವಿಸ್ತಾರದಲ್ಲಿ ಸರಿಸಾಟಿಯಾಗಬಲ್ಲ ಬೇರೆ ನಾಟಕ ಇಲ್ಲ' ಎಂದಿದ್ದರು. ನೆಹರು ಬಿತ್ತಿದ ಕನಸುಗಳ ಭ್ರಮನಿರಸನವನ್ನು ಈ ನಾಟಕ ಪ್ರತಿಬಿಂಬಿಸಿತ್ತು. 1965ರಿಂದ ಇಂದಿಗೂ ತುಘಲಕ್ ಬೇರೆ ಬೇರೆ ಭಾಷೆಗಳಲ್ಲಿ ಪ್ರದರ್ಶನವಾಗುತ್ತಲೇ ಇದೆ.

ಕನ್ನಡಪ್ರಭ

ಖಾಲಿ ಹಾಳೆಯಲ್ಲಿ ಇರುವುದು ಬಂಗಾರ...

ಅಲಿ ಅಬ್ಬಾಸ್ ಝಫರ್ ನಿರ್ದೇಶಕ

ಗಿರೀಶ್ ಕಾರ್ನಾಡ್ ಅವರು ಸಲ್ಮಾನ್ ಖಾನ್ ನಟನೆಯ ಏಕ್ ಥಾ ಟೈಗರ್ ಚಿತ್ರದ ಪ್ರಮುಖ ಪಾತ್ರದಲ್ಲಿ ನಟಿಸಿದ್ದರು. ಆ ಚಿತ್ರದ ಸೀಕ್ವೆಲ್ ಟೈಗರ್ ಝಿಂದಾ ಹೈ ಶುರುವಾದಾಗ ಕಾರ್ನಾಡ್ ಆರೋಗ್ಯ ಸರಿ ಇರಲಿಲ್ಲ. ಅವರು ಪುಪ್ಪುಸದ ಬ್ಯಾಗ್ ಹಿಡಿದುಕೊಂಡೇ ಓಡಾಡಬೇಕಿತ್ತು. ಹಾಗಿದ್ದರೂ ನಿರ್ದೇಶಕ ಅಲಿ ಅಬ್ಬಾಸ್ ಝಫರ್ ಮತ್ತು ಸಲ್ಮಾನ್ ಖಾನ್ ಆ ಪುಪ್ಪುಸದ ಬ್ಯಾಗ್ ಹಿಡಿದುಕೊಂಡೇ ನಟಿಸುವಂತೆ ಕಾರ್ನಾಡರಲ್ಲಿ ಕೇಳಿಕೊಂಡಿದ್ದರು. ಅಲಿ ಅಬ್ಬಾಸ್ ಅವರು ಕಾರ್ನಾಡರ ಬಗ್ಗೆ ಮಾತನಾಡಿದ್ದು ಇಲ್ಲಿದೆ.

***

ತುಂಬಾ ತಿಳಿದುಕೊಂಡಿದ್ದ ಜಂಟಲ್‌ಮನ್ ಅವರು. ಅವರ ಅಗಲಿಕೆ ದೇಶಕ್ಕೆ, ಚಿತ್ರರಂಗಕ್ಕೆ ದೊಡ್ಡ ನಷ್ಟ. ವೈಯಕ್ತಿಕವಾಗಿ ನನಗೆ ತುಂಬಾ ದೊಡ್ಡ ನಷ್ಟ. ಯಾಕೆಂದರೆ ನಾನು ಟೈಗರ್ ಝಿಂದಾ ಹೈ ಸಿನಿಮಾ ಚಿತ್ರೀಕರಣದ ಸಂದರ್ಭದಲ್ಲಿ ನಾನು ಅವರ ಜೊತೆ ಶ್ರೇಷ್ಠ ಮಾತುಗಳನ್ನು ಆಲಿಸಿದ್ದೇನೆ. ಅವರು ನನ್ನ ದಾರಿಗೆ ದೀಪವಾಗಿದ್ದರು. ಅವರು ಸಿನಿಮಾ ಮತ್ತು ಸಾಹಿತ್ಯ ಎರಡನ್ನೂ ಬಲ್ಲವರಾಗಿದ್ದರು. ನಮ್ಮ ಚಿತ್ರರಂಗದಲ್ಲಿ ಅಂಥವರು ಇರುವುದು ಕೆಲವೇ ಕೆಲವರಷ್ಟೇ.

ಸಾಹಿತ್ಯದಿಂದ ಹಿಡಿದು ಬದುಕಿನವರೆಗೆ ಎಲ್ಲವನ್ನೂ ನಾವು ಮಾತನಾಡುತ್ತಿದ್ದೆವು. ಬರಹಗಾರರಾಗಿದ್ದ ಅವರು ಬರವಣಿಗೆ ಬಗ್ಗೆ ತುಂಬಾ ಮಾತನಾಡುತ್ತಿದ್ದರು. ಟೈಗರ್ ಝಿಂದ್ ಹೈ ಸ್ಕ್ರಿಪ್ಟ್ ಓದಿದಾಗ ಅವರು ಹೇಳಿದ ಒಂದು ಮಾತು ನನಗಿನ್ನೂ ನೆನಪಿದೆ. ಅಲಿ, ಖಾಲಿ ಹಾಳೆಯಲ್ಲಿರುವುದೆಲ್ಲಾ ಬಂಗಾರ. ಹಾಗಾಗಿ

ನೀನು ನಿನ್ನಲ್ಲಿರುವ ಶ್ರೇಷ್ಠವಾದುದನ್ನೆಲ್ಲಾ ಬರವಣಿಗೆಯಲ್ಲೇ ತಂದುಬಿಡಬೇಕು.

ಟೈಗರ್ ಸರಣಿಯ ಸಿನಿಮಾಗಳಿಗೆ ಅವರು ಮುಖ್ಯವಾಗಿದ್ದರು. ಜೀವವಾಗಿದ್ದರು. ಮುಂದಿನ ಸಿನಿಮಾಗಳಲ್ಲೂ ಅವರ ಜೊತೆ ಕೆಲಸ ಮಾಡಬೇಕು ಎಂದುಕೊಂಡಿದ್ದೆ. ಸಲ್ಮಾನ್ ಖಾನ್ ಅವರಿಗೂ ತುಂಬಾ ಇಷ್ಟವಾಗಿದ್ದರು ಅವರು.

ಕನ್ನಡಪ್ರಭ

ನಟನೆ ಅವರ ವ್ಯಕ್ತಿತ್ವದ ಒಂದಂಶ ಮಾತ್ರ

ಶಬನಾ ಆಜ್ಮಿ ನಟಿ

ಗಿರೀಶ್ ಕಾರ್ನಾಡರ ನಿರ್ಗಮನದ ಸುದ್ದಿ ನನ್ನನ್ನು ಶೋಕಕ್ಕೆ ದೂಡಿದೆ. ನಮ್ಮದು 43 ವರ್ಷಗಳ ಸ್ನೇಹ. ಈಗ ನನ್ನ ಶೋಕಕ್ಕೆ ಏಕಾಂತ ಬೇಕಾಗಿದೆ. ಏನಾದರೂ ಹೇಳಿ ಅಂದರೆ ನಾನೇನೂ ಹೇಳುವ ಸ್ಥಿತಿಯಲ್ಲಿಲ್ಲ.

ನನ್ನ ನೆನಪುಗಳು ಹಿಂದಕ್ಕೆ ಜಿಗಿಯುತ್ತವೆ. ಶ್ಯಾಮ್ ಬೆನಗಲ್ ನಿರ್ದೇಶನದ ಅಂಕುರ್ ಸಿದ್ಧವಾಗಿತ್ತು. ಆ ಸಿನಿಮಾ ಅಗತ್ಯಕ್ಕಿಂತ ತುಂಬಾ ಉದ್ದವಿತ್ತು. ಅದರ ಸಂಕಲನದಲ್ಲಿ ನೆರವಾಗಲು ಶ್ಯಾಮ್, ಗಿರೀಶರನ್ನು ಕರೆಸಿದ್ದರು. ಆಗಲೇ ನಾನು ಗಿರೀಶ್ ಬಗ್ಗೆ ಮೊದಲ ಸಲ ಕೇಳಿದ್ದು.

ಇನ್ನೊಂದು ಘಟನೆ ನೆನಪಾಗುತ್ತಿದೆ. ಆಗ ಕಾರ್ನಾಡರು ಎಫ್‌ಟಿಟಿಐ ನಿರ್ದೇಶಕರಾಗಿದ್ದರು. ಅಲ್ಲಿನ ವಿದ್ಯಾರ್ಥಿಗಳು ನಸೀರುದ್ದೀನ್ ಶಾ ಮುಂದಾಳತ್ವದಲ್ಲಿ ಮುಷ್ಕರ ಹೂಡಿದ್ದರು. ಅದೊಂದು ತ್ರಾಸದಾಯಕವಾದ ಅವಧಿಯೇ ಆಗಿತ್ತು. ವಿದ್ಯಾರ್ಥಿಗಳು ಶತ್ರುಗಳ ಥರ ವರ್ತಿಸುತ್ತಿದ್ದರು. ಆ ಇಡೀ ಪರಿಸ್ಥಿತಿಯನ್ನು ಗಿರೀಶ್ ತುಂಬ ಚೆನ್ನಾಗಿ, ಸಹಾನುಭೂತಿ ಮತ್ತು ದಕ್ಷತೆಯಿಂದ ನಿಭಾಯಿಸಿದರು.

ಮುಷ್ಕರದ ಮುಂಚೂಣಿಯಲ್ಲಿದ್ದ ನಸೀರುದ್ದೀನ್ ಶಾ ಮತ್ತು ಗಿರೀಶ್ ಕಾರ್ನಾಡರ ಮಧ್ಯೆ ಒಂದಷ್ಟು ಅಪ್ರಿಯ ಮಾತುಗಳ ವಿನಿಮಯವೂ ನಡೆದಿದ್ದವು.

ಮುಂದೆ ನಿಶಾಂತ್ ಚಿತ್ರದಲ್ಲಿ ಒಂದು ಪ್ರಮುಖ ಪಾತ್ರಕ್ಕಾಗಿ ಗಿರೀಶ್ ಸೂಚಿಸಿದ್ದು ನಸೀರುದ್ದೀನ್ ಶಾ ಹೆಸರನ್ನು. ಅದು ಗಿರೀಶ್ ವ್ಯಕ್ತಿತ್ವ. ಆ ಪಾತ್ರ ನಸೀರ್ ಪಾಲಿಗೆ ಮೊದಲ ಬ್ರೇಕ್ ಆಗಿತ್ತು. ಹೀಗೆ ಶುರುವಾದ ಅವರ ಚಲನಚಿತ್ರದ ವೃತ್ತಿಜೀವನ ಕ್ರಮೇಣ ಅವರ ನಟನೆಯ ಉತ್ಕೃಷ್ಟತೆಯನ್ನು ಸಾಬೀತು ಮಾಡಿತು.

ಬಹುಶಃ ಗಿರೀಶರಲ್ಲದೇ ಬೇರೆ ಯಾರಿದ್ದರೂ ಆ ಸಂದರ್ಭದಲ್ಲಿ ಸೇಡು ತೀರಿಸಿಕೊಳ್ಳುತ್ತಿದ್ದರೇನೋ?

ಶಾಮ್ ಬೆನಗಲ್ 1975ರಲ್ಲಿ ನಿರ್ದೇಶಿಸಿದ ನಿಶಾಂತ್ ಚಿತ್ರದಲ್ಲಿ ನಾನು ಗಿರೀಶರ ಜೊತೆ ಕಾಣಿಸಿಕೊಂಡಿದ್ದೆ. ಸ್ಕೂಲ್ ಮೇಷ್ಟರ ಹೆಂಡತಿಯ ಪಾತ್ರ ನನ್ನದು. ಗಿರೀಶ್ ಕೊಂಚ ಅಂಜುಬುರುಕ ಮೇಷ್ಟರ ಪಾತ್ರದಲ್ಲಿದ್ದರು. ಅವರ ವ್ಯಕ್ತಿತ್ವಕ್ಕೆ ವಿರುದ್ಧವಾದ ಪಾತ್ರ. ನಿಜಜೀವನದಲ್ಲಿ ಅವರು ಆತ್ಮವಿಶ್ವಾಸಿ. ಸ್ಪಷ್ಟಮಾತಿನ, ಬಹುಶ್ರುತ ಮೇಧಾವಿ.

ಗಿರೀಶ್‌ಗೆ ತಮ್ಮ ನಟನೆಯ ಬಗ್ಗೆ ಅಂತ ಗೌರವವಾಗಲೀ ಸದಭಿಪ್ರಾಯವಾಗಲೀ ಇರಲಿಲ್ಲ. ನಟನೆಯಿಂದ ನಾಟಕಕಾರರಾಗಿ ತಮ್ಮ ಹೆಸರಿಗೆ ಕುಂದು ಬರುವುದೇನೋ ಎಂಬ ಆತಂಕವಿತ್ತು. ಅಷ್ಟರಲ್ಲಾಗಲೇ ಅವರು ಭಾರತದ ಅತ್ಯುತ್ತಮ ನಾಟಕಕಾರರೆಂಬ ಖ್ಯಾತಿ ಮೆಲ್ಲಮೆಲ್ಲನೆ ಹಬ್ಬತೊಡಗಿತ್ತು. ಈ ಬಗ್ಗೆ ಮಾತು ಬಂದಾಗೆಲ್ಲ ನಾನು ತಮಾಷೆ ಮಾಡುತ್ತಿದ್ದೆ. ಗಿರೀಶ್, ನಿಮ್ಮ ನಟನೆ ಹೇಳಿಕೊಳ್ಳುವ ಹಾಗೆ ಇಲ್ಲದೇ ಇದ್ದರೇನಂತೆ. ನೋಡಲಿಕ್ಕೆ ಎಷ್ಟು ಚೆನ್ನಾಗಿದ್ದೀರಿ. ಹೀಗಾಗಿ ಎಲ್ಲವನ್ನೂ ಕ್ಷಮಿಸಬಹುದು. ಅದನ್ನು ಕೇಳಿ ಅವರು ಜೋರಾಗಿ ನಗುತ್ತಿದ್ದರು. ಮತ್ತಷ್ಟು ಕತೆಗಳನ್ನು ಹೇಳಿ ನಮ್ಮನ್ನು ರಂಜಿಸುತ್ತಿದ್ದರು.

ಅವರ ಮಾತುಗಳನ್ನು ಕೇಳುವುದೇ ಒಂದು ಖುಷಿ. ಬಹುಬೇಗನೇ ಅವರು ನನಗೆ ಆತ್ಮೀಯರಾಗಿಬಿಟ್ಟರು. ನಿಶಾಂತ್ ಆಗಿ ಎರಡು ವರ್ಷಕ್ಕೇ ಶರಶ್ಚಂದರ ಚಟ್ಟೋಪಾಧ್ಯಾಯರ ಸಣ್ಣ ಕತೆಯೊಂದನ್ನು ಆಧರಿಸಿದ ಸ್ವಾಮಿ ಚಿತ್ರದಲ್ಲೂ ನಾನು

ಕಾರ್ನಾಡರ ಪತ್ನಿಯ ಪಾತ್ರದಲ್ಲಿ ನಟಿಸಿದೆ. ಬಸು ಚಟರ್ಜಿ ಅದರ ನಿರ್ದೇಶಕರು. ಇಬ್ಬರಿಗೂ ನಟಿಸುವ ಸಂಭ್ರಮ. ನಟಿಸುವುದಕ್ಕೆ ಮೊದಲೇ ನಾವೊಂದು ಒಪ್ಪಂದ ಮಾಡಿಕೊಂಡೆವು. ನಾವಾಗಿಯೇ ಚಿತ್ರದಲ್ಲಿ ನಮ್ಮಿಬ್ಬರ ನಿಲುವು ಬೇರೆ ಅನ್ನುವುದನ್ನು ತೋರಿಸಿಕೊಳ್ಳುವುದಿಲ್ಲ. ಅದನ್ನು ಬೇಕಿದ್ದರೆ ಪ್ರೇಕ್ಷಕರೇ ಪತ್ತೆ ಹಚ್ಚಲಿ. ಇಲ್ಲದೇ ಹೋದರೆ ಆ ಗುಟ್ಟು ನಮ್ಮೊಳಗೇ ಇರಲಿ ಅಂತ ಮಾತಾಡಿಕೊಂಡೆವು. ಆದರೆ ಪರದೆಯ ಮೇಲೆ ಅವರ ವ್ಯಕ್ತಿತ್ವ ಎಷ್ಟು ಎದ್ದು ಕಾಣಿಸುತ್ತಿತ್ತು ಅಂದರೆ ಬಹಳ ಬೇಗ ಅವರೊಬ್ಬ ನುರಿತ ಕಲಾವಿದರಾಗಿಬಿಟ್ಟರು. ನಾನು ಅವರ ಜೊತೆ ನಟಿಸಿದ ಕೊನೆಯ ಚಿತ್ರ 2016ರಲ್ಲಿ ಬಂದ ಚಾಕ್ ಅಂಡ್ ಡಸ್ಟ್.

ಗಿರೀಶ್ ಪಾಲಿಗೆ ನಟನೆ ಅವರ ವ್ಯಕ್ತಿತ್ವದ ಒಂದು ಸಣ್ಣ ಅಂಶವಾಗಿತ್ತು ಅಷ್ಟೇ. ಆದರೆ ಕ್ರಮೇಣ ಅವರ ಹಿಂಜರಿಕೆ ಮತ್ತು ಒಂಥರದ ಅನಿಶ್ಚತೆತೆ ಮಾಯವಾಗಿ ಪಕ್ಕಾ ವೃತ್ತಿಪರನಂತೆ ಕೆಮರಾ ಎದುರಿಸಲು ಕಲಿತರು.

ಅವರನ್ನು ನಾನು ಕೊನೆಯದಾಗಿ ಕಂಡದ್ದು ಬೆಂಗಳೂರಿನಲ್ಲಿ. ಅವರದೇ ಬ್ರೋಕನ್ ಇಮೇಜಸ್ ನಾಟಕ ಪ್ರದರ್ಶನದ ಹೊತ್ತಲ್ಲಿ. ಅವರ ಆರೋಗ್ಯ ಅದಾಗಲೇ ಕ್ಷೀಣಿಸತೊಡಗಿತ್ತು. ಆದರೆ ಒಬ್ಬ ಜವಾಬ್ದಾರಿಯುತ ನಾಗರಿಕನಲ್ಲಿ ಇರಬೇಕಾದ ಬದ್ಧತೆ ಮತ್ತು ಉತ್ಸಾಹ ಮಾತ್ರ ಕಮ್ಮಿಯಾಗಿರಲಿಲ್ಲ.

ಅವರ ದಿಟ್ಟತನ, ಅನ್ನಿಸಿದ್ದನ್ನು ನಿರ್ಭಯವಾಗಿ ಹೇಳುವ ಛಾತಿ, ವಾಕ್ ಸ್ವಾತಂತ್ರ್ಯವನ್ನು ಬೆಂಬಲಿಸುವ ಅವರ ನಿಲುವು– ಅವರ ವಿಶಿಷ್ಟತೆ. ನಾವಿಬ್ಬರೂ ಈಮೇಲ್, ಫೋನ್ ಮೂಲಕ ಮಾತಾಡುತ್ತಿರುತ್ತಿದ್ದೆವು.

ಕಡೆಯ ಸಲ, ಅವರು ಹೋಗಿ ನಾಲ್ಕು ದಿನಗಳ ನಂತರ, ಬೆಂಗಳೂರಿನಲ್ಲಿ ನಾನು ಬ್ರೋಕನ್ ಇಮೇಜಸ್ ನಾಟಕದಲ್ಲಿ ನಟಿಸಿದೆ. ಆವತ್ತು ನಾನು ಎಂದಿಗಿಂತ ಹೆಚ್ಚು ಕಂಗಾಲಾಗಿದ್ದೆ. ಅವರಿಲ್ಲ ಎಂಬ ಅರಿವು ನನ್ನನ್ನು ಕ್ಷಣಕ್ಷಣವೂ ಕಾಡುತ್ತಲೇ ಇತ್ತು.

ಟೈಮ್ಸ್ ಆಫ್ ಇಂಡಿಯಾ । ಕನ್ನಡಕ್ಕೆ: ಅಹಲ್ಯಾ ಬಲ್ಲಾಳ್

ನಿಮ್ಮಂಥವರು ಅಳಿವಿನ ಅಂಚಿನಲ್ಲಿದ್ದಾರೆ...

ಕವಿತಾ ಲಂಕೇಶ್ ನಿರ್ದೇಶಕಿ

ನಾವು ಚಿಕ್ಕವರಾಗಿದ್ದಾಗ ನಮ್ಮ ಮನೆ ಅನಂತಮೂರ್ತಿ, ಕಾರ್ನಾಡ್, ಕೀರಂ ಮುಂತಾದವರು ಸೇರುವ ಖಾಯಂ ಜಾಗವಾಗಿರುತ್ತಿತ್ತು. ನನಗಿನ್ನೂ ಚೆನ್ನಾಗಿ ನೆನಪಿದೆ, ಕಾರ್ನಾಡರ 'ಹಯವದನ' ನಾಟಕ ರಂಗಕ್ಕೆ ಬರಲು ಸಜ್ಜಾಗಿದ್ದಾಗ ಅದಕ್ಕೆ ಬೇಕಾದ ಬೃಹತ್ ಆನೆ, ಮುಖವಾಡಗಳೆಲ್ಲಾ ನಮ್ಮನೆಯಲ್ಲೇ ತಯಾರಾಗುತ್ತಿದ್ದವು. ಆ ದಿನಗಳಲ್ಲಿ ನಮ್ಮ ತಂದೆ ಪಿ. ಲಂಕೇಶ್, ಅನಂತಮೂರ್ತಿ, ಕಾರ್ನಾಡ್, ತೇಜಸ್ವಿಯವರೆಲ್ಲಾ ಪರಸ್ಪರರ ಮುಂದಿನ ಕೃತಿ ಯಾವುದಾಗಿರುತ್ತದೆ ಅನ್ನುವ ಕುತೂಹಲದಿಂದ ಕಾಯುತ್ತಿರುತ್ತಿದ್ದರು. ಚರ್ಚೆಗಳು, ಟೀಕೆಗಳು ಮತ್ತು ಕೆಲವೊಮ್ಮೆ ಹೊಟ್ಟೆಕಿಚ್ಚುಗಳು ಬಹಳ ಸಹಜವಾಗಿ ಇರುತ್ತಿದ್ದವು.

'ಅಂತಿಗೊನೆ' ನಾಟಕದಲ್ಲಿ ನಾನು ಮತ್ತು ಗೌರಿ ಕಾರ್ನಾಡರ ಒಟ್ಟಿಗೇ ಅಭಿನಯಿಸಿದ್ದೆವು. ನಮ್ಮ ಪಾತ್ರ ಏನು ಗೊತ್ತಾ, ರಂಗದ ಮೇಲೆ ಬರಬೇಕು, ಅವರನ್ನು ತಬ್ಬಿಕೊಂಡು ಅಳಬೇಕು! ಆ ನಮ್ಮ ನಟನೆ ಚೆನ್ನಾಗಿಯೇ ಇದ್ದಿರಬೇಕು, ಯಾಕೆಂದರೆ ಅವರ ಮುಖದ ಮೇಲಾಗಿರುವ ಗಾಯ ಮತ್ತು ಅದರಿಂದ ಹರಿಯುತ್ತಿದ್ದ ರಕ್ತ (ಮೇಕಪ್ ಆ ರೀತಿ ಇತ್ತು)ವನ್ನು ಕಂಡು ನಾವು ನಿಜವಾಗಿಯೂ ಅಳತೊಡಗುತ್ತಿದ್ದೆವು! ಅಪ್ಪ ಮತ್ತು ಕಾರ್ನಾಡರು ಒಟ್ಟಿಗೇ 'ಸಂಸ್ಕಾರ' ಸಿನಿಮಾದಲ್ಲಿ ಅಭಿನಯಿಸಿದ್ದರು. ಅಪ್ಪನ ಪಾತ್ರ ಕೆಲವು ಸೀನ್ ಗಳಿಗೆ ಮಾತ್ರ ಸೀಮಿತವಾಗಿತ್ತು, ಅನಂತರ ಅವರ ಪಾತ್ರ ತೀರಿಹೋಗುತ್ತದೆ. ಆ ದೇಹವನ್ನು ಹೇಗೆ ಮಣ್ಣು ಮಾಡಬೇಕು ಅನ್ನುವುದೇ ಅದರ ಕತೆ.

ನಟಿಸಬಲ್ಲವರೂ ಆಗಿದ್ದ ಕೆಲವೇ ಕೆಲವು ಲೇಖಕರಲ್ಲಿ ಕಾರ್ನಾಡ್ ಒಬ್ಬರು.

ಅವರ ಗಡಸು ಧ್ವನಿ ಮತ್ತು ತೆರೆಯ ಮೇಲೆ ಅವರು ಆವರಿಸಿಕೊಳ್ಳುತ್ತಿದ್ದ ರೀತಿಗೆ ಬೇರಾರೂ ಸಾಟಿ ಇಲ್ಲ. ನನ್ನ ನಿರ್ದೇಶನದ 'ತನನಂ ತನನಂ' ಚಿತ್ರದಲ್ಲಿ ಅವರ ಜೊತೆಗೆ ಕೆಲಸ ಮಾಡುವ ಅವಕಾಶ ಒದಗಿ ಬಂದಿತ್ತು. ಅವರು ಚಿತ್ರದ ಸ್ಕ್ರಿಪ್ಟ್ ನೋಡಿ ಒಪ್ಪಿಕೊಂಡರು, ಅವರಿಗೆ ತಕ್ಕ ಸಂಭಾವನೆಯನ್ನೂ ನಿಗದಿಪಡಿಸಲಾಯಿತು. ಆದರೆ ಎಷ್ಟಾದರೂ ಗಾಂಧಿನಗರ ಗಾಂಧಿನಗರವೇ, ಇನ್ನೇನು ಶೂಟಿಂಗ್‌ಗೆ ಒಂದು ವಾರ ಇದೆ ಎನ್ನುವಾಗಲೂ ಅವರಿಗೆ ಸಂಭಾವನೆ ಸಂದಾಯವಾಗಲಿಲ್ಲ. ಅಡ್ವಾನ್ಸ್ ಹಣ ಬರದೇ ಹೋದರೆ ನಾನು ನಟಿಸುವುದಿಲ್ಲ ಅಂತ ಕಾರ್ನಾಡರು ನನಗೆ ಮೇಲ್ ಕಳಿಸಿದರು! ಆ ಕೂಡಲೇ ನಾನು ನಿರ್ಮಾಪಕರನ್ನು ಕೇಳಿಕೊಂಡು ಅಡ್ವಾನ್ಸ್ ಹಣವನ್ನು ಕೊಡಿಸಬೇಕಾಯ್ತು.

ಈ ಕಾಲದ ಸ್ಟಾರ್‌ಗಳಂತೆ ಕಾರ್ನಾಡರು ಇರಲೇ ಇಲ್ಲ. ಊಟೋಪಚಾರ ಸೇರಿದಂತೆ ಯಾವ ಬಗೆಯಿಂದಾಗಲೀ ಅವರು ತೊಂದರೆ ಕೊಡುತ್ತಿರಲಿಲ್ಲ.

ಸಮಯಕ್ಕೆ ಸರಿಯಾಗಿ ಬಂದು ತಮ್ಮ ಪಾಲಿನ ಪಾತ್ರವನ್ನು ಪ್ರಾಮಾಣಿಕತೆಯಿಂದ ನಿರ್ವಹಿಸಿ ಹೋಗುತ್ತಿದ್ದರು. ಅವರದು ನಮ್ಮ ಚಿತ್ರದಲ್ಲಿ ಸಂಗೀತ ಮೇಷ್ಟ್ರ ಪಾತ್ರವಾಗಿತ್ತು. ಕಿರಿಯರಾದ ಹರೀಶ್ ರಾಜ್, ಶ್ಯಾಮ್ ಜೊತೆಗೆ ತಾಳ್ಮೆಯಿಂದ ಪಾತ್ರದ ತಾಲೀಮು ನಡೆಸಿ, ಸರಿಯಾಗುವ ತನಕ ಶೂಟ್ ಆಗುವುದಕ್ಕೆ ಅವಕಾಶ ಕೊಟ್ಟರು, ವಿಧೇಯ ವಿದ್ಯಾರ್ಥಿಯಾಗೇ ಇದ್ದರು.

ಗೌರಿ, ಕಾರ್ನಾಡರ ಕೋಮು ಸೌಹಾರ್ದತೆ ಬಗೆಗಿನ ಕಾಳಜಿ ಬಗ್ಗೆ ಆಗಾಗ ಹೇಳುತ್ತಿದ್ದಳು. ಈ ವಿಚಾರವಾಗಿ ಅವರಿಬ್ಬರೂ ಒಟ್ಟಿಗೇ ಪ್ರತಿಭಟನೆ ನಡೆಸುತ್ತಾ ಓಡಾಡುತ್ತಿದ್ದರು. ಹಾಗೇ ಚಿಕ್ಕಮಗಳೂರಿನ ಬಾಬಾಬುಡನ್ ಗಿರಿಯ ವಿಚಾರವಾಗಿ ಇಬ್ಬರೂ ಜೈಲಿಗೂ ಹೋಗಿ ಬಂದಿದ್ದರು. ಗೌರಿಯ ಹತ್ಯೆ ಆದಾಗ ಕಾರ್ನಾಡರ ಆರೋಗ್ಯ ಆಗಲೇ ಹದಗೆಟ್ಟಿತ್ತು. ಉಸಿರಾಟದ ನಳಿಕೆ ಸಹಾಯದಿಂದ ಓಡಾಡುತ್ತಿದ್ದರು. ಆದರೂ ಸೆಪ್ಟೆಂಬರ್ 12ರಂದು ನಡೆದ ಗೌರಿ ಸಮಾವೇಶಕ್ಕೆ ಬಂದರು, ಬೆಂಬಲ ಸೂಚಿಸಿದರು. ಗೌರಿಯ ಮೊದಲನೇ ಪುಣ್ಯತಿಥಿಯಂದೂ ಬರುತ್ತೇನೆ, ಆದರೆ ಮಾತಾಡಲಾಗುವುದಿಲ್ಲ ಅಂತ ಹೇಳಿದ್ದರು. ಹೇಳಿದಂತೇ ಬಂದರು, ಕತ್ತಿನಲ್ಲಿ 'ನಾನು ಕೂಡ ಅರ್ಬನ್ ನಕ್ಸಲ್' ಅಂತ ಬೋರ್ಡ್ ಹಾಕಿಕೊಂಡು ಬಂದರು. ಮಾತಾಡದೇ ಹೋದರೂ ಅವರ ಆ ಹೇಳಿಕೆ ದೇಶಾದ್ಯಂತ ಪ್ರತಿಧ್ವನಿಸಿತು.

ಗೌರಿ ಹತ್ಯೆ ಕುರಿತಾದ ತನಿಖೆಯ ಸಂದರ್ಭದಲ್ಲಿ ತಿಳಿದು ಬಂದ ವಿಚಾರ ಏನೆಂದರೆ ಕಾರ್ನಾಡರ ಹೆಸರು ಕೂಡ ಹಿಟ್‌ಲಿಸ್ಟ್‌ನಲ್ಲಿತ್ತು. ಆದರೂ ಗೌರಿಯ ರೀತಿಯಲ್ಲೇ ಯಾವ ರಕ್ಷಣೆಯನ್ನೂ ಬಯಸಲಿಲ್ಲ, ರಕ್ಷಣೆ ತೆಗೆದುಕೊಳ್ಳಲು ನಿರಾಕರಿಸಿದರು. ಕೋಮುವಾದ ಮತ್ತು ಫ್ಯಾಸಿಸ್ಟ್ ವಾದವನ್ನು ವಿರೋಧಿಸುತ್ತಲೇ ಬದುಕಿದರು ಹಾಗೂ ಕೊನೆ ಉಸಿರಿರುವ ತನಕ ಅಲ್ಪಸಂಖ್ಯಾತರು ಮತ್ತು ಕೆಳವರ್ಗದವರಿಗಾಗಿ ಬಾಳಿದರು. ಕಾರ್ನಾಡ್ ಸರ್, ಥ್ಯಾಂಕ್ಯೂ. ನಮ್ಮ ಜೊತೆಗಿದ್ದಿದ್ದಕ್ಕೆ, ನಮಗೆ ಸ್ಫೂರ್ತಿಯಾಗಿದ್ದಿದ್ದಕ್ಕೆ. ಯಾಕೆಂದರೆ ನಿಮ್ಮಂಥವರು ಈಗ ನಿಜಕ್ಕೂ ಅಳಿವಿನಂಚಿನಲ್ಲಿದ್ದಾರೆ.

ಬೆಂಗಳೂರು ಮಿರರ್ । ಕನ್ನಡಕ್ಕೆ: ವಿಕಾಸ್ ನೇಗಿಲೋಣಿ

ಅವರಂಥ ಗುರು ಅಪರೂಪ

ಟಿ.ಎಸ್. ನಾಗಾಭರಣ ನಿರ್ದೇಶಕ

ಕಾರ್ನಾಡರು ನನ್ನ ಬದುಕಿನಲ್ಲಿ ಗುರುಸ್ಥಾನದಲ್ಲಿದ್ದವರು. 1969ರಿಂದ ಆರಂಭವಾದ ನನ್ನ ಶಿಷ್ಯಪ್ರವೃತ್ತಿ ಇಂದಿನವರೆಗೂ ಮುಂದುವರಿದಿತ್ತು. ಕಳೆದ ಮೂರ್ನಾಲ್ಕು ವರ್ಷ ಬಿಟ್ಟರೆ ಸತತವಾಗಿ ಅವರ ಸಂಪರ್ಕದಲ್ಲಿದ್ದೆ. ಅವರ ಮೊದಮೊದಲ ಚಿತ್ರಗಳಾದ ಕಾಡು, ಗೋಧೂಳಿ, ತಬ್ಬಲಿಯು ನೀನಾದೆ ಮಗನೇ, ಒಂದಾನೊಂದು ಕಾಲದಲ್ಲಿ ಮೊದಲಾದ ಚಿತ್ರಗಳಿಗೆ ಸಹಾಯಕ ನಿರ್ದೇಶಕನಾಗಿ ಕೆಲಸ ಮಾಡಿದ್ದೆ. ಅವರ ಆವತ್ತಿನ ಹುಡುಕಾಟದಲ್ಲಿ ನನ್ನನ್ನು ಅವರು ಸೇರಿಸಿಕೊಂಡಿದ್ದರು ಅನ್ನುವುದೇ ದೊಡ್ಡ ಬಲ ನನಗೆ.

ರಂಗಭೂಮಿಯಲ್ಲಿ ಎಷ್ಟು ಸಕ್ರಿಯರಾಗಿದ್ದರೂ ಸಿನಿಮಾದಲ್ಲೂ ಅಷ್ಟೇ ಸಕ್ರಿಯರು. ಏನನ್ನು ಕಲೀಬೇಕು, ಹೇಗೆ ಕಲೀಬೇಕು, ಏನನ್ನು ಕಲೀತಿದ್ದೀನಿ ಅನ್ನೋದನ್ನು ಅರ್ಥ ಮಾಡಿಸಿದ್ದರು. ಅದು ನವ್ಯ ಚಳುವಳಿಯ ಆರಂಭಕಾಲ. ನವ್ಯದ ಪ್ರಭಾವ ಸಾಂಸ್ಕೃತಿಕ ವಲಯಕ್ಕೂ ವ್ಯಾಪಿಸಿತು. ಸಿನಿಮಾದಲ್ಲಿ ಹೊಸ ಥರದ ಯೋಚನೆಗಳು ಆರಂಭವಾದವು. ಅದನ್ನು ಹೊಸ ಅಲೆಯ ಚಿತ್ರಗಳು ಎಂದೇ ಕರೆದರು. ಹಾಗೆ ಬಂದ ಚಿತ್ರಗಳ ಅಧ್ವರ್ಯುಗಳಲ್ಲಿ ಒಬ್ಬರು ಕಾರ್ನಾಡರು ಮತ್ತೊಬ್ಬರು ಬಿ.ವಿ ಕಾರಂತರು. ಎಷ್ಟರ ಮಟ್ಟಿಗೆ 'ಸಂಸ್ಕಾರ'ದ ಪಟ್ಟಾಭಿ ಅವರ ಬಗ್ಗೆ ಹೇಳುತ್ತೇವೋ, ಅದಕ್ಕೂ ಮುಂಚೆ ಲಕ್ಷ್ಮೀನಾರಾಯಣ ಅವರ ಬಗ್ಗೆ ಹೇಳುತ್ತಿದ್ದೆವೋ, ಅಷ್ಟೇ ಮುಖ್ಯರಾದವರು ಕಾರಂತರು ಹಾಗೂ ಕಾರ್ನಾಡರು.

ಕಾರ್ನಾಡರಲ್ಲಿ ಇನ್ನೊಂದು ಗುಣ ಇತ್ತು. ಒಬ್ಬ ಶಿಷ್ಯನನ್ನು ಅವರು ಬಹಳ ಚೆನ್ನಾಗಿ ಮಾರ್ಪಾಡು ಮಾಡುವವರು. ಅವನಿಗೆ ಒಂದು ಕೆಲಸ ಗೊತ್ತಿದೆ ಅಂದರೆ ಇನ್ನು ಯಾವ ಯಾವ ಕೆಲಸಗಳು ಗೊತ್ತು ಅನ್ನೋದನ್ನು ಹುಡುಕಿ ತೆಗೆಯುವವರು. ಅಷ್ಟೇ ಅಲ್ಲ, ಅದಕ್ಕೆ ತಕ್ಕಂತೆ ಕೆಲಸ ಕೊಡುತ್ತ ಹೋಗುವವರು.

ಹಾಗಾಗಿ ರಂಗಭೂಮಿಯಲ್ಲಿ ಹೇಗೆ ಎಲ್ಲ ಕೆಲಸಗಳನ್ನೂ ಮಾಡುತ್ತಿದ್ದೆವೋ ಹಾಗೆ ಸಿನಿಮಾದಲ್ಲೂ ಎಲ್ಲ ಕೆಲಸಗಳನ್ನು ನಾವು ಒಟ್ಟಿಗೆ ಮಾಡ್ತಿದ್ವು. ಇದೇ ಹೊಸ ಅಲೆಯ ನಿರ್ಮಾಪಕರು, ನಿರ್ದೇಶಕರ ಟ್ರಂಪ್‌ಕಾರ್ಡ್. ನಾವು ಕಸ ಗುಡಿಸೋ ಕೆಲಸವನ್ನೂ ಮಾಡ್ತಿದ್ದೆವು. ಆ್ಯಕ್ಟಿಂಗೂ ಮಾಡುತ್ತಿದ್ದೆವು. ನಿರ್ದೇಶನದಲ್ಲೂ ಸಹಾಯ ಮಾಡುತ್ತಿದ್ದೆವು. ದಿಲ್‌ದಾರ್ ಆಗಿ ಸಾಯಂಕಾಲ ಪಾರ್ಟಿನೂ ಮಾಡ್ತಿದ್ವು. ಅಷ್ಟರಮಟ್ಟಿಗೆ ನಮ್ಮಲ್ಲಿ ಕಮಿಟ್‌ಮೆಂಟ್ ಇತ್ತು, ಕುಟುಂಬದ ಹಾಗೆ ವಾತಾವರಣ ಇತ್ತು.

ಕಾರಂತರು ಕಾರ್ನಾಡರನ್ನು ಗುರುತಿಸಿದ ಬಗೆಯೇ ಒಬ್ಬ ಪ್ಲೇ ರೈಟರ್ ಆಗಿ. ಬಿ.ವಿ ಕಾರಂತರು ಹಾಗೂ ಕಾರ್ನಾಡರು ಸೇರಿ ಆರಂಭಿಸಿದ ನಾಟಕಗಳು ಏನೇನಿವೆ ಅವೆಲ್ಲ ರಾಷ್ಟ್ರಮಟ್ಟದಲ್ಲಿ ಹೆಸರು ಮಾಡಿ ಗುರುತಿಸಿಕೊಂಡವು. ಹಯವದನ ಹದಿನೆಂಟು ಭಾಷೆಗಳಲ್ಲಿ ನಾಟಕ ಆಯ್ತು. ಅದಕ್ಕೆ ಕಾರಣ ಯಾರು ಅಂದರೆ ಕಾರಂತರು. ಅವರು ಅದನ್ನು ಚೆನ್ನಾಗಿ ಭಾರತೀಯ ರಂಗಭೂಮಿಯ ಆವಿಷ್ಕಾರ ಮಾಡಿಕೊಂಡರು. ಅದಕ್ಕೆ ಕಾರ್ನಾಡರು ಪ್ರೋತ್ಸಾಹ ನೀಡುತ್ತ ಬಂದರು. ಯಯಾತಿಯಂಥ ನಾಟಕ, ತುಘಲಕ್‌ನಂಥ ನಾಟಕವನ್ನು ಬರೆದರು. ರಾಷ್ಟ್ರೀಯ ರಂಗಭೂಮಿಯನ್ನು ಕಟ್ಟುವಲ್ಲಿ ಕಾರಂತರು ಎಷ್ಟು ಮುಖ್ಯರಾಗುತ್ತಾರೋ ಅಷ್ಟೇ ಕಾರ್ನಾಡರೂ ಮುಖ್ಯವಾಗುತ್ತಾರೆ.

ಕಾರ್ನಾಡರು ಒಬ್ಬ ವ್ಯಕ್ತಿಯ ವ್ಯಕ್ತಿತ್ವವನ್ನು ಗುರುತಿಸುವ ಬಗೆ ಬಹಳ ಅದ್ಭುತವಾದದ್ದು. ಆ ದೃಷ್ಟಿಯಲ್ಲಿ ಕಾರ್ನಾಡರು ನನ್ನನ್ನು ಬೆಳೆಸಿದ ರೀತಿಯೂ

ಮಹತ್ವದ್ದು. ಆ ಹೊತ್ತಿಗೆ ನಾನು ಗ್ರಹಣ ಸಿನಿಮಾ ಮಾಡಿದೆ, ಅನ್ವೇಷಣೆ ಮಾಡಿದೆ. ಅದರಲ್ಲಿ ಅವರು ಆ್ಯಕ್ಟ್ ಮಾಡಿದರು. ಬಳಿಕ ನನ್ನ ನಿರ್ದೇಶನದ ಸಂತ ಶಿಶುನಾಳ, ಮೈಸೂರು ಮಲ್ಲಿಗೆ, ನೆನಪಿನ ದೋಣಿಯಲ್ಲಿ ಸಿನಿಮಾಗಳಲ್ಲೂ ನಟಿಸಿದರು. ಒಬ್ಬ ನಿರ್ದೇಶಕನಾಗಿದ್ದಾಗ ಇರಬೇಕಾದ ವಿಷನ್ ಏನು, ಆ್ಯಕ್ಟರ್ ಆಗಿರುವಾಗ ಇರಬೇಕಿದ್ದ ನಿಲುವುಗಳೇನು ಎನ್ನುವುದರ ಬಗ್ಗೆ ಅವರಿಗೆ ಸ್ಪಷ್ಟತೆ ಇತ್ತು. ಅವನ್ನು ನಮಗೂ ತಿಳಿಸಿಕೊಟ್ಟರು. ಕನ್ನಡ ಚಲನಚಿತ್ರ ಅಸ್ಮಿತೆಯನ್ನು ಅದ್ಭುತವಾದ ಸ್ತರಕ್ಕೆ ತೆಗೆದುಕೊಂಡು ಹೋದವರಲ್ಲಿ ಕಾರ್ನಾಡರು ಬಹಳ ಮುಖ್ಯರು. ಒಬ್ಬ ಶಿಷ್ಯ ಗುರುವನ್ನು ಎಷ್ಟರಮಟ್ಟಿಗೆ ಆರಾಧಿಸಬಹುದು, ಗುರುವಿನಿಂದ ಏನೆಲ್ಲ ಪಡ್ಕೊಳ್ಳಬಹುದು ಎಂಬುದಕ್ಕೆ ನಾನು ಸಾಕ್ಷಿಯಾಗಿದ್ದೇನೆ.

ಅನ್ವೇಷಣೆಯಂಥ ಸಿನಿಮಾ ಮಾಡುವಾಗ ನಿರ್ಮಾಪಕರು ನಮಗೆ ಕೈಕೊಟ್ಟಾಗ ಸ್ಮಿತಾ ಪಾಟೀಲ್‌ರಂಥ ನಟಿಯನ್ನು ನಮಗೆ ಪರಿಚಯಿಸಿದ್ದೇ ಕಾರ್ನಾಡ್. 'ನೋಡೋ, ಅಲ್ಲಿ ಪೂನಾಗೆ ಹೋಗು. ಅಲ್ಲಿ ಪಟವರ್ಧನ್ ಮನೆಯಲ್ಲಿ ಆಕೆ ಇರ್ತಾರೆ. ನೀನು ಕತೆ ಹೇಳು. ಅವರು ಇಷ್ಟ ಆದರೆ ಓಕೆ ಮಾಡ್ತಾರೆ' ಅಂತ ಕಳಿಸಿದ್ರು. ಮುಂದಿನದು ಜಗತ್ತಿಗೆ ಗೊತ್ತಿರುವ ವಿಷಯ.

ಇನ್ನೊಮ್ಮೆ ಗ್ರಹಣದ ಕ್ಲೈಮ್ಯಾಕ್ಸ್‌ಗೆ ಎಲ್ಲ ರೆಡಿಯಾಗಿತ್ತು. ಆದರೆ ಶೂಟ್ ಮಾಡಲಿಕ್ಕೆ ಆಗ್ತಾ ಇರಲಿಲ್ಲ. ಆಗ ಪರ್ಯಾಯವಾಗಿ ಏನಾದ್ರೂ ಮಾಡ್ಲಾ ಅಂತ ಅವರನ್ನು ಕೇಳಿದೆ. 'ಏನು ಮಾಡ್ತೀಯ ಒಂದು ಸಲ ಹೇಳು' ಅಂದರು. ನಾನು ಮೂರು ಪರ್ಯಾಯ ಐಡಿಯಾಗಳನ್ನು ಹೇಳಿದೆ. ಮೂರನ್ನೂ ತಿರಸ್ಕರಿಸಿ, 'ಬೇರೆ ಏನಾದರೂ ಇದ್ದರೆ ಹೇಳು' ಅಂದರು. ವಾರ ಬಿಟ್ಟು ಮತ್ತೊಂದನ್ನು ಹೇಳಿದೆ. ಅವರು 'ಇದು ಚೆನ್ನಾಗಿದೆ ನೋಡು, ಹೀಗಿರಬೇಕು' ಅಂದು ಬೆನ್ನು ತಟ್ಟಿದರು.

ನನ್ನ ಸಿನಿಮಾದ ಒಟ್ಟಾರೆ ಬೆಳವಣಿಗೆಯಲ್ಲಿ ಅವರು ನನ್ನನ್ನು ಸಾಕಷ್ಟು ಕಡೆ ಎಚ್ಚರಿಸಿದ್ದಾರೆ. ಬುದ್ಧಿಮತ್ತೆಯನ್ನು ಪ್ರಶ್ನಿಸಿದ್ದಾರೆ. ಅದರಿಂದ ಮತ್ತೆ ಮತ್ತೆ ಒಳ್ಳೆಯ ಕೆಲಸ ಮಾಡುವ ಹಾಗೆ ಮಾಡಿದ್ದಾರೆ. ಇದರಿಂದಾಗಿ ಸಿನಿಮಾ ಮಾಡುವುದರಲ್ಲಿ ನಾನು ಪರ್ಫೆಕ್ಷನ್‌ನತ್ತ ತುಡಿಯುವುದು ಸಾಧ್ಯವಾಗಿದೆ.

ಕನ್ನಡಪ್ರಭ

ನನ್ನ ದೊಡ್ಡಪ್ಪನ ಹಾಗಿದ್ದರು...

ಋತ್ವಿಕ್ ಸಿಂಹ *ನಟ, ನಿರ್ದೇಶಕ*

ಕಾರ್ನಾಡರು ಹಾಗೂ ನನ್ನ ತಂದೆ 'ತುಘಲಕ್' ನಾಟಕ ಮಾಡುವಾಗ ಅವರಿಬ್ಬರಿಗೂ ಮದುವೆಯಾಗಿರಲಿಲ್ಲ. ಆಗಿಂದಲೇ ಆತ್ಮೀಯ ಒಡನಾಟ. ಮದುವೆಯಾಗಿ ನಾವೆಲ್ಲ ಹುಟ್ಟಿದ ಮೇಲೂ ಅದೇ ಆತ್ಮೀಯತೆ ಮುಂದುವರಿಯಿತು. ಅವರಿಗೂ ನಮ್ಮ ತಂದೆಗೂ 'ಸಂಸ್ಕಾರ' ಮೊದಲ ಸಿನಿಮಾ. ನಾನು ಅಪ್ಪ ಹಾಗೂ ಕಾರ್ನಾಡರ ಒಡನಾಟವನ್ನು ನೋಡುತ್ತಲೇ ಬೆಳೆದವನು. ಹಾಗಾಗಿ ಅವರು ನನಗಾಗ ದೊಡ್ಡಪ್ಪ ಅಥವಾ ಚಿಕ್ಕಪ್ಪನ ಹಾಗಿದ್ದರು. ಬೆಳೆದು ದೊಡ್ಡವನಾದ ಮೇಲೇ ತಿಳಿದದ್ದು ಅವರು ಅಷ್ಟು ದೊಡ್ಡ ವ್ಯಕ್ತಿ ಅಂತ.

ನಾನು 'ಯಯಾತಿ' ನಾಟಕದಲ್ಲಿ ಪುರು ಪಾತ್ರ ಮಾಡಿದ್ದೇನೆ. 'ತುಘಲಕ್' ನಾಟಕದಲ್ಲಿ ಎಲ್ಲಾ ಪಾತ್ರಗಳನ್ನೂ ಮಾಡಿದ್ದೇನೆ. 'ತಲೆದಂಡ'ದಲ್ಲಿ ಪ್ರಮುಖ ಪಾತ್ರ ಮಾಡಿದೆ. 'ಅಗ್ನಿ ಮತ್ತು ಮಳೆ' ನಾಟಕದಲ್ಲೂ ಮಾಡಿದ್ದೇನೆ. ಈ ವೇಳೆಯಲ್ಲೆಲ್ಲಾ ಅವರು ಬಂದು ನಾಟಕದ ಬಗ್ಗೆ ತುಂಬಾ ಮೆಚ್ಚಿ ಮಾತನಾಡುತ್ತಿದ್ದರು.

2006ರಲ್ಲಿ ಎಲ್ಲಾ ಜ್ಞಾನಪೀಠ ಪ್ರಶಸ್ತಿ ಪುರಸ್ಕೃತರ ಬೇರೆ ಬೇರೆ ಕತೆ, ಕಾದಂಬರಿಗಳನ್ನು ಇಟ್ಟುಕೊಂಡು ನಾಟಕ ಮಾಡುವ ಯೋಚನೆ ಮಾಡಿದ್ದೆವು. ಎಲ್ಲಾ ಸಾಹಿತಿಗಳು ಬೇರೆ ಬೇರೆ ಪ್ರಕಾರದಲ್ಲಿ ಸಾಹಿತ್ಯ ಕೃಷಿ ಮಾಡಿದ್ದರು. ಆದರೆ ಕಾರ್ನಾಡರದ್ದು ಏನು ಮಾಡುವುದು ಎಂದು ಗೊತ್ತಾಗಲಿಲ್ಲ. ಯಾಕೆಂದರೆ ಅವರು ಬರೆದಿರುವುದೆಲ್ಲವೂ ನಾಟಕವೇ. ಹಾಗಾಗಿ ಇವರ ನಾಟಕದ ಸಾಲುಗಳನ್ನೇ ಇಟ್ಟುಕೊಂಡು ಮತ್ತೊಂದು ವಿಶಿಷ್ಟ ರೀತಿಯ ನಾಟಕ ಬರೆದೆ. ಅದನ್ನು ಅವರು ತುಂಬಾ ಇಷ್ಟಪಟ್ಟರು. ಆ ಭಾಗ್ಯ ನನಗೆ ಸಿಕ್ಕಿತು.

ಅವರು ನಮ್ಮ ಜೀವನದ ಭಾಗವೇ ಆಗಿದ್ದಾರೆ. ಅವರ ನಾಟಕದ ಸಾಲುಗಳು ಇನ್ನೂ ನೂರಾರು ವರ್ಷ ನಮ್ಮ ಜೊತೆ ಇದ್ದೇ ಇರುತ್ತದೆ. ಅವರೀಗ ದೈಹಿಕವಾಗಿ

ಇಲ್ಲದೇ ಇದ್ದರೂ ಅವರ ಚಿಂತನೆ ನಮ್ಮ ಆಂತರ್ಯದಲ್ಲಿ ಇದ್ದೇ ಇರುತ್ತದೆ. ಅವರ ನೇರ ನುಡಿ, ನಡೆ ಎಲ್ಲವೂ ನಮ್ಮ ಮೇಲೆ ಪ್ರಭಾವ ಬೀರಿದ್ದಿದೆ. ಇವರಲ್ಲಿ ನಯ ಕಡಿಮೆ. ಕಡ್ಡಿ ಮುರಿದ ಹಾಗೆ ಮಾತನಾಡುತ್ತಿದ್ದರು. ಅದು ಅವರ ರೀತಿ. ಆಗಲ್ಲ ಎಂದರೆ ಆಗೋದೇ ಇಲ್ಲ ಎನ್ನುತ್ತಿದ್ದರು. ಆ ಕ್ಷಣಕ್ಕೆ ಅದು ನಮಗೆ ನೋವು ತಂದರೂ ಅವರು ಇದ್ದ ರೀತಿಯೇ ಅದಾಗಿದ್ದರಿಂದ ನಾವು ಒಪ್ಪಿಕೊಳ್ಳಬೇಕಿತ್ತು.

ಅವರು ನಮ್ಮ ತಂದೆಗೆ ಒಂದು ಪತ್ರ ಬರೆದಿದ್ದಾರೆ. ಅದರಲ್ಲಿ 'ತುಘಲಕ್' ನಾಟಕವನ್ನು ಭಾರತೀಯ ಎಲ್ಲಾ ಭಾಷೆಯಲ್ಲೂ ಮಾಡಿದ್ದಾರೆ. ಅದರಲ್ಲಿ ಸಿ.ಆರ್. ಸಿಂಹ ಸಾಧಿಸಿರುವ ತಾದಾತ್ಮವನ್ನು ಬೇರೆ ಯಾರೂ ಸಾಧಿಸಿಲ್ಲ. 'ತುಘಲಕ್' ಎಂದರೆ ಸಿ.ಆರ್. ಸಿಂಹ ಎನ್ನುವಂತೆ ಆಗಿದೆ ಎಂದು ಮೆಚ್ಚುಗೆ ಸೂಚಿಸಿದ್ದರು.

ಇದು ಅವರಲ್ಲಿ ಇರುವ ದೊಡ್ಡ ಗುಣ. ಇದನ್ನು ಅವರ ಆತ್ಮಚರಿತ್ರೆಯಲ್ಲೂ ಬರೆದುಕೊಂಡಿದ್ದಾರೆ.

ಟಿಪ್ಪು ಸುಲ್ತಾನ್ ಬಗ್ಗೆ ಬರೆದ ಒಂದು ನಾಟಕದ ಬಿಡುಗಡೆ ವೇಳೆ 'ಸಿಂಹ, ಡ್ರೀಮ್ಸ್ ಆಫ್ ಟಿಪ್ಪು ಸುಲ್ತಾನ್ ನಾಟಕ ಇದೆ. ಇಲ್ಲಿ, ಇಷ್ಟು ಗಂಟೆಗೆ ಬಂದು ಬಿಡಿ' ಎಂದಷ್ಟೇ ಹೇಳಿದ್ದರು. ಅವರಿಗೆ ಹೇಳಬೇಕಾದ್ದನ್ನು ನಿಖರವಾಗಿ ಹೇಳಿ ಮಾತ್ರ ಗೊತ್ತು.

ಅಂದು ನಾನು ಕಾರ್ಯಕ್ರಮಕ್ಕೆ ಹೋಗುವುದು ತಡವಾಗಿತ್ತು. ಆಗ ನಮ್ಮ ತಂದೆ ಬಳಿ ಎಲ್ಲಿ ಋತ್ವಿಕ್ ಬರಲಿಲ್ಲವಾ ಎಂದು ಕೇಳಿ, ನಾನು ಹೋದ ಬಳಿಕ ಹತ್ತಿರ ಕರೆದು ನನಗಾಗಿಯೇ ಸಹಿ ಹಾಕಿ ಇಟ್ಟಿದ್ದ ಪುಸ್ತಕ ಕೊಟ್ಟಿದ್ದರು. ಅವರು ಮೇಲೆ ಎಷ್ಟು ಒರಟು ಎನ್ನಿಸಿದ್ದರೂ ಪ್ರೀತಿ ತೋರಿಸುತ್ತಿದ್ದರು. ಅದನ್ನು ನಾವು ಅರ್ಥ ಮಾಡಿಕೊಳ್ಳಬೇಕು.

ಅವರು ತುಂಬಾ ವೈಯಕ್ತಿಕ ಜೀವಿ. ಅವರು ತಮ್ಮ ಗುಣಗಳನ್ನು ಸಾರ್ವಜನಿಕವಾಗಿ ಎಂದೂ ತೋರಿಸಿದವರಲ್ಲ. ತಾವಾಯಿತು, ತಮ್ಮ ಕೆಲಸವಾಯಿತು ಎಂದು ಇದ್ದುಬಿಡುತ್ತಿದ್ದರು.

ಕನ್ನಡಪ್ರಭ

ತಂದೆಯ ಹಾಗಿದ್ದರು...

ತಾರಾ ಅನುರಾಧ *ನಟಿ*

ಕಾರ್ನಾಡ್ ತಂದೆಯಂತೆ ಇದ್ದರು. ತಂದೆಯನ್ನು ಕಳೆದುಕೊಂಡ ನೋವು ನನ್ನದು. ಯಾಕಂದ್ರೆ, ಕಲಾವಿದೆಯನ್ನಾಗಿ ನನ್ನನ್ನು ಅವರು ಆರಂಭದಿಂದಲೂ ಉಪಚರಿಸಿದ ರೀತಿಯೇ ಹಾಗಿತ್ತು. ಯಾವತ್ತಿಗೂ ನನ್ನನ್ನು ಅವರು ರಾಜಕಾರಣಿಯನ್ನಾಗಿ ನೋಡೇ ಇರಲಿಲ್ಲ. ಕಲಾವಿದೆಯನ್ನಾಗಿಯೇ ಪ್ರೀತಿಸುತ್ತಿದ್ದರು. ಹಾಗಾಗಿ ಅವರ, ನನ್ನ ಒಡನಾಟದಲ್ಲಿ ಯಾವತ್ತಿಗೂ ರಾಜಕೀಯದ ವಿಷಯವೇ ಅಡ್ಡ ಬಂದಿರಲಿಲ್ಲ ಎನ್ನುವುದು ವಿಶೇಷ.

ಮೊದಲು ಅವರು ಜೆಪಿ ನಗರದಲ್ಲಿನ ನನ್ನ ಮನೆಯ ಪಕ್ಕದಲ್ಲೇ ಇದ್ದರು. ನನ್ನ ತಂದೆಗೂ ಅವರು ಆಪ್ತರು. ಅದೇ ಒಡನಾಟದೊಂದಿಗೆ ಒಂದು ದಿನ ಸಿನಿಮಾವೊಂದರ ಚರ್ಚೆಗೆ ಕರೆದಿದ್ದರು. ಅಲ್ಲಿಗೆ ತುಂಬಾ ಜನ ಬಂದಿದ್ರು. ಎಲ್ಲರೂ ಕಲಾವಿದರೇ. ಆಗ ಅವರು 'ಕಾನೂರು ಹೆಗ್ಗಡತಿ' ಸಿನಿಮಾ ಮಾಡೋ ತಯಾರಿಯಲ್ಲಿದ್ದರೆನ್ನುವುದು ಅಲ್ಲಿಗೆ ಹೋದಾಗ ಗೊತ್ತಾಯಿತು. ಯಾರಿಗೆ ಯಾವ ಪಾತ್ರ, ಯಾರು ಹೇಗಿರಬೇಕು ಅಂತ ಹೇಳಲಿಲ್ಲ. ಬದಲಿಗೆ, ನೀವು ಒಂದ್ ಕೆಲಸ ಮಾಡಿ, ಪ್ರೈಮ್ ಬುಕ್ ಹೌಸ್ ಅಂತ ಒಂದು ಪುಸ್ತಕ ಮಳಿಗೆ ಇದೆ. ಅಲ್ಲಿಗೆ ಹೋಗಿ 'ಕಾನೂರು ಸುಬ್ಬಮ್ಮ ಹೆಗ್ಗಡತಿ' ಹೆಸರಿನ ಪುಸ್ತಕ ಇರುತ್ತೆ. ಅದನ್ನು ಕೊಂಡು ಓದಿ, ನಂತರ ಇಲ್ಲಿಗೆ ಬನ್ನಿ ಅಂದರು. ಜತೆಗೆ ಯಾರು ಚೆನ್ನಾಗಿ ಓದಿಕೊಂಡು ಬರ್ತೀರೋ ಅವರಿಗೆ ಪಾತ್ರ ಅಂತ ಕುತೂಹಲ ಹುಟ್ಟಿಸಿದರು. ಮರು ದಿವಸವೇ ನಾನು ಬುಕ್ ಸ್ಟಾಲ್‌ಗೆ ಹೋದೆ. ಅಲ್ಲಿದ್ದ ಪುಸ್ತಕ ನೋಡಿ ಗಾಬರಿ ಆದೆ. ಯಾಕಂದ್ರೆ ಅದು ಬೃಹತ್ ಪುಸ್ತಕ. ಅಷ್ಟು ದೊಡ್ಡ ಪುಸ್ತಕವನ್ನು ನೋಡಿಯೇ ಇರಲಿಲ್ಲ. ಆದರೂ ಪಾತ್ರ ಸಿಗುತ್ತೆ ಅಂತ ಆಸೆ. ಖರೀದಿಸಿ ತಂದೆ. ಆ ಮೇಲೆ ಶುರುವಾಗಿದ್ದು ಅಷ್ಟನ್ನು ಹೇಗೆ ಓದುವುದು ಎನ್ನುವ ಆಲೋಚನೆ. ಪಾತ್ರ ಮಾಡೋ ಆಸೆ ಇತ್ತಲ್ಲ, ಅದಕ್ಕೆ ಕಟ್ಟುಬಿದ್ದು ಓದಲು ಶುರು ಮಾಡಿದೆ.

ನಂಬ್ತಿರೋ ಇಲ್ಲವೋ ಗೊತ್ತಿಲ್ಲ, ಎರಡೂವರೆ ತಿಂಗಳಲ್ಲಿ ಆ ಪುಸ್ತಕ ಓದಿ ಮುಗಿಸಿದೆ. ಆ ಹೊತ್ತಿಗೆ ಮತ್ತೊಮ್ಮೆ ಭೇಟಿ ಮಾಡಲು ಟೈಮ್ ಫಿಕ್ಸ್ ಆಯಿತು. ಪುಸ್ತಕ ಓದಿದ್ದನ್ನು ಹೇಳಿದೆ. ಅಲ್ಲಿನ ಪಾತ್ರಗಳ ಬಗ್ಗೆಯೂ ವಿವರಿಸಿದೆ. ಆಮೇಲೆ ಅಲ್ಲಿದ್ದವರೆಲ್ಲ ಪುಸ್ತಕ ಓದಿ ಬಂದಿದ್ದೇವೆ ಅಂತಂದ್ರು. ಉಳಿದಿದ್ದು ಯಾರಿಗೆ ಯಾವ ಪಾತ್ರ ಎನ್ನುವ ಕ್ಯೂರಿಯಾಸಿಟಿ. ನೀನು ಸುಬ್ಬಮ್ಮ ಪಾತ್ರ ಮಾಡು, ಜತೆಗೆ ಒಂದಷ್ಟು ತೂಕ ಕಡಿಮೆ ಆಗ್ಬೇಕು ಅಂದ್ರು. ನಂಗೆ ಖುಷಿಯೋ ಖುಷಿ. ಸುಬ್ಬಮ್ಮ ಪಾತ್ರ ಸಿಕ್ಕಿತು ಅಂತ. ಅರ್ಧ ಶೂಟಿಂಗ್ ಆಗಿತ್ತೇನೋ, ಆ ಹೊತ್ತಿಗೆ ಕಾರ್ನಾಡ್ ಅವರಿಗೆ ಜ್ಞಾನಪೀಠ ಪ್ರಶಸ್ತಿ ಬಂತು. ಅದು ಅವರಿಗೆ ಎಷ್ಟು ಖುಷಿ ತಂದಿತ್ತೋ ಗೊತ್ತಿಲ್ಲ, ನಾವಂತೂ ಹಬ್ಬ ಆಚರಿಸಿದ್ದೆವು. ಆಮೇಲೆ ಸಿನಿಮಾ ರಿಲೀಸ್ ಆಯ್ತು. ಅವರಿಗೆ ಲೆಕ್ಕವಿಲ್ಲದಷ್ಟು ಪ್ರಶಸ್ತಿಗಳು ಬಂದವು. ನನಗೇ 11 ಪ್ರಶಸ್ತಿ ಅಂದ್ರೆ, ಸಿನಿಮಾ ಹೇಗಿತ್ತು ಅಂತ ಹೇಳಬೇಕಿಲ್ಲ.

ಇಟಲಿ ಸೇರಿ ಬೇರೆ ಬೇರೆ ದೇಶಗಳಲ್ಲಿ ಅದು ಸಾಕಷ್ಟು ಪ್ರಶಸ್ತಿಗೆ ಭಾಜನವಾಯಿತು. ಇಟಲಿ ಫಿಲಂ ಪ್ರಶಸ್ತಿ ಸ್ವೀಕಾರಕ್ಕೆ ಹೋದಾಗ, ಕಾರ್ನಾಡ್ ಶಿಷ್ಯೆ ಅಂತ ನನಗಲ್ಲಿ ದೊಡ್ಡ ಮಾರ್ಯಾದೆ ಸಿಕ್ಕಿತು. ಅಷ್ಟೊತ್ತಿಗೆ ಅವರು ಲಂಡನ್‌ನಲ್ಲಿಯೇ ಯಾವುದೋ ಸಂಸ್ಥೆಗೆ ರಾಯಭಾರಿ ಆಗಿದ್ದರು. ಸರ್ಕಾರ

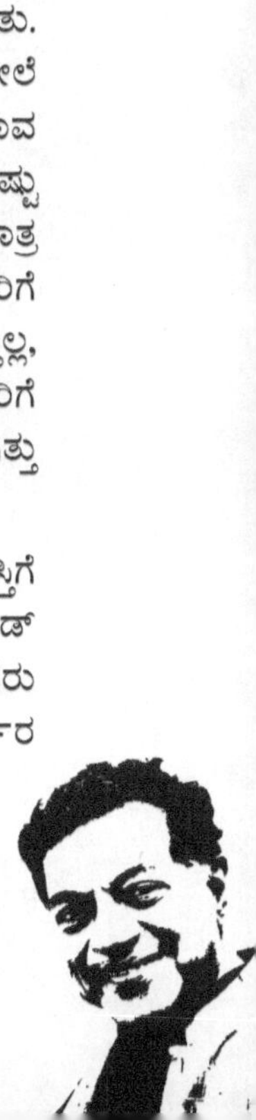

ಅವರಿಗೆ ದೊಡ್ಡ ಬಂಗಲೆ ಕೊಟ್ಟಿತ್ತು. ಅಲ್ಲಿಯೇ ಉಳಿದುಕೊಂಡಿದ್ದೆ. ಮೂರು ದಿವಸವೂ ನನ್ನ ನಾಟಕ ನೋಡಲು ಕಳುಹಿಸಿದ್ದರು. ನಾನು ನಾಟಕದಲ್ಲಿ ಬಣ್ಣ ಹಚ್ಚಬೇಕು ಎನ್ನುವುದು ಅವರಾಸೆ. ಸಿಕ್ಕಾಗೆಲ್ಲ ಆ ಬಗ್ಗೆ ಕೇಳುತ್ತಿದ್ದರು. ಮನೆ ಹತ್ತಿರ ಇದ್ದಾಗ ಅವರ ಜತೆಗೆ ಮಾರ್ನಿಂಗ್ ವಾಕ್ ಹೋಗುತ್ತಿದ್ದೆ. ಆರೋಗ್ಯದ ಬಗ್ಗೆ ಅವರಿಗೆ ಅತೀವ ಕಾಳಜಿ ಇತ್ತು. ಸಿಕ್ಕಾಪಟ್ಟೆ ಫಾಸ್ಟ್ ಆಗಿ ವಾಕಿಂಗ್ ಮಾಡ್ತಾ ಇದ್ದರು. ಮನೆ ಹತ್ತಿರದ ಪಾರ್ಕ್‌ನಲ್ಲಿ ಅವರು ನಾಲ್ಕು ರೌಂಡ್ ಸುತ್ತು ಹಾಕಿದರೆ, ನಾನು ಒಂದ್ ರೌಂಡ್ ಮುಗಿಸುತ್ತಿದ್ದೆ. ಆಗಲೂ ಅವರು ನನ್ನನ್ನು ಪುಸ್ತಕ ಓದಿದ್ಯಾ, ನಾಟಕ ನೋಡಿದ್ಯಾ ಅಂತ ಕೇಳುತ್ತಿದ್ದರು. ಓರ್ವ ತಂದೆಯ ಕಾಳಜಿ ಅವರ ಮಾತಿನಲ್ಲಿ, ಪ್ರೀತಿಯಲ್ಲಿತ್ತು. ಶೂಟಿಂಗ್ ಟೈಮ್‌ನಲ್ಲಿ ಫಾದರ್ ಥರ ಕೇರಿಂಗ್ ತಗೋತಿದ್ದರು. ಸೀನ್ ಚೆನ್ನಾಗಿ ಬರಲಿಲ್ಲ ಅಂದ್ರೆ, ಜನರ ಮಧ್ಯೆ ಚೆನ್ನಾಗಿದೆ, ಅಮೇಜಿಂಗ್ ಅಂತ ಹೇಳುತ್ತಲೇ ಹತ್ತಿರ ಬಂದು ಇನ್ನೊಂದು ಟೇಕ್ ತಗೊಳ್ಳೋಣವೇ ಅಂತಿಂದ್ರು. ಅಷ್ಟು ಸೌಜನ್ಯ, ಪ್ರೀತಿ ಅವರಲ್ಲಿತ್ತು. ಮಕ್ಕಳ ಹಾಗೆ ಟ್ರೀಟ್ ಮಾಡುತ್ತಿದ್ದರು. ನಾನು ಸಿನಿಮಾದ ಜತೆಗೆ ರಾಜಕೀಯದಲ್ಲಿದ್ದರೂ ಸಿಕ್ಕಾಗ ಆ ಬಗ್ಗೆ ಎಂದಿಗೂ ಮಾತನಾಡುತ್ತಿರಲಿಲ್ಲ. ಬದಲಿಗೆ ಯಾವ್ ದೇಶಕ್ಕೆ ಹೋಗಿದ್ರೀ? ಯಾವ ಪುಸ್ತಕ ಓದಿದ್ರೀ? ಅಂತ ಕೇಳುತ್ತಿದ್ದರು. ಹೆಚ್ಚು ಮಾತನಾಡಿದವರೇ ಅಲ್ಲ, ಮೌನದಲ್ಲೂ ಒಳ್ಳೆಯದನ್ನು ಬಯಸುತ್ತಿದ್ದರು. ಎಂದಿಗೂ ಯಾವುದಕ್ಕೂ ಓವರ್ ರಿಯಾಕ್ಟ್ ಮಾಡೇ ಇಲ್ಲ. ಜೆಪಿನಗರದ ನನ್ನ ಮನೆ ಮುಂಭಾಗದ ರಸ್ತೆ ಅಗಲೀಕರಣದ ವೇಳೆ ನನ್ನ ಒತ್ತಾಯಕ್ಕೆ ಮಣಿದು ಪ್ರತಿಭಟನೆಗೆ ಬಂದಿದ್ದರು. ಅವರಿಲ್ಲ ಎನ್ನುವುದು ಯಾಕೋ ಅರಗಿಸಿಕೊಳ್ಳಲು ಆಗುತ್ತಿಲ್ಲ.

ಕನ್ನಡಪ್ರಭ

ಅಸಹಿಷ್ಣುತೆಯ ಕಾಲದಲ್ಲಿ ಧೈರ್ಯದ ಧ್ವನಿ

ರಾಜೇಂದ್ರ ಚೆನ್ನಿ ವಿಮರ್ಶಕ

ಸಹಿಷ್ಣುತೆಯ ಬಗ್ಗೆ ಅಂದಿನ ಸೆಂಟ್ರಲ್ ಕಾಲೇಜಿನ ಸೆನೆಟ್ ಸಭಾಂಗಣದಲ್ಲಿ ಏರ್ಪಡಿಸಿದ್ದ ಸಾಹಿತ್ಯಕ ಸಭೆಗೆ ಗಿರೀಶ್ ಕಾರ್ನಾಡ್ ಸಮಯಕ್ಕೆ ಸರಿಯಾಗಿ ಬಂದಿದ್ದರು. ದಶಕಗಳ ಕಾಲ ಕರ್ನಾಟಕದಲ್ಲಿ ಸತ್ವಪೂರ್ಣ ವಾದಗಳು ಹೊರಹೊಮ್ಮಿದ್ದ ಸ್ಥಳವದು. ಅವರ ಮೂಗಿನಲ್ಲಿ ಆಮ್ಲಜನಕದ ಕೊಳವೆಯಿತ್ತು. ಆದರೂ ತಾವು ಮಾತನಾಡುವುದಕ್ಕಿಂತ ಮೊದಲು ಗಣೇಶ್ ದೇವಿ, ರಾಮಚಂದ್ರ ಗುಹಾ ಹಾಗೂ ಎಂ.ಎಸ್.ಸತ್ಯು ಅವರ ಮಾತು ಕೇಳುತ್ತೇನೆಂದು ಕುಳಿತುಕೊಂಡರು. ನಂತರ ತಮ್ಮ ಎಂದಿನ ಬಿಡುಬೀಸು ಶೈಲಿಯಲ್ಲಿ ಅದ್ಭುತವಾಗಿ, ಆದರೆ ಚುಟುಕಾಗಿ, ಭಾಷಣ ಮಾಡಿದ್ದರು. ತೀವ್ರವಾದಿ ಬಲಪಂಥೀಯರ ಹಿಟ್‌ಲಿಸ್ಟ್‌ನಲ್ಲಿ ನೀವಿದ್ದೀರಂತೆ ಎಂದು ಹೇಳಿದಾಗ ಅದರಿಂದ ಹೊರಗೆ ಬರಲು ಯತ್ನಿಸುತ್ತಿದ್ದೇನೆ ಎಂದು ತೇಲಿಸಿದ್ದರು.

ತಮ್ಮ ಎಪ್ಪತ್ತು, ಎಂಬತ್ತರ ವಯಸ್ಸಿನಲ್ಲಿ ಅನಾರೋಗ್ಯದ ನಡುವೆಯೂ ಸಮಕಾಲೀನ ಅಪಸವ್ಯಗಳ ವಿರುದ್ಧ ಪ್ರತಿಭಟನೆಯ ಧ್ವನಿ ಎತ್ತಿದ ಹಲವಾರು ಬುದ್ಧಿಜೀವಿಗಳು ಹಾಗೂ ಬರಹಗಾರರಲ್ಲಿ ಕಾರ್ನಾಡರೂ ಒಬ್ಬರು. ಅಬ್ಬರ ಹಾಗೂ ಅಶ್ಲೀಲ ಟ್ರೋಲ್‌ಗಳು, ಜೀವಬೆದರಿಕೆ, ಮಾಧ್ಯಮಗಳಲ್ಲಿ ತೇಜೋವಧೆ ಹಾಗೂ ಜೈಲಿಗೆ ಹೋಗುವ ಸಣ್ಣದೊಂದು ಭೀತಿಯ ನಡುವೆಯೂ ಇದು ಪುಟ್ಟ ದಿಟ್ಟ ಹೋರಾಟ.

ಯೋಚಿಸಿ ನೋಡಿದರೆ, ತುರ್ತು ಪರಿಸ್ಥಿತಿಯ ಕಾಲದಿಂದ ಬಂದ ನಮ್ಮ ತಲೆಮಾರಿನವರಿಗೆ ಕಾರ್ನಾಡ್ ಸರ್ವೋತ್ಕೃಷ್ಟ ಬುದ್ಧಿಜೀವಿಯೇನಲ್ಲ.

ಧಾರವಾಡದಲ್ಲಿದ್ದ ನನ್ನಂತಹ ಯುವ ಬಂಡಾಯಗಾರರಿಗೆ ಅವರು ಬುದ್ಧಿಜೀವಿಯ ತದ್ವಿರುದ್ಧ ವ್ಯಕ್ತಿಯಂತೆ ಕಂಡಿದ್ದರು. ರೋಡ್ಸ್ ಸ್ಕಾಲರ್‌ಶಿಪ್, ಒಯುಪಿಯಲ್ಲಿ ಅರೆ-ವಿದೇಶಿ ಕೆಲಸ, ಅಂತಾರಾಷ್ಟ್ರೀಯ ಮಟ್ಟದಲ್ಲಿ ಸೆಲೆಬ್ರಿಟಿಯಾಗುವುದು, ಸಿನಿಮಾ ಜಗತ್ತಿನಲ್ಲಿ ಯಶಸ್ವಿಯಾಗುವುದು ಹೀಗೆ ಬುದ್ಧಿಜೀವಿಗೆ ತಕ್ಕುದಲ್ಲದ ಅರ್ಹತೆಗಳೆಲ್ಲ ಅವರಿಗಿದ್ದವು. ಧಾರವಾಡದ ಕರ್ನಾಟಕ ವಿದ್ಯಾವರ್ಧಕ ಸಂಘ ಅಥವಾ ಕಡಪ ಮೈದಾನದಲ್ಲಿ ದಿನಕ್ಕೊಂದರಂತೆ ನಡೆಯುತ್ತಿದ್ದ ಪ್ರತಿಭಟನೆಗಳಲ್ಲಿ ಅವರು ಕಾಣಿಸುತ್ತಿರಲಿಲ್ಲ. ಅವರು ಯಾವುದೇ ರೀತಿಯಲ್ಲೂ ತಮ್ಮ ಕರಿಯರ್ ಹಾಳುಮಾಡಿಕೊಳ್ಳಲು ತಯಾರಿಲ್ಲದ ಸ್ವಾರ್ಥಿ ಎಂದೇ ನಾವು ಕೇಳ್ಪಟ್ಟಿದ್ದೆವು. ಆದರೆ ಮುಗುಮ್ಮಾಗಿ, ಆಡಂಬರವಿಲ್ಲದ ತಮ್ಮದೇ ಆದ ರೀತಿಯಲ್ಲಿ ಅವರು ಯಾವಾಗಲೂ ತಾವೇನು ನಂಬಿದ್ದರೋ ಅದನ್ನು ಹೇಳುತ್ತ ಬಂದಿದ್ದರು ಎಂಬುದು ತಿಳಿಯಲು ನಮಗೆ ಬಹಳ ವರ್ಷಗಳೇ ಬೇಕಾದವು.

ಅವರು ತಮ್ಮದೇ ನಾಟಕಗಳಿಂದ ಕಲಿಯುತ್ತಾ ಹೋದರೋ ಎಂದು ಅಚ್ಚರಿಯಾಗುತ್ತದೆ. ಹಯವದನದಂತಹ ಅಣಕುವಾಡುವಿನಿಂದ ತಲೆದಂಡ, ಅಗ್ನಿ ಮತ್ತು ಮಳೆ ಹಾಗೂ ಟಿಪ್ಪು ಸುಲ್ತಾನನ ಸ್ವಗತಗಳಂತಹ ನಾಟಕಗಳನ್ನು ಅವರು ಬರೆದರು. ತಮ್ಮ ಅದ್ಭುತ ವ್ಯಂಗ್ಯಪ್ರಜ್ಞೆ ಹಾಗೂ ಇತಿಹಾಸದ ವಿರೋಧಾಭಾಸವನ್ನು ಎಲ್ಲ ನಾಟಕಗಳಲ್ಲೂ ಉಳಿಸಿಕೊಂಡೇ ಜಾತಿ ವ್ಯವಸ್ಥೆ, ಆಧ್ಯಾತ್ಮಿಕವಾಗಿ ಸತ್ತುಹೋದ ಸಾಂಪ್ರದಾಯಿಕ ಬ್ರಾಹ್ಮಣ್ಯ, ವಸಾಹತುಶಾಹಿಯಿಂದ ನಮ್ಮದೇ ಇತಿಹಾಸದಲ್ಲಿ ಅಳಿಸಿಹೋದ ಘಟನೆಗಳ ಬಗ್ಗೆ ತಮ್ಮ ನಾಟಕಗಳಲ್ಲಿ ಸ್ಪಷ್ಟ ನಿಲುವುಗಳನ್ನು ತೆಗೆದುಕೊಂಡರು. ಬಹುತ್ವದ ಸಮಾಜವಾಗಿದ್ದ ಕರ್ನಾಟಕದಲ್ಲೂ ಧ್ರುವೀಕರಣ ಹೆಚ್ಚುತ್ತಿರುವುದನ್ನು ಮನಗಂಡು ಬಹುಶಃ ಅವರು ಬಹಿರಂಗವಾಗಿ ಹೊರಬಂದು ಮಾತನಾಡಲು ಆರಂಭಿಸಿರಬೇಕು. ನಂತರ ಬಹುಬೇಗ ಬಲಪಂಥೀಯ ವಿರೋಧಿ ಹಾಗೂ ಜಾತ್ಯತೀತ ಶಕ್ತಿಗಳ ಜಾಲದಲ್ಲಿ ಸಿಲುಕಿಕೊಂಡರು. ಚಿಕ್ಕಮಗಳೂರಿನ ಬಾಬಾಬುಡನ್‌ಗಿರಿಯಲ್ಲಿ ನಡೆಯಲಿದ್ದ ಕೋಮು ಸೌಹಾರ್ದ ಚಳವಳಿಯ ಸಮಾವೇಶದಲ್ಲಿ ಭಾಗವಹಿಸಲು ಹೋಗುತ್ತಿದ್ದಾಗ ಅವರನ್ನೂ ಕೆಲ ಹಿರಿಯ ಲೇಖಕ–ಚಳವಳಿಗಾರರನ್ನೂ ಹಾಸನದಲ್ಲಿ ತಡೆಯಲಾಯಿತು. ಆದರೂ ಅವರು ಧೈರ್ಯವಾಗಿ ಹೊರಬಂದು, ಕರ್ನಾಟಕದ ಜಾತ್ಯತೀತ ಸಂಪ್ರದಾಯಗಳ ವಿರುದ್ಧ ಮತೀಯ ಶಕ್ತಿಗಳು ವಿಜೃಂಭಿಸುತ್ತಿರುವುದನ್ನು ಗಟ್ಟಿಯಾಗಿ ಖಂಡಿಸಿದರು. ಸಂವಿಧಾನದತ್ತವಾದ ಹಕ್ಕುಗಳು, ವಾಕ್‌ಸ್ವಾತಂತ್ರ್ಯ ಹಾಗೂ ಅದಕ್ಕಿಂತ ಹೆಚ್ಚಾಗಿ ತರ್ಕಬದ್ಧ ವಿಚಾರಗಳನ್ನು ಹಂಚಿಕೊಂಡು ಅತಾರ್ಕಿಕ ನಡೆಗಳನ್ನು ಮಟ್ಟಹಾಕುವಂತಹ ಮುಕ್ತವಾದ ಸಾರ್ವಜನಿಕ ವಾತಾವರಣವೊಂದನ್ನು ಕಾಪಾಡಿಕೊಂಡು ಹೋಗುವ ಸಮಾಜದ ಜವಾಬ್ದಾರಿಗಳನ್ನು ಗಮನದಲ್ಲಿಟ್ಟುಕೊಂಡೇ ಅವರು ಯಾವಾಗಲೂ ಮಾತನಾಡುತ್ತಿದ್ದರು. ಹೀಗಾಗಿ ಸಾರ್ವಜನಿಕ ಸಂವಾದಗಳಿಗೆ ತೆರೆದುಕೊಂಡು, ಕನ್ನಡದ ರಂಗಭೂಮಿಯನ್ನು ಭಾರತೀಯ ರಂಗಭೂಮಿಯನ್ನಾಗಿ ಮಾಡಿದ ಕಾರಣದಿಂದ ನಾಟಕಕಾರನಾಗಿ ತನಗೆ ಸಿಕ್ಕ ಅಪಾರ ಗೌರವವನ್ನು ಬಳಸಿಕೊಂಡು ಅಗತ್ಯಬಿದ್ದಾಗಲೆಲ್ಲ ಮಧ್ಯಪ್ರವೇಶ ಮಾಡಿದರು.

ಐತಿಹಾಸಿಕ ಸತ್ಯಗಳನ್ನು ಹೇಗೆ ಮತೀಯಗೊಳಿಸಲಾಗಿದೆ ಎಂಬುದನ್ನು ಕಾರ್ನಾಡರು ತಮ್ಮ ಅಪಾರ ವಿದ್ವತ್ತು ಹಾಗೂ ಸಂಶೋಧನೆಯಿಂದ ಕಂಡುಕೊಂಡಿದ್ದರೆಂಬುದನ್ನು ಕನ್ನಡದ ಅನೇಕರು ನಿರ್ಲಕ್ಷಿಸಿಬಿಟ್ಟಿದ್ದಾರೆ. ಟಿಪ್ಪು ಮತ್ತು ಬಸವಣ್ಣನ ಕುರಿತ ತಮ್ಮ ನಾಟಕಗಳ ಬಗ್ಗೆ ಮಾತನಾಡುವಾಗ ಅವರೊಮ್ಮೆ, ನಾನು ನನ್ನ ನಾಟಕಗಳಲ್ಲಿ ನೂರು ದೌರ್ಬಲ್ಯಗಳಿರುವುದನ್ನು ಬೇಕಾದರೆ

ಒಪ್ಪಿಕೊಳ್ಳಬಲ್ಲೆ, ಆದರೆ ಇತಿಹಾಸವನ್ನು ನಾನು ಅರ್ಥಮಾಡಿಕೊಂಡ ರೀತಿಯಲ್ಲಿ ಲೋಪವಿದೆ ಎಂಬುದನ್ನು ಒಪ್ಪಿಕೊಳ್ಳಲಾರೆ ಎಂದಿದ್ದರು.

ಕರ್ನಾಟಕದ ಇತಿಹಾಸದಲ್ಲಿ ಟಿಪ್ಪು ಒಬ್ಬ ಉನ್ನತ ವ್ಯಕ್ತಿ, ಬೆಂಗಳೂರು ವಿಮಾನನಿಲ್ದಾಣಕ್ಕೆ ಅವನ ಹೆಸರಿಡಬೇಕಾಗಿತ್ತು ಎಂದು ಹೇಳುವಾಗ ಮುಂದೆ ತಮ್ಮ ಮೇಲೆ ಆಗಬಹುದಾದ ಅಮಾನುಷ ದಾಳಿಗೆ ಅವರು ಸಿದ್ಧರಾಗಿದ್ದರೋ ಇಲ್ಲವೋ ಗೊತ್ತಿಲ್ಲ. ದುರಂತವೆಂದರೆ, ಸಾರ್ವಜನಿಕ ಸಂವಾದಗಳಲ್ಲಿ ಪ್ರಶ್ನಾತೀತ ನಂಬಿಕೆ ಹೊಂದಿರುವ ಕಾರ್ನಾಡರಂತಹ ಅನೇಕ ಉದಾರವಾದಿ ಬುದ್ಧಿಜೀವಿಗಳಿಗೆ ತಮಗೆದುರಾಗಿ ಬರುತ್ತಿರುವ ಭಾರಿ ಗಾತ್ರದ ಅತಾರ್ಕಿಕವಾದದ ಅಲೆಗಳನ್ನು ಊಹಿಸಿಕೊಳ್ಳಲು ಸಾಧ್ಯವೇ ಆಗಲಿಲ್ಲ. ವಾದ ಮಾಡುವ ಭಾರತೀಯ ಇಂದು ಕೊಳಕು ಬಾಯಿಯ ಟ್ರೋಲರ್ ಆಗಿ ಬದಲಾಗಿದ್ದಾನೆ. ಆದರೂ ಕಾರ್ನಾಡ್ ಹಿಂದೆ ಸರಿಯಲಿಲ್ಲ.

ಗೌರಿ ಲಂಕೇಶ್ ಹತ್ಯೆಯ ಮೊದಲ ವರ್ಷದ ರಾಷ್ಟ್ರೀಯ ಪ್ರತಿಭಟನಾ ಸಭೆಯಲ್ಲಿ ಅವರು 'ನಾನೂ ಕೂಡ ನಗರ ನಕ್ಸಲ್' ಎಂಬ ಫಲಕವನ್ನು ಕುತ್ತಿಗೆಗೆ ನೇತುಹಾಕಿಕೊಂಡಿದ್ದರು. ಕಾರ್ನಾಡರು ತಾನು ದೇಶದ್ರೋಹಿ ನಕ್ಸಲ್ ಎಂಬುದನ್ನು ಒಪ್ಪಿಕೊಂಡಿದ್ದಾರೆಂದು ಬಲಪಂಥೀಯರು ಪೊಲೀಸರಿಗೆ ದೂರು ನೀಡಿ ಎಫ್ಐಆರ್ ಹಾಕಿಸಿದರು. ಕಾರ್ನಾಡರು ಜನಪ್ರಿಯ ಚಳವಳಿಗಳಲ್ಲಿ ಬಿಸಿಲು ಹಾಗೂ ಧೂಳಿನಲ್ಲಿ ಹೆಜ್ಜೆ ಹಾಕಿದ್ದನ್ನು ಯಾರೂ ನೋಡಿಲ್ಲವಾದ್ದರಿಂದ ಅವರ ಪ್ರಾಮಾಣಿಕತೆಯನ್ನು ಅನುಮಾನದಿಂದ ನೋಡುವ ಜನರು ಸಾಕಷ್ಟಿದ್ದರು. ಆದರೆ, ಪ್ರತಿರೋಧ ದಾಖಲಿಸಲು ಸಾಕಷ್ಟು ವಿಧಾನಗಳಿವೆ. ಜಗತ್ತಿನಾದ್ಯಂತ ಬಲಪಂಥೀಯವಾದವೇ ಗೆದ್ದು ಮೆರೆಯುತ್ತಿರುವ ಈ ಸಮಯದಲ್ಲಿ ಕಾರ್ನಾಡರಂತಹ ವಿವೇಕದ ಮತ್ತು ಆಡಂಬರವಿಲ್ಲದ ಮಾತುಗಳಿಗೂ ರಾಜಕೀಯವಾಗಿ ಸಾಕಷ್ಟು ಮಹತ್ವವಿದೆ.

ದಿ ಹಿಂದೂ । ಕನ್ನಡಕ್ಕೆ: ಮಹಾಬಲ ಸೀತಾಳಭಾವಿ

ಹೋದಾನೋ ಹೋದಾ ಸವಾರ ಯಾವ ಊರಿನ ಸರದಾರ

ಹುಣಸವಾಡಿ ರಾಜನ್ ಸಂಪಾದಕರು

ಸಾಂಸ್ಕೃತಿಕ ಜಗತ್ತಿನಲ್ಲಿ ಮನರಂಜನೆ ನಿರ್ಣಾಯಕವೆ ಅಥವಾ ಮನರಂಜನೆಗಿಂತಲೂ ಮನಸ್ಸನ್ನು ಅರಿವಿನ ಕಡೆ ತಿರುಗಿಸುವ ಮಾರ್ಗವಾಗಬೇಕೋ ಎಂಬ ಜಿಜ್ಞಾಸೆ ಜಗತ್ತಿನಲ್ಲಿ ಈಗಲೂ ಸಾರ್ವಜನಿಕ ಸಂವಾದವಾಗಿರುವ ವಸ್ತು. ಇಂತಹ ಪ್ರಮುಖವಾದ ವಿಷಯದ ಬಗ್ಗೆ ತೀರ್ಪು ಕೊಡುವ ಪರಮಾಧಿಕಾರ ಯಾರೊಬ್ಬರಿಗೂ ಇಲ್ಲದಿರುವ ಪರಿಣಾಮವೇ ಮನರಂಜನೆಗೆ ಸೀಮಿತವಾದ ಹಾಗೂ ಮನರಂಜನೆಗಿಂತಲೂ ಮಿಗಿಲಾದ ದೃಷ್ಟಿಕೋನವನ್ನು ಸಾಂಸ್ಕೃತಿಕ ಜಗತ್ತು ವಿಂಗಡಿಸಿಕೊಂಡು ಎರಡು ಕಣ್ಣುಗಳಂತೆ ಕಾರ್ಯ ನಿರ್ವಹಿಸುತ್ತಿರುವುದರಿಂದ ಆಗಿರುವ ಪ್ರಯೋಜನವೆಂದರೆ ವೈವಿಧ್ಯಮಯ ವಾತಾವರಣ ಸೃಷ್ಟಿಗೆ ಅವಕಾಶ. ಸಾಂಸ್ಕೃತಿಕ ಲೋಕಕ್ಕೆ ಅನ್ವಯವಾಗುವ ಮಾತು ಸಾಹಿತ್ಯ ಕ್ಷೇತ್ರಕ್ಕೆ ಹೆಚ್ಚು ಅನ್ವಯವಾಗುತ್ತದೆ. ಏಕೆಂದರೆ ಬರಹದ ಮೂಲಕ ಕೃತಿಯೊಂದು ರೂಪುಗೊಂಡಾಗ ಅದಕ್ಕೆ ಪ್ರದರ್ಶಕ ಕಲೆಯಾಗುವ ಮಾರ್ಗವೂ ತೆರೆದುಕೊಳ್ಳುತ್ತದೆ. ಇದರ ಪರಿಣಾಮವಾಗಿಯೇ ಸಾಹಿತ್ಯ ಕೃತಿಗಳು ಸಾಂಸ್ಕೃತಿಕ ಜಗತ್ತಿನ ಜೀವನಾಡಿ. ಕರ್ನಾಟಕದ ಸೊಗಡನ್ನು ದೇಶಕಾಲವನ್ನು ಮೀರಿ ಇಡೀ ಜಗತ್ತಿಗೆ ತಲುಪುವಂತೆ ಮಾಡುವಲ್ಲಿ ದಿಟ್ಟ ಹೆಜ್ಜೆ ಇಟ್ಟು ಯಶಸ್ವಿಯಾದ ಗಿರೀಶ್ ಕಾರ್ನಾಡ್ ಅರಿವಿನ ಬಾಗಿಲನ್ನು ಓದುಗರು ಹಾಗೂ ನೋಡುಗರು ತೆರೆದುಕೊಳ್ಳುವಂತೆ ಮಾಡುವ ಕುಶಲಕರ್ಮಿ. ಕನ್ನಡದಲ್ಲಿ ರಚನೆಯಾದ ಕೃತಿಗಳು ದೇಶ ವಿದೇಶಗಳಲ್ಲಿ ಜನಪ್ರಿಯತೆ ಪಡೆಯಲು ಬಹುಶಃ ಇದೇ ಕಾರಣ.

ಇಂತಹ ಅಪಾರ ಕೀರ್ತಿಯನ್ನು ಹೊತ್ತ ಗಿರೀಶ್ ಕಾರ್ನಾಡ್ ಇಹಲೋಕದಿಂದ ನಿರ್ಗಮಿಸಿರುವ ಸಂದರ್ಭದಲ್ಲಿ ಅವರ ಸಾಧನೆಯ ಮೆಟ್ಟಿಲುಗಳನ್ನು ಗುರುತಿಸಲು

ಹೊರಟರೆ ಎದುರಾಗುವುದು ವ್ಯಕ್ತಿ ಹಾಗೂ ಸಮಾಜದ ನಡುವಣ ಸಂಬಂಧ, ಸಮಾಜ ಹಾಗೂ ಪ್ರಭುತ್ವದ ನಡುವಣ ಸಂಘರ್ಷದ ನಡುವೆ ಕೌಟುಂಬಿಕವಾಗಿ ತೆರದುಕೊಳ್ಳುವ ಮನುಷ್ಯಸಹಜ ಸಣ್ಣತನಗಳ ಮೆರವಣಿಗೆ. ಇವೆಲ್ಲವೂ ಕೂಡಾ ಮನುಷ್ಯನಲ್ಲಿ ಸರ್ವೇಸಾಧಾರಣವಾಗಿ ಕಂಡುಬರುವ ಗುಣಲಕ್ಷಣಗಳು. ವ್ಯಕ್ತಿಗಳನ್ನು ವಿಜೃಂಭಿಸುವ ಬದಲು ಇರುವ ಹಾಗೆಯೇ ನೋಡಿ ಅದರ ಹಿಂದಿರುವ ಸಾಮಾಜಿಕ ಪಾತಳಿಯನ್ನು ವಿಶ್ಲೇಷಿಸುವ ಕಾರ್ನಾಡರ ಚೈತನ್ಯ ಹಲವಾರು ಬಾರಿ ವಿವಾದದ ಬಾಗಿಲನ್ನು ಬಡಿದದ್ದು ಇದೆ. ಆದರೆ, ಕಾರ್ನಾಡ್ ಎಂದಿಗೂ ಕೂಡಾ ವಿವಾದಗಳಿಗೆ ಅಂಜಿದವರಲ್ಲ. ವ್ಯಕ್ತಿಯೊಬ್ಬ ಕಾಲಧರ್ಮವನ್ನು ಮೀರಿ ಯೋಚಿಸಲು ತೊಡಗಿದಾಗ ವಿವಾದಗಳು ಥಟ್ಟನೆ ಭುಗಿಲೇಳುವುದು ಯಥಾ ಸ್ಥಿತಿಯ ಸಮಾಜದಲ್ಲಿ ಸ್ವಾಭಾವಿಕವಾದ ಬೆಳವಣಿಗೆ. ಕಾರ್ನಾಡ್ ಕಾಲಧರ್ಮವನ್ನು ಮೀರಿ ಯೋಚಿಸಿ ಅವುಗಳನ್ನು ಕೃತಿಯಲ್ಲಿ ಪಾತ್ರಗಳ ಮೂಲಕ ವಿಶ್ಲೇಷಿಸಿದ ಮೇಧಾವಿ. "ತುಘಲಕ್" ನಾಟಕ ಭಾರತದಲ್ಲಿ ಮೊದಲ ಬಾರಿಗೆ ಪ್ರಯೋಗವಾದಾಗ ಸಾಂಸ್ಕೃತಿಕ ವಲಯದಲ್ಲಿ ವಿದ್ಯುತ್ ಸಂಚಾರ ಮೂಡಿದ್ದು ನಿಜ.

ಸ್ವಾತಂತ್ರ್ಯ ಪ್ರಾಪ್ತವಾದ ಮೇಲೆ ಆದರ್ಶ ರಾಜ್ಯದ ಗುಂಗಿನಲ್ಲಿಯೇ ಬದುಕಿದ ಭಾರತೀಯರು ಸುಮಾರು 25 ವರ್ಷಗಳು ಉರುಳುವ ಹೊತ್ತಿಗೆ ತಮ್ಮ ಕನಸು ನೆಲಕಚ್ಚಿರುವ ಸ್ಥಿತಿಯನ್ನು ಮನಗಂಡ ಸಂದರ್ಭವೇ ಕಾಂಗ್ರೆಸ್ ಪಕ್ಷದ ವಿಭಜನೆಯ ನಂತರ ಹೊಸ ಉತ್ಸಾಹ ಹಾಗೂ ಶಕ್ತಿಯೊಂದಿಗೆ ಇಂದಿರಾಗಾಂಧಿಯವರು ಪ್ರಧಾನಿ ಸ್ಥಾನವನ್ನು ನಿರ್ವಹಿಸಲು ಮುಂದಾದ ಪರಿಣಾಮವೆಂದರೆ ಅವರ ಸುತ್ತಲೂ ಪ್ರದಕ್ಷಿಣೆ ಹಾಕುತ್ತಿದ್ದ ಭಟ್ಟಂಗಿಗಳ ಅವಾಂತರ. ಸರ್ವಾಧಿಕಾರದ ನೆರಳು ಕವಿದಿರುವ ಭಾವನೆ ಭಾರತಕ್ಕೆ ಬಂದಾಗ ಎಲ್ಲೆಲ್ಲೂ ಅಸಹನೆ, ಅಶಾಂತಿ ಹಾಗೂ ಆಸ್ಫೋಟದ ಸ್ಥಿತಿ. "ತುಘಲಕ್" ನಾಟಕ ಪ್ರಜೆಗಳ ಸಂಕಟ ಹಾಗೂ ಪ್ರಭುಗಳ ಅಟಾಟೋಪವನ್ನು ಸೂಕ್ಷ್ಮವಾಗಿ ಜನರಿಗೆ ತಲುಪಿಸಿದಾಗ ನವಭಾರತ ನಿರ್ಮಾಣಕ್ಕೆ ಮೊದಲ ಹೆಜ್ಜೆ. ಈ ನಾಟಕ ಮೊದಲು ಪ್ರಯೋಗ ಕಂಡದ್ದು ಪ್ರೊ. ಬಿ. ಚಂದ್ರಶೇಖರ್ ನೇತೃತ್ವದಲ್ಲಿ ಹಾಗೂ ಸಿ.ಅರ್.ಸಿಂಹ ಮುಖ್ಯ ಪಾತ್ರದಲ್ಲಿ. ಇದೇ ನಾಟಕ ಇಂಗ್ಲಿಷ್ ಹಾಗೂ ಹಿಂದಿ ಭಾಷೆಗಳಲ್ಲಿ ಪ್ರಯೋಗ ಕಂಡಾಗ ಬೆಳಕಿಗೆ ಬಂದ ನಟರೆಂದರೆ ಕಬೀರ್ ಬೇಡಿ, ಮನೋಹರ್ ಸಿಂಗ್, ವಸಂತ ಜೋಸೆಲ್ಕರ್ ಮೊದಲಾದ ಉದ್ದಾಮ ನಟರು. ಪಂಡಿತ್ ಜವಹರಲಾಲ್ ನೆಹರೂ ಅವರಿಗೆ ಆತ್ಮೀಯರಾಗಿದ್ದ ರಾಷ್ಟ್ರೀಯ ರಂಗಶಾಲೆಯ ನಿರ್ದೇಶಕ ಇಬ್ರಾಹಿಂ ಅಲ್ಕಾಜಿ ಸೇರಿದಂತೆ ಹಲವಾರು ಮಂದಿ ಇದೇ ನಾಟಕವನ್ನು ಬೇರೆ ಬೇರೆ ದೃಷ್ಟಿಕೋನಗಳಲ್ಲಿ ಪ್ರಯೋಗಿಸಿ ದೇಶ ವಿದೇಶಗಳಲ್ಲಿ ಭಾರತದ ಹಿರಿಮೆಯನ್ನು ಸಾರಿದರು. ಇದೆಲ್ಲದರ ಹಿಂದೆ ಇದ್ದ ಶಕ್ತಿ ಗಿರೀಶ್ ಕಾರ್ನಾಡ್. ಅಂದ ಹಾಗೆ ತುಘಲಕ್ ನಾಟಕ ನೆಹರೂ

ಮೌಲ್ಯಾಧಾರಿತ ರಾಜಕಾರಣವನ್ನು ಗೇಲಿ ಮಾಡುವ ರೀತಿಯದ್ದು. ಕೇವಲ ಕನಸುಗಳ ಮೂಲಕ ಜನರನ್ನು ಮಾಯಾ ಲೋಕಕ್ಕೆ ಒಯ್ದು ಪ್ರಭುತ್ವದ ಕೆಲಸವನ್ನು ಸುಲಭ ಮಾಡಿಕೊಳ್ಳುವ ತುಘಲಕ್ ದೊರೆ ತನ್ನ ಮಿತಿಮೀರಿದ ಮೇಧಾವಿತನದ ಪರಿಣಾಮವಾಗಿ ಐಲು ದೊರೆ ಎನಿಸಿಕೊಳ್ಳಲು ಇರುವ ಕಾರಣಗಳನ್ನು ಮಾರ್ಮಿಕವಾಗಿ ಬಿಂಬಿಸುವ ಈ ಕೃತಿಯಲ್ಲಿ ವರ್ತಮಾನದ ರಾಜಕಾರಣ ಹಾಗೂ ಧರ್ಮಕಾರಣವನ್ನು ಲೇವಡಿ ಮಾಡುವ ಅಂಶಗಳು ನಿಜಕ್ಕೂ ಪರಿಣಾಮಕಾರಿ. ತುಘಲಕ್ ನಾಟಕ ರಚನೆಯಾಗಿ ಸುಮಾರು ಐವತ್ತು ವರ್ಷಗಳು ಉರುಳಿದ್ದರೂ ಈಗಲೂ ಕೂಡಾ ಅದರ ಮಹತ್ವ ಕುಗ್ಗಿಲ್ಲ. ಬದಲಿಗೆ ಕಾಲಧರ್ಮವನ್ನು ಮೀರಿ ನಿಲ್ಲುವ ಆ ನಾಟಕದ ಪಾತ್ರಗಳ ಗತ್ತು ಮತ್ತು ಗೈರತ್ತು ಅದ್ಭುತ. ಬಹುಶಃ ಕಾರ್ನಾಡರ ಸಾಮರ್ಥ್ಯ ಏನೆಂಬುದನ್ನು ಅರಿಯಲು ಇದೊಂದು ನಾಟಕವೇ ಸಾಕು.

ನಿಜ. ಕಾರ್ನಾಡರು ವೈಚಾರಿಕವಾಗಿ ಚಲನಶೀಲ ಸಮಾಜದ ಲೋಪದೋಷಗಳನ್ನು ಗುರುತಿಸುವಲ್ಲಿ ವಿಶಿಷ್ಟ ದೃಷ್ಟಿಯನ್ನು ಹೊಂದಿದ್ದವರು. ತಲೆದಂಡ, ಅಗ್ನಿ ಮತ್ತು ಮಳೆ, ಯಯಾತಿ, ಹಯವದನ, ಅಂಜು ಮಲ್ಲಿಗೆ, ನಾಗಮಂಡಲ ಮೊದಲಾದ ನಾಟಕಗಳ ವಸ್ತು ಚಿರಪರಿಚಿತವಾದದ್ದು. ಆದರೆ, ಇದೇ ವಸ್ತುವಿಗೆ ವರ್ತಮಾನದ ರೂಪವನ್ನು ಕೊಟ್ಟು ಹೊಸ ಅನುಭವವನ್ನು ಸೃಷ್ಟಿಸುವ ಕಾರ್ನಾಡರ ಕೌಶಲ್ಯ ನಿಜಕ್ಕೂ ಅಪರೂಪ. ಯಾವುದೇ ಒಂದು ವಿಷಯವನ್ನು ಒಪ್ಪುವ ಮುನ್ನ ಅದರ ಸತ್ಯಾಸತ್ಯತೆಯನ್ನು ಅರಿಯಬೇಕು ಎಂಬುದು ಕಾರ್ನಾಡರ ನಂಬಿಕೆ. ಹೌದಪ್ಪ ಸಂಸ್ಕೃತಿಯ ಬದ್ಧ ವಿರೋಧಿ. ಪ್ರಶ್ನೆ ಮಾಡುವ ಅರಿವು ಮತ್ತು ಅಗತ್ಯವನ್ನು ಮೂಡಿಸುವ ಸಲುವಾಗಿಯೇ 1970ರ ದಶಕದಲ್ಲಿ ಡಾ. ಯು.ಆರ್. ಅನಂತಮೂರ್ತಿಯವರ ಕೃತಿ ಆಧರಿಸಿ ಸಂಸ್ಕಾರ ಚಲನಚಿತ್ರವನ್ನು ನಿರ್ಮಾಣ ಮಾಡಲು ಪಟ್ಟಾಭಿರಾಮರೆಡ್ಡಿ ಅವರು ಮುಂದಾದಾಗ ಅದಕ್ಕೆ ಗಿರೀಶ್ ಕಾರ್ನಾಡ್, ಪಿ. ಲಂಕೇಶ್ ಮೊದಲಾದ ಆಗಿನ ಕಾಲದ ಪ್ರಗತಿಪರ ಸಾಹಿತಿಗಳ ಸಕ್ರಿಯ ಬೆಂಬಲ. ಕಪ್ಪು ಬಿಳುಪಿನ ಈ ಸಂಸ್ಕಾರ ಚಿತ್ರ ದೇಶ ವಿದೇಶಗಳಲ್ಲಿ ಬಹುಚರ್ಚೆಗೆ ಒಳಗಾದ ನಂತರ ಪ್ರಶ್ನಿಸುವ ಮಹತ್ವ ಹಾಗೂ ಉತ್ತರ ಕೊಡಬೇಕಾದವರ ಉತ್ತರದಾಯಿತ್ವವನ್ನು ಸಮಾಜವೇ ಕಂಡುಕೊಂಡಿತ್ತು. ಈ ಚಿತ್ರದಲ್ಲಿ ಪ್ರಾಣೇಶಾಚಾರ್ಯ ಪಾತ್ರ ನಿರ್ವಹಿಸಿದ ಕಾರ್ನಾಡ್ ಮನೋಜ್ಞ ಅಭಿನಯದ ಮೂಲಕ ರೋಗಗ್ರಸ್ತ ಸಮಾಜದ ಓರೆಕೋರೆಗಳನ್ನು ತೆರೆದಿಟ್ಟದ್ದು ದೊಡ್ಡ ಸಾಧನೆಯೇ ಹೌದು.

ಕಾರ್ನಾಡರರದು ಸಾಹಿತಿಗಿಂತಲೂ ಮಿಗಿಲಾದ ಸಾರ್ವಜನಿಕ ವ್ಯಕ್ತಿತ್ವ. ರಾಜಕೀಯ ಚಿಂತಕರಾಗಿ, ಸಮಾಜದ ಅನಿಷ್ಟಗಳ ವಿರುದ್ಧ ಸಕ್ರಿಯ ಹೋರಾಟಗಾರರಾಗಿ, ಅಂಕಣಕಾರರಾಗಿಯೂ ಹೆಸರಾಗಿರುವ ಕಾರ್ನಾಡರು ತಮ್ಮ

ವೈಚಾರಿಕ ಬದ್ಧತೆಗೆ ತಕ್ಕಂತೆ ತಮ್ಮ ನಿಧನದ ನಂತರ ಪಾರ್ಥಿವ ದೇಹಕ್ಕೆ ಯಾವುದೇ ರೀತಿಯ ಧಾರ್ಮಿಕ ವಿಧಾನಗಳು ನಡೆಯಕೂಡದು ಹಾಗೂ ಸರ್ಕಾರಿ ಗೌರವ ಸ್ವೀಕರಿಸಬಾರದು ಎಂಬ ಷರತ್ತನ್ನು ಲಿಖಿತ ರೂಪದಲ್ಲಿ ಬರೆದಿಟ್ಟದ್ದು ನಡೆ ಮತ್ತು ನುಡಿಯಲ್ಲಿನ ಸಾಮ್ಯತೆಗೆ ಒಂದು ದಿಕ್ಸೂಚಿ. ರಾಜಕೀಯವಾಗಿ ಕಾರ್ನಾಡರನ್ನು ವಿರೋಧಿಸಬಹುದು. ನಾಟಕಗಳ ಸ್ವರೂಪದ ಬಗ್ಗೆ ಪ್ರಶ್ನಿಸಬಹುದು. ಅವರ

ಸಾಮಾಜಿಕ ದೃಷ್ಟಿಕೋನದ ಬಗ್ಗೆ ತಿರುಗಿಬೀಳಬಹುದು. ಆದರೆ, ಕಾರ್ನಾಡ್ ಎಂದಿಗೂ ದ್ವೇಷಿಸುವಂತಹ ಮನುಷ್ಯರಲ್ಲ. ಏಕೆಂದರೆ, ಮನುಷ್ಯನ ಎಲ್ಲ ಗುಣಾವಗುಣಗಳ ಪ್ರತಿರೂಪ ಅವರು. ಈಗಲೂ ಕೂಡ ಕಾರ್ನಾಡರಿಗೆ ಜ್ಞಾನಪೀಠ ಪ್ರಶಸ್ತಿ ಬಂದಿರುವ ಬಗ್ಗೆ ಹಲವರಿಗೆ ತಕರಾರುಗಳಿವೆ. ಆದರೆ, ವಿವಾದಗಳನ್ನು ಎಬ್ಬಿಸುವ ಕಾಲ ಇದಲ್ಲ. ಕಾರ್ನಾಡರು ಏನು? ಅವರ ಸಾಧನೆ ಎಷ್ಟು? ಎಂಬುದನ್ನು ಇತಿಹಾಸಷ್ಟೆ ನಿರ್ಣಯಿಸಬಲ್ಲದು. ಅಮೆರಿಕ ಅಧ್ಯಕ್ಷ ಅಬ್ರಾಹಂ ಲಿಂಕನ್ ಅವರ ಜೀವನ ಚರಿತ್ರೆಕಾರ ಕಾರ್ಲ್ ಸ್ಯಾಂಡ್‌ಬರ್ಗ್ ಕಾವ್ಯಾತ್ಮಕವಾಗಿ ಹೇಳಿರುವ ಮಾತೆಂದರೆ "ಮಹಾವೃಕ್ಷವೊಂದನ್ನು ನೋಡಿ ಅದರ ಗಾತ್ರವನ್ನು ಅಳೆಯುವವರು ಸಾಕಷ್ಟು ಮಂದಿ. ಆದರೆ, ಈ ಮಹಾವೃಕ್ಷ ನೆಲಕ್ಕೆ ಉರುಳಿದ ನಂತರ ಅದರ ನಿಜವಾದ ಗಾತ್ರ ಏನೆಂಬುದು ಜಗಜ್ಜಾಹೀರು" ಇದೇ ವಾದವನ್ನು ವಿಸ್ತರಿಸಿ ಹೇಳುವುದಾದರೆ ಮಹಾವೃಕ್ಷ ಉರುಳಿರುವ ಸಂದರ್ಭದಲ್ಲಿ ಭಾರತದ ವಂಶವೃಕ್ಷವೂ ಸೇರಿ ಹಲವಾರು ಪರಂಪರಾಗತ ಅಂಶಗಳನ್ನು ನಿರ್ದಾಕ್ಷಿಣ್ಯವಾಗಿ ದಾಖಲಿಸಿರುವ ಕಾರ್ನಾಡರ ಅಸಲೀ ವ್ಯಕ್ತಿತ್ವ ಗುರುತಿಸುವ ಜವಾಬ್ದಾರಿಯನ್ನು ಇತಿಹಾಸಕ್ಕೆ ಬಿಡುವುದು ಸೂಕ್ತ. ಹಯವದನ ನಾಟಕದಲ್ಲಿ "ಬಂದಾನೂ ಬಂದಾ ಸವಾರ ಯಾವ ಊರಿನ ಸರದಾರ" ಎಂಬ ಹಾಡೊಂದು ವಿಶಿಷ್ಟ ಅನುಭವವನ್ನು ನೀಡುತ್ತದೆ. ಈಗ ಕಾರ್ನಾಡರು ನಿರ್ಗಮಿಸಿರುವ ಹಿನ್ನೆಲೆಯಲ್ಲಿ "ಹೋದಾನೋ ಹೋದ ಸವಾರ ಯಾವ ಊರಿನ ಸರದಾರ" ಎಂಬ ಮಾತು ಸಕಾಲಿಕ ಅಷ್ಟೆ.

ಫೇಸ್‌ಬುಕ್

ಮೊಗೇರಿಯಲ್ಲಿ ಕಾರ್ನಾಡ್

ಜಯರಾಮ ಅಡಿಗ ಪತ್ರಕರ್ತ

ಗಿರೀಶ್ ಕಾರ್ನಾಡ್ 26 ವರ್ಷಗಳ ಹಿಂದೆ ಕೇಂದ್ರ ಸಾಹಿತ್ಯ ಅಕಾಡೆಮಿಗಾಗಿ ಗೋಪಾಲಕೃಷ್ಣ ಅಡಿಗರ ಸಾಕ್ಷ್ಯಚಿತ್ರವನ್ನು ಮಾಡಿದ ದಿನಗಳ ನೆನಪಾಗುತ್ತಿದೆ.

**

ಚಿತ್ರೀಕರಣದ ಮೊದಲ ಹಂತದಲ್ಲಿ ಕಾರ್ನಾಡರು ಅಡಿಗರ ಬೆಂಗಳೂರು ಮನೆಯಲ್ಲೇ ಅಡಿಗರ ದಿನಚರಿ, ಮಾತುಕತೆ, ಲೋಕಾಭಿರಾಮಗಳ ಮತ್ತು ಸಂದರ್ಶನದ ಸುದೀರ್ಘ ಚಿತ್ರೀಕರಣ ಮಾಡಿ ಮುಗಿಸಿದ ಕೆಲವೇ ದಿನಗಳಲ್ಲಿ 4–11–1992 ರಂದು ಅಡಿಗರು ಇನ್ನಿಲ್ಲರಾದರು.

ಮುಂದಿನ ಹಂತಗಳಲ್ಲಿ ಅಡಿಗರನ್ನು ಅವರ ಬಾಲ್ಯ, ವಿದ್ಯಾಭ್ಯಾಸ, ಅಧ್ಯಾಪನ ವೃತ್ತಿಯ ಮುಖ್ಯ ಊರುಗಳಿಗೆ ಕರೆದೊಯ್ದು ಅಲ್ಲಲ್ಲಿ ಚಿತ್ರೀಕರಿಸುವುದಿತ್ತು. ಅಡಿಗರು ತಮ್ಮ ಕುಸಿದಿದ್ದ ದೇಹಸ್ಥಿತಿಯಲ್ಲೂ ತಮ್ಮ ಮೂಲ ಊರು ಮೊಗೇರಿಗೆ ಹೋಗಿ ಬರಲು ಅತ್ಯುತ್ಸಾಹದಿಂದಿದ್ದರು. ಅಷ್ಟರಲ್ಲಿ ಅವರು ಕಾಲವಶರಾದಾಗ ಕಾರ್ನಾಡರು ಅಡಿಗರಿಲ್ಲದೆಯೂ ಆ ಊರುಗಳಿಗೆ ಹೋಗಿ ಚಿತ್ರೀಕರಿಸಿ ಮುಗಿಸಬೇಕೆಂದು ನಿರ್ಧರಿಸಿರುವುದಾಗಿ ನನಗೆ ತಿಳಿಸಿದರು.

ನನಗೆ ಅವರ ಪರಿಚಯವಾಗಿ ಆಗಲೇ ಬರೋಬ್ಬರಿ 20 ವರ್ಷವಾಗಿತ್ತು. ಭೇಟಿಯಾದಾಗ ಹೇಳುವುದಕ್ಕಿಂತ ಕೇಳುವ ಆಸಕ್ತಿ; ಫೋನಿನಲ್ಲಿ ಆಪ್ತ ಧ್ವನಿ, ಅಗತ್ಯದಷ್ಟು ಅಳತೆಯ ಮಾತು ಇರುತ್ತಿತ್ತು. (ಎಲ್ಲಕ್ಕಿಂತ ಮೊದಲು ಬಿ.ವಿ. ಕಾರಂತರು ಬೆಂಗಳೂರಿನಲ್ಲಿ ಜಯನಗರ 6ನೆ ಬ್ಲಾಕ್‌ನಲ್ಲಿದ್ದ ಮನೆಯಲ್ಲಿ ಒಂದು ಸಂಜೆ ಕಾರ್ನಾಡರನ್ನು ಭೇಟಿಯಾದ ನೆನಪು ಮರೆಯಲಾಗದ್ದು: ಆ ದಿನ ಕಾರಂತ–ಕಾರ್ನಾಡರಿಬ್ಬರು ರಾಜ್‌ಕುಮಾರ್ ಅವರ ಪ್ರತಿಭೆ, ಪ್ರಭಾವಗಳ

ಪಕ್ಕಾ ಅಭಿಮಾನದ ಮುಕ್ತ ಹರಟೆ ನಡೆಸಿದ್ದರು. ಆಗಿನ್ನೂ ಇವರಿಬ್ಬರು ನಾಟಕ, ಸಿನಿಮಾಗಳಲ್ಲಿ ಜೊತೆಗೂಡಿಕೊಂಡಿದ್ದ ಕಾಲ.).

**

ಅಡಿಗರ ಸಾಕ್ಷ್ಯಚಿತ್ರಕ್ಕಾಗಿ ಕಾರ್ನಾಡರ ಅಪೇಕ್ಷೆಯಂತೆ ನಾನು ಅವರೊಂದಿಗಿದ್ದು ಉಡುಪಿಯಿಂದ ಬೈಂದೂರುವರೆಗೆ ನಾನಾ ಕಡೆಗಳಲ್ಲಿ ಚಿತ್ರೀಕರಿಸಲಾಯಿತು.

**

ಮೊಗೇರಿ ಮನೆ, ಶಂಕರನಾರಾಯಣ ದೇವಸ್ಥಾನ, ಪ್ರಾಥಮಿಕ ಶಾಲೆಗಳಲ್ಲಿ ಸನ್ನಿವೇಶಗಳನ್ನು ಕಲ್ಪಿಸಿ ಚಿತ್ರೀಕರಿಸಲಾಯಿತು. ಸಾಸ್ತಾನ, ಕುಂದಾಪುರ, ಅರೆಹೊಳೆ, ಬೈಂದೂರು ಒತ್ತಿನಣೆ ಇತ್ಯಾದಿ ಹತ್ತಾರು ಕಡೆ ನಿಸರ್ಗ ದೃಶ್ಯಗಳನ್ನು ಸಾಕ್ಷೀಕರಿಸಿಕೊಳ್ಳಲಾಯಿತು.

**

ಯಾವುದೇ ಮುನ್ಸೂಚನೆ ಇಲ್ಲದೆ ಚಿತ್ರೀಕರಣದ ವ್ಯಾನ್ ತಲುಪಿ ಕಾರ್ನಾಡ್ ಇಳಿದೊಡನೆ ಜನ ಜಮಾಯಿಸುತ್ತಿದ್ದರು. ಅಲ್ಲೆಲ್ಲಾ ಏನೂ ಗ್ಲಾಮರ್ ಮೂಡದಂತೆ ಎಚ್ಚರಿಕೆಯಿಂದ ತೀರಾ ಸಾಮಾನ್ಯತೆಯಿಂದ ಕಾರ್ನಾಡ್ ನಡಕೊಂಡಿದ್ದನ್ನು ಕಂಡ

ನೆನಪು ನನ್ನದು. (ಇಳಿಹೊತ್ತಿನಲ್ಲಿ ತೀರ್ಥಹಳ್ಳಿ ಬಸ್ ನಿಲ್ದಾಣದ ಬಳಿ ಕಾಫಿಗಾಗಿ ನಿಲ್ಲಿಸಿದಾಗ ಜನ ಸೇರಿ ನೋಡುತ್ತಿದ್ದಂತೆ ಗಿರೀಶ್ ನಿಧಾನವಾಗಿ, ರಸ್ತೆ ದಾಟಿ ಆಚೆ ಮರದ ಕೆಳಗೆ ನಿಂತು ಫ್ರೆಶ್ ಆಗಿ ಬಂದರು.)

**

ಮೊಗೇರಿಯಲ್ಲಿ ಪಕ್ಕಾರಸ್ತೆ, ಅಂಗಡಿ ಯಾವುದೂ ಇರಲಿಲ್ಲ. ಗದ್ದೆ, ಹಾಡಿಗಳ ನಡುವಿನ ಪ್ರಾಥಮಿಕ ಶಾಲೆಯಲ್ಲಿ ಚಿತ್ರೀಕರಣ ಮುಗಿಯುವಷ್ಟರಲ್ಲಿ ಅಧ್ಯಾಪಕರು, ಊರವರೆಲ್ಲ ಸೇರಿ ಕಾರ್ನಾಡರನ್ನು ಸನ್ಮಾನಿಸಲು ಒಂದು ಸಭೆ ಸೇರಿಸಿಬಿಟ್ಟಾಗಿತ್ತು. ದಿನವಿಡೀ ಬಳಲಿದ್ದ ಗಿರೀಶ್, ಮೂಲತಃ ತಾವು ಅಡಿಗರ ಅಭಿಮಾನಿಯಾಗಿರದೆ ಅನಂತರ ಅವರ ಮಹತ್ಸಾಧನೆಯ ಬಗ್ಗೆ ಅರಿತವನೆಂದು ಪ್ರಾರಂಭಿಸಿದರು. ಅಡಿಗರ ಬದುಕು-ಬರಹದ ಬಗ್ಗೆ ಸರಳ ನೇರ ನಿರರ್ಗಳವಾಗಿ ಒಂದು ಗಂಟೆಗೂ ಮೀರಿ ಅವರಾಡಿದ ಮಾತನ್ನು ಆ ಸಂಜೆ ಹಳ್ಳಿಯ ಸಭೆ ಕಿವಿಗೊಟ್ಟು ಆಲಿಸಿ ಧನ್ಯತಾ ಭಾವದಿಂದ ಸ್ಪಂದಿಸಿದ್ದನ್ನು ನಾನು ಮರೆಯಲಿಕ್ಕುಂಟೇ?

avadhimag.com

ಇನ್ನೆಲ್ಲಾ ಬರೀ ನಾಟಕಗಳು ಉಳಿದಿವೆ...

ಪ್ರೀತಿ ನಾಗರಾಜ್ ಪತ್ರಕರ್ತೆ

2004ರ ಕೊನೆ ದಿನಗಳು. ರಂಗಶಂಕರವೆಂಬ ಇಂದಿನ ರಂಗಭೂಮಿಯ ಪ್ರಮುಖ ತಾಣ ಆಗಷ್ಟೇ ಮಾಂಸ ಮಜ್ಜೆಗಳನ್ನು ತುಂಬಿಕೊಳ್ಳುತ್ತಾ ಗೌರ್ಮೆಂಟು ಆಡಿಟೋರಿಯಂಗಳ ನಡುವೆ ಕ್ಯಾಟ್ ವಾಕ್, ಗ್ರೀನ್ ರೂಮ್, ಸ್ವಚ್ಛ ಜಾಗಗಳು, ಎತ್ತರಕ್ಕೆ ಏರುತ್ತಿದ್ದ ಹಂತಗಳಲ್ಲಿ ಕೂರುತ್ತಿದ್ದ ಪ್ರೇಕ್ಷಕರು ಎಲ್ಲಕ್ಕಿಂತ ಮುಖ್ಯವಾಗಿ ಸರಿಯಾದ ಸಮಯಕ್ಕೆ ನಾಟಕ, ನಾಟಕ ಶುರುವಾದ ಮೇಲೆ ಸ್ವತಃ ಭಗವಂತನೇ ಬಂದರೂ ಒಳಗೆ ಬಿಡಲಾಗದ ವ್ಯವಸ್ಥೆ... 'ಏ ಇದೆಲ್ಲಾ ಇಲ್ಲಿ ಆಗಲ್ಲ ಬಿಡ್ರೀ....' ಎಂಬ ಭವಿಷ್ಯದ ನಿರಾಸೆಗಳನ್ನು ಹೊತ್ತ ಸಿನಿಕಲ್ ಜನಗಳ ಮಾತುಗಳು ಮತ್ತು 'ಹಿಂಗೆಲ್ಲಾ ಇರುತ್ತಾ' ಎನ್ನುವ ಅಚ್ಚರಿಗಳನ್ನು ಹುಟ್ಟಿಸುತ್ತಾ ನಿಂತ ಯುವಜನರ ನಡುವೆ ತೊಯಾಡುತ್ತಿದ್ದ ಕನಸುಗಳು. ಅಲ್ಲಿ ನಾನೂ ಒಬ್ಬಳು ಎರಡೂ ಸ್ವಪ್ನ ಸ್ಥಿತಿಗಳ ನಡುವೆ, ನನ್ನ ದಾವಣಗೆರೆಯಲ್ಲಿ ಶುರುವಾದ ರಂಗಭೂಮಿಯ ನಂಟನ್ನು ಬೆಂಗಳೂರೆಂಬ ಮಹಾನಗರದಲ್ಲಿ ಹೇಗಾದರೂ ಬೆಚ್ಚಗೆ ಕಾಪಿಟ್ಟುಕೊಳ್ಳಬೇಕೆಂಬ ತುಡಿತದಿಂದ ಬಿ ಜಯಶ್ರೀ ಅವರ ಸ್ಪಂದನ ತಂಡ ಸೇರಿಕೊಂಡು, ರಂಗಶಂಕರದ ಮೊದಲ ದಿನಗಳಲ್ಲಿ ನನ್ನ ಕೈಲಾದ ಕೆಲಸ ಮಾಡಬೇಕೆಂಬ ತಹತಹ ಹೊತ್ತು ನಿಂತಿದ್ದೆ. ಜಯಶ್ರೀ ಅವರು ಕೂಡ ನಮ್ಮಂಥ ಕೆಲವರನ್ನು ಅಂದರೆ 'ಮೇಡಂ, ಅದು ಇಂಗ್ಲೀಶ್ ಥೇಟ್ರಾಗುತ್ತಾ ಅಂತ ಅನ್ಸಾನ' ಅಂತ ಬುಡಬುಡ್ಕೆ ಹೇಳುವವರನ್ನು 'ಅಲ್ಲಿಗೆ ಹೋಗಿ ಕೆಲಸ ಮಾಡಿ. ನಮ್ಮದು ಅಂತ ಮಾಡಿಕೊಳ್ಳಿ. ಅದ್ ಬಿಟ್ಟು ಇಲ್ಲೇ ನಿಂತ್ಕಂಡು ಅದು ನಮ್ದಾಗಲ್ಲ ಅಂತ ಕೊರಗ್ತಾ ಕೂತ್ರೆ ಆಗುತ್ತಾ? ಕನ್ನಡದ ಥೇಟ್ರುನೇ ಅವ್ರು ಕಟ್ಟಿರದು. ನೀವು ಹೋಗಿ ಅಷ್ಟೇ...' ಅಂತ ಗದರಿಸಿ ಅರು (ಅರುಂಧತಿ ರಾವ್) ಅವರ ಹತ್ತಿರ ಕಳಿಸಿದ್ದರು.

ಅಷ್ಟು ಹೊತ್ತಿಗೆ ನನ್ನ ದ್ವಿ-ಭಾಷಾ ಪತ್ರಿಕೋದ್ಯಮ ಸ್ವಲ್ಪ ಗಟ್ಟಿಯಾಗಿತ್ತು. ಇಂಗ್ಲೀಷು ಹಾಗೂ ಕನ್ನಡ ಎರಡನ್ನೂ ಜೀವಂತವಾಗಿಟ್ಟುಕೊಂಡು ಕನ್ನಡದಲ್ಲಿ ಉಸಿರಾಡುತ್ತಾ ಇಂಗ್ಲೀಷಿನಲ್ಲಿ ನನಗೆ ಮತ್ತು ಗಾಡಿಗೆ ಪೆಟ್ರೋಲು ತುಂಬಿಸಿಕೊಳ್ಳುತ್ತಾ ಓಡಾಡುತ್ತಿದ್ದೆ. ಅವೆಲ್ಲಾ ಶೇಕ್ಸ್‌ಪಿಯರ್ ಬಗ್ಗೆ ಆಸೆ, ಒಡಲಾಳದ ಬಗ್ಗೆ ಪ್ರೀತಿ ಎನ್ನುವಂಥಾ ವೈರುಧ್ಯದ ದಿನಗಳು.

ಅರು ನಮ್ಮನ್ನು ಫೆಸ್ಟಿವಲ್ ಡೈರೆಕ್ಟರ್ ಅಂತ ನಿಯೋಜನೆಗೊಂಡಿದ್ದ ಮುಂಬೈಯ ರಂಗ ನಿರ್ದೇಶಕ ಅತುಲ್ ಕುಮಾರ್ ಅವರ ಕಡೆ ಕಳಿಸಿದರು. ಅವರು ಹಾಗೂ ತಂಡದ ಇತರೆ ಸದಸ್ಯರು ಎಲ್ಲಾ ಸೇರಿಕೊಂಡು ಒಬ್ಬೊಬ್ಬರು ಸಾಮರ್ಥ್ಯಾನುಸಾರ ಒಂದೊಂದು ಕೆಲಸ ಮಾಡುವುದು ಅಂತಾಯಿತು ರಂಗಶಂಕರದ ಮೊದಲ ನ್ಯೂಸ್ ಲೆಟರ್ ರೂಪುರೇಷೆ ಸಿದ್ಧಪಡಿಸುವ ಹಾಗೂ ಭಾಷಾಂತರಗಳನ್ನು ಮಾಡುವ ಟೀಮಿನಲ್ಲಿ ನಾನಿದ್ದೆ. ರಂಗಶಂಕರದ ಬೆನ್ನಿಗೆ ಬಲವಾಗಿ ನಿಂತಿದ್ದ ಗಿರೀಶ ಕಾರ್ನಾಡರ ಸಂದರ್ಶನ ಮಾಡುವುದೆಂದು ಸಿದ್ಧವಾಯಿತು.

ಕಾರ್ನಾಡರನ್ನು ಮಾತಾಡಿಸಲು ತಯಾರಿ ಇಲ್ಲದೆ ಉಂಡಾಗುತ್ತಿಗೆ ಹೋಗುವಂತಿರಲಿಲ್ಲ ಎನ್ನುವುದು ನನಗೆ ಗೊತ್ತಿತ್ತು. ಹಾಗಾಗಿ ಸ್ಪೆಷಲ್ ತಯಾರಿ ಮಾಡಿಕೊಂಡು ಹತ್ತು ಪ್ರಶ್ನೆಗಳ ಪಟ್ಟಿ ಮಾಡಿದೆ. ಯಾರೋ ಕಾರ್ನಾಡರ ಫೋನ್ ನಂಬರ್ ಕೊಟ್ಟು ಸಮಯ್ ಫಿಕ್ಸ್ ಮಾಡಿಕೊಂಡು ಹೋಗಿ ಪ್ರಶ್ನೆಗೆ ಉತ್ತರ ತಾ ಎಂದರು.

ಆವತ್ತೆಲ್ಲಾ ಹಯವದನದ ಪದ್ಮಿನಿ, ದೇಹ ಹಾಗೂ ಬುದ್ಧಿ ಎರಡನ್ನೂ ಬೇರೆಬೇರೆಯಾಗಿ ಪ್ರೀತಿಸುವ ಪ್ರತೀ ಹೆಣ್ಣು ಕೂಡ ಆದ ಆ ಪದ್ಮಿನಿ, ನನ್ನನ್ನು ಮುತ್ತಿಕೊಂಡಳು. ಅವಳ ಕ್ಯಾರೆಕ್ಟರ್ ಎಷ್ಟು ಲಿಬರಲ್ ಆಗಿತ್ತು ಎಂದರೆ ಅಬ್ಬಾ! ಎಂದು ದೀರ್ಘ ಉಸಿರೆಳೆದು, ಸಧ್ಯ ಇವಳಿದ್ದಾಳೆ ಎನ್ನುವುದೇ ಒಂದು ನಿರಾಳತೆ ಎನ್ನಿಸುವಷ್ಟು ಇತ್ತು. ಅವಳನ್ನು ನೀವು ಸೃಷ್ಟಿ ಮಾಡುವುದು ಹೇಗೆ ಸಾಧ್ಯವಾಯಿತು ಸರ್ ಎಂದು ಏನೇನೋ ಕೇಳಬೇಕೆಂದುಕೊಂಡು ಆವತ್ತು ಸಂಜೆ ನಡುಗುವ ಕೈಕಾಲು ಹೊತ್ತು ಮಾನಸಿಕ ತಯಾರಿ ಮಾಡಿಕೊಂಡು ಬೆಂಗಳೂರಿನ ಕೋಶಿಸ್‌ನಲ್ಲಿ ಒಂದು ನಾಲ್ಕು ಲೋಟ ಕಾಫಿ ಕುಡಿದು ಧೈರ್ಯ ತೆಗೆದುಕೊಂಡು ಆ ನಂಬರಿಗೆ ಫೋನ್ ಮಾಡುವಾಗ ಬಡಿಯುತ್ತಿದ್ದ ಹೃದಯ ಬಾಯಿಗೆ ಬಂದು ಮಾತೇ ಹೊರಡದಂತೆ ಪಿತೂರಿ ಮಾಡಿಬಿಟ್ಟಿತ್ತು.

"ಹಲೋ"

"ಹ...ಹ...ಹ...ಲೋ...ಸರ್...ಗಿರೀಶ್ ಕಾರ್ನಾಡ ಅವರ ಮನೆನಾ?"

"ಹೌದು. ಹೇಳಿ." ಧೃಡವಾದ ಧ್ವನಿ. ಒಂದು ಸಣ್ಣ ಏರಿಳಿತ ಕೂಡ ಇಲ್ಲ.

“ಸರ್...ನಾನು ಪ್ರೀತಿ ಅಂತ...”

“ಹಾ.”

“ರಂಗಶಂಕರದ ಮೊದಲ ನ್ಯೂಸ್ ಲೆಟರಿಗೆ ಕೆಲಸ ಮಾಡ್ತಾ ಇದ್ದೀನಿ” (ಓಹೋ! ಹೌದಾ...ಬಹಳ ಒಳ್ಳೆಯದು ಹೀಗೆಲ್ಲಾ ಒಗ್ಗರಣೆ ಮಾತು ನಿರೀಕ್ಷಿಸಿದ್ದೆ. ನಿರಾಸೆ ಆಯ್ತು)

“ಓಕೆ. ಸೋ?” (ಮತ್ತೆ ರೀಡ್ ನಂತಹ ಧ್ವನಿ)

“ನಿಮ್ಮ ಸಂದರ್ಶನ ಮಾಡಬೇಕಿತ್ತು ಸರ್.”

“ಇಲ್ಲ. ನಾನು ಸಂದರ್ಶನ ಕೊಡೋದಿಲ್ಲ.” ಅದೇ ಧ್ವನಿ. ಯಾವ ಭಾವನೆಗಳೂ ಇಲ್ಲ.

ತಕ್ಷಣ ನಾನು... ಸಿಕ್ಕ ಅವಕಾಶದಲ್ಲಿ ಎಂಗೇಜ್ ಮಾಡಿದರೆ ಕೆಲಸ ಆಗಬಹುದು ಎನ್ನುವ ಪತ್ರಿಕೋದ್ಯಮದ ಕೆಟ್ಟ ಪ್ರತೀತಿಯನ್ನು ಇಲ್ಲಿ ಪಾಲಿಸಿಬಿಟ್ಟೆ.

“ಸರ್... ಬಿಜಿ ಇದ್ದರೆ ಆಮೇಲೆ ಫೋನ್ ಮಾಡ್ತೀನಿ ಸರ್. ಹತ್ತೇ ನಿಮಿಷ ಸಾಕು...” ಭಂಡ ಧೈರ್ಯ.

“ಇಲ್ಲ. ಮತ್ತೆ ಮಾಡಬೇಡಿ. ನಾನು ಸಂದರ್ಶನ ಕೊಡೋದಿಲ್ಲ...” ಠಕ್ ಎನ್ನುವ ಸದ್ದು.

“ಸರ್...” ಎಂದ ನನ್ನ ಧ್ವನಿ ನನಗೇ ವಾಪಾಸು ಬಂತು. ಕಾರ್ನಾಡರು

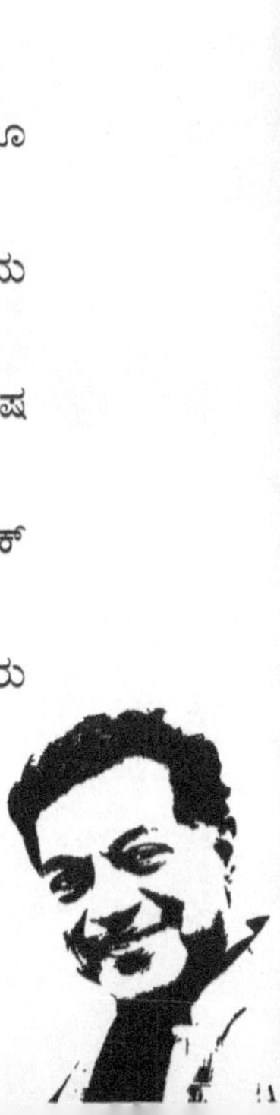

ಫೋನ್ ಇಟ್ಟಿದ್ದರು. ಖಚಿತ ನಿಲುವು.

ಅರೆ! ರಂಗಶಂಕರಕ್ಕೆ ಎಷ್ಟೆಲ್ಲಾ ಬೆಂಬಲ ಕೊಟ್ಟಿದ್ದಾರೆ... ಒಂದು ಸಂದರ್ಶನ ಕೊಟ್ಟಿದ್ದರೆ ಅವರ ಗಂಟೇನು ಹೋಗುತ್ತಿತ್ತು ಎನ್ನುವ ಬಾಲಿಶ ಆಲೋಚನೆ, ಕಳೆದುಹೋದ ಅವಕಾಶಕ್ಕೆ ದುಃಖ, ಸ್ವಲ್ಪ ಸಿಟ್ಟು ಎಲ್ಲವೂ ಸೇರಿ ಸ್ವಲ್ಪ ದಿನ ಅವರನ್ನು ಬಹು 'ಇಂಟಲೆಕ್ಚುವಲ್' ಮಾದರಿಯಲ್ಲಿ ಬೈದುಕೊಂಡು ತಿರುಗಿದೆ. ಅಂದರೆ ಅವರ ಕನ್ನಡ ನಾಟಕೀಯ, ಅವರ ಭಾಷೆ ಕೃತಕ ಇತ್ಯಾದಿ ಇತ್ಯಾದಿ.

ಕಾರ್ನಾಡರು ತಮ್ಮ ಸಮಯದ ಬಗ್ಗೆ ಎಷ್ಟು ಪೊಸೆಸಿವ್ ಆಗಿದ್ದರು, ಮತ್ತು ತಮ್ಮ ಮನಃಸ್ಥಿತಿಯಲ್ಲಿ ಯಾಕಷ್ಟು ಕಾಪಾಡಿಕೊಳ್ಳುತ್ತಿದ್ದರು, ಯಾಕೆ ಹಾಗೆ ಎರಡನೇ ಮಾತಿಗೆ ಅವಕಾಶವಿಲ್ಲದೆ ಪತ್ರಕರ್ತರನ್ನು, ಅದರಲ್ಲೂ ಕೆಲವು ಬೇಜಾವಾಬ್ದಾರಿ ಪತ್ರಕರ್ತರನ್ನು ಕಂಡರೆ ಸ್ವಲ್ಪ ಸಿಡಿಮಿಡಿಗೊಳ್ಳುತ್ತಿದ್ದರು ಅಂತ ಅರ್ಥವಾಗಲು ಬಹುತೇಕ ಹತ್ತು ವರ್ಷ ಬೇಕಾಯಿತು.

'ಬೆಳಕಿಲ್ಲದ ದಾರಿಯಲ್ಲಿ ನಡೆಯಬಹುದು, ಆದರೆ ಕನಸುಗಳಿಲ್ಲದ ದಾರಿಯಲ್ಲಿ ನಡೆಯಬಹುದೆ?'

'ನೀರಿನ ಮೇಲೆ ಚಿತ್ರ ಕೆತ್ತಲಿಕ್ಕಾಗೋದಿಲ್ಲ...'

'ಯಾವುದು ಕೊಲೆ, ಯಾವುದು ಆತ್ಮಹತ್ಯೆ...'

'...ತೊಗಲಿಗೂ ನೆನಪು ಇರ್ತದೆ...'

ಈ ಎಲ್ಲಾ ಸಾಲುಗಳನ್ನು ಅನುರಣಿಸಿಕೊಳ್ಳುತ್ತಲೇ ಬದುಕಿದ ನನ್ನಂಥವರು ಬೇಕಾದಷ್ಟಿರಬೇಕು.

ನಾಟಕ, ಕಲೆ, ಗದ್ಯ, ನಟನೆ, ನಿರ್ದೇಶನ, ಎರಡು ಭಾಷೆಯ ಪಾಂಡಿತ್ಯ, ಲಿಟ್ ಫೆಸ್ಟುಗಳ ರೂವಾರಿ, ಸಾಕಷ್ಟು ಪ್ರತಿಭೆಗಳನ್ನು ನಭದ ಎತ್ತರಕ್ಕೆ ಏರಲು ಬೇಕಾದ ಅಟ್ಟಣಿಗೆ ಕಟ್ಟಿಕೊಟ್ಟ ಶಕ್ತ ಮನಸ್ಸು... ಕಾರ್ನಾಡರಿಗೆ ಎಲ್ಲದರ ಬಗ್ಗೆ ಪ್ಯಾಷನ್ ಇತ್ತು, ಅದರ ಬಗ್ಗೆ ಕಡು ದಾಹಿಯಾಗಿ ಕೆಲಸ ಮಾಡುತ್ತಿದ್ದರು. ಸಮಯವೆಂದರೆ ಅವರಿಗೆ ಭಾರೀ ಜಿಪುಣತನ ಅನ್ನಿಸಿತ್ತು. ಯಾವುದೋ ಕೆಲಸಕ್ಕೆ ಸಮಯ ವಿನಿಯೋಗಿಸಿದರೆ ಇನ್ನೊಂದು ಕೆಲಸಕ್ಕೆ ಬೇಡ ಅಂತ ಪಕ್ಕಾ ವ್ಯವಹಾರಸ್ಥನ ಥರ ನಿರ್ಧಾರ ಮಾಡುತ್ತಿದ್ದರು ಅನ್ನಿಸುತ್ತೆ.

ಅಷ್ಟಿಲ್ಲದೆ ಚಿಕ್ಕ ವಯಸ್ಸಿಗೆ ಎಲ್ಲವನ್ನೂ ಚೆಸ್ ಆಟಗಾರನ ಕೌಶಲದಲ್ಲಿ ನಿರ್ವಹಿಸಿ ತನಗೆ ಜೀವನದಿಂದ ಸಿಗಬೇಕಾದ್ದನ್ನೆಷ್ಟೂ ಹಿಂಡಿ ಪಡೆದುಕೊಂಡು ದೇಶದಗಲ ವ್ಯಾಪಿಸಿ ಮತ್ತೆ ತನ್ನ ಜೊತೆ ಯುವ ಜನರನ್ನೂ ಬೆಳೆಸಿ ಸಾಯುವ ತನಕವೂ ಕೆಲಸ ಮಾಡುತ್ತಲೇ ಇರುವುದು ಸಾಧ್ಯವಿತ್ತೆ?

ಅವರನ್ನು ಮೊದಲ ಸಲ ಮಾತಾಡಿಸಿದ ಮೊದಲ ಸಲ ಬಿಟ್ಟು ಮತ್ತೆ ಅವರ ಸಂಪರ್ಕದ ಅವಶ್ಯಕತೆ ಬಿದ್ದಾಗ ಒಂದು ದಶಕ ಮೀರಿತ್ತು. ದಿನದ ಘಂಟೆಗಳಿಗೆ ಜೀವನ ಸಾಲದು ಎನ್ನಿಸಲು ಶುರುವಾಗಿತ್ತು. ಸಮಯದ ಆಭಾವ ಅನುಭವಕ್ಕೆ ಬರಲು ಶುರುವಾಗಿತ್ತು. ಬೇಡ ಎನಿಸಿದ ಫೋನುಗಳು ಬಂದ ಕೂಡಲೇ ಎತ್ತದೇ ಇರುವ ಟೆಕ್ನಾಲಜಿ ಬಂದಿತ್ತು. ಸಿಟ್ಟು ಇನ್ನಷ್ಟು ಸಾಣೆ ಹಿಡಿದುಕೊಂಡು ಬರೆಯಬೇಕಾದದ್ದನ್ನು ಬರೆಯಲು ಸಾಧ್ಯವಾಗುತ್ತಿಲ್ಲ ಎನ್ನುವಾಗ ಕೋರೆ ಹಲ್ಲಿನ ಪ್ರದರ್ಶನ ಕೂಡ ಕೊಡುತ್ತಿತ್ತು.

ಕಾರ್ನಾಡರು ಅರ್ಥವಾಗತೊಡಗಿದ್ದರು.

ರಂಗಭೂಮಿಯ ಮೇರು ಪ್ರತಿಭೆ ಜಯಶ್ರೀ ಅವರ ಆತ್ಮಕತೆಯ ನಿರೂಪಣೆಯ ಹೊಣೆ ಹೊತ್ತುಕೊಂಡು ಮುಗಿಸಿದ್ದೆ. ಕಾರ್ನಾಡರ ಕೈಲಿ ಮುನ್ನುಡಿ ಬರೆಸಬೇಕು ಎನ್ನುವ ಆಸೆ ಚಿಗಿತಿತ್ತು. ಆದರೆ ಫೋನ್ ಪ್ರಸಂಗ ಇನ್ನೂ ನೆನಪಿನಲ್ಲಿ ಇದ್ದುದರಿಂದ ಪುಸ್ತಕದ ಪ್ರಕಟಣೆಯ ಹೊಣೆ ಹೊತ್ತ ಮನೋಹರ ಗ್ರಂಥ ಮಾಲಾದ ಸಮೀರ ಜೋಶಿ ಅವರಲ್ಲಿ ಕೇಳಿದೆ.

ಕಾರ್ನಾಡರು ತಕ್ಷಣ ಒಪ್ಪಿಕೊಂಡರು ಅಂತ ಅವರು ಹೇಳಿದರು.

“ಮ್ಯಾನುಸ್ಕ್ರಿಪ್ಟ್ ಆದ ಕೂಡಲೆ ಕಳಸು ಅಂತ ಹೇಳ್ಯಾರ. ನೀವು ಕಳಸರಿ...” ಅಂತ ಹೇಳಿದರು.

“ಸರ್, ಮನೆಗೆ ಹೋಗಿ ಕೊಟ್ಟು ಬರಲಾ?” ಮತ್ತೆ ಹತ್ತು ನಿಮಿಷ ಸಿಗಬಹುದಾ ಎಂಬ ಆಸೆ.

“ಬ್ಯಾಡಂತ. ಮನಿ ಅಡ್ರಸ್ ಕೊಟ್ಟಾರ. ಬರೇ ಕೋರಿಯರ್ ಮಾಡ್ರಿ. ನಾ ಫಾಲೋ ಅಪ್ ಮಾಡತೇನಿ...”

ಈ ಬಾರಿ ಮನಸ್ಸು ಶಾಂತವಾಗಿತ್ತು. ಅರ್ಥ ಆಯಿತು. ಪುಸ್ತಕದ ಡ್ರಾಫ್ಟ್ ಕಳಿಸಿದೆ. ಓದಿ ಮುನ್ನುಡಿ ಬರೆದು ಸಮೀರರಿಗೆ ಕಳಿಸಿದರು. ಅದನ್ನು ನೋಡಿ ಹೃದಯ ಮತ್ತೆ ಗಂಟಲಕ್ಕೆ ಬಂತು. ಆದರೆ ಈ ಬಾರಿ ಇದು ಬೇರೆಯದೇ ಭಾವ.

ನಂತರ ಒಮ್ಮೆ ಮಾತ್ರ ಕಾರ್ನಾಡರನ್ನು ಬೆಂಗಳೂರಿನಿಂದ ಗುಬ್ಬಿಗೆ ಕರೆದೊಯ್ಯುವ ಅವಕಾಶ ಸಿಕ್ಕಿತು. ಎರಡು ತಾಸಿನ ಪ್ರಯಾಣದಲ್ಲಿ ಅಪ್ಪಿ ತಪ್ಪಿ ಪುಸ್ತಕದ ಬಗ್ಗೆ ಹೇಳಲಿಲ್ಲ. ಖುಷಿಯಾಗಿ ಮಾತನಾಡಿದರು. ಬದಲಾಗುತ್ತಿರುವ ಬೆಂಗಳೂರಿನ ಬಗ್ಗೆ, ಧಾರವಾಡವೆಂಬ ಮಾನಸಿಕ ಜಗತ್ತಿನ ಬಗ್ಗೆ, ಮುಂದಿನ ದಿನಗಳ ಓದಿನ ಬಗ್ಗೆ, ಸಾಹಿತ್ಯ ಸಂಭ್ರಮದ ಬಗ್ಗೆ, ಹೊಸ ರಾಜಕೀಯದ ಬಗ್ಗೆ ಎಲ್ಲಾ ಮಾತಾಯಿತು.

ಮತ್ತೆ ರಂಗಾಯಣದಲ್ಲಿ, ಮತ್ತೆ ಧಾರವಾಡದಲ್ಲಿ, ಸಲ್ಮಾನ್ ಖಾನ್ ಜೊತೆ ತೆರೆಯ ಮೇಲೆ ಎಲ್ಲೆಲ್ಲೋ ಕಂಡರು. ಕಾಣುವಾಗಲೆಲ್ಲಾ ಹೆಚ್ಚು ಸುಸ್ತಾದಂತೆ, ಮತ್ತಷ್ಟು ಅವಸರದಲ್ಲಿ ಇದ್ದಂತೆ ಕಾಣುತ್ತಿದ್ದರು. ಆಗಾಗ ಅವರ ಆರೋಗ್ಯದ ಸುದ್ದಿ ಕೇಳಿಬರುತ್ತಿತ್ತು. ಆಮೇಲೆ ಒಂದು ದಿನ ಕೆಲಸ ಮುಗಿಸಿದವರಂತೆ ಹಾರ ತುರಾಯಿ ಬೇಡದೆ ಹೊರಟು ಹೋದರು. ಇದ್ದಾಗ ಬರೆಬರೆದು ಎಲ್ಲವನ್ನೂ ಮರು ಓದಿಗೆ ಒಳಪಡಿಸಿ ಚಿಂತಿಸಲು ಹಚ್ಚಿ ಉಸಿರಾಟಕ್ಕೊಂದು ಕರ್ಟನ್ ಕಾಲ್ ಮಾಡಿ ಹೊರಟು ಹೋಗಿದ್ದಾರೆ.

ಇನ್ನೆಲ್ಲಾ ಬರೀ ನಾಟಕಗಳು ಉಳಿದಿವೆ.

ಗಿರೀಶ್ ಕಾರ್ನಾಡರ ಜೊತೆ ಒಂದು ಪುಟ್ಟ ಪಯಣ

ಪಾಲಹಳ್ಳಿ ವಿಶ್ವನಾಥ ವಿಜ್ಞಾನಿ

1980–1981ರ ಸಮಯ. ಮುಂಬಯಿಯಲ್ಲಿ ಮೂಲ ಸಂಶೋಧನಾಲಯ ಮತ್ತು ವಾಸ. ಊಟಿಯಲ್ಲಿ ನಮ್ಮ ಪ್ರಯೋಗಗಳು ನಡೆಯುತ್ತಿದ್ದು ನಾನು ಹೋಗಿ ಬಂದು ಮಾಡುತ್ತಿದ್ದೆ. ಅಮ್ಮ ಮತ್ತು ಇತರರು ಇದ್ದರಿಂದ ಬೆಂಗಳೂರಿನ ಮೂಲಕವೇ ಪ್ರಯಾಣ ಮಾಡುತ್ತಿದ್ದೆ. ಅಂದಿನ ದಿನಗಳಲ್ಲಿ ಉದ್ಯಾನ್ ಎಕ್ಸ್‌ಪ್ರೆಸ್ ತರಹದ ನೇರ ರೈಲುಗಳು ಇರಲಿಲ್ಲ. ಬೆಂಗಳೂರಿನಿಂದ, ಮುಂಬಯಿಗೆ ಹೋಗಬೇಕಾದರೆ ಅ) ಗುಂತಕಲ್ಲಿಗೆ ಹೋಗಿ ಮದ್ರಾಸಿನಿಂದ ಬರುವ ರೈಲನ್ನು ಹಿಡಿಯುವುದು ಆ) ಅಥವಾ ಮೀರಜ್‌ಗೆ ಹೋಗಿ ಅಲ್ಲಿ ರೈಲು ಬದಲಾಯಿಸಿ ಮುಂಬಯಿಯ ರೈಲು ಹಿಡಿಯುವುದು. ಬೆಂಗಳೂರು–ಗುಂತಕಲ್ ಅಥವಾ ಬೆಂಗಳೂರು–ಮೀರಜ್ ಮೀಟರ್ ಗೇಜಿನ ಪ್ರಯಾಣ.

ನಾನು ಈ ಎರಡೂ ಮಾರ್ಗಗಳನ್ನು ಬಳಸುತ್ತಿದ್ದೆ. ಆದರೂ ಮೀರಜ್‌ಗೆ ಹೋಗುವ ಮಹಾಲಕ್ಷ್ಮಿ ಎಕ್ಸ್‌ಪ್ರೆಸ್ ರೈಲಿನ ಮೇಲೆ ಹೆಚ್ಚು ಒಲವು. ಕರ್ನಾಟಕದಲ್ಲೇ ಬಹಳ ಹೊತ್ತು ಪ್ರಯಾಣ ಮಾಡಿ ಬೆಳಗಾವಿಯ ನಂತರದ ಅರಣ್ಯ ಪ್ರದೇಶಗಳ ಮೂಲಕ ಹೋಗುತ್ತಿತ್ತು ಈ ರೈಲು. ಬಹಳ ಹಿಂದಿನಿಂದಲೂ ಬೆಂಗಳೂರಿನಿಂದ ಪುಣೆಗೆ ಇದೇ ಮಾರ್ಗವಿದ್ದು ಪೂರ್ತಿ ಮೀಟರ್‌ಗೇಜ್ ಇದ್ದಿತು. ಆದರೆ 1970ರ ದಶಕದಲ್ಲಿ ಯಶವಂತರಾವ್ ಚವಾಣರ ಪ್ರಭಾವದಿಂದ ಮೀರಜ್ ಪುಣೆ ಭಾಗ ಬ್ರಾಡ್ ಗೇಜ್ ಆಗಿ ಪರಿವರ್ತನೆಗೊಂಡಿತ್ತು.

ಅಂದು ಬಹಳ ಬೆಳಿಗ್ಗೆಯೇ ರೈಲು ಬೆಂಗಳೂರನ್ನು ಬಿಟ್ಟಿತ್ತು. ಮೊದಲನೆಯ

ದರ್ಜೆಯ ಪ್ರಯಾಣ; ನಾಲ್ಕು ಜನ ಮಲಗುವ ಕ್ಯೂಬಿಕಲ್‌ಗಳು. ಅದರಲ್ಲಿ ನಾನು ಮತ್ತಿಬ್ಬರು ಯಾರೋ ಇದ್ದರು. ನಾನೂ ನಿದ್ದೆ ಮಾಡುತ್ತ ಸಮಯ ಕಳೆದೆ.. ಮಧ್ಯಾಹ್ನದ ಹೊತ್ತಿಗೆ ಧಾರವಾಡ. ಮೊದಲಿನಿಂದಲೂ ನನಗೆ ಅಲ್ಲಿಯ ಕರ್ನಾಟಕ ವಿಶ್ವವಿದ್ಯಾಲಯದ ಕಟ್ಟಡ ನೋಡುವ ಇಷ್ಟವಾದ್ದರಿಂದ ಎದ್ದಿರುತ್ತಿದ್ದೆ. ಧಾರವಾಡದಲ್ಲಿ ರೈಲು ಐದು ನಿಮಿಷ ನಿಂತಾಗ ಯಾರೋ ಬಂದು ಮೇಲಿನ ಬರ್ತ್ ಹತ್ತಿದರು. ಅಂತೂ ನಮ್ಮ ಕ್ಯೂಬಿಕಲ್ ತುಂಬಿತು.. ರೈಲು ಹಾಗೆ ಬೆಳಗಾವಿ, ಲೊಂಡಾ ದಾಂಡೇಲಿ ಅರಣ್ಯದ ಮೂಲಕ ಹೋಗಿ ರಾತ್ರಿ 7–8 ಗಂಟೆಗೆ ಮೀರಜ್ ತಲುಪಿದೆವು. ಅಲ್ಲಿ ರೈಲು ಬದಲಾಯಿಸಿ ಮುಂಬಯಿಗೆ ಹೋಗುವ ಮಹಾಲಕ್ಷ್ಮಿ ಎಕ್ಸ್‌ಪ್ರೆಸ್ ಹತ್ತಿದೆವು ಮತ್ತೆ ಅದೇ ಕ್ರಮದಲ್ಲಿ ಕ್ಯೂಬಿಕಲ್ ಗಳನ್ನು ಮತ್ತು ಬರ್ತ್ ಗಳನ್ನು ಕೊಟ್ಟರು. ಆಗ ಒಳಗೆ ಬಂದು ನನ್ನ ಮೇಲಿನ ಬರ್ತ್ ಹತ್ತುತ್ತಿರುವ ವ್ಯಕ್ತಿಯನ್ನು ನೋಡಿದೆ. ಮತ್ತೆ ನೋಡಿದೆ. ಗಿರೀಶ್ ಕಾರ್ನಾಡರು !

1965ರ ಸಮಯದಲ್ಲಿ (ಆಗ ನನಗೆ 22 ವರ್ಷ) ನನಗೆ ನನ್ನಲ್ಲಿದ್ದ ಪ್ರಶ್ನೆಗಳಿಂದ ಅಸ್ತಿತ್ವವಾದದ ಲೇಖಕರ ಪರಿಚಯ ಶುರುವಾಗಿತ್ತು. ಮುಖ್ಯವಾಗಿ ಕ್ಯಾಮು ಮತ್ತು ಸಾರ್ತ್ರೆಯವರ ನಾಟಕ ಮತ್ತು ಕಾದಂಬರಿಗಳು; ನಾಸಿಯ, ಕ್ಯಾಲಿಗುಲ ಇತ್ಯಾದಿ. ಆಗಲೇ ಕಾರ್ನಾಡರ ಯಯಾತಿ ಓದಿದೆ; ಮುಂಬಯಿಯ ಗೊವಾಲಿಯ ಟ್ಯಾಂಕಿನ ಹತ್ತಿರದ ಸಭಾಂಗಣದಲ್ಲಿ ನಾಟಕವನ್ನೂ ನೋಡಿದ್ದೆ. ಅದರ ನಂತರ ಅವರ ತುಘಲಕ್ ಬಂದಿತು. ಓದಿದಾಗ ಕ್ಯಾಮುವಿನ ಕ್ಯಾಲಿಗುಲ ಜ್ಞಾಪಕ ಬಂದಿತ್ತು. ಆಗ ವೈ.ಎನ್.ಕೆ ಯವರನನ್ನು ಕೇಳಿದಾಗ ಅವರೂ ಒಪ್ಪಿದ್ದರು. ಒಂದೆರಡು ವರ್ಷಗಳ ಹಿಂದೆ ಬಂದಿದ್ದ 'ಹಯವದನ' ಬಹಳ ಇಷ್ಟವಾಗಿತ್ತು. ಅವರು ನಟಿಸಿದ್ದ ಸಂಸ್ಕಾರ, ವಂಶವೃಕ್ಷ, ಇತ್ಯಾದಿ ನೋಡಿದ್ದೆ. ಅದರೆ ಹಿಂದಿ ಸಿನೆಮಾಗಳನ್ನು ಹೆಚ್ಚು ನೋಡಿರಲಿಲ್ಲ.

ಇದೆಲ್ಲಾ ಮೆಲುಕು ಹಾಕುತ್ತಿದ್ದಾಗ ಗಿರೀಶ್ ಕಾರ್ನಾಡರು ಮೇಲಿನ ಬರ್ತಿನಲ್ಲಿ ಪುಟ್ಟ ದೀಪ ಹಾಕಿಕೊಂಡು ಏನೋ ಓದುತ್ತಿದ್ದರು. ಸ್ಟೇಶನ್ನುಗಳು ಬಂದರೆ

ನನ್ನಂತಹವರು ಇಳಿದು ಠಳಾಯಿಸುವ ಅಭ್ಯಾಸ. ಆದರೆ ಅವರು ಬರ್ತ್‌ನಿಂದ ಇಳಿಯಲೇ ಇಲ್ಲ. ತಮಾಷೆ ಏನೆಂದರೆ ನಾನು ಅಗ ಯಾವುದೋ ನಾಟಕ ಬರೆಯಲು ಪ್ರಯತ್ನಿಸುತ್ತಿದ್ದೆ. 11 ವರ್ಷಗಳು ಅಮೆರಿಕದಲ್ಲಿದ್ದು ಆಗ ತಾನೇ ಭಾರತಕ್ಕೆ ವಾಪಸ್ಸು ಬಂದಿದ್ದೆ. ಏಕೆ ಬಂದೆ, ಏಕೆ ಬಂದೆ ಎಂದು ಅವರಿವರು ಕೇಳುತ್ತಿದ್ದರು. ಅದಕ್ಕೆ ಉತ್ತರವಾಗಿಯೋ ಏನೋ ಮಹಾಭಾರತದ ಅಜ್ಞಾತವಾಸವನ್ನು ಮೂಲವಾಗಿಟ್ಟುಕೊಂಡು ನಾಟಕ ಬರೆಯಲು ಶುರುಮಾಡಿದ್ದೆ. ಕಾರ್ನಾಡರನ್ನು ನೋಡಿದ ಮೇಲೆ ಏನೋ ಸ್ಫೂರ್ತಿ ಬಂತು. ಬೇರೆಲ್ಲರೂ ಮಲಗಿದ್ದರು. ಚಿಕ್ಕ ದೀಪ ಹಾಕಿಕೊಂಡು ಮತ್ತೆ ಒಂದು ಪುಟ ಸಂಭಾಷಣೆ ಸೇರಿಸಿದೆ. ರೈಲು ನೆಟ್ಟಗೆ ಮುಂಬಯಿಗೆ ಹೋಗಿದ್ದರೆ ಈ ಕಥಾನಕ ಇಲ್ಲಿಯೇ ಮುಗಿಯುತ್ತಿತ್ತು.

ಬೆಳಿಗ್ಗೆ ಆಯಿತು. ಕಾರ್ನಾಡರು ಕೆಳಗೆ ಇಳಿದು ಬಂದರು. ಉಳಿದ ಇಬ್ಬರು ಪ್ರಯಾಣಿಕರು ಅವರ ಮುಖವನ್ನು ಎರಡು ಮೂರು ಬಾರಿ ನೋಡಿ ಸುಮ್ಮನಾದರು. ನನ್ನ ಪಕ್ಕವೆ ಅವರು ಕುಳಿತುಕೊಳ್ಳಬೇಕಾದ್ದರಿಂದ ಮಾತನಾಡಬೇಕಾಯಿತೋ ಏನೋ ! ಮತ್ತೆ ಮೇಲಿನ ಬರ್ತ್ ಗೆ ಹೋಗಿ ಮುಂಬಯಿಯಲ್ಲೇ ಕೆಳಗೆ ಬರುತ್ತಿದ್ದರೋ ಏನೋ ! ಹಲೋ ಎಂದರು. ನನ್ನ ಪ್ರವರ ಹೇಳಿಕೊಂಡೆ ಹಾಗೂ ನಿಮ್ಮ ನಾಟಕಗಳ ಅಭಿಮಾನಿ ಎಂದೆ. ನಕ್ಕರು. ಹಾಗೇ ಮಾತಾಡುತ್ತ ಹೋದೆವು. ಚಹ ಕುಡಿದೆವು. ಆಗ ರೈಲು ಕಲ್ಯಾಣ ಸ್ಟೇಷನ್ನಲ್ಲಿಯೇ ಕೊನೆಯಾಗುತ್ತದೆ ಎಂದು ಟಿಕೆಟ್ ಕಲೆಕ್ಟರ್ ಹೇಳಿ ಹೋದರು. “ಇಳಿದು, ಲೋಕಲ್ ಹಿಡಿಯೋಣ, ಬನ್ನಿ” ಎಂದರು ಕಾರ್ನಾಡರು.

ಸೇತುವೆ ಹತ್ತಿ ಬೇರೆ ಪ್ಲಾಟ್‌ಫಾರಂಗೆ ಹೋಗಬೇಕಾಗಿತ್ತು. ಆಗ ಅವರ ಸುತ್ತ ಜನ ಸೇರಲು ಶುರುಮಾಡಿದರು; ಹಿಂದಿ ಸಿನಿಮಾಗಳನ್ನು ನೋಡಿದ ಜನರಿರಬೇಕು. ಹಸ್ತಾಕ್ಷರಕ್ಕೆ ದುಂಬಾಲು ಬಿದ್ದರು. ಗಿರೀಶರೂ ಸಹಿಮಾಡುತ್ತ ಹೋದರು. ಅಭಿಮಾನಿಗಳಲ್ಲಿ ಕೆಲವರು ನನ್ನ ಮುಂದೆಯೂ ಸಹಿ ಮಾಡಲು ಪುಸ್ತಕವನ್ನಿಟ್ಟರು.“ನಾನು ಆಮ್ ಆದ್ಮಿ” ಎಂದು ಹೇಳಿದೆ. ಆದರೆ ಅದನ್ನು ನಂಬಲು ತಯಾರಿರಲಿಲ್ಲ. ಒಬ್ಬ ಯಾವುದೋ ಸಿನೆಮಾದಲ್ಲಿ ನಿಮ್ಮನ್ನು ನೋಡಿದ್ದೇನೆ ಎಂದು ಸಿನೆಮಾ ಹೆಸರು ಕೂಡ ಹೇಳಿದ. ನಾನು ನಕ್ಕೆ. ಅದನ್ನು ಕೇಳಿಸಿಕೊಂಡ ಗಿರೀಶರೂ ನಕ್ಕರು.

ಕೆಳಗೆ ಇಳಿದು, ಅಂಬರನಾಥ ಕಡೆಯಿಂದ ಬಂದ ಗಾಡಿಯೊಂದನ್ನು ಹತ್ತಿದೆವು. ಮೊದಲನೆಯ ದರ್ಜೆಯ ಪ್ರಯಾಣವಾದರೂ ನಿಂತುಕೊಂಡೇ ಹೋದೆವು. ನಾವು ಮಾತಾಡುತ್ತಲೆ ಇದ್ದೆವು. ವಿಜ್ಞಾನ, ನಾಟಕ, ಮುಂಬಯಿ ಇತ್ಯಾದಿ ವಿಷಯಗಳು. ಕೆಲವರು ನೋಡುತ್ತಲೆ ಇದ್ದರು. ಮೊದಲನೆಯ ದರ್ಜೆಯ ಪ್ರಯಾಣಿಕರಲ್ಲವೇ? ಇಲ್ಲದಿದ್ದಲ್ಲಿ ಆಟೋಗ್ರಾಫ್ ಎಂದು ಮೇಲೆ ಬೀಳುತ್ತಿದ್ದರೋ ಏನೋ! ಕಡೆಗೆ

ದಾದರ್ ಬಂದಿತು. ಇಬ್ಬರೂ ಇಳಿದೆವು. ಅವರು ಮಾಹಿಮ್‌ಗೆ ಹೋಗಬೇಕಿತ್ತು. ನಾನು ವಿಲೆಪಾರ್ಲೆಗೆ ಟ್ಯಾಕ್ಸಿ ತೆಗೆದುಕೊಂಡು "ಬನ್ನಿ, ನಿಮ್ಮನ್ನು ಬಿಟ್ಟುಬಿಡುತ್ತೀನಿ" ಎಂದೆ, ಮಾತನಾಡುತ್ತ 'ನಿಮಗೆ ಮುಂಬಯಿ ಚೆನ್ನಾಗಿ ಗೊತ್ತಿದೆ' ಎಂದರು. ಕಡೆಗೆ ಮಾಹಿಮನಲ್ಲಿ ಅವರ ಸಂಬಂಧೀಕರ ಮನೆಯ ಮುಂದೆ ಅವರನ್ನು ಬಿಟ್ಟು ನಾನು ವಿಲೆಪಾರ್ಲೆಗೆ ಹೋದೆ. ಅವರು ವಿದಾಯ ಹೇಳಿದಾಗ ಧ್ವನಿಯಲ್ಲಿ ಆತ್ಮೀಯತೆ ಇತ್ತು

ನನಗೂ ಹಿಂದಿನ ಕಥೆ, ಪುರಾಣ, ಚರಿತ್ರೆಗಳಲ್ಲಿ ಬಹಳ ಆಸಕ್ತಿ. ಇಂದನ್ನು ಮತ್ತು ನನ್ನನ್ನೇ ಹಿಂದಿನಿಂದ ಅರ್ಥ ಮಾಡಿಕೊಳ್ಳುವ ಆಶಯ. ನನ್ನ ನಾಟಕ 'ಅಜ್ಞಾತವಾಸ' ಮುಗಿದ ನಂತರ ಮುಂಬಯಿಯಿಂದ ಅವರಿಗೆ ಕಳಿಸಿದೆ. ಜೆ.ಪಿ.ನಗರ ಎಂದು ಮಾತ್ರ ವಿಳಾಸ ಹಾಕಿದ್ದೆ. ತಲಪಿತೊ ಇಲ್ಲವೋ ತಿಳಿಯದು.. ವಿಚಾರಿಸಲು ಹಿಂದೇಟು ಹಾಕಿದೆ. ಮುಂದಿನ ವರ್ಷಗಳಲ್ಲಿ 'ಹಯವದನ'ದ ನಾಯಕಿ ಪದ್ಮಿನಿಯೇ ನನ್ನ ಪೂರೈಸದ 'ವಿಕ್ರಮ ಮತ್ತು ಬೇತಾಳಗಳು' ನಾಟಕದ ನಾಯಕಿಯಾಗಿದ್ದಳು.

ಅಂತೂ ಪೂರೈಸದ/ ಮುದ್ರಣವಾಗದ/ ತೆರೆಯ ಮೇಲೆ ಬರದ ನಾಟಕಗಳಲ್ಲದೆ ಕೆಲವು ಕಥೆಗಳೂ ಕಾರ್ನಾಡರ ಪರಿಕಲ್ಪನೆಗಳಿಂದ ಸ್ಫೂರ್ತಿ ಪಡೆದವು. ಇಂದಾಗಿದ್ದರೆ ಆವರ ಜೊತೆ ಇದ್ದ ಕ್ಷಣಗಳನ್ನು ನೆನಪಿನಲ್ಲಿಟ್ಟುಕೊಳ್ಳಲು ಸೆಲ್ಫಿ ತೆಗೆದು ಇಟ್ಟುಕೊಳ್ಳುತ್ತಿದ್ದೆನೋ ಏನೋ. ಆದರೆ ಈಗ, ಸುಮಾರು 40 ವರ್ಷಗಳ ನಂತರ ಇರುವುದು ಇಷ್ಟು ಮಾತ್ರ.

avadhimag.com

ಗಿರೀಶ್ ಕಾರ್ನಾಡರು ಸಿಕ್ಕರು..

ಗಂಗಾಧರ ಕೊಳಗಿ ಕೃಷಿಕ

ಪತ್ರಿಕೋದ್ಯಮಕ್ಕೆ ಎರಡನೇ ಬಾರಿಗೆ ಕಾಲಿಟ್ಟ ದಿನಗಳು ಅವು. ಸುಮಾರು ಎಂಟು ವರ್ಷಗಳ ಅಜ್ಞಾತವಾಸ ಬಿಟ್ಟು, ಅಗಲಿಹೋದ ಗೆಳೆಯ ವೆಂಕಟಾಚಲನ ಹಠಕ್ಕೆ ಮಣಿದು ಮತ್ತೆ ಸಾರ್ವಜನಿಕ ಸಂಪರ್ಕ ಕ್ಷೇತ್ರಕ್ಕೆ ಬಂದಿದ್ದೆ. ಪತ್ರಿಕೋದ್ಯಮದ ಸೆಳೆತ, ಹುಚ್ಚು ನನ್ನೊಳಗೆ ಅಡಗಿ ಕೂತಿತ್ತೆಂದು ಕಾಣುತ್ತದೆ. ವೆಂಕಟಾಚಲ ಮತ್ತು ನನ್ನ ಸಂಯುಕ್ತಶ್ರಮದಿಂದ ಬಿ.ವಿ. ಸೀತಾರಾಮ್ ಮಂಗಳೂರಿನಿಂದ ಪ್ರಕಟಿಸುತ್ತಿದ್ದ 'ಕನ್ನಡ ಜನಾಂತರಂಗ' ದಿನಪತ್ರಿಕೆಗೆ ತಾಲೂಕು ವರದಿಗಾರಿಕೆ ದೊರಕಿತ್ತು.

ವಿಚಿತ್ರವಾದ ಹುಮ್ಮಸಿನ ದಿನಗಳು ಆಗ. ಪತ್ರಿಕೆಗೆ ಸೇರಿದ್ದೇ ಓರ್ವ ಮಾಹಿತಿದಾರನ ಮೂಲಕ ವಿವರ ಪಡೆದು ಒಂಟಿಯಾಗಿ ಪಶ್ಚಿಮಘಟ್ಟದ ದಟ್ಟಕಾಡಿನಲ್ಲಿ ನಡೆದುಹೋಗಿ ಗೇರಸೊಪ್ಪಾ ಡ್ಯಾಮ್ ಆ ಕಡೆಯ ದಟ್ಟಾರಣ್ಯದಲ್ಲಿ ಅಕ್ರಮವಾಗಿ ಬೆಳೆಯುತ್ತಿದ್ದ ಗಾಂಜಾ ಬೆಳೆಯ ಬಗ್ಗೆ ವರದಿಮಾಡಿದ್ದೆ. ಅದನ್ನು ಸಂಪಾದಕ ಬಿವಿಸೀ ಮುಖಪುಟದಲ್ಲೇ ಬೈಲೈನ್ ಸ್ಟೋರಿಯಾಗಿ ಪ್ರಕಟಿಸಿ ಅಜ್ಞಾತವಾಸದ ಕಾರಣ ಮನಸ್ಸಿನೊಳಗೆ ಆಶ್ರಯ ಪಡೆದಿದ್ದ ಕೀಳರಿಮೆ, ಸೋಲಿನ ಭಯ, ಅಸಹಾಯಕತೆಯ ಭಾವವನ್ನು ಒಂದಿಷ್ಟು ಕಡಿಮೆ ಮಾಡಿದ್ದರು.

ಆ ಹೊತ್ತಿನಲ್ಲೇ ಆಗುಂಬೆ ಸಮೀಪದಲ್ಲಿ ಗಿರೀಶ್ ಕಾರ್ನಾಡ್ ಕುವೆಂಪು ಅವರ 'ಕಾನೂರು ಹೆಗ್ಗಡತಿ' ಕಾದಂಬರಿ ಆಧಾರಿತ ಸಿನೆಮಾದ ಶೂಟಿಂಗ್ ಮಾಡುತ್ತಿದ್ದಾರೆ ಎನ್ನುವ ಸುದ್ದಿ ಜನಾಂತರಂಗದಲ್ಲಿ ಪ್ರಕಟವಾಗಿತ್ತು.

ಅದನ್ನು ಓದಿದ್ದೇ ನನ್ನೊಳಗೆ ಆಕಾಂಕ್ಷೆ ಹುಟ್ಟಿಕೊಂಡಿತು. ಕಾನೂರು.. ಕಾದಂಬರಿಯನ್ನ ನಾನಾಗಲೇ ಓದಿದ್ದೆ. ಕುವೆಂಪು ಅವರ ಹುಟ್ಟಿದೂರನ್ನ ಕಂಡುಬಂದಿದ್ದೆ. ಆಗಿನ್ನೂ ಕವಿಶೈಲ ರೂಪುಗೊಂಡಿರಲಿಲ್ಲ. ಗುಡ್ಡ ಹತ್ತಿಹೋಗಲು ಕಾಲುದಾರಿ ಮಾತ್ರವಿತ್ತು. ಈಗಿನಂತೆ ಯಾವ ಮ್ಯೂಸಿಯಂ, ಕಟ್ಟಡಗಳು ಇರಲಿಲ್ಲ.

ಗುಡ್ಡದ ಮೇಲಿನ ಕಲ್ಲುಬಂಡೆಗಳ ಮೇಲೆ ತಾಸುಗಟ್ಟಲೆ ಒಂಟಿಯಾಗಿ ಕೂತ ದಿನದಿಂದ ಕುವೆಂಪು ಕಾಡತೊಡಗಿದ್ದರು. ಈಗ ಅವರ ಕಾದಂಬರಿಯನ್ನ ಗಿರೀಶ್ ಸಿನೆಮಾ ಮಾಡ್ತಿದಾರೆ ಅಂದಾಗ ಮನಸ್ಸು ಜಗ್ಗೆಂದಿತ್ತು.

ನಮಗೆ ಪೇಟೆ ಅನ್ನಿಸಿಕೊಳ್ಳುವ ಸಿದ್ದಾಪುರ ಹಳ್ಳಿ ಮತ್ತು ಪೇಟೆಯ ಸಂರಚನೆಯ ಊರು; ಆಗಲು, ಈಗಲೂ. ಆ ಸುತ್ತಮುತ್ತಲೆಲ್ಲ ಜನ ಎಷ್ಟು ರಸಿಕರಿದ್ದರು ಎಂದರೆ ಬೇಸಿಗೆಯಲ್ಲಿ ಸಂತೆಯ ದಿನವಾದ ಪ್ರತಿ ಬುಧವಾರ ಯಾವುದಾದರೂ ವ್ಯವಸಾಯ ಮೇಳವೊಂದರ ಯಕ್ಷಗಾನ ಇರುತ್ತಿತ್ತು. ಉಳಿದಂತೆ ಹಳ್ಳಿಗಳಲ್ಲಿ ನಾಟಕ, ಬಯಲಾಟ. ಮಳೆಗಾಲದಲ್ಲಿ ತಾಳಮದ್ದಳೆ.

ಅದರ ನಡುವೆ ಪೇಟೆಯಲ್ಲಿ ಸಿನೆಮಾ ನೋಡಲು ಎರಡು ಟೂರಿಂಗ್ ಟಾಕೀಸು. ಸೆಂಟ್ರಲ್ ಟಾಕೀಸ್ ಹಠಾತ್ತನೆ ತಿಂಗಳುಗಟ್ಟಲೆ ಬಂದ್ ಆಗುತ್ತಿದ್ದರೆ, ಮಹಾಲಕ್ಷ್ಮೀ ಟಾಕೀಸ್ ಮಳೆಗಾಲದ ಎರಡು ತಿಂಗಳು ಕಡ್ಡಾಯವಾಗಿ ಬಂದಾಗುತ್ತಿತ್ತು. ಅಚ್ಚರಿಯ ಸಂಗತಿಯೆಂದರೆ ಅವುಗಳ ಮಾಲೀಕರಿಗೆ ಕಮರ್ಷಿಯಲ್, ಆರ್ಟ್ ಎಂದೆಲ್ಲ ವ್ಯತ್ಯಾಸ ಗೊತ್ತಿತ್ತೋ, ಇಲ್ಲವೋ? ಎಲ್ಲ ಬಗೆಯ ಸಿನೆಮಾಗಳನ್ನೂ ಪ್ರದರ್ಶಿಸುತ್ತಿದ್ದರು. ರಾಜೇಶ್ ಖನ್ನಾನ ಪ್ರಸಿದ್ಧವಾದ ಆರಾಧನಾ, ಹಾಥೀ ಮೇರೆ ಸಾಥಿ, ಬಚ್ಚನ್ ಅವರ ದೀವಾರ್ ಮುಂತಾದ ಹಿಂದೀ ಸಿನೆಮಾಗಳನ್ನು ನೋಡಿದ್ದೂ ಈ ಟಾಕೀಸುಗಳಲ್ಲೇ (ಆಗಿನ ಟಾಕೀಸು, ಸಿನೆಮಾ ನೋಡುವ ಕ್ರಮ. ಇವೆಲ್ಲ ಎಷ್ಟು ಸ್ವಾರಸ್ಯಕರವಾಗಿದ್ದವು. ಈಗಿನಂತೆ ಕೃತಕ ಗಾಭೀರ್ಯದಲ್ಲಿ ನೋಡುವಂಥದ್ದಲ್ಲ. ಈಗ ನಮ್ಮಲ್ಲಿ ಸಿನೆಮಾ ಟಾಕೀಸೇ ಇಲ್ಲದ್ದು ದುರಂತ).

ಟಾಕೀಸು ಚಾಲೂ ಇದ್ದ ಇದ್ದ ದಿನಗಳಲ್ಲಿ ಸಂಜೆ 5ರ ಸುಮಾರಿಗೆ ಟಾಕೀಸ್ ಪಕ್ಕದ ಮಾವಿನಮರದ ತುದಿಯಲ್ಲಿ ಕಟ್ಟಿದ ಮೈಕ್ 'ಗಜಮುಖನೆ, ಗಣಪತಿಯೇ..' ಹಾಡನ್ನ ಹೊಮ್ಮಿಸಿತೆಂದರೆ ಇನ್ನೊಂದು ತಾಸಿಗೆ ಶೋ ಶುರು ಎಂದರ್ಥ. ಪ್ರೇಕ್ಷಕರಿಗೂ ಕೊರತೆಯಿರಲಿಲ್ಲ. ಸಾಕಷ್ಟು ಕಲೆಕ್ಷನ್ ಆಗುತ್ತಿತ್ತು.

ಪ್ರದರ್ಶನಗೊಳ್ಳುವ ಸಿನೆಮಾದ ಪ್ರಚಾರಕ್ಕೆಂದು ತ್ರಿಕೋನಾಕೃತಿಯ ತಳ್ಳುಗಾಡಿಯಲ್ಲಿ ಮೂರು ಕಡೆ ಪೋಸ್ಟರ್ ಕಟ್ಟಿ ಪೇಟೆಯಲ್ಲಿ ಬೆಳಿಗ್ಗೆ, ಸಂಜೆ 'ಟಕ್ಕರ್ ಡಮ್ಮ್?, ಡಮ್ಮರ್ ಟಕ್ಕಾ. ಎಂದು ಬಾಜಾಭಜಂತ್ರಿಯೊಂದಿಗೆ ಪ್ರಚಾರಮಾಡುತ್ತಿದ್ದರು. ನಾನು ಆಗ ಸಿದ್ದಾಪುರದ ಹೈಸ್ಕೂಲಿಗೆ ಕಾಲಿಟ್ಟಿದ್ದೆ.

ಒಂದು ದಿನ ಬೆಳಗಿನ ಹೊತ್ತು ಕ್ಲಾಸ್ ಆಫ್ ಇದ್ದ ಹೊತ್ತಿನಲ್ಲಿ ಪೇಟೆ ಅಲೆಯಲು ಬಂದವನಿಗೆ ಈ ಮೆರವಣಿಗೆ ಇದಿರಾಯಿತು. ನೋಡುತ್ತೇನೆ, 'ಒಂದಾನೊಂದು ಕಾಲದಲ್ಲಿ' ಸಿನೆಮಾದ ಪೋಸ್ಟರ್! ಆ ತನಕ ಕಂಡಿರದ ಹೊಳಪುಗಣ್ಣಿನ, ವಿಶಿಷ್ಟ ಮುಖಭಾವದ ನಟನ ಫೋಟೊ. ನಾನು ಅಚ್ಚರಿಯಿಂದ ಸಣ್ಣಗೆ ಕಂಪಿಸಿದ್ದೆ. ಅಷ್ಟರಲ್ಲಾಗಲೇ ಪ್ರಜಾವಾಣಿ, ಸುಧಾ ಮುಂತಾದವುಗಳಲ್ಲಿ ಒಂದಾನೊಂದು ಕಾಲದಲ್ಲಿ ಸಿನೆಮಾದ ಬಗ್ಗೆ ಓದಿದ್ದೆ. ಅದರಲ್ಲೂ ಗಿರೀಶ್ ಕಾರ್ನಾಡರ ಹೊಸಬಗೆಯ ಚಿತ್ರ ಎನ್ನುವ ವಿಶೇಷತೆ ಬೇರೆ.

ಬಿಡುಗಡೆಯಾಗಿ ಸುಮಾರು 2–3 ವರ್ಷದ ನಂತರ ಇಲ್ಲಿಗೆ ಬಂದ ಸಿನೆಮಾ. ಏನೇ ಆಗಲಿ, ಇವತ್ತು ಮಧ್ಯಾಹ್ನ ಕ್ಲಾಸಿಗೆ ಚಕ್ಕರ್ ಹೊಡೆದು ಮ್ಯಾಟಿನಿ ನೋಡಬೇಕು ಎಂದು ಗಟ್ಟಿ ತೀರ್ಮಾನ ಮಾಡಿ ಚಡ್ಡಿ ಕಿಸೆಗೆ ಕೈಹಾಕಿದೆ. ಹತ್ತು, ಐದು ಎಂದು ಇಪ್ಪತ್ತೈದು ಪೈಸೆ ಇತ್ತು. ಇನ್ನೂ ಮೂವತ್ತೈದು ಪೈಸೆ ಬೇಕಿತ್ತು. ಆಗ ಟಾಕೀಸಿನಲ್ಲಿ ಕುರ್ಚಿಗೆ ಒಂದು ರುಪಾಯಿಯೋ, ಒಂದು ರೂಪಾಯಿ ಇಪ್ಪತ್ತು ಪೈಸೆಯೋ

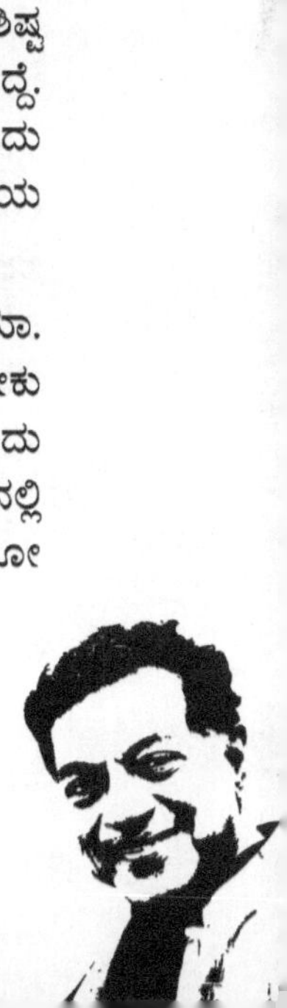

ಇತ್ತು. ನಮ್ಮದೇನಿದ್ದರೂ ಗಾಂಧಿ ಕ್ಲಾಸ್, ಅರವತ್ತೈದು ಪೈಸೆ ಟಿಕೀಟಿನ ಬೆಂಚ್. ಅಷ್ಟು ಸಣ್ಣ ವಯಸ್ಸಿನಲ್ಲೇ ಕಿಸೆಯಲ್ಲಿ ಹತ್ತಾರು ನೋಟು, ಚಿಲ್ಲರೆಗಳನ್ನಿಟ್ಟುಕೊಂಡು ನನ್ನಂಥವನಿಗೆ ವಿಸ್ಮಯ ಹುಟ್ಟಿಸುತ್ತ ನಮಗೆಲ್ಲ ಆಪದ್ಭಾಂಧವನಾಗಿದ್ದ, ಒಂದು ರೂಪಾಯಿಗೆ ದಿನಕ್ಕೆ ಹತ್ತು ಪೈಸೆ ಬಡ್ಡಿಹಾಕುತ್ತಿದ್ದ ಪೈ ಎನ್ನುವ ಕ್ಲಾಸ್ಮೇಟ್ ಕಂ ಲೇವಾದೇವಿಗಾರನ ಬಳಿ ಎಂಟಾಣೆ ಸಾಲ ಮಾಡಿದೆ.

ಮಧ್ಯಾಹ್ನದ ವಿರಾಮದಲ್ಲಿ ಮನೆಯಿಂದ ತಂದ ದೋಸೆ ತಿಂದು, ಜೊತೆಗಾರರ ಕಣ್ತಪ್ಪಿಸಿ, ಪಾಟಿಚೀಲ ಅವಚಿ ಹಿಡಿದು ಕಂಬಿ ಕಿತ್ತೆ. ಅವತ್ತಿನ ಮೊದಲ ಶೋದ ಮೊದಲ ಟಿಕೇಟು ತೆಗೆದವ ನಾನೆಂಬ ಹೆಮ್ಮೆ ಈಗಲೂ ಇದೆ. ಅದಕ್ಕೆ ಕಾರಣ ಅದು ಗಿರೀಶ್ ಕಾರ್ನಾಡ್ ಸಿನೆಮಾ ಎನ್ನುವ ಕಾರಣಕ್ಕೆ.

ಅಂಥ ಗಿರೀಶ್ ಈಗ ಸಿನೆಮಾ ಶೂಟಿಂಗ್ ಮಾಡುತ್ತಿದ್ದಾರೆ ಅಂದ್ರೆ ಹೊರಮನಸ್ಸು ಸುಮ್ಮನಿದ್ದರೂ ಒಳಮನಸ್ಸು ಕೇಳಬೇಕಲ್ಲ. ಆಗ ತೀರ್ಥಹಳ್ಳಿಯಲ್ಲಿ ರಾಘವೇಂದ್ರ ಅನ್ನುವವರು ಜನಾಂತರಂಗದ ವರದಿ ಮಾಡುತ್ತಿದ್ದರು. ಈಗಿನಂತೆ ಮೊಬೈಲ್, ಲ್ಯಾಂಡ್‌ಫೋನ್ ಇಲ್ಲದ ಕಾರಣಕ್ಕೆ ಪತ್ರಗಳ ಮೂಲಕವೇ ಪರಿಚಯವಾಗಿದ್ದರು. ಆಗುಂಬೆ ರಸ್ತೆಯಲ್ಲಿ ಜ್ಯೂಸ್ ಅಂಗಡಿ ನಡೆಸುತ್ತಿದ್ದ ಅವರ ಪಕ್ಕದ ಅಂಗಡಿ ನಂಬರಿಗೆ ಬೂತ್ ಒಂದರಿಂದ ಫೋನ್ ಮಾಡಿ ವಿವರ ಕೇಳಿದೆ. 'ಹೌದು, ಶೂಟಿಂಗ್ ನಡೀತಿದೆ. ಬರ್ತಿರಾ?' ಎಂದರು. 'ಬರ್ತೀನಿ, ನಾಳೆ ಆಗೋದಿಲ್ಲ, ನಾಡಿದ್ದು' ಎಂದು ಫಿಕ್ಸ್ ಮಾಡಿದೆ.

ಮನೆಯಲ್ಲಿ ಅಮ್ಮ ಮತ್ತು ನಾನು ಇಬ್ಬರೇ. ಅಮ್ಮನಿಗೆ ಸಣ್ಣದಾಗಿ ಹುಷಾರಿರಲಿಲ್ಲ. ಅವಳನ್ನು ಬಿಟ್ಟು ಹೋಗೋದು ಹೇಗೆ? ಅನ್ನಿಸಿದರೂ ಮತ್ತೆ ಈ ಛಾನ್ಸ್ ಸಿಕ್ಕೋದಿಲ್ಲ ಅನ್ನಿಸಿ ಅವಳ ಬಳಿ ಹೇಳಿದೆ. ಅವಳಿಂದ ಒಪ್ಪಿಗೆ ಸಿಕ್ಕಿದರೂ ಡೋಲಾಯಮಾನ ಮನಸ್ಸಿನಲ್ಲೇ ಹೊರಟೆ.

ನಸುಕಿನಲ್ಲೇ ಬಸ್ ಹಿಡಿದು, ಸಾಗರ ತಲುಪಿ ಅಲ್ಲಿಂದ ತೀರ್ಥಹಳ್ಳಿಗೆ ಸುಮಾರು 110 ಕಿಮೀ. ಕ್ರಮಿಸಿ ಬರುವಾಗ ಸಾಕುಬೇಕಾಗಿತ್ತು. ತೀರ್ಥಹಳ್ಳಿಯಲ್ಲಿ ರಾಘವೇಂದ್ರ ದೊಡ್ಡಮೊಗೆಯ ತುಂಬ ತಣ್ಣನೆಯ ಜ್ಯೂಸ್ ಕುಡಿಸಿ, ಅಂಗಡಿಯ ಸಹಾಯಕನಿಗೆ ಒಂದೆರಡು ತಾಸು ಅಂಗಡಿ ನೋಡ್ಕೊ ಎಂದು ಅವರ ಎಂ–80 ಯಲ್ಲಿ ಕೂರಿಸಿಕೊಂಡು ಆಗುಂಬೆ ಸಮೀಪದ ಮೂಡುವಳ್ಳಿಯತ್ತ ಹೊರಟರು. ಅದು, ಇದೂ ಮಾತನಾಡುತ್ತ, ಆಗುಂಬೆ ಹತ್ತಿರದಲ್ಲಿ ಬಲಕ್ಕೆ ಮಣ್ಣಿನ ರಸ್ತೆಗೆ ತಿರುಗಿ ಹಳ್ಳಿಯೊಂದನ್ನು ದಾಟಿ, ಎತ್ತರದ ಉಪ್ಪರಿಗೆಯಿದ್ದ, ವಿಶಾಲವಾದ ಮನೆಯೊಂದರ ಕಂಪೌಂಡ್ ಒಳ ಹೊಕ್ಕರು.

ಆ ಕಡೆಯ ಟಿಪಿಕಲ್ ಶೈಲಿಯ ಹಳೆಯ ಕಾಲದ ಮನೆ; ಹೊರನೋಟಕ್ಕೆ ಭವ್ಯವಾಗಿ, ಗಟ್ಟಿಮುಟ್ಟಾಗಿ ಕಾಣುತ್ತಿತ್ತು. ಅಂಗಳದ ಮೂಲೆಯಲ್ಲಿ ನಿಂತ ವ್ಯಾನೊಂದರಲ್ಲಿ ಡೈನೋಮೋ ಕರ್ಕಶ ಸದ್ದು ಮಾಡುತ್ತಿತ್ತು. ಅದರಿಂದ ಹೊರಬಿದ್ದ ಬಾವಿ ಹಗ್ಗದಂಥ ವೈರುಗಳು ಅಂಗಳದಲ್ಲಿ ಹರಿದುಹೋಗಿ ಮನೆಯೊಳಗೆಲ್ಲೋ ಮಾಯವಾಗಿದ್ದವು. ಒಂದಿಷ್ಟು ಮಂದಿ ಮಾತನಾಡುತ್ತ ಅತ್ತಿಂದಿತ್ತ ಓಡಾಡುತ್ತಿದ್ದರು.

ನನಗೋ ಸಿನೆಮಾ ಶೂಟಿಂಗ್ ಹೊಸತು. ಮೂಕಿ ಸಿನೆಮಾದಿಂದ ಹಿಡಿದು ಭಾಷೆ, ದೇಶದ ಹಂಗಿಲ್ಲದೇ ಸಿದ್ದಾಪುರದ ಟಾಕೀಸುಗಳಿಗೆ ಬಂದ ಎಲ್ಲ ಸಿನೆಮಾಗಳನ್ನು ನೋಡುತ್ತಿದ್ದೆನೆ ಹೊರತು ಅದರ ಚಿತ್ರೀಕರಣ ಕಂಡವನಲ್ಲ. ಮೆಲ್ಲಗೆ ಆ ಭವಂತಿ ಮನೆಯೊಳಕ್ಕೆ ನುಸುಳಿದೆವು.

ಹತ್ತಾರು ಅಂಕಣದ ಆ ಮನೆ ವಿಶಿಷ್ಟವಾಗಿತ್ತು. ಕಟ್ಟಿಗೆಯನ್ನೇ ಹೆಚ್ಚು ಬಳಕೆ ಮಾಡಿದ್ದರು; ಎಲ್ಲವೂ ಕಪ್ಪಗೆ ಮಿರುಗುವ ಪ್ರಾಯಶ: ಬೀಟೆ ಕಟ್ಟಿಗೆಗಳಿರಬೇಕು. ದಪ್ಪನೆಯ ತೊಲೆಗಳು, ಕುಸುರಿಕೆತ್ತನೆಯ ಅಗಲವಾದ ಹೆಬ್ಬಾಗಿಲು, ವಿನ್ಯಾಸದ ಕಿಟಕಿ, ಬಾಗಿಲುಗಳು. ಗೋಡೆಗಳ ಮೇಲೆ ಹಿರಿಯರ ಫೋಟೊಗಳು. ಅವೆಲ್ಲ ಗಮನಿಸುತ್ತ ಹೋದಾಗ ಮಹಡಿ ಮೇಲೆ ಶೂಟಿಂಗ್ ನಡೀತಿದೆ ಎಂದು ಅಲ್ಲಿದ್ದ ಓರ್ವರು ಹೇಳಿದರು.

ಮಜಬೂತಾಗೇ ಇದ್ದ ಕಟ್ಟಿಗೆ ಏಣಿ ಹತ್ತಿ ಒಳಹೊಕ್ಕೆವು. ಅರೆಗತ್ತಲಿನ ಆ ವಿಶಾಲ ಕೋಣೆಯಲ್ಲಿ ಬೃಹದಾಕಾರದ ಕ್ಯಾಮರಾಗಳ ಎದುರು ನಿಚ್ಚಳ ಬೆಳಕಿನಲ್ಲಿ ಚಿತ್ರೀಕರಣ ನಡೆದಿತ್ತು. ಆ ಅಸ್ಪಷ್ಟ ಬೆಳಕಿನಲ್ಲಿ ಕ್ಯಾಮರಾದ ಪಕ್ಕ ಗಿರೀಶ್ ನಿಂತು ಸೂಚನೆ ಕೊಡುತ್ತಿದ್ದರು. ಎರಡು ನಿಮಿಷಕ್ಕೆ ಟರ್ ಎನ್ನುವ ಕ್ಯಾಮರಾ ನಿಂತು ಮತ್ತೆ ಅರೆಬೆಳಕು; ಆಗ ಪಾತ್ರಧಾರಿಗೆ ಮತ್ತೇನೋ ಸೂಚನೆ. ಮತ್ತೆ ಬೆಳಕು. ಕ್ಯಾಮರಾದ ಟರ್ ಸಪ್ಪಳ. ಅದು ಹೂವಯ್ಯನ ಪಾತ್ರದ ಚಿತ್ರೀಕರಣ ಅಂತಾ ಡೈಲಾಗಿನಿಂದಲೇ ಗೊತ್ತಾಯಿತು. ಮತ್ತೆ ಮತ್ತೆ ಪುನರಾವರ್ತನೆಯಾಗುತ್ತ, ಕ್ಯಾಮರಾದ ಸ್ಥಳವನ್ನು ಬದಲಾಯಿಸುತ್ತ ಸುಮಾರು ಹೊತ್ತಿನ ತನಕ ಶೂಟಿಂಗ್ ನಡೆಯಿತು. ನಾನು ಮೂಲೆಯ ಕತ್ತಲಿನಲ್ಲಿ ಕೂತು ಮೌನವಾಗಿ ನೋಡುತ್ತಿದ್ದೆ.

ಚಿಕ್ಕವರಿದ್ದಾಗ ವಾರಿಗೆಯವರೆಲ್ಲ ಸೇರಿದಾಗ ನಡೆಯುತ್ತಿದ್ದ ಚರ್ಚೆಗಳಲ್ಲಿ ಸಿನೆಮಾದ್ದು ಒಂದು ವಿಷಯವಿರುತ್ತಿತ್ತು. ಕೆಲವೊಮ್ಮೆ ಅಪ್ಪ, ಅಮ್ಮನ ಜೊತೆ ನೋಡಿದ ಸಿನೆಮಾಗಳಾದರೆ, ಶಾಲೆಗೆ ಚಕ್ಕರ್ ಹೊಡೆದು ನೋಡಿದ ಸಿನೆಮಾಗಳೇ ಹಲವು. ಅಪ್ಪ, ಅಮ್ಮ ಇಬ್ಬರಿಗೂ ಸಿನೆಮಾದ ಹುಚ್ಚು. ಈಗಿನಂತೆ ಆಗ ಪೇಟೆಗೆ ಬರಬೇಕೆಂದರೆ ಆಟೋ, ಟಾಕ್ಸಿ ಯಾವುದೂ ಇರಲಿಲ್ಲವಲ್ಲ. ಕಾಲುನಡೆ, ಬಿಟ್ಟರೆ ಎತ್ತಿನ ಗಾಡಿ. ದಾಸರ ಮಂಜ ಎನ್ನುವವ ನಮ್ಮ ಮನೆಗೆ ಖಾಯಂ ಆಗಿ ಎತ್ತಿನ

ಗಾಡಿ ಬಾಡಿಗೆಗೆ ಬರುತ್ತಿದ್ದ, ಗೊಬ್ಬರ, ಸೊಪ್ಪು, ಅಡಕೆ, ಪೇಟೆಯಿಂದ ಸಾಮಾನು ಸರಂಜಾಮು ಎಲ್ಲದರ ಸಾಗಾಟವೂ ಅವನದ್ದೇ.

ಸಿನೆಮಾಕ್ಕೆ ಹೋಗಲೂ ಅವನದೇ ಚಕ್ಕಡಿ. ಹಾಗೇ ಸಿನೆಮಾ ನೋಡಿದ ಮರುದಿನ ನೋಡದೇ ಇದ್ದವರಿಗೆ ಕಣ್ಣಿಗೆ ಕಟ್ಟುವಂತೆ ಸಿನೆಮಾದ ಕಥೆ ಹೇಳುತ್ತಿದ್ದೆ. ನನ್ನ ಗೆಳೆಯರಿಗೆ ಸಿನೆಮಾ ನಟನಾಗುವ ಕನಸಾದರೆ ನನಗ್ಯಾಕೋ ಕ್ಯಾಮರಾಮನ್ ಆಗಬೇಕು ಎನ್ನುವ ಆಸೆಯಿತ್ತು. ಕೈಗೂಡದ ಸಾವಿರಾರು ಕನಸುಗಳಲ್ಲಿ ಒಂದಾದ ಆ ಕ್ಯಾಮರಾಮನ್ ಚಳಕವನ್ನ ನೋಡುತ್ತ ಅವೆಲ್ಲ ನೆನಪಾಗಿತ್ತು.

ಅಷ್ಟರಲ್ಲಿ ರಾಘವೇಂದ್ರ ನನಗೆ ತಡವಾಗುತ್ತದೆ ಎಂದು ಹೋಗಿಬಿಟ್ಟಿದ್ದರು. ಸ್ವಲ್ಪ ಹೊತ್ತಿನಲ್ಲೇ ಚಿತ್ರೀಕರಣ ನಿಂತಿತು; ಲಂಚ್‌ಬ್ರೇಕ್ ಎಂದು ಯಾರೋ ಕೂಗಿದರು. ನನಗೆ ಗಿರೀಶ್‌ರನ್ನು ಮಾತನಾಡಿಸುವುದು ಅನಿವಾರ್ಯವಾಗಿತ್ತು. ಮತ್ತೆ ಶೂಟಿಂಗ್ ಶುರುವಾದರೆ ಮಾತನಾಡಿಸೋದು ಕಷ್ಟ ಎನ್ನಿಸಿ ಕೆಳಗಿಳಿದು ಬಂದು ಅವರನ್ನ ಕಾಯುತ್ತ ನಿಂತೆ.

ಗಿರೀಶ್ ಕೆಳಗಿಳಿದುಬಂದರು. ಅದೇ ಎತ್ತರದ ನಿಲುವು. ಉದ್ದನೆಯ ಜುಬ್ಬಾ ಸಡಿಲ ಪ್ಯಾಂಟ್ ತೊಟ್ಟಿದ್ದ ಅವರ ಮುಖದಲ್ಲಿ ಎರಡು ದಿನದಿಂದ ಶೇವ್ ಮಾಡಿರದ ಬಿಳಿಕೂದಲುಗಳು. ಆಯಾಸ ಎದ್ದು ಕಾಣುತ್ತಿದ್ದರೂ ಮುಖದಲ್ಲಿ ಪ್ರಸನ್ನತೆಯಿತ್ತು. ನಾನು ತುಂಬಾ ಹಿಂದೆ ಅವರ ಕಪ್ಪು–ಬಿಳುಪು ವರ್ಣದ ಫೋಟೊವೊಂದನ್ನ ನೋಡಿದ್ದೆ. ಮನ್ವಂತರ ಎನ್ನುವ ಗ್ರಂಥದಲ್ಲಿ.

ಅದರಲ್ಲಿ ಗಿರೀಶ್ ಸುಮಾರು 20–25 ಪುಟದ ಲೇಖನ ರಂಗಭೂಮಿ ಬಗ್ಗೆ ಬರೆದಂತೆ ನೆನಪು. (ಬಹುಷಃ ಮನೋಹರ ಗ್ರಂಥ ಮಾಲೆಯವರು ಪ್ರಕಟಿಸಿದ ಅದರ ಸಮಗ್ರ ವಿವರ ಮರೆತಿದೆ. ಕುರ್ತಕೋಟಿ, ಜಿ.ಬಿ.ಜೋಶಿಯವರ ಲೇಖನಗಳೂ ಅದರಲ್ಲಿದ್ದವು. ಬೇಂದ್ರೆ ಕೂಡ ಬರೆದ ನೆನಪು. ನನ್ನ ಹೈಸ್ಕೂಲ್ ದಿನಕ್ಕಿಂತ ಮೊದಲು ನೋಡಿದ, ಮತ್ತು ನನಗಾಗ ಅಷ್ಟು ಬುದ್ಧಿ ಬಲಿತಿರದ ಕಾರಣ ಅಸ್ಪಷ್ಟವಾಗಿದೆ). ಅದರಲ್ಲಿ ಗಿರೀಶರ ಅರ್ಧಪುಟದಷ್ಟು ಗಾತ್ರದ ಫೋಟೊ ಕೂಡ ಇತ್ತು. ಅಗಲವಾದ, ಗಂಭೀರತೆಯಲ್ಲೂ ಮುಗ್ಧತೆಯನ್ನು ಸೂಸುವ ಮುಖ, ಕಾಂತಿಯುಕ್ತ ವಿಶಾಲ ಕಣ್ಣುಗಳು ಆಕರ್ಷಿಸಿದ್ದವು.

ನಿಜವಾಗಿ ನಾನು ಗಿರೀಶರತ್ತ ಆಕರ್ಷಿತನಾದದ್ದೇ ಆ ಫೋಟೊದಿಂದ. ಗಿರೀಶ ಕಾರ್ನಾಡ್ ಎನ್ನುವದಕ್ಕಿಂತ ಗಿರೀಶ್ ಎಂದರೆ ಸುಖವೆನ್ನಿಸುತ್ತಿತ್ತು. ಸಂಸ್ಕಾರ, ವಂಶವೃಕ್ಷ ಸಿನೆಮಾ ಪಾತ್ರಗಳಲ್ಲಿ ನೋಡಿದ್ದ ಅವರನ್ನ ಈಗ ಪ್ರತ್ಯಕ್ಷದಲ್ಲಿ ನೋಡುತ್ತಿದ್ದೆ. ಅವರ ಆಳ್ತನ, ವ್ಯಕ್ತಿತ್ವದ ವರ್ಚಸ್ಸು ನನ್ನನ್ನ ಧೃತಿಗೆಡಿಸುತ್ತಿತ್ತು.

ನನ್ನೊಬ್ಬನನ್ನ ಬಿಟ್ಟರೆ ಅಲ್ಲಿ ಮತ್ಯಾರೂ ಮಿಡೀಯಾದವರು ಇರದ ಕಾರಣ

ಯಾರೂ ಅವರ ತಲೆ ತಿನ್ನುವವರು ಇರಲಿಲ್ಲ. ಆದರೆ ಮೀಡಿಯಾದವರ ಮಾಡರ್ನ್ ಸ್ಟೈಲಿನಲ್ಲಿರದ ನಾನು ಅಡ್ಡಗೆರೆಗಳಿದ್ದ ಮಾಸಿದ ಟೀ ಶರ್ಟ್, ಅಷ್ಟೇ ಮಾಸಿದ ಜೀನ್ಸ್ ಪ್ಯಾಂಟ್‌ನಲ್ಲಿದ್ದೆ. ಬೆನ್ನಿಗೆ ಹಳೆಯ ಮಾದರಿಯ ಬ್ಯಾಕ್‌ಪ್ಯಾಕ್. ಅಮಿತಾಬ್ ಶೈಲಿಯ ಹೇರ್‌ಸ್ಟೈಲ್, ಕೋಲು ಮುಖದ ನನ್ನತ್ತ ಅವರು ತಿರುಗಿಯಾದರೂ ನೋಡಿಯಾರಾ? ಅನ್ನಿಸಿತು.

ಆದರೂ ಎಂದಿನ ಹುಂಬು ಧೈರ್ಯವನ್ನ ಒಗ್ಗೂಡಿಸಿಕೊಂಡು ಅವರ ಬಳಿ ಹೋಗಿ ನಮಸ್ಕಾರ ಎಂದೆ. ಅವರಿಗೂ ಇವನ್ಯಾರೋ ಹೊಸಬ ಅನ್ನಿಸಿರಬೇಕು? ಪ್ರತಿ ನಮಸ್ಕಾರ ಹೇಳಿದವರು ಸೌಮ್ಯವಾಗಿ ನೀವು ಯಾರು? ಎಂದರು. ನನ್ನ ಪ್ರವರ ಹೇಳಿದೆ. ಅವರದೇ ಆದ ಸ್ಟೈಲಿನಲ್ಲಿ ತಲೆಯಾಡಿಸುತ್ತ ಮೆಲು ನಕ್ಕರು. 'ಬನ್ನಿ, ಊಟ ಮಾಡ್ತಾ ಮಾತಾಡೋಣ' ಎಂದು ಕರೆದರು.

ನಾನು ಮೊದಲೇ ಎಣಿಸಿದ್ದೆ; ಊಟಕ್ಕೆ ಮೊದಲೇ ಅವರನ್ನ ಮಾತನಾಡಿಸಿಬಿಡಬೇಕು ಎಂದು. ಅನಪೇಕ್ಷಿತವಾಗಿ ಊಟ ಮಾಡಲು ಎಂದಿನಂತೆ ಅವತ್ತೂ ಮುಜುಗುರವಾಗತೊಡಗಿತು. ನನ್ನೊಳಗಿನ ಈ ಥರದ ದ್ವಂದ್ವ, ಕೀಳರಿಮೆ, ವ್ಯಕ್ತಿತ್ವದ ಭಾಗವಾಗಿರುವ ಅಂಶಗಳು ಯಾವಾಗಿನಂತೆ ಆಗಲೂ ಎದ್ದೆದ್ದು ಬರುತ್ತಿತ್ತು. ಊಟ ಬಿಟ್ಟು ಕೂತರೆ ಗಿರೀಶರ ಜೊತೆ ಮಾತು ಸಿಗೋದಿಲ್ಲ. ಊಟ ಮಾಡಲು ಮುಜುಗುರ. ಮುಂದೆ ಹೋದವರು ತಿರುಗಿ ಮತ್ತೆ ಕರೆದಾಗ ನಿರ್ವಾಹವಿಲ್ಲದೇ ಜೊತೆಗೆ ಹೋದೆ. ಮಲೆನಾಡಿನ ಭವಂತಿ ಶೈಲಿಯ ಆ ಮನೆಯ ಒಂದು ಪಾರ್ಶ್ವದ ವರಾಂಡದಲ್ಲಿ ಊಟಕ್ಕೆ ಸಿದ್ಧತೆ ನಡೆದಿತ್ತು.

ಈಗನ್ನಿಸುತ್ತದೆ; ವ್ಯಕ್ತಿ, ವ್ಯಕ್ತಿಗಳ ನಡುವೆ ಪ್ರೀತಿ, ವಿಶ್ವಾಸವಿರಲಿ, ಸಣ್ಣದೊಂದು ತಂತು ಸಾಧ್ಯವಾಗಲು ಪ್ರಮುಖ ಕಾರಣ ಪ್ರಾದೇಶಿಕ ಸಂವೇದನೆಯೂ ಕಾರಣವಾಗಿರಬಹುದು. ಆ ಕ್ಷಣ ನನ್ನ, ಗಿರೀಶರ ನಡುವೆ ಸೂಕ್ಷ್ಮ ಸಾಮೀಪ್ಯಕ್ಕೂ ಅದೇ ಕಾರಣ.

ಪಕ್ಕ ಕೂತವನನ್ನ ಮಾತಿಗೆಳೆದದ್ದು ಅವರೇ. 'ನೀವು ಸಿದ್ದಾಪುರದವರು ಅಂದ್ರಲ್ಲಾ? ಶಿರಸಿ–ಸಿದ್ದಾಪುರ.' ಎಂದು ಪ್ರಶ್ನಿಸಿದವರು ಸ್ವಲ್ಪ ತಡೆದು 'ಈಗಲೂ ಸಿದ್ದಾಪುರದ ರಸ್ತೆಗಳ ಪಕ್ಕ ಆಲ, ಧೂಪದ ಮರಗಳಿದ್ದಾವಾ?' ಎಂದರು. ನಾನು ಅವಾಕ್ಕಾದೆ. ಬೇರೆ ಯಾವುದಾದರೂ ಪ್ರಮುಖ (ನಾನು ಅಂದುಕೊಂಡ) ವಿವರಗಳನ್ನು ಕೇಳಿಯಾರು ಅಂದುಕೊಂಡಿದ್ದರೆ ಅವರು ಕೇಳಿದ್ದು ಮರಗಳ ಬಗ್ಗೆ; ನಿಮ್ಮ ಮನೆಯಲ್ಲಿ ಎಲ್ಲರೂ ಸೌಖ್ಯವಾ? ಅವರೆಲ್ಲ ಹೇಗಿದ್ದಾರೆ? ಎನ್ನುವ ರೀತಿಯಲ್ಲಿ.

ಗಿರೀಶ್ ಕಾರ್ನಾಡ್ ಸಿದ್ದಾಪುರದಲ್ಲಿ ಆರೆಂಟು ತಿಂಗಳ ಕಾಲ ವಾಸಿಸಿದ್ದು, ಪ್ರಾಥಮಿಕ ಶಾಲೆಗೆ ಹೋಗಿದ್ದರ ಬಗ್ಗೆ ಕೇಳಿದ್ದೆ. ನಂತರ ಶಿರಸಿಗೆ ಹೋದರಂತೆ. ನನ್ನ ಕಸಿನ್ ಓರ್ವರು ಶಿರಸಿ ಹೈಸ್ಕೂಲಿನಲ್ಲಿ ಅವರ ಕ್ಲಾಸ್ ಮೇಟ್ ಕೂಡ ಆಗಿದ್ದರಂತೆ. ನಾನು ಗಿರೀಶರ ಬಗ್ಗೆ ವಿಪರೀತ ಅಭಿಮಾನವನ್ನೂ, ಆಕರ್ಷಣೆಯನ್ನೂ ಹೊಂದಲು ಅವರು ಗಿರೀಶರ ಬಗ್ಗೆ ಹೇಳಿದ ಮಾತುಗಳು ಕಾರಣವಾಗಿರಲಿಕ್ಕೂ ಸಾಕು.

ಅವರ ಬಗ್ಗೆ ಕೇಳಿದ ವಿವರಗಳಲ್ಲಿ ಒಂದು– ಗಿರೀಶರು ಹೈಸ್ಕೂಲಿನಲ್ಲಿ ಎಂಟನೇ ತರಗತಿ ಓದುತ್ತಿದ್ದರೂ ಕೆಲವೊಮ್ಮೆ ಹತ್ತನೇ ತರಗತಿಗೆ ಹೋಗಿ ಕೂರುತ್ತಿದ್ದರಂತೆ. ಆ ಕ್ಲಾಸಿನ ಮೇಷ್ಟ್ರು ಹಾಕಿದ ಲೆಕ್ಕಕ್ಕೆ ಪಟ್ಟಂತ ಉತ್ತರಿಸುತ್ತಿದ್ದರಂತೆ. ಇಂಗ್ಲೀಷ್ ಗ್ರಾಮರನ್ನೂ ಹಾಗೇ ಎಂದು ಗಿರೀಶರಿಗೆ ಇರಬಹುದಾದ ಬುದ್ಧಿಶಕ್ತಿ, ಕಾರ್ಯಕ್ಷಮತೆಯನ್ನ ನನ್ನ ಮಿತಿಯಲ್ಲಿ ಊಹಿಸುವ ನನಗೆ ಆ ಘಟನೆ ಸುಳ್ಳೆಂದು ಈಗಲೂ ಅನಿಸುತ್ತಿಲ್ಲ.

ನಾವೆಲ್ಲ ಚಿಕ್ಕವರಿದ್ದಾಗಲೂ ಸಿದ್ದಾಪುರ ಪೇಟೆಯ ರಸ್ತೆಗಳ ಎರಡೂ ಮಗ್ಗಲುಗಳಲ್ಲಿ ಅಲ್ಲಲ್ಲಿ ವಿಶಾಲವಾದ ಆಲದ ಮರಗಳಿದ್ದವು. ಸಾಗರ, ಶಿರಸಿ, ಕುಮಟಾ, ಜೋಗ್ ಮುಂತಾದ ಹೊರ ಊರುಗಳಿಗೆ ಹೋಗುವ ರಸ್ತೆಗಳ ಮಗ್ಗಲು ಧೂಪದ ಮರಗಳ ಸಾಲೇ ಇತ್ತು. ಅವು ಊರಿಗೆ ಶೋಭೆಯನ್ನೂ, ವೈಶಿಷ್ಟ್ಯತೆಯನ್ನೂ ಕೊಡುತ್ತಿದ್ದವೇನೋ?

ಅವರಿಗೆ ಸಿದ್ದಾಪುರದಲ್ಲಿನ ಬಾಲ್ಯದ ನೆನಪು ಮರುಕಳಿಸಿರಬೇಕು. ಸುಮ್ಮನಿದ್ದರು.

'ಮೊದಲಿನಷ್ಟು ಈಗಿಲ್ಲ. ಕೆಲವು ಉರುಳಿಬಿದ್ದು, ಒಣಗಿ ಹೋದವು. ಹಲವನ್ನ ಜನರೇ ಕಡಿದುಹಾಕಿದರು. ಈಗ ಅಲ್ಲೊಂದು, ಇಲ್ಲೊಂದು ಉಳಿದುಕೊಂಡಿವೆ' ಎಂದೆ. ಹೀಗೆ ಊಟದ ಜೊತೆಗೆ, ಊಟದ ನಂತರವೂ ನಮ್ಮ ಮಾತುಗಳು ಮುಂದುವರಿದವು. ನನ್ನ ಅರೆ ತಿಳುವಳಿಕೆಯಿಂದ ಬರುವ ಪ್ರಶ್ನೆಗಳಿಗೆ, ಸಂದೇಹಗಳಿಗೆ ಅವರು ಹಸನ್ಮುಖರಾಗೇ ಒಂಚೂರು ವಿಸ್ತಾರವಾಗೇ ಉತ್ತರಿಸುತ್ತಿದ್ದರು. ಮಾತು–ಕಥೆ ಪ್ರಶ್ನೋತ್ತರದ ಮಾದರಿಯಲ್ಲಿ ನಡೆಯದೇ ಪರಸ್ಪರ ಕೇಳುವ–ತಿಳಿಯುವ ರೀತಿಯಲ್ಲಿ ನಡೆಯಿತು.

ನನ್ನಂಥ ಕಿರಿಯನ ಜೊತೆ ಗಿರೀಶ್ ಸಹೃದಯರಾಗಿ ಸಂಭಾಷಿಸುತ್ತಿದ್ದುದು ನನಗೆ ಮಾತ್ರವಲ್ಲ ಪ್ರಾಯಶ: ಅಲ್ಲಿದ್ದ ಸುಚೇಂದ್ರ ಪ್ರಸಾದ್, ಪ್ರೊ॥ ಜಿ.ಕೆ. ಗೋವಿಂದರಾವ್ ಮುಂತಾದ ಕಲಾವಿದರಿಗೂ ಅಚ್ಚರಿ ತಂದಿರಬೇಕು. ಸುಮಾರು ಎರಡು ತಾಸುಗಳ ಕಾಲ ಸಿದ್ದಾಪುರದಲ್ಲಿ ತಾನು ಕಂಡದ್ದರ, ತಮ್ಮನ್ನ ಪ್ರಭಾವಿಸಿದ ಹಿರಿಯ ರಂಗಕರ್ಮಿ ಸೀತಾರಾಮ ಶಾಸ್ತ್ರಿಗಳ, (ಶಾಸ್ತ್ರಿಗಳು ಸಿದ್ದಾಪುರದವರೇ.

ಮಕ್ಕಳನ್ನ ಕಂಡರೆ ಪ್ರೀತಿಯಿದ್ದ ಅವರು ನಾವು ಹೈಸ್ಕೂಲಿಗೆ ಊರಿನಿಂದ ಬರುವಾಗ ದಾರಿಯಲ್ಲಿ ಸಿಕ್ಕು ಮಾತನಾಡಿಸಿಯೇ ಮುಂದೆ ಹೋಗೋದಿತ್ತು), ಉತ್ತರ ಕನ್ನಡದ ಜನಜೀವನ, ಸಂಸ್ಕೃತಿ, ಸಾಂಸ್ಕೃತಿಕ ಪ್ರಜ್ಞೆ ಮುಂತಾದವುಗಳ ಕುರಿತು ಮಾತನಾಡಿದರು. 'ಕಾನೂರು.. ಸಿನೆಮಾ ಮಾಡೋದರ ಪ್ರೇರಣೆ ಏನು?' ಎಂದು ಕೇಳಿದ್ದಕ್ಕೆ ಸಾಕಷ್ಟು ವಿಸ್ತೃತವಾಗೇ ಹೇಳಿದರು.

ಅಷ್ಟರಲ್ಲಿ ನಟಿ ತಾರಾ, ಅವರ ಹಿಂದೆ ಅವರ ತಾಯಿ ಬಂದರು. 'ಏನ್ರೀ, ತಡಮಾಡ್ಬಿಟ್ರೆಲ್ಲಾ?' ಎಂದರು. ತಾವು ಹೋಗಿದ್ದ ಕೊಲ್ಲೂರು ದೇವಸ್ಥಾನದ ಭೇಟಿಯ ಬಗ್ಗೆ ಹೇಳಿದ್ದನ್ನ ಕೇಳಿಸಿಕೊಂಡವರು 'ನೀವು ರೆಡಿಯಾಗಿ, ಒಂದಿಷ್ಟು ಶೂಟ್ ಮಾಡೋಣ' ಎಂದು ಚಿತ್ರೀಕರಣದ ಸಿದ್ಧತೆಗೆ ತೊಡಗಿದರು.

ನನ್ನ ಭೇಟಿಯ ಸಮಯ ಮುಗಿಯಿತು ಎಂದುಕೊಂಡು ಅವರಿಗೆ ವಿದಾಯದ ನಮಸ್ಕಾರ ಹೇಳಲು ಮುಂದಾದೆ. 'ಏ, ಇರ್ರೀ, ಗದ್ದೆಯಲ್ಲಿ ನಾಟಿ ಮಾಡೋ ಶೂಟಿಂಗಿದೆ. ಅಲ್ಲಿಗೆ ಹೋಗೋಣ..' ಎನ್ನುತ್ತ ತಂಡದವರಿಗೆ ಸೂಚನೆ ಕೊಡಲು ನಡೆದೇಬಿಟ್ಟರು.

ನಿರ್ವಾಹವಿಲ್ಲದೇ ನಾನು ನಿಲ್ಲಬೇಕಾಯ್ತು. ಮನಸ್ಸಿನಲ್ಲಿ ಆಗಲೇ ಜಿಗಿಜಿಗಿ ಅನ್ನತೊಡಗಿತ್ತು. 'ಅಮ್ಮ ಒಬ್ಬೇ ಇದಾಳೆ. ಮೈಯಲ್ಲಿ ಹುಷಾರಿಲ್ಲ. ವಯಸ್ಸಾದವಳು, ಏನಾಯ್ತೋ, ಏನೋ?' ಎಂದೆಲ್ಲ ಹಳಹಳಿಸತೊಡಗಿತ್ತು. ಆದರೂ ಗತ್ಯಂತರವಿಲ್ಲ. ಗಿರೀಶ್ ಮಾತು ಮೀರುವ ಮನಸ್ಸಾಗಲಿಲ್ಲ.

ಅಂಗಳದಲ್ಲಿ ನಿಂತಿದ್ದ ನನ್ನ ಶೂಟಿಂಗಿಗೆಂದು ಹೊರಟುನಿಂತ ಅವರು ಕರೆದು, ಅವರಿದ್ದ ಕಾರಿನಲ್ಲಿ ಜಾಗವಿಲ್ಲದ್ದರಿಂದ ಮತ್ತೊಂದು ಕಾರಿನಲ್ಲಿ ಕರೆತರಲು ಸಹಾಯಕನಿಗೆ ಹೇಳಿದರು. ನಾವು ಬಂದಿದ್ದು ಮೂಡುವಳ್ಳಿ ಪಕ್ಕದ ನಾಲ್ಕಾರು ಕಿಮೀ.ದೂರದ ಗದ್ದೆಕೋವಿಗೆ.

ಈ ಬೇಸಿಗೆಯಲ್ಲಿ ಅದ್ಹೇಂಗೆ ಸಸಿ ನಾಟಿ ಶೂಟಿಂಗ್ ಮಾಡ್ತಾರೆ ಅಂತಾ ಯೋಚಿಸಿದವನಿಗೆ ಕಂಡದ್ದು ಆ ಗದ್ದೆ ಕೋವಿನಲ್ಲಿನ ಬೇಸಿಗೆ ಭತ್ತದ ಗದ್ದೆ. ಮಲೆನಾಡಿನಲ್ಲಿ ಈ ಬೇಸಿಗೆ ಭತ್ತದ ಬೆಳೆಗೆ ಕಾರು ಬೆಳೆ ಅಂತಲೂ ಅನ್ನುತ್ತಾರೆ. ಒಬ್ಬ ನಿರ್ದೇಶಕ ಎಷ್ಟೆಲ್ಲ ಯೋಜಿಸಬೇಕು? ಎನ್ನುವದು ಅರಿವಿಗೆ ಬಂತು.

ತಾರಾ ಪಕ್ಕಾ ಗೌಡ್ತಿಯ ವೇಷದಲ್ಲಿದ್ದರು; ಕಥಾನಕದ ಮುಖ್ಯ ಪಾತ್ರ ಸುಬ್ಬಮ್ಮನಾಗಿ. ಬಿರುಬಿಸಿಲಿನಲ್ಲಿ ಸುಮಾರು ಎರಡು ತಾಸುಗಳ ಕಾಲ ಶೂಟಿಂಗ್ ನಡೆಯಿತು. ಜಾರುವ ಗದ್ದೆಹಾಳಿಗಳ ಮೇಲೆ, ಕೆಸರಿನ ಮಣ್ಣಿನಲ್ಲಿ ಊಳುವ ಕಷ್ಟದ ನಡುವೆ ಹಳ್ಳಿಗಾಡಿನ ಅಭ್ಯಾಸವಿರದ ಅವರೆಲ್ಲ ಒದ್ದಾಡುವದು ಸಣ್ಣನೆಯ ಮರುಕ

ಹುಟ್ಟಿಸುತ್ತಿತ್ತು. ಅಲ್ಲಿ ಸಿಗುವ ವಿರಾಮದ ನಡುವೆಯೇ ಗಿರೀಶ್ ನನಗೆ ತಾರಾ ಅವರನ್ನು ಪರಿಚಯಿಸಿದ್ದರು!

ಅಂತೂ ಇಂತೂ ಶೂಟಿಂಗ್ ಮುಗಿಸಿ ನಾವು ಬಂದು ನಿಂತದ್ದು ಒಂದು ಗೆಸ್ಟ್‌ಹೌಸ್? ಯಾವ ಊರು ಅಂತ ನೆನಪಿಲ್ಲ. ಗಿರೀಶ್ ಹಾಗೂ ಮುಖ್ಯ ನಟರು ಅಲ್ಲಿ ತಂಗುತ್ತಿದ್ದರಂತೆ. ತಮ್ಮ ರೂಮಿನಲ್ಲಿ ಕೂರಿಸಿ ಗಿರೀಶ್ ಸ್ನಾನಕ್ಕೆ ಹೋದರು. ಕೂತಲ್ಲಿ ಕೂರದ ನಾನು ಸುಮ್ಮನೆ ಹೊರಗೆ ಬಂದರೆ ಆ ವರಾಂಡದ ಆ ತುದಿಯಲ್ಲಿ ತಾರಾ ಇಳಿಬಿಸಿಲಿಗೆ ತಲೆಯೊಡ್ಡಿ ಬಿಚ್ಚಿಕೊಂಡ ತಲೆಗೂದಲಿಗೆ ಎಣ್ಣೆ ತಿಕ್ಕುತ್ತಿದ್ದರು.

ಶೂಟಿಂಗ್ ಜಾಗದಲ್ಲೇ ಸಾಕಷ್ಟು ಮಾತು–ಕಥೆ ನಡೆದದ್ದರಿಂದ ಅವರ ಪರಿಚಯ ಬೆಳೆದಿತ್ತು. ಮತ್ತೊಂದಿಷ್ಟು ಲೋಕಾಭಿರಾಮದ ಮಾತುಗಳ ನಂತರ ನಮ್ಮ ವಾಡಿಕೆಯಂತೆ 'ನಮ್ಮೂರಿಗೆ ಬನ್ನಿ' ಎಂದೆ. ನಾನು ಹೊರಡಲಿದ್ದೇನೆ ಎನ್ನಿಸಿರಬೇಕು. 'ಆಗ್ಲೇ ಹೊರಟ್ರಾ, ಇರ್ರೀ, ಮತ್ತಷ್ಟು ಮಾತನಾಡೋಣ' ಎಂದರು. ಸಹೋದರಿಯಂತೆ ನಡೆದುಕೊಂಡ ತಾರಾ ಅವರ ನಿಷ್ಕಲ್ಮಷ ಮಾತುಗಳು ನನ್ನ ಅಂತರಂಗವನ್ನ ತಟ್ಟಿದ್ದವು.

ಅಷ್ಟರಲ್ಲಿ ಗಿರೀಶ್ ಸ್ನಾನ ಮುಗಿಸಿ, ಹೊರಬಂದು 'ಬನ್ನಿ, ಚಹಾ ಕುಡಿಯೋಣ' ಎಂದು ಕರೆದರು.. ಎಣ್ಣೆ ಸವರಿದ ತನ್ನ ಬಲಗೈ ಬೆರಳುಗಳಿಂದ ನನ್ನ ಕೈ ಕುಲುಕಿ ತಾರಾ ಬೀಳ್ಕೊಟ್ಟದ್ದು ಇನ್ನೂ ಉಳಿದುಕೊಂಡಿದೆ; ಈಗಲೂ ನನ್ನ ಬೆರಳುಗಳಲ್ಲಿ ಆ ಸ್ಪರ್ಶ ಹಸಿಯಾಗಿದೆ.

ಗಿರೀಶರ ಜೊತೆ ಕೂತು ಚಹಾ ಕುಡಿದ ನಂತರ ಹೊರಡಲಣಿಯಾದೆ. ಅಮ್ಮನ ನೆನಪು ಜಗ್ಗುತ್ತಿತ್ತು. ಗಿರೀಶರಿಗೆ ಹೇಳಿದೆ. ಆಶ್ಚರ್ಯದ ಮುಖದಲ್ಲಿ 'ಉಳೀರಿ, ನಾಳೆ ಒಂದಿನ ನೋಡಿ ಹೋಗ್ಬಹುದಂತೆ. ಈಗ ಹೊರಟರೆ, ಅದೂ ಸಮಯಕ್ಕೆ ಬಸ್ ಸಿಕ್ಕರೆ ಬೆಳಿಗ್ಗೇನೆ ಊರಿಗೆ ತಲುಪ್ತೀರಿ. ಅಷ್ಟೊಂದು ದೂರದ ಊರು. ಯಾಕಿಷ್ಟು ಅವಸರ' ಎಂದರು.

ಅವರ ಮಾತುಗಳಲ್ಲಿ ಧಾರವಾಡದ ಸಹಜಶೈಲಿ ಇರುವದನ್ನ ಆಗಿನಿಂದಲೂ ಗಮನಸುತ್ತ ಬಂದಿದ್ದೆ. ಅದೇ ಧ್ವನಿ, ಅದೇ ಧಾಟಿ. ನನ್ನ ಕಷ್ಟ ಹೇಳಿ ಹೊರಟವನ ಕೈಹಿಡಿದು ಎಷ್ಟೊಂದು ಅಕ್ಕರೆಯಿಂದ ಕುಲುಕಿದರು!. ಆಲಂಗಿಸಿಕೊಂಡು 'ಮತ್ತೆ ಭೆಟ್ಟಿಯಾಗೋಣ' ಎಂದು ಅಷ್ಟೇ ಪ್ರೀತಿಯಿಂದ ಹೇಳಿದರು. ಬಗ್ಗಿ ನಮಸ್ಕರಿಸಿ ಬೀಳ್ಕೊಂಡು ಹೊರಟ ನನ್ನ ಕಣ್ಣಲ್ಲಿ ಸಣ್ಣಗೆ ಹನಿ ಮಿಡಿಯುತ್ತಿದ್ದುದು ನನಗಷ್ಟೇ ಗೊತ್ತಿತ್ತು.

ನಾಟಕ ರಚನೆ, ನಾಟಕ, ಸಿನೆಮಾ ನಿರ್ದೇಶನ, ನಟನೆ, ರಾಷ್ಟ್ರೀಯ, ಅಂತಾರಾಷ್ಟ್ರೀಯ ಮಟ್ಟದ ಸಂಸ್ಥೆಗಳ ನಿರ್ವಹಣೆ..ಹೀಗೇ ಹಲವು ಕ್ಷೇತ್ರಗಳಲ್ಲಿ

ಹೆಸರಾದ, ತನ್ನ ವ್ಯಕ್ತಿತ್ವ, ಬುದ್ಧಿಶಕ್ತಿಯಿಂದ ಖ್ಯಾತನಾದ ಮೇರು ವ್ಯಕ್ತಿ ನನ್ನಂಥ ಕಿರಿಯನ ಜೊತೆ ನಡೆದುಕೊಂಡ ರೀತಿ, ಒಂದಷ್ಟು ಹೊತ್ತು ಕೊಟ್ಟ ಆತ್ಮೀಯತೆ, ಆಹ್ಲಾದತೆ ಮನಸ್ಸನ್ನು ಒದ್ದೆ ಮಾಡಿತ್ತು. ಅದು ಗಿರೀಶರ ದೊಡ್ಡತನ; ಅವರ ನಿಲುವಿನಂತೆ ಮನಸ್ಸು, ನಡವಳಿಕೆ ಕೂಡ.

ನನ್ನ ಅಂದಿನ ಅನುಭವ ಈಗಲೂ ಜೀವಂತವಾಗಿದೆ. ಈ ಅನುಭವ ಸುಳ್ಳೆಂದು ಹಲವರಿಗೆ ಅನಿಸಲೂಬಹುದು. ಆದರೆ ಆಗಿನ ನನ್ನ ರೋಲ್ ಕ್ಯಾಮರಾದಲ್ಲಿ ತೆಗೆದ ಚಿತ್ರಗಳಿಲ್ಲದಿದ್ದರೆ ನನಗೂ ಅದೊಂದು ಕನಸು ಅನ್ನಿಸಿಬಿಡುತ್ತಿತ್ತೇನೋ? ಆದರೆ ಆ ಚಿತ್ರಗಳು ನೆನಪನ್ನ ಜೀವಂತವಾಗಿಟ್ಟಿವೆ.

ನಂತರದಲ್ಲಿ ಕರ್ನಾಟಕ ಫಿಲಂ ಛೇಂಬರ್ ನಡೆಸಿದ ಕಮ್ಮಟದಲ್ಲಿ ಪಾಲ್ಗೊಂಡಿದ್ದ ನನಗೆ ಮತ್ತೆ ಸಿಕ್ಕರು; ಆಗ ಅವರ ಜೊತೆ ಇನ್ನೊಬ್ಬ ಗಿರೀಶ್ ಇದ್ದರು.

avadhimag.com

ಸಾಹಿತ್ಯ ಮತ್ತು ಬದುಕಿನ ಶೋಧನೆ...

ಶೂದ್ರ ಶ್ರೀನಿವಾಸ್ *ಲೇಖಕ*

"ನಾವು ನಮ್ಮನ್ನು ಅಡಗಿಸಿಕೊಳ್ಳಲಾರದಿರುವುದೇ ನಾವು ಆತ್ಮ ವಿಲೋಪ ಮಾಡಲಾರದಿರುವುದಕ್ಕೆ ಕಾರಣ. ಸಾಮಾನ್ಯವಾದ ಒಂದು ಭಾವದ ಪ್ರವಾಹ ಮೂಡಿತೆಂದರೆ ನಾವೇ ಎಲ್ಲಕ್ಕಿಂತ ಮೇಲ್ಮಟ್ಟವರೆಂದು ಕೊಚ್ಚಿಕೊಳ್ಳುತ್ತೇವೆ. ಆತ್ಮಗೋಪನ ಮಾಡಿಕೊಳ್ಳಲಾರೆವಾದ್ದರಿಂದ ಸರ್ವದಾ ನಮ್ಮ ಚಿಂತೆ ನಾನು ಹೇಗೆ ಕಾಣಿಸುತ್ತಿದ್ದೇನೆ ಎಂಬುದಾಗಿರುತ್ತದೆ. ಯಾರು ಮಧ್ಯ ಮಟ್ಟದ ದೊಡ್ಡ ಮನುಷ್ಯರೋ ಅವರು ತಮ್ಮ ಶುಭ ಸಂಕಲ್ಪವನ್ನು ಸಾಧಿಸಬಯಸುವುದು ವಾಸ್ತವ."

ಈ ಸಾಲುಗಳು ರವೀಂದ್ರನಾಥ ಟಾಗೋರ್ ಅವರು ರಾಜ ರಾಮ ಮೋಹನ್ ರಾಯ್ ಅವರನ್ನು ಕುರಿತು ಬರೆದಿರುವಂಥದ್ದು. ಸುಮಾರು ನೂರೈವತ್ತು ವರ್ಷಗಳ ಹಿಂದೆ ಭಾರತದ ಸಾಹಿತ್ಯ ,ರಾಜಕೀಯ ಮತ್ತು ಸಾಂಸ್ಕೃತಿಕ ಸಂದರ್ಭದ ಮಹಾನ್ ಲೇಖಕ ಬರೆದಿರುವಂಥದ್ದು. ಯಾಕೆ ಇಂಥ ಸಾಲುಗಳು ನಮ್ಮನ್ನು ಅತ್ಯಂತ ಗಾಢವಾಗಿ ಕಾಡುತ್ತವೆ ಅನ್ನಿಸುತ್ತದೆ.ಹಾಗೆ ನೋಡಿದರೆ ಟಾಗೋರ್ ಅವರ 'ಬುದ್ಧದೇವ, ಭಾರತ ಪಥಿಕ ರಾಮಮೋಹನರಾಯ, ವಿದ್ಯಾಸಾಗರ ಚರಿತೆ, ಮಹಾತ್ಮ ಗಾಂಧಿ' ಯಂಥ ಲೇಖನಗಳನ್ನು ನನ್ನ ಮಾನಸಿಕ ತವಕ ತಲ್ಲಣಗಳ ಸಮಯದಲ್ಲೆಲ್ಲ ಓದಿಕೊಳ್ಳಲು ಪ್ರಯತ್ನಿಸಿರುವೆ. ಯಾಕೆಂದರೆ ಬಹುದೊಡ್ಡ ಸಮಾಜದಲ್ಲಿ ಎಂತೆಂಥ ಮಹನೀಯರು ಬಂದುಹೋಗಿರುತ್ತಾರೆ ಎಂದು. ಈ ದೃಷ್ಟಿಯಿಂದ ನನಗೆ ಮುಖಾಮುಖಿಯಾದ ಶಿವರಾಮಕಾರಂತ, ಕುವೆಂಪು, ಅನಂತಮೂರ್ತಿ, ಲಂಕೇಶ್, ಕಾರ್ನಾಡ್ ಮುಂತಾದವರು ಮೇಲೆ ಪ್ರಸ್ತಾಪಿಸಿದ ಮನೋಲೋಕಕ್ಕೆ ಸೇರಿದವರು. ಆಯಾ ಕಾಲಘಟ್ಟದ ಬದುಕಿನ ವಿಷಮ ಸಂಗತಿಗಳು ಏನೇನೋ ಕ್ರೈಸೀಸ್‌ಗಳನ್ನು ನಮಗೆ ವ್ಯಾಖ್ಯಾನಿಸಿಕೊಳ್ಳಿ ಎಂದು ಬಿಟ್ಟು ಹೋಗಿರುತ್ತವೆ. ಹೀಗೆ ವ್ಯಾಖ್ಯಾನಿಸಿಕೊಳ್ಳುವುದೇ ಸೃಜನಶೀಲ ಪ್ರಕ್ರಿಯೆಯಾಗಿರುತ್ತದೆ.

ಬೇಂದ್ರೆ ಮತ್ತು ಕುರ್ತಕೋಟಿ ಅವರ ಸಾಹಿತ್ಯ ಮತ್ತು ಸಾಂಸ್ಕೃತಿಕ ಗರಡಿಯಲ್ಲಿ ಬೆಳೆದ ಗಿರೀಶ್ ಕಾರ್ನಾಡ್ ಅವರು ಈ ಪ್ರಕ್ರಿಯೆಯ ವಕ್ತಾರರಾಗಿಯೇ ಶೋಧಕರಾಗಿಯೇ ತಮ್ಮನ್ನು ತೊಡಗಿಸಿಕೊಂಡು ಯೋಚಿಸಿದವರು ಮತ್ತು ಬರೆದವರು.

ಇದಕ್ಕೆ ಪೂರಕವೆಂಬಂತೆ ಕಾರ್ನಾಡರ ಬದುಕಿನ ವ್ಯಾಪಕತೆ ಬಹು ವಿಶಾಲವಾಗಿ ತೆರೆದುಕೊಂಡಿರುವಂಥದ್ದು. ಈ ನೆಲೆಯಲ್ಲಿ ಅವರ ಒಟ್ಟು ಅಧ್ಯಯನಶೀಲತೆ ಮತ್ತು ಚಿಂತನಾಕ್ರಮವು ಬಹು ದೊಡ್ಡ ಚೌಕಟ್ಟನ್ನ ಎದುರಾಗಿಸಿತು. ಎಷ್ಟು ಬೇಕಾದರೂ ಗ್ರಹಿಕೆಯನ್ನು ವಿಸ್ತರಿಸಿಕೊಳ್ಳಬಹುದು ಎಂದು. ಇಂಥ ವಿಶ್ವವ್ಯಾಪಕತೆಯ ಕ್ಯಾನವಾಸ್ ಬಹುದೊಡ್ಡ ಪ್ರಮಾಣದಲ್ಲಿ ಕಾರ್ನಾಡರ ನಂತರ ಯು.ಆರ್. ಅನಂತಮೂರ್ತಿಯವರಿಗೆ. ಇಲ್ಲಿ ಅವರಿಗೆ ಎದುರಾದ ಲೇಖಕರು, ಕಲಾವಿದರು, ಚಿಂತಕರು, ರಾಜಕಾರಣಿಗಳು ಹಾಗೂ ಸಾಮಾಜಿಕ ಕಾರ್ಯಕರ್ತರು ಸಾಮಾನ್ಯ ವ್ಯಕ್ತಿಗಳೇನೂ ಆಗಿರಲಿಲ್ಲ.ಎಲ್ಲರೂ ಅಸಾಧಾರಣ ವ್ಯಕ್ತಿತ್ವವನ್ನು ಹೊಂದಿದ್ದವರೇ ಆಗಿದ್ದರು. ಕಾರ್ನಾಡರು ತಮ್ಮ 'ಯಯಾತಿ ಮತ್ತು ತುಘಲಕ್' ನಾಟಕಗಳ ಮೂಲಕ ದೊರಕಿದ ವೇದಿಕೆಯನ್ನು ಬಹುದೊಡ್ಡ ಸಾಂಸ್ಕೃತಿಕ ಮೆಟ್ಟಿಲುಗಳನ್ನಾಗಿ ಪರಿವರ್ತಿಸಿಕೊಂಡರು.

ಹಾಗೆ ನೋಡಿದರೆ ಕಾರ್ನಾಡರು ಅನಂತಮೂರ್ತಿಯವರಂತೆ ವ್ಯಾಪಕತೆಯನ್ನು ಹೊಂದಿದ್ದ ಭಾಷಣಕಾರರೇನು ಆಗಿರಲಿಲ್ಲ. ಆದರೆ ಅಗಾಧವಾದ ಅರಿಯುವ ಮತ್ತು ಅದನ್ನು ನಿರ್ವಹಿಸುವ ಧಾರಣಶಕ್ತಿ ಕಾರ್ನಾಡರಲ್ಲಿ ಇತ್ತು. ಇಂಥ ಮನಸ್ಥಿತಿ ಇದ್ದುದರಿಂದಲೇ 'ತುಘಲಕ್' ರೀತಿಯ ಅತ್ಯಂತ ಮಹತ್ವಾಕಾಂಕ್ಷೆಯ ಪಾತ್ರವನ್ನು ಅವನ ಏಳು ಬೀಳುಗಳ ನೆಲೆಯಲ್ಲಿ ಚಿತ್ರಿಸಿ ಸಾರ್ವಕಾಲಿಕ ಕಲಾಕೃತಿಯನ್ನಾಗಿ ಸಾಹಿತ್ಯ ಮತ್ತು ರಂಗಭೂಮಿಯ ಲೋಕಕ್ಕೆ ಕೊಟ್ಟಿರುವುದು. ಇದರಿಂದಾಗಿ ಅದು ಪ್ರದರ್ಶನಗೊಂಡ ಎಲ್ಲಾ ಭಾಷೆಗಳಲ್ಲಿ ಸಿ.ಆರ್. ಸಿಂಹ ರೀತಿಯ ನಟರು ಹುಟ್ಟಿಕೊಂಡಿರುತ್ತಾರೆ. ಇಂಥದ್ದು ಒಂದು ಶ್ರೇಷ್ಠ ನಾಟಕ ಕೃತಿಗೆ ಸಾಧ್ಯವಿರುತ್ತದೆ. ಹೀಗೆ ಇತಿಹಾಸದುದ್ದಕ್ಕೂ ಇಂತಹ ಮಹೋನ್ನತ ನಾಟಕಗಳು ಕಲಾವಿದರ ಮರು ಸೃಷ್ಟಿ ಪ್ರಕ್ರಿಯೆಯಲ್ಲಿ ನಿರಂತರ ಸೃಜನಶೀಲ ಪಾತ್ರವನ್ನು ನಿರ್ವಹಿಸಿರುತ್ತವೆ. ಈ ದೃಷ್ಟಿಯಿಂದ ಕಾರ್ನಾಡರ ಮುಂದೆ ಮಾತಿಗೆ ಕೂತಾಗಲೆಲ್ಲ ರಾಮಾಯಣ ಮತ್ತು ಮಹಾಭಾರತವನ್ನು ಉದಾಹರಿಸುತ್ತಲೇ ಇದ್ದರು. ಇಷ್ಟು ಸಾವಿರ ವರ್ಷಗಳ ನಂತರವೂ ಖನಿಜ ರೂಪದಲ್ಲಿ ನಮಗೆ ವಸ್ತು ಬಾಹುಳ್ಯವನ್ನ ವಿಸ್ತರಿಸುತ್ತಲೇ ಇವೆ ಎಂದು. ಇಲ್ಲದಿದ್ದರೆ ಷೇಕ್ಸ್‌ಪಿಯರ್ ನಾಟಕಗಳು ಜಗತ್ತಿನ ಉದ್ದಗಲಕ್ಕೂ ಪ್ರದರ್ಶನಗೊಳ್ಳುತ್ತ ಕೋಟ್ಯಾಂತರ ಮನಸ್ಸುಗಳ ನಡುವೆ ಸಂಚಲನವನ್ನು ಮೂಡಿಸುತ್ತಿರಲಿಲ್ಲ. ಆದ್ದರಿಂದಲೇ ಪೀಟರ್ ಬ್ರೂಕ್ ರೀತಿಯ ಮಹಾನುಭಾವ

'ಮಹಾಭಾರತ'ವನ್ನು ಹನ್ನೆರಡು ಗಂಟೆಗಳಿಗೆ ಸಿದ್ಧಪಡಿಸಿ ನೋಡಿ ಇಂಥದ್ದೊಂದು ಅಮೋಘ ಕಲಾಕೃತಿ ಇದೆ ಎಂದು ವಿಶ್ವದ ಎಷ್ಟೊಂದು ರಾಷ್ಟ್ರಗಳಲ್ಲಿ ಸುತ್ತಾಡಿದ ಎಂಬ ವಿಷಯ ಕುರಿತು ಮಾತಾಡುವಾಗ ಅವರೇ ಬಹುದೊಡ್ಡ ಪಾತ್ರಧಾರಿಯಾಗಿ ಕಾಣಿಸಿಕೊಳ್ಳುತ್ತಿದ್ದರು.

ಯಾಕೆಂದರೆ ಅವರು ಮೂಲಭೂತವಾಗಿ ಮಹತ್ವದ ನಟರೇ ಆಗಿದ್ದರು. ಹಾಗೆಯೇ 'ತುಘಲಕ್' ನಾಟಕವು ಬೇರೆ ಬೇರೆ ಭಾಷೆಗಳಲ್ಲಿ ಪ್ರಯೋಗವಾದಾಗ ಕಾರ್ನಾಡರು ಎದುರಿಸಿದ ಸ್ವಾರಸ್ಯಕರ ಪ್ರಸಂಗಗಳನ್ನು ನಿಜವಾಗಿಯೂ ಅನುಭವಿಸಿದ್ದೇನೆ ಎಂಬುದು ಖುಷಿಯ ಸಂಗತಿ. ಭೌತಿಕವಾಗಿ ಆಕರ್ಷಕ ವ್ಯಕ್ತಿತ್ವವನ್ನು ಹೊಂದಿದ್ದರಿಂದ ಎಂಥವರನ್ನೂ ಮುಂದೆ ಕೂತು ಕೇಳುವಂತೆ ಮಾಡಿಬಿಡುವ ಚೈತನ್ಯಶೀಲತೆ ಅವರಲ್ಲಿತ್ತು.

ಕಾರ್ನಾಡರು ಮೂಲಭೂತವಾಗಿ ಒಬ್ಬ ವಿನಯವಂತ ಲೇಖಕರು, ನಾಟಕಕಾರರು ಮತ್ತು ನಟರೂ ಆಗಿದ್ದರಿಂದ ಒಂದು ವಿಧದ ಮುಕ್ತ ವಾತಾವರಣ ನಿರ್ಮಾಣವಾಗಿ ಬಿಡುತ್ತಿತ್ತು. ಹಾಗೆಯೇ ಅವರನ್ನು ಗಿರೀಶ್ ಅಥವಾ ಕಾರ್ನಾಡ್ ಎಂದು ಕರೆದರೆ ಸಂತೋಷಪಡುತ್ತಿದ್ದರು. ನನ್ನ ಅರಿವಿನಮಟ್ಟಿಗೆ ಸರ್ ಎಂಬುದನ್ನು ಯಾವುದೇ ಕಾರಣಕ್ಕೂ ಹತ್ತಿರ ಬಿಟ್ಟುಕೊಳ್ಳುತ್ತಿರಲಿಲ್ಲ. ನಾನೂ ಒಬ್ಬ ಸಾಮಾನ್ಯ ಮನುಷ್ಯ ಎಂದೇ ಕೊನೆಯವರೆಗೂ ಸಾಬೀತುಪಡಿಸುವಂತೆ ಬದುಕಿಹೋಗಿದ್ದಾರೆ. ಇದಕ್ಕೆ ಬಹುದೊಡ್ಡ ವ್ಯಕ್ತಿತ್ವಗಳ ಮಾದರಿಗಳನ್ನು ತಮ್ಮ ಅಂತರಂಗದಲ್ಲಿ ಕಾಪಿಟ್ಟುಕೊಂಡು ಬಂದವರು. ಆದ್ದರಿಂದ ಎಲ್ಲರೊಳಂದಾಗಿರುವ ಗುಣಾತ್ಮಕತೆಗೆ ಎಂದೂ ಧಕ್ಕೆ ತಂದುಕೊಂಡವರಲ್ಲ. ಈ ರೀತಿಯ ವ್ಯಕ್ತಿತ್ವ ಇದ್ದುದರಿಂದಲೇ ಬಹುಮುಖ್ಯ ಸಂಸ್ಥೆಗಳಾದ ಪೂನಾ ಫಿಲ್ಮ್ ಇನ್‌ಸ್ಟಿಟ್ಯೂಟ್, ಕೇಂದ್ರ ಸಂಗೀತ ನೃತ್ಯ ನಾಟಕ ಅಕಾಡೆಮಿ, ಲಂಡನ್ ನಲ್ಲಿರುವ ನೆಹರೂ ಕಲ್ಚರಲ್ ಸೆಂಟರ್‌ನ ನಿರ್ದೇಶಕರಾಗಿ ಅತ್ಯಂತ ಶಿಸ್ತು ಬದ್ಧವಾಗಿ ನಿರ್ವಹಿಸಿದವರು. ಹಾಗೆ ನೋಡಿದರೆ ಅವರ 'ನಾಗಮಂಡಲ ಮತ್ತು ಹಯವದನ' ನಾಟಕಗಳು ಗೌರವಾನ್ವಿತ ಫೆಲೋಷಿಪ್‌ಗಳ ಮೂಲಕ ಅಮೇರಿಕಾದಲ್ಲಿದ್ದು ಬರೆದವುಗಳು. ಆಗ ಎ.ಕೆ. ರಾಮಾನುಜನ್ ಅವರಂಥ ಮಹಾನ್ ವಿದ್ವಾಂಸರ ಮತ್ತು ಸೃಜನಶೀಲ ಲೇಖಕರ ಒಡನಾಟವನ್ನು ಸಾರ್ಥಕ ರೀತಿಯಲ್ಲಿ ಅನುಭವಿಸಿದವರು.

ಬೆಂಗಳೂರಿಗೆ ಎ.ಕೆ. ರಾಮಾನುಜನ್ ಅವರು ಬಂದಾಗ ಅದ್ಭುತ ಎನ್ನಬಹುದಾದ ಮಾತುಕತೆಯ ಸಂಜೆಗಳನ್ನು ಕಾರ್ನಾಡ್ ಅವರು ಯು.ಆರ್. ಅನಂತಮೂರ್ತಿ, ರಾಮಚಂದ್ರ ಶರ್ಮ, ಡಿ.ಆರ್. ನಾಗರಾಜ್, ಕಿ.ರಂ, ಕೆ. ಮರುಳಸಿದ್ದಪ್ಪ ವೈ.ಎನ್.ಕೆ ಅಂಥವರು ಸೇರಿದಾಗ ; ಸಾಹಿತ್ಯ, ಕಾವ್ಯ ಮತ್ತು ಸಂಸ್ಕೃತಿಗೆ ಸಂಬಂಧಿಸಿದ ಎಂತೆಂಥ ಸಂವಾದಗಳು ಅರ್ಥವ್ಯಾಪಕತೆಯನ್ನು ಪಡೆಯುತ್ತಿದ್ದವು. ಕಾರ್ನಾಡರು

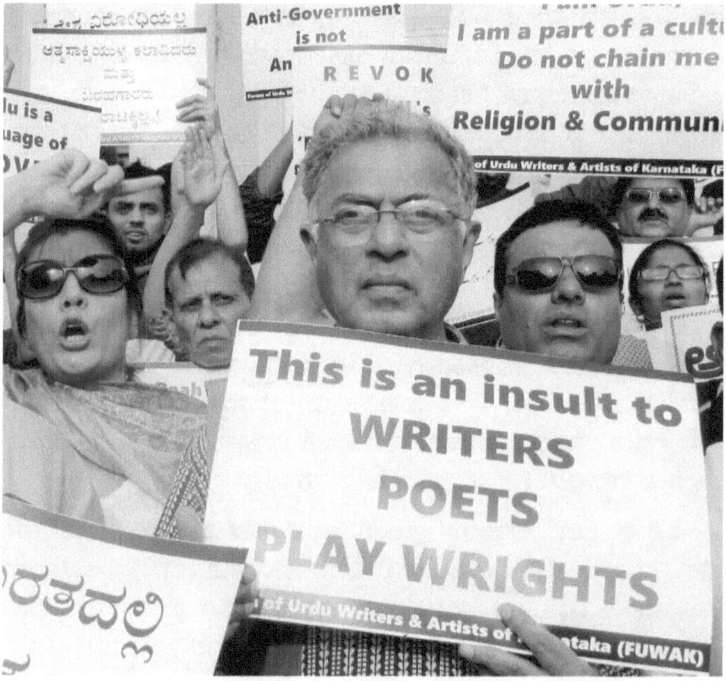

ಬಹುದೊಡ್ಡ ಪ್ರಮಾಣದಲ್ಲಿ ಪುಸ್ತಕ ಸಂಸ್ಕೃತಿಯಿಂದ ಬೆಳೆದಿದ್ದರಿಂದ ಅವರೊಂದಿಗೆ ಮಾತಿಗೆ ತೊಡಗುವುದೇ ಒಂದು ವಿಧದಲ್ಲಿ ಆಪ್ತತೆ ವ್ಯಾಪಕಗೊಳ್ಳುತ್ತಿತ್ತು. ಈ ಕಾರಣಕ್ಕಾಗಿಯೇ ಅವರಿಗೆ ಪುಸ್ತಕ ಸಂಸ್ಕೃತಿ ಬಹುಮುಖೀ ಸಂಸ್ಕೃತಿಯು ಎಂದೂ ಬೇರೆಯಾಗಿರಲಿಲ್ಲ. ಈ ನೆಲೆಯಲ್ಲಿ ಅವರ ಮನೆಯಲ್ಲಿ ಅಥವಾ ಬೇರೆಲ್ಲಿಯಾದರೂ ಸೇರಿದಾಗ; ಒಂದು ವಿಧದ ತೃಪ್ತತೆ ಮನಸ್ಸಿನಲ್ಲಿ ಆವರಿಸಿಕೊಳ್ಳುತ್ತಿತ್ತು.

ಸುಮಾರು ಮೂರು ದಶಕಗಳ ಹಿಂದೆ ಒಂದು ಅಪೂರ್ವ ಕಾರ್ಯಕ್ರಮಕ್ಕಾಗಿ ಹೆಗ್ಗೋಡಿಗೆ ಹೋದೆವು. ಅಲ್ಲಿ ಪ್ರಸನ್ನ ಅವರು 'ಕವಿ ಕಾವ್ಯ' ಟ್ರಸ್ಟ್‌ನ್ನು ಪ್ರಾರಂಭಿಸಿದರು. ಅದರ ಉದ್ಘಾಟನೆಗೆ ಗಿರೀಶ್ ಕಾರ್ನಾಡ್, ರಾಮಚಂದ್ರ ಶರ್ಮ, ರಾಜೀವ್ ತಾರಾನಾಥ್, ಚಂದ್ರಶೇಖರ ಕಂಬಾರ, ಡಿ.ಆರ್. ನಾಗರಾಜ್, ಕೆ. ಮರುಳಸಿದ್ದಪ್ಪ, ಕೆ.ಎಚ್. ಶ್ರೀನಿವಾಸ್, ಕೆ.ವಿ. ಸುಬ್ಬಣ್ಣ ಮುಂತಾದವರೆಲ್ಲ ಭಾಗಿಯಾಗಿದ್ದೆವು. ಅದೊಂದು ಸ್ಮರಣೀಯ ಅನುಭವ. ಕಾರ್ನಾಡರು ಕವಿ ಕಾವ್ಯ ಮತ್ತು ನಾಟಕಕ್ಕೆ ಸಂಬಂಧಿಸಿದಂತೆ ಅದ್ಭುತ ಒಳನೋಟಗಳನ್ನು ನಮ್ಮ ಮುಂದಿಟ್ಟಿದ್ದರು. ಅದೇ ರೀತಿಯಲ್ಲಿ ರಾಜೀವ್ ತಾರಾನಾಥ್ ಅವರು. ಅದಾದ

ಮೇಲೆ ಊಟದ ನಂತರ ವಿರಮಿಸಲು ಅಲ್ಲೊಂದು ವಿಶಾಲವಾದ ಸಭಾಂಗಣದಲ್ಲಿ ಎಲ್ಲರೂ ಚಾಪೆಯ ಮೇಲೆ ಮಲಗಿದರು. ಚಿಕ್ಕ ಹುಡುಗರ ರೀತಿಯಲ್ಲಿ ಹೊರಳಾಡುತ್ತ ಏನೇನೋ ಮಾತಾಡುತ್ತ ಕಾಲ ಕಳೆದರು. ಸಂಜೆಗೆ ಪ್ರಸನ್ನ ಅವರು ತಮ್ಮ ಕಲಾತ್ಮಕವಾದ ಮನೆಯಲ್ಲಿ ಅಪೂರ್ವ ಎನ್ನುವ ಸಂವಾದವನ್ನು ಏರ್ಪಡಿಸಿದ್ದರು. ಯಾಕೆಂದರೆ, ಪ್ರಸನ್ನ ಅವರು ಏನೇ ಮಾಡಿದರೂ ಅದಕ್ಕೊಂದು ಲಯಬದ್ಧತೆ ಇರುತ್ತದೆ. ಇದಕ್ಕೆ ಸಾಕ್ಷಿಯೆಂಬಂತೆ ಒಂದು ಅಗ್ನಿಕುಂಡ ನಿರ್ಮಾಣ ಮಾಡಿದ್ದರು. ಎಲ್ಲರೂ ಸುತ್ತಲೂ ಕೂತು ಸಂವಾದಕ್ಕೆ ತೊಡಗಿದ್ದರು. ಕೆ.ವಿ.ಸುಬ್ಬಣ್ಣನವರು ಡಿ.ಆರ್‌ಗೆ ಮಾತಾಡಲು ಸೂಚಿಸಿದರು. ಅಂದು ಡಿ.ಆರ್. ಪುರೋಹಿತಶಾಹಿ ಮತ್ತು ಕೆಳವರ್ಗದವರ ಸಂಸ್ಕೃತಿ ಕುರಿತು ಎಷ್ಟು ಅಮೋಘವಾಗಿ ಮಾತಾಡಿದ. ಅದಕ್ಕೆ ಕಾರ್ನಾಡರು ಪುಳಕಿತರಾಗಿ ಡಿ.ಆರ್ ಬಳಿಗೆ ಹೋಗಿ ಅಗ್ನಿ ಸಾಕ್ಷಿಯಾಗಿ ಅವನನ್ನು ಒಪ್ಪಿಕೊಂಡು ಗೌರವ ಸೂಚಿಸಿದ್ದರು. ಅದನ್ನು ಸಮಯ ಸಿಕ್ಕಿದಾಗಲೆಲ್ಲ ಕಾರ್ನಾಡರು ಯಾರ್ಯಾರ ಬಳಿಯೋ ಮೆಚ್ಚಿಗೆ ಮಾತಾಡಿದ್ದರು. ಈ ರೀತಿಯದ್ದು ಅವರ ವ್ಯಕ್ತಿತ್ವದಲ್ಲಿಯೇ ಬೆಳೆದಿತ್ತು.

ಇದಾದ ಕೆಲವು ವರ್ಷಗಳ ನಂತರ ಚಿಕ್ಕಮಗಳೂರು ಜಿಲ್ಲೆಯ ದತ್ತಪೀಠಕ್ಕೆ ದೊಡ್ಡ ಪ್ರಮಾಣದಲ್ಲಿ ಲೇಖಕರ, ಕಲಾವಿದರ ಬಳಗ ಹೊರಟಿದ್ದೆವು.ಅದೊಂದು ಅಪೂರ್ವ ಅನುಭವ. ಆ ಸಂದರ್ಭದಲ್ಲಿ ಕಾರ್ನಾಡರು ಎಷ್ಟು ಗೌರವಾನ್ವಿತರಾಗಿ ವ್ಯವಹರಿಸಿದರು. ಪೋಲೀಸರ ಬಳಿಯೂ ಅಷ್ಟೇ. ಪೋಲಿಸರ ಪ್ರತಿಬಂಧದ ನಡುವೆ ಕಾರ್ನಾಡರು, ಜಿ.ಕೆ. ಗೋವಿಂದ ರಾವ್, ಕೆ. ಮರುಳಸಿದ್ದಪ್ಪ, ಗೌರಿ ಲಂಕೇಶ್, ಪ್ರೊ. ಶ್ರೀಧರ್ ಮತ್ತು ನಾನು, ಮಿಕ್ಕ ನೂರಾರು ಮಂದಿಯ ನಡುವೆ ಪಡೆದ ಅನುಭವವನ್ನು ಮರೆಯಲು ಸಾಧ್ಯವಾಗುವುದಿಲ್ಲ. ಕಾರ್ನಾಡರು ಚಿಕ್ಕಹುಡುಗನಂತೆ ಯಾವುದೇ ವಿಧವಾದ ಹಮ್ಮು ಬಿಮ್ಮು ಇಲ್ಲದೆ, ಲವಲವಿಕೆಯನ್ನ ತುಂಬುತ್ತಿದ್ದರು. ಇದು ಅವರ ವ್ಯಕ್ತಿತ್ವದಲ್ಲಿ ದಟ್ಟವಾಗಿದ್ದ ಬಹುಮುಖೀ ನೆಲಗಳ ಸಾಕ್ಷೀಭೂತವಾಗಿತ್ತು. ಈ ರೀತಿಯಲ್ಲಿ ಎಲ್ಲರೊಳಂದಾಗುವ ಪರಿಯೇ ಮಹತ್ವಪೂರ್ಣವಾದ್ದು. ಮುಂದೆ ಶೂದ್ರದ ಧರ್ಮ ಸಂವಾದ ಕಾರ್ಯಕ್ರಮದಲ್ಲಿ ನ್ಯಾಯಮೂರ್ತಿ ಎನ್.ಡಿ. ವೆಂಕಟೇಶ್, ಸಿದ್ಧಯ್ಯ ಪುರಾಣಿಕರು, ಸಿರಿಗೆರೆಯ ಪೂಜ್ಯ ಇಬ್ಬರೂ ಸ್ವಾಮಿಗಳೂ, ಪ್ರಸಿದ್ಧ ವಿದ್ವಾಂಸರಾದ ಅಸ್ಗರ್ ಅಲಿ ಇಂಜಿನಿಯರ್, ಲಂಕೇಶ್, ಕಾರ್ನಾಡರು ಮುಂತಾದವರೆಲ್ಲ ಭಾಗವಹಿಸಿದ್ದರು. ಡಿ.ಆರ್. ನಾಗರಾಜ್ ಸಂಚಾಲಕನಾಗಿದ್ದ. ಮೊದಲನೆಯ ಬಾರಿಗೆ ಅಮೋಘ ಎನ್ನಬಹುದಾದ ಬಯಲು ರಂಗಭೂಮಿ ನಾಟಕೋತ್ಸವ ಚಾರಿತ್ರಿಕ ಎನ್ನುವ ರೂಪ ಪಡೆದಿದ್ದು: ಲಂಕೇಶ್, ಬಿ.ವಿ. ಕಾರಂತ್, ಕಾರ್ನಾಡ್ ಮತ್ತು ಕೆ. ಮರುಳಸಿದ್ದಪ್ಪ ಅವರಿಂದ. ಆ ಸಂದರ್ಭದಲ್ಲಿ 'ಈಡಿಪಸ್' ನಾಟಕದಲ್ಲಿ ಕಾರ್ನಾಡ್ ಅವರು ಎಂಥ ಸ್ಮರಣೀಯ ನಟನೆಯನ್ನು

ಸಂಸ ರಂಗಭೂಮಿಗೆ ಧಾರೆಯೆರೆದರು. ಲಂಕೇಶ್ ಅವರು ಈ ಉತ್ಸವಕ್ಕಾಗಿಯೇ ಅನುವಾದಿಸಿದ್ದರು. ಬಿ.ವಿ. ಕಾರಂತರ ನಿರ್ದೇಶನ. ಮತ್ತೆ ಅವರ 'ಸಂಸ್ಕಾರ' ಚಿತ್ರದಲ್ಲಿ ಪ್ರಾಣೇಶಾಚಾರ್ಯರ ನಟನೆಯನ್ನು ಹೇಗೆ ಮರೆಯಲು ಸಾಧ್ಯ. ಆದರೆ ಇಷ್ಟು ಎತ್ತರದ ವ್ಯಕ್ತಿ ಪಟ್ಟಾಭಿರಾಮ ರೆಡ್ಡಿಯವರ ನಿಧನದ ನಂತರ ಹಾಗೂ ಯು.ಆರ್. ಅನಂತಮೂರ್ತಿ ಯವರ ನಿಧನದ ನಂತರ ಅತ್ಯಂತ ಕ್ಷುಲ್ಲಕವಾಗಿ ನಡಕೊಂಡಿದ್ದರು. ನಾನು ಅದನ್ನು ತೀವ್ರವಾಗಿ ಆಕ್ಷೇಪಿಸಿ ಮಾತಾಡಿದ್ದೆ. ಅದು ಎಲ್ಲಾ ಪತ್ರಿಕೆಗಳಲ್ಲಿ ದೊಡ್ಡ ಸುದ್ದಿಯಾಗಿತ್ತು. ನಾನು ಸಂಕೋಚದಿಂದ ಒದ್ದಾಡುತ್ತಿದ್ದೆ. ಆದರೆ ಕಾರ್ನಾಡರು ಒಮ್ಮೆ ಮನೆಗೆ ಕರೆದರು, ಹೋದೆ. ಕರ್ನಾಟಕದ ದಲಿತ ಸಾಹಿತ್ಯ ಮತ್ತು ಅದರ ಹೋರಾಟ ಸ್ವರೂಪದ ಬಗ್ಗೆ ಅವರಿಗೆ ಮಾಹಿತಿ ಬೇಕಾಗಿತ್ತು. ಅವರು ಜೈಪುರ ಸಾಹಿತ್ಯ ಸಮಾವೇಶದಲ್ಲಿ ಈ ವಿಷಯ ಕುರಿತು ಮಾತಾಡಬೇಕಾಗಿತ್ತು. ಸುಮಾರು ಎರಡು ಘಂಟೆ ಸಂತೋಷವಾಗಿ ಕಾಲ ಕಳೆದೆವು.

ಜೈಪುರದಿಂದ ಬಂದ ಮೇಲೆ ಅಲ್ಲಿಯ ಸಂತೋಷದ ಅನುಭವವನ್ನು ನನ್ನೊಂದಿಗೆ ಹಂಚಿಕೊಂಡರು. ಇದಾದ ಮೇಲೆ ಅವರನ್ನು ಎರಡು ಮೂರು ವರ್ಷಗಳಿಂದ ನೋಡಲಾಗಲಿಲ್ಲ. ತೀವ್ರ ಅನಾರೋಗ್ಯದಿಂದ ನರಳುತ್ತಿರುವುದು ಗೊತ್ತಾಯಿತು. ಹೋಗಿ ನೋಡಲಾಗಲಿಲ್ಲ. ಆಕ್ಸಿಜನ್ ಸಿಲಿಂಡರ್‌ನ್ನು ಮಗುವಿನಂತೆ ಎದೆಗೆ ಕಟ್ಟಿಕೊಂಡು ಓಡಾಡುತ್ತಿದ್ದಾರೆ. ಅದನ್ನು ಕೇಳಿ ಅವರ ಜೀವನ ಪ್ರೀತಿಯ ಬಗ್ಗೆ ಮೆಚ್ಚಿಗೆಯಾಯಿತು. ಇದರ ನಡುವೆಯೂ ಅವರ ಮತೀಯ ಸಾಮರಸ್ಯದ ಹೇಳಿಕೆಗಳೂ ಬರುತ್ತಲೇ ಇದ್ದವು. ಯವುದೇ ವಿಧವಾದ ಥ್ರೆಟ್‌ಗಳಿಗೆ ಹಿಂಜರಿದವರಲ್ಲ.

ಯಾಕೆಂದರೆ, ಅವರಿಗೆ ಸಾಮಾಜಿಕ ಸಾಮರಸ್ಯವೆಂಬುದು ಒಂದು ನೈತಿಕ ಮೌಲ್ಯವಾಗಿತ್ತು. ಅದನ್ನು ತಮ್ಮ ಒಟ್ಟು ದೀರ್ಘಕಾಲದ ಬದುಕಿನಲ್ಲಿ ಪ್ರಾಮಾಣಿಕವಾಗಿ ನಂಬಿದ್ದರು.

ಈ ಮಧ್ಯೆ ಬೆಂಗಳೂರಿನ ಜೈನ್ ವಿಶ್ವವಿದ್ಯಾಲಯದಲ್ಲಿ ಯು.ಆರ್. ಅನಂತಮೂರ್ತಿಯವರ ಎರಡನೆಯ ವರ್ಷದ ನೆನಪಿನ ಕಾರ್ಯಕ್ರಮವಿತ್ತು. ಅದರಲ್ಲಿ ಇಂದಿನ ಭಾರತೀಯ ಸಂದರ್ಭದಲ್ಲಿ ಬಹುಮುಖ್ಯ ಚಿಂತಕರಲ್ಲಿ ಒಬ್ಬರಾದ, ಗಾಂಧೀಜಿಯವರ ಮತ್ತು ರಾಜಗೋಪಾಲಾಚಾರಿಯವರ ಮೊಮ್ಮಗನಾದ ಗೋಪಾಲ ಕೃಷ್ಣ ಗಾಂಧಿಯವರ ಸ್ಮರಣೀಯ ಉಪನ್ಯಾಸವಿತ್ತು.ಅದು ಮುಗಿದ ನಂತರ ರಾಮಚಂದ್ರ ಗುಹಾ ಅವರು ಗೋಪಾಲಕೃಷ್ಣ ಗಾಂಧಿಯವರಿಗೆ ನನ್ನನ್ನು ಎರಡನೆಯ ಬಾರಿ ಪರಿಚಯಿಸುವ ಸಮಯದಲ್ಲಿ 'ಡಿ.ಆರ್. ನಾಗರಾಜ್ ಅವರ ಕ್ಲೋಸ್ ಫ್ರೆಂಡ್' ಎಂದು ಹೇಳುವ ಸಮಯಕ್ಕೆ ನನ್ನ ಹೆಗಲಮೇಲೆ ಕೈ ಹಾಕಿ 'ಏಯ್ ಶೂದ್ರ' ಎಂದರು. ಹಿಂದಿರುಗಿ ನೋಡಿ ಖುಷಿಯಾಯಿತು. ಅದೇ

ಸಮಯಕ್ಕೆ ಅವರ ಎದೆಯ ಮೇಲಿನ ಮಗುವಿನ ರೀತಿಯ ಸಿಲಿಂಡರ್ ಕಂಡು ವ್ಯಥೆಯಾಯಿತು. ಹಾಗೆಯೇ ಅವರ ಜೀವನದ ಅರಿಯುವ ಬಾಗಿಲುಗಳನ್ನು ಸಂಭ್ರಮದಿಂದ ತೆರೆದಿರುವುದನ್ನು ತಿಳಿದು ಪ್ರೀತಿಯಿಂದ ಕೈ ಮುಗಿದೆ. ಅದೇ ಹಸನ್ಮುಖತೆ. ರವೀಂದ್ರನಾಥ ಟಾಗೋರ್ ನೆನಪಿಗೆ ಬಂದರು. ಅವರ ಪವಿತ್ರ ನಾಡಿನಲ್ಲಿ ರಾಜ್ಯಪಾಲರಾಗಿದ್ದ ಗೋಪಾಲಕೃಷ್ಣ ಗಾಂಧಿಯವರು ನಗುನಗುತ ನಿಂತಿದ್ದರು.

ಕೊನೆಗೂ ಪ್ರೀತಿ ಮತ್ತು ಹಸನ್ಮುಖತೆಯನ್ನೇ ಈ ನೆಲಕ್ಕೆ ಕೊಟ್ಟು ಹೋಗಬೇಕಾಗಿರುವುದು ಎಂದು ಕೆಲವು ಅಪೂರ್ವ ಮಾದರಿಗಳನ್ನು ಬಿಟ್ಟು ಹೋಗಿದ್ದಾರೆ. ಅಂಥ ನಮ್ಮ ಕಾಲದ, ಚಾರಿತ್ರಿಕವಾಗಿ ಉಳಿಯುವ ಕಾರ್ನಾಡರಿಗೆ ನಮ್ರತೆಯ ನಮಸ್ಕಾರವೇ ನಮ್ಮ ಕೊಡುಗೆ.

ನನ್ನ ಪ್ರೈಮರಿ ಶಾಲೆ ಸಹಪಾಠಿ

ವಿನಾಯಕ ಬಾರ್ಕೂರು ಸಹಪಾಠಿ

ಅವರ ತಂದೆ ರಘುನಾಥ ಕಾರ್ನಾಡ್ ನಮ್ಮ ಊರಿನ ಗವರ್ನ್‌ಮೆಂಟ್ ಡಾಕ್ಟ್ರಾಗಿದ್ದರು. ಗಿರೀಶ್ ಮತ್ತು ನಾನು ಒಂದೇ ಕ್ಲಾಸು. ಒಂದೇ ಬೆಂಚು. ನನಗೀಗ 82 ವಯಸ್ಸಾಗಿದೆ. ಅವನಿಗೆ 81 ಅಂತಲ್ಲ. ನಾನು ಮತ್ತು ಅವನು ಆತ್ಮೀಯ ಗೆಳೆಯರಾಗಿದ್ದೆವು. ಪ್ರೈಮರಿ ಸ್ಕೂಲಲ್ಲಿ ನಾವು ಜೊತೆಗೇ ಇರುತ್ತಿದ್ದೆವು. ಆಮೇಲೆ ಅವನು ಪ್ರೌಢಶಾಲೆಗೆ ಬೇರೆ ಶಾಲೆಗೆ ಹೋದ.

ಅವನು ಎಷ್ಟು ನಮ್ಮನ್ನು ನೆನಪಿಟ್ಟು ಕೊಂಡಿದ್ದ ಎಂದರೆ ಕೆಲವು ವರ್ಷದ ಹಿಂದೆ ಹಾವೇರಿಗೆ ಬಂದಿದ್ದ. ಆಗ ಅಲ್ಲಿಂದ ಫೋನ್ ಹಚ್ಚಿದ್ದ. ಇಂತಿಂಥಾ ಹೊಟೇಲಲ್ಲಿ ಇದ್ದೇನೆ, ಮುದ್ದಾಂ ಬರಬೇಕು, ಮಾತಾಡಬೇಕು ಎಂದ. ತಾಪಡ್‌ತೋಪ್ ನಾನು ಹೋದೆ. ಅಲ್ಲಿಗೆ ಹೋಗುವಾಗ ಅಲ್ಲಿ ಪತ್ರಿಕೆಯವರೆಲ್ಲಾ ಇದ್ದರು. ನಾನು ಹೋದವನೇ ಗಿರೀಶ ಎಂದೆ. ಅವನು ನನ್ನ ನೋಡಿದ ತಕ್ಷಣ ಅಲ್ಲಿಂದ ಎದ್ದು ಬಂದು ನನ್ನನ್ನು ತಬ್ಬಿಕೊಂಡ. ಆ ಕೂಡಲೇ ಪ್ರೆಸ್‌ನವರನ್ನೆಲ್ಲಾ ಕಳುಹಿಸಿ ನನಗೆ ಕೆಲಸ ಇದೆ ಅಂತ ಎದ್ದು ಬಂದ. ಆಮೇಲೆ ನಾವು ಸುಮಾರು ಹೊತ್ತು ಮಾತನಾಡಿದೆವು. ನಾನು ಮತ್ತೆ ಬರುತ್ತೇನೆ, ಫ್ರೆಂಡ್ಸ್‌ನೆಲ್ಲಾ ಸೇರಿ ನಂಗೆ

ಮಾತಾಡಬೇಕು ಎಂದಿದ್ದ. ಕೊಂಕಣಿ ಸಮ್ಮೇಳನದ ಸಮಯದಲ್ಲಿ ಬರುತ್ತೇನೆ, ನಿನ್ನ ಮನೆಯಲ್ಲೇ ಉಳಿದುಕೊಳ್ಳುತ್ತೇನೆ ಎಂದಿದ್ದ, ಆದರೆ ಬರಲಿಲ್ಲ. ಅವನಿಗೆ ಹಳೆ ಕತೆಗಳ ಬಗ್ಗೆ ಮಾತನಾಡಲು ಖುಷಿ. ನಂಗೆ ಹಳೇ ಸುದ್ದಿ ಹೇಳು ಹೊಸ ಸುದ್ದಿ ಬೇಡ ಎನ್ನುತ್ತಿದ್ದ. ನಾನು ಬರುವುದನ್ನು ದೊಡ್ಡ ಜನರಿಗೆಲ್ಲಾ ಹೇಳಬೇಡ, ನಾನು ನಿನ್ನ ಜೊತೆ ಮಾತಾಡಲು ಬರುತ್ತಿದ್ದೇನೆ ಎಂದಿದ್ದ. ಅವನಿಗೆ ದೊಡ್ಡ ಜನರ ಜೊತೆ ಇರುವುದು ಆಗುತ್ತಿರಲಿಲ್ಲ. ನಂಗೆ ಪತ್ರ ಬರೆಯುತ್ತಿದ್ದ.

ಮತ್ತೆ ನಮ್ಮ ಊರಿಗೆ ಬರುತ್ತಾನೆ ಅಂತ ನಿರೀಕ್ಷೆ ಇಟ್ಟುಕೊಂಡಿದ್ದೆ. ಹಾಗಾಗಲಿಲ್ಲ. ಇವತ್ತು ಬಿಟ್ಟು ಹೋಗಿದ್ದಾನೆ. ನಾನು ನೋವಲ್ಲಿದ್ದೇನೆ.

ಕನ್ನಡಪ್ರಭ

ಕಾರ್ನಾಡರನ್ನು ನೋಡಲು ಅವರ ಮನೆಗೆ ಹೋದಾಗ ಮನೆಯವರ್ಯಾರೂ ಇರಲಿಲ್ಲ!

ವಿಕಾಸ್ ನೇಗಿಲೋಣಿ *ಲೇಖಕ*

ನನಗೆ ಕಾರ್ನಾಡರು ನಾಟಕಕಾರರಾಗಿ ತುಂಬ ಅಂದರೆ ತುಂಬ ಇಷ್ಟ. ನಾನು ತುಘಲಕ್ ನಾಟಕವನ್ನು ಬೇರೆ ಬೇರೆ ತಂಡಗಳ ಪ್ರದರ್ಶನವಾಗಿ ನೋಡಿದ್ದೇನೆ. ಜೋಗಿ ಸರ್ ಮೊನ್ನೆ 'ಅವಧಿ ಆನ್‌ಲೈನ್ ಮ್ಯಾಗಜಿನ್'ನ ಸಂವಾದದಲ್ಲಿ ಹೇಳಿದ ಹಾಗೆ ಕಾರ್ನಾಡರು ನಮಗೆ ಸಿಕ್ಕಿದ್ದೇ ನಾಟಕಗಳ ಮೂಲಕ. ಅದರಲ್ಲೂ ಶೇಕ್ಸ್‌ಪಿಯರ್ ಥರ ಕೋಟ್‌ಗಳಲ್ಲಿ ಅವರು ಸಿಕ್ಕವರು. ನಾನು ಓದಿದ ಅವರ ನಾಟಕಗಳಲ್ಲಿ ಮೊದಲನೆಯದು- ಯಯಾತಿ. 'ಇದರ ಅರ್ಥವೇನು ದೇವರೇ', 'ನಾನು ಕಲ್ಲನ್ನು ಮಾತ್ರ ಎಸೆಯಬಲ್ಲೆ, ಅದು ಎಬ್ಬಿಸುವ ಅಲೆಯ ಮೇಲೆ ನನಗೆ ಅಧಿಕಾರವಿಲ್ಲ', 'ನೋವಾದ ಹಲ್ಲಿಗೇ ನಾಲಗೆ ಹೋಗಿ ಹೋಗಿ ತಾಗುತ್ತದೆ'- ಈ ಮಾತುಗಳೆಲ್ಲಾ ದಕ್ಕಿದ್ದೇ ನನಗೆ ಆ ಕೃತಿಯ ಮೂಲಕ. ಆದರೆ ನನಗೆ ಬಹಳ ಬಹಳ ಇಷ್ಟವಾದ ಅವರ ನಾಟಕವೆಂದರೆ ಅಗ್ನಿ ಮತ್ತು ಮಳೆ ಹಾಗೂ ಆ ನಾಟಕವನ್ನು ಸಿ. ಬಸವಲಿಂಗಯ್ಯ ಅವರು ನಿರ್ದೇಶಿಸಿದ್ದರು, ಪ್ರಕಾಶ್ ಬೆಳವಾಡಿ ನಿರ್ದೇಶಿಸಿದ್ದರು, ಸಿ.ಆರ್. ಸಿಂಹ ಕೂಡ ಅದನ್ನು ಆಡಿಸಿರಬೇಕು. ನಾನು ಆ ಮೂರೂ ಬೇರೆ ಬೇರೆ ಪ್ರದರ್ಶನವನ್ನು ಉಸಿರು ಬಿಗಿ ಹಿಡಿದು ನೋಡಿದ್ದು ಇನ್ನೂ ಹಸಿರಾಗಿ ನೆನಪಿದೆ. ಆ ನಾಟಕವನ್ನು ನನ್ನ ಬಳಿ ಇಟ್ಟುಕೊಂಡಿದ್ದೇನೆ, ಆಗಾಗ ಓದುತ್ತಿರುತ್ತೇನೆ. ಹಾಗೇ 'ಟಿಪ್ಪೂವಿನ ಕನಸುಗಳು', 'ಒಡಕಲು ಬಿಂಬ'. ಸಿನಿಮಾ ಮೂಲಕ ನಮಗೆ ದಕ್ಕಿದ್ದು ಅವರ 'ನಾಗಮಂಡಲ'. ಹೀಗೆ ಎಲ್ಲವನ್ನೂ ಬರೀ ಪ್ರದರ್ಶನದ ಮೂಲಕವೇ ನೋಡಿದ್ದ ನನಗೆ ಹಸ್ತಪ್ರತಿ ರೂಪದಲ್ಲಿ ಸಿಕ್ಕ ಅವರ

ನಾಟಕವೆಂದರೆ 'ಬೆಂದಕಾಳೂರು ಆನ್ ಟೋಸ್ಟ್'. ಇದನ್ನು ಓದುತ್ತಾ ಓದುತ್ತಾ ಬೆಂಗಳೂರು ಬೇರೆಯದೇ ರೂಪದಲ್ಲಿ ನನಗೆ ದಕ್ಕಿತ್ತು. ಅವರ ರೀತಿಯೇ ಪುಟ್ಟ ಪುಟ್ಟ ಊರುಗಳಿಂದ ಬೆಂಗಳೂರಿಗೆ ಬಂದು ಸೆಟಲ್ ಆದ ನಮ್ಮಂಥವರಿಗೆ ಅವರ ಆ ನಾಟಕ ಬೆಂಗಳೂರನ್ನು ಬೇರೆಯದೇ ರೀತಿಯಲ್ಲಿ ಪರಿಚಯಿಸಿತ್ತು.

ಹೀಗೆ ಬಹಳ ದೂರದಲ್ಲೇ ನಿಂತು, ಅವರ ನಾಟಕಗಳನ್ನು ಮಾತ್ರ ನೋಡಿದ ನನಗೆ ಅವರನ್ನು ಅಲ್ಲೊಂದಿಲ್ಲೊಂದು ಕಾರ್ಯಕ್ರಮಗಳಲ್ಲಿ ನೋಡಿದ ಅನುಭವ ಮಾತ್ರ ಇತ್ತು. ಸಾಮಾನ್ಯವಾಗಿ ಆಟೋಗ್ರಾಫ್ ಇತ್ಯಾದಿ ಯಾರ ಹತ್ತಿರವೂ ಹೋಗಲು ಇಷ್ಟಪಡದ ನನಗೆ ಅವರನ್ನು ಜೀವನದಲ್ಲೊಮ್ಮೆ ಭೇಟಿ ಆಗುವ ಅವಕಾಶ ಸಿಗಬಹುದು ಎಂಬ ಕಲ್ಪನೆಯೂ ಇರಲಿಲ್ಲ. ಆದರೆ ಅಂಥ ಅವಕಾಶ ಬಂದೊದಗಿದ್ದು ಲೇಖಕ, ಪತ್ರಕರ್ತ ಜೋಗಿ ಅವರು ಕಾರ್ನಾಡರ ಸಂದರ್ಶನಕ್ಕೆ ಅಂತ ನನ್ನನ್ನೂ ಜೊತೆಗೊಯ್ದಾಗ. ಆ ವಿಚಾರದಲ್ಲಿ ನಾನು ತುಂಬ ಅದೃಷ್ಟವಂತ. ಯುಆರ್ ಅನಂತಮೂರ್ತಿ ಅವರಿಂದ ಹಿಡಿದು ಕಾರ್ನಾಡರ ತನಕ ಗಿರೀಶ್ ಕಾಸರವಳ್ಳಿ ಅವರಿಂದ ಹಿಡಿದು ಪ್ರಕಾಶ್ ರೈ ಅವರ ತನಕ ಅದೆಷ್ಟೋ ಶ್ರೇಷ್ಠರ ಖಾಸಗೀ ಸಂದರ್ಶನಕ್ಕೆ ಜೋಗಿ ಅವರು ನನ್ನ ಎಳೆದುಕೊಂಡು ಹೋಗಿದ್ದಾರೆ. ಆ ಮಾತುಕತೆಗಳಲ್ಲಿ ನನಗೆ ಅಂಥವರ ಸಹವಾಸವೇ ಅಮೃತಘಳಿಗೆಗಳಾಗಿದ್ದಿದೆ.

ಆಗಷ್ಟೇ ಕಾರ್ನಾಡರ ನಾಟಕೇತರ ಕೃತಿ, ಬಯಾಗ್ರಫಿ 'ಆಡಾಡತ ಆಯುಷ್ಯ' ಬಂದಿತ್ತು. ಆ ಬಗ್ಗೆ ಅನೇಕ ಚರ್ಚೆಗಳು ನಡೆಯುತ್ತಿದ್ದವು. ಆಗ ಅವರದೊಂದು ಸಂದರ್ಶನಕ್ಕೆ ಅನುಮತಿ ಸಿಕ್ಕು ನಾವು ಜೆಪಿ ನಗರದ ಅವರ ಮನೆಗೆ ಕಾಲಿಟ್ಟವು. ಹೊರಗೆ ಗದ್ದಲವಿದ್ದರೂ ಒಳಗೆ ಪ್ರಶಾಂತತೆ. ಸಂದರ್ಶನ ಅಷ್ಟು ಹೊತ್ತು ನಡೆದರೂ ಅವರ ಮನೆಯ ಒಬ್ಬರೂ ಸುಳಿಯಲಿಲ್ಲ. ಅವರು ಇದ್ದರೋ, ಇರಲಿಲ್ಲವೋ- ನಮಗೆ ಗೊತ್ತಾಗಲೇ ಇಲ್ಲ. ಕಾರ್ನಾಡರೂ ಎಷ್ಟೊಂದು ಪ್ರೊಫೆಷನಲ್ ಎಂದರೆ ಒಂದು ಅಕ್ಷರವನ್ನೂ ಅವರ ಕುಟುಂಬದ ಕುರಿತು ಮಾತಾಡಲಿಲ್ಲ. ಅವರಂಥ ಶ್ರೇಷ್ಠ ನಾಟಕಕಾರ, ನಟರ ಮನೆಗೆ ಹೋದಾಗ ಅವರ ವೈಯಕ್ತಿಕ ವಲಯದ ಬಗ್ಗೆ ಸಹಜವಾಗಿಯೇ ಕುತೂಹಲ ಇರುವ ನನ್ನಂಥ ಹುಲುಮಾನವರು ಅಲ್ಲಿಂದ ವಾಪಾಸ್ ಹೊರಡುವವರೆಗೂ ಹಣಕಿ ಹಣಕಿ ನೋಡಿದೆ, ಯಾರೂ ಪತ್ತೆಯಾಗಲಿಲ್ಲ.

ಮೊದಲ ದಿನದ ಸಂದರ್ಶನ ನನ್ನ ಬೆರಗಿನಲ್ಲೇ ಮುಗಿಯಿತು. ಅವರಿಗೆ ಏನು ಪ್ರಶ್ನೆ ಕೇಳಲೂ ನನಗೆ ಧೈರ್ಯವಿರಲಿಲ್ಲ. ಅವರ 'ತುಘಲಕ್' ನ ಏಕಾಂತ, 'ಯಯಾತಿ'ಯ ಪುರುವಿನ ಕೋಪ, 'ಅಗ್ನಿ ಮತ್ತು ಮಳೆ'ಯ ನಿತ್ತಿಲೆಯ ವಿರಹ, 'ಹಯವದನ'ದ ಪದ್ಮಿನಿಯ ದ್ವಂದ್ವ- ಇವೆಲ್ಲವನ್ನೂ ಅವರ ಬಳಿ ಕೇಳಬೇಕಿತ್ತು,

ಕೇಳಬಹುದಿತ್ತು. ಆದರೆ ಅವರ ಮಾತುಗಳಲ್ಲಿ ಕಳೆದು ಹೋಗಿದ್ದೆ. ಅವರ ಮಾತಲ್ಲಿ ಒಂದು ಬಗೆಯ ವಿಚಿತ್ರ ಸಮ್ಮೋಹನವಿತ್ತು. ಅವರ ಇಂಗ್ಲಿಷ್, ಕನ್ನಡ ನಮಗೆ ಗೊತ್ತಿರುವ ಜಗತ್ತಿನದಲ್ಲ ಅನ್ನುವ ಭಾವನೆ. ಧಾರವಾಡ ಕನ್ನಡವೋ, ಮರಾಠಿ ಕನ್ನಡವೋ- ವಿಚಿತ್ರವಾದ ಕಲಸುಮೇಲೋಗರ. ಅವರ ಅಗಾಧ ಜ್ಞಾನ, ಓದಿನಲ್ಲಿ ಅವರ ನಿಲುವುಗಳನ್ನು ಥಕ್ಕನೆ ಗುರುತಿಸುವುದೂ, ಅವರೇನು ಹೇಳುತ್ತಿದ್ದಾರೆ ಅಂತ ಅರ್ಥ ಮಾಡಿಕೊಳ್ಳುವುದೂ ನನಗೆ ಒಂದು ಮಟ್ಟಿಗೆ ಕಷ್ಟವೂ ಆಗಿತ್ತು. ಹಾಗಾಗಿ ನಾನು ಸುಮ್ಮನೆ ಕೇಳಿಸಿಕೊಳ್ಳುವ ಸುಮ್ಮಾನವೇ ದೊಡ್ಡದೆಂದು ಸುಮ್ಮನಿದ್ದೆ.

ಅದಾದಮೇಲೆ ಪ್ರತ್ಯೇಕ ಫೋಟೋ ಸೆಶನ್‌ಗೋಸ್ಕರ ಒಂದು ದಿನ ನಿಕ್ಕಿಯಾಯಿತು. ಫಜೀತಿಗಿಟ್ಟುಕೊಂಡಿದ್ದೆಂದರೆ ಆವತ್ತು ಜೋಗಿ ಅವರು

ಜೊತೆಗಿರಲಿಲ್ಲ. ಇರುವ ಭಯವೂ ಸಂದರ್ಶನ ಸಂದರ್ಭದಿಂದಾಗಿ ಇನ್ನೂ ಹೆಚ್ಚಿದ್ದಾಗ ಅವರ ಜೊತೆ ಫೋಟೋ ಸೆಶನ್ ನೆಪದಲ್ಲಿ ಹಿರಿಯ ಸಿನಿಮಾ ಛಾಯಾಗ್ರಾಹಕ ಡಿ.ಸಿ. ನಾಗೇಶ್ ಅವರೊಂದಿಗೆ ಹೋಗಬೇಕಾಗಿ ಬಂದಾಗ ದಿಗಿಲೇ ಹೆಚ್ಚಿತ್ತು. ಮರುದಿನವೂ ಹಾಗೇ, ಗದ್ದಲದ ಜೆಪಿ ನಗರದ ನಡುವಿನ ಅವರ ಪ್ರಶಾಂತ ಕುಟೀರಕ್ಕೆ ಮತ್ತೆ ಕಾಲಿಟ್ಟೆ. ಒಂದು ಬಗೆಯ ಹಳೆಯ ಮನೆಯ ಘಮಲು, ಒಳಾಂಗಣ ಇರುವ ಅವರ ಮನೆಯಲ್ಲಿ ಅಲ್ಲಲ್ಲಿ ಕತ್ತಲು. ವಿಶಿಷ್ಟ ವಿನ್ಯಾಸವಿದ್ದ ಅವರ ಒಳಮನೆಯ ಮೆಟ್ಟಿಲಿನ ಅಕ್ಕಪಕ್ಕ ಸಾವಿರಾರು ಪುಸ್ತಕಗಳು. ನಮ್ಮನ್ನು ಪ್ರೀತಿಯಿಂದಲೇ ಬರಮಾಡಿಕೊಂಡರು ಕಾರ್ನಾಡರು. ಆ ಮೆಟ್ಟಿಲ ಮೇಲೆ ಕುಳಿತು, ನಿಂತು, ಆಡಾಡತ ಆಯುಷ್ಯ ಪುಸ್ತಕ ಹಿಡಿದು ನಕ್ಕರು. ಒಬ್ಬ ಛಾಯಾಗ್ರಾಹಕನಿಗೆ ನಟ ಹೇಗೆ ವಿವಿಧ ಭಂಗಿಯನ್ನು ನೀಡುತ್ತಾನೋ ಆ ಬಗೆಯ ಶಿಸ್ತುಬದ್ಧ ಪೋಸಿಗೆ ಅವರು ಕೊಂಚವೂ ಸಿಡುಕಲಿಲ್ಲ. ಆ ಪ್ರೊಫೆಷನಲಿಸಂ ಆವತ್ತು ಅವರಲ್ಲಿ ಕಂಡೆವು. ನಾವೆಲ್ಲಾ ಈಗ ನೋಡುತ್ತಿರುವ 'ಆಡಾಡತ ಆಯುಷ್ಯ' ಪುಸ್ತಕ ಹಿಡಿದ ಕಾರ್ನಾಡರ ವಿವಿಧ ಭಂಗಿಯ ಫೋಟೋಗಳು ಆವತ್ತು ಡಿಸಿ ನಾಗೇಶ್ ಅವರು ತೆಗೆದದ್ದು. ಆ ಕ್ಷಣಕ್ಕೆ ನಾವಿಬ್ಬರೂ ಸಾಕ್ಷಿಯಾಗಿದ್ದೆವು ಎನ್ನುವುದು ನಮ್ಮ ಹೆಮ್ಮೆ.

ಆ ದಿನ ನಮ್ಮ ಜೊತೆ ಅವರು ಎರಡು ಗಾಢ ಅನುಭವಗಳನ್ನು ಹಂಚಿಕೊಂಡಿದ್ದನ್ನು ಹೇಳಲೇಬೇಕು. ಒಂದು, ಅವರ ಬಳಿ ನನ್ನ ಹೆಂಡತಿಯ ಊರು ಶಿರಸಿ ಅಂದಾಗ ಕಣ್ಣು ಮಿಂಚಿತು. ಯಾಕೆಂದರೆ ನೀವು 'ಆಡಾಡತ ಆಯುಷ್ಯ' ಓದಿದ್ದರೆ ಅದರಲ್ಲಿ ಅವರು ಆಡಿ ಬೆಳೆದ ಶಿರಸಿಯ ಬಗ್ಗೆಯೇ ಒಂದು ಸುದೀರ್ಘ ಚಾಪ್ಟರ್ ಬರೆದಿದ್ದಾರೆ. ಅವರು ಆ ಕೃತಿಯಲ್ಲಿ ಹೇಳಿಕೊಂಡಂತೆ 'ಕಣ್ಮುಚ್ಚಿಕೊಂಡೇ ಶಿರಸಿಯಲ್ಲಿ ಓಡಾಡಿ ಇದು ಇಂಥಿಂಥ ಜಾಗ ಅಂತ ಸರಿಯಾಗಿ ಹೇಳಬಲ್ಲೆ' ಎನ್ನುವಂತೆ ಅವರು ಶಿರಸಿಯನ್ನು ಹಚ್ಚಿಕೊಂಡಿದ್ದರು. ಹಾಗಾಗಿ ಮತ್ತೆ ಶಿರಸಿಯ ಹಲವಾರು ಸ್ಥಳಗಳನ್ನು ಅಲ್ಲೇ ನೆನಪು ಮಾಡಿಕೊಳ್ಳಹತ್ತಿದರು. ಆದರೆ ನನಗೆ ಶಿರಸಿ ಬಗ್ಗೆ ಅಂಥ ಸ್ಪಷ್ಟ ಕಲ್ಪನೆ ಇಲ್ಲದ ಕಾರಣ ಅವರ ಮಾತನ್ನು ಬಾಯ್ತೆರೆದುಕೊಂಡು ಕೇಳಿಸಿಕೊಂಡೆ. ಆ ಕ್ಷಣದಲ್ಲಿ ಹೊಳೆದ ಅವರ ಕಣ್ಣುಗಳು, ಎಲ್ಲರ ಬಾಲ್ಯ, ಕೌಮಾರ್ಯದ ದಿನಗಳೂ ಹುಟ್ಟಿಸುವ ರೋಮಾಂಚನವನ್ನು ನನ್ನಲ್ಲಿ ಅಚ್ಚಳಿಯದಂತೆ ಉಳಿಸಿಬಿಟ್ಟವು.

ಇನ್ನೊಂದು, ಸಲ್ಮಾನ್ ಖಾನ್ ಅಭಿನಯದ ಹಿಂದಿಯ 'ಏಕ್ ಥಾ ಟೈಗರ್' ಆಗಷ್ಟೇ ಬಿಡುಗಡೆಯಾಗಿ ಭರ್ಜರಿ ಯಶಸ್ಸು ಸಾಧಿಸಿತ್ತು ಇರಬೇಕು. ಅದರಲ್ಲಿ ಕಾರ್ನಾಡರು ಒಂದು ಪ್ರಮುಖ ಪಾತ್ರದಲ್ಲಿ ನಟಿಸಿದ್ದರು. ಮೊನ್ನೆ ಮೊನ್ನೆ ಇಂಗ್ಲಿಷ್‌ನ ಪ್ರಸಿದ್ಧ ಪತ್ರಿಕೆಯೊಂದು ಬರೆದ ಹಾಗೆ 'ಏಕ್ ಥಾ ಟೈಗರ್' ಖ್ಯಾತಿಯ ನಟ ಕಾರ್ನಾಡ್ ಆಗಿಬಿಟ್ಟಿದ್ದರು ಅವರು. ಆ ಬಗ್ಗೆ ಆವತ್ತು ಅವರ ಬಳಿ ಕೇಳಿದಾಗ

ಅವರು ಜೋರಾಗಿ ನಕ್ಕುಬಿಟ್ಟರು. ಆ ಸಿನಿಮಾದಲ್ಲಿ ನಟಿಸಿದ ಗುಟ್ಟನ್ನು ಅವರು ಹೀಗೆ ಸ್ವಾರಸ್ಯಕರವಾಗಿ ವಿವರಿಸಿದ್ದರು:

'ಆ ಸಿನಿಮಾದಲ್ಲಿ ನಟಿಸೋದಕ್ಕೆ ನನಗೆ ನಿರ್ದೇಶಕರು ಫೋನ್ ಮಾಡಿದಾಗ ನಾನು ಆಗೋದಿಲ್ಲ ಅಂತ ಹೇಳಿದೆ. ಆದರೆ ನಿರ್ದೇಶಕರು ಮತ್ತೆ ಫೋನ್ ಮಾಡಿ ಒಪ್ಪಿಕೊಳ್ಳಿ ಸರ್ ಅಂದರು, ಒಳ್ಳೆ ಸಂಭಾವನೆ ಕೊಡಲಾಗುತ್ತದೆ ಅಂತಲೂ ಹೇಳಿದರು. ಜೊತೆಗೆ ನಿರ್ದೇಶಕರು ಇನ್ನೊಂದು ಮಾತೂ ಹೇಳಿದರು, ನೋಡಿ ಸರ್. ಅದು ಕಡೆಗೂ ಸಲ್ಮಾನ್ ಖಾನ್ ಸಿನಿಮಾ ಅಂತ ಜನ ನೋಡುತ್ತಾರೆಯೇ ಹೊರತೂ ಅದರಲ್ಲಿ ಕಾರ್ನಾಡರು ಅಭಿನಯಿಸಿದ್ದಾರೆ ಅಂತ ನೋಡಲ್ಲ! ಒಳ್ಳೆಯ ಸಂಭಾವನೆ ಸಿಗತ್ತೆ, ನನಗೆ ನಿಮ್ಮಂಥ ನಟರು ಅಲ್ಲಿದ್ದರೆ ಚೆನ್ನ ಅಂತ ಆಸೆ, ಒಪ್ಪಿಕೊಳ್ಳಿ. ಕಡೆಗೆ ನಾನು ಒಪ್ಪಿಕೊಂಡೆ'.

ಸಂಭಾವನೆಗೋಸ್ಕರ ಸಿನಿಮಾ ಒಪ್ಪಿಕೊಂಡೆ ಅನ್ನುವುದನ್ನು ಒಂದು ಸ್ವಲ್ಪವೂ ದಾಕ್ಷಿಣ್ಯವಿಲ್ಲದೇ ಅವರು ಹೇಳಿದ್ದು ನೋಡಿ ನನಗೆ ಅಚ್ಚರಿಯೇ ಆಯಿತು.

ಅವರು ಆ ದಿನ ನಗುಮೊಗದಿಂದಲೇ ನಮ್ಮನ್ನು ಬೀಳ್ಕೊಟ್ಟರು.

ಮೊನ್ನೆ ಆ ಜಾಗದಿಂದಲೇ ರಂಗಶಂಕರಕ್ಕೆ ಹೋದೆ, ಅವರ ಮನೆಯ ಜಾಗ ಅಲ್ಲೇ ಇತ್ತು, ಅವರು ಆ ಮನೆಯಲ್ಲಿ ವಾಸವಾಗಿರಲಿಲ್ಲ.

ಈಗಂತೂ ಅವರು ದೈಹಿಕವಾಗಿಯೂ ನಮ್ಮೊಡನಿಲ್ಲ.

ಅವರ ನಾಟಕ, ಅವರ ಆ ಸಣ್ಣ ಭೇಟಿಯ ನೆನಪು ಹಚ್ಚಹಸಿರಾಗಿದೆ.

ಅವರು ಏಕಾಂತಪ್ರಿಯರಾದಷ್ಟೇ ಲೋಕಪ್ರಿಯರೂ ಆಗಿದ್ದರು

ಕ್ಯಾಪ್ಟನ್ ಜಿ.ಆರ್. ಗೋಪಿನಾಥ್ ಉದ್ಯಮಿ

ಎರಡು ವರ್ಷಗಳ ಹಿಂದೆ ಗಿರೀಶ್ ಕಾರ್ನಾಡರು ಒಂದು ಔತಣಕೂಟದಲ್ಲಿ ಸಿಕ್ಕಿದ್ದರು. ನನ್ನ ಪತ್ನಿಯ ಜೊತೆ ಮಾತಾಡುತ್ತಾ 'ಕ್ಯಾಪ್ಟನ್ ಸಿಕ್ಕಾಗಲೆಲ್ಲ ಹೇಳುತ್ತಲೇ ಬಂದಿದ್ದೇನೆ. ಅವರ `Simply Fly' ಪುಸ್ತಕದ ಸಿನಿಮಾ ಹಕ್ಕನ್ನು ನೀವು ಯಾರಿಗಾದರೂ ಕೊಟ್ಟರೆ, ನಾನು ಅದನ್ನು ಸಿನಿಮಾ ಮಾಡುತ್ತೇನೆ. ಅದರ ಕ್ಯಾನ್‌ವಾಸ್ ತುಂಬ ದೊಡ್ಡದು. ವರ್ಣರಂಜಿತವಾದ ಜೀವನ, ಕೃಷಿ, ಸೈನ್ಯ, ಯುದ್ಧ ಹೆಲಿಕಾಪ್ಟರ್ ಮತ್ತು ವಾಯುಯಾನದವರೆಗಿನ ಅವರ ಎಲ್ಲಾ ಸಾಹಸಗಳನ್ನು ಅದು ಒಳಗೊಳ್ಳುತ್ತದೆ. ಆ ಪುಸ್ತಕದಲ್ಲಿಯೇ ಸಿನಿಮೀಯ ಅಂಶಗಳಿವೆ. ನೀವಾದರೂ ಅವರಿಗೆ ಹೇಳಿ. ಅವರ ಪಾತ್ರ ಮಾಡಲು ನಾನು ಸಿದ್ಧನಿದ್ದೇನೆ ಮತ್ತು ನಿರ್ದೇಶನವನ್ನೂ ನಾನೇ ಮಾಡುತ್ತೇನೆ. ಆಗ ನನ್ನನ್ನು ಮನಮುಟ್ಟುವಂತೆ ಮಾಡಿದ್ದು 79ರ ವಯಸ್ಸಿನಲ್ಲೂ ಅವರಲ್ಲಿದ್ದ ಆ ಹುಮ್ಮಸ್ಸು.

ಗಿರೀಶರು ಅನೇಕರಿಗೆ ಅನೇಕ ರೀತಿಯಲ್ಲಿ ಕಾಣುತ್ತಾರೆ. ಅವರೊಬ್ಬ ಸಾಹಿತಿ, ನಾಟಕಕಾರ, ರಂಗಭೂಮಿ ನಟ, ಬಹುಭಾಷಾ ಸಿನಿಮಾ ನಟ, ನಿರ್ದೇಶಕ, ಚಿತ್ರ ಕತೆಗಾರ ಮಾನವತಾವಾದಿ, ಹೋರಾಟಗಾರ, ಜಾನಪದತಜ್ಞ, ವಿದ್ವಾಂಸ, ಸಂಘ ಸಂಸ್ಥೆಗಳನ್ನು ಕಟ್ಟಿ ಬೆಳೆಸಿದವರು. ವಿವಿಧ ಮಗ್ಗಲುಗಳು ಅವರ ಜೀವನಕ್ಕಿವೆ. ಆದರೆ ನನ್ನನ್ನು ಅವರೆಡೆಗೆ ಸೆಳೆದಿದ್ದು ಸಾರ್ವಜನಿಕ ಹಿತಾಸಕ್ತಿಯ ವಿಷಯಗಳು ಮತ್ತು ನಾಗರಿಕ ಸಮಸ್ಯೆಗಳು ಹಾಗೂ ಧರ್ಮ, ಸಂಸ್ಕೃತಿ, ಕಲೆ ಮತ್ತು ಅಭಿವ್ಯಕ್ತಿ ಸ್ವಾತಂತ್ರ್ಯದ ಬಗ್ಗೆ ಅವರಲ್ಲಿದ್ದ ಪ್ರಾಮಾಣಿಕತೆ, ಅಚಲವಾದ ಧೈರ್ಯ ಮತ್ತು ಘನತೆ.

ಇವೆಲ್ಲಕ್ಕಿಂತ ಮಿಗಿಲಾಗಿ ಅವರು ಮೋಸ ಮತ್ತು ಕಪಟ ಇಲ್ಲದ

ವ್ಯಕ್ತಿಯಾಗಿದ್ದರು. ಅವರಿಗೆ ತಾನೇ ಮಿಗಿಲು ಎಂಬ ಭಾವನೆ ಇರಲಿಲ್ಲ. ಎಲ್ಲ ರೀತಿಯ ಮಲಿನಗೊಂಡ ಧಾರ್ಮಿಕತೆ ಮತ್ತು ಕುಟಿಲ ರಾಷ್ಟ್ರೀಯತೆ ಅವರಿಗೆ ಕೊಂಚವೂ ಹಿಡಿಸುತ್ತಲೇ ಇರಲಿಲ್ಲ. ಅವರು ಬೋಧಿಸಿದಂತೆಯೇ ಬದುಕಿದರು. ಅವರು ಆಧುನಿಕ ಸಾಕ್ರೆಟಿಸ್.

ನೀವು ಜನಪ್ರಿಯವಾಗಿರುವ ವ್ಯಕ್ತಿಯೊಬ್ಬರನ್ನು ಮೆಚ್ಚಿಕೊಂಡು ದೂರದಿಂದಲೇ ಅವರ ಜನಪ್ರಿಯ ಗುಣಗಳನ್ನು ಕೊಂಡಾಡಿರುತ್ತೀರಿ. ಅವರ ಬರಹ ಮತ್ತು ಕೆಲವು ಮುಖ್ಯ ವಿಷಯಗಳಲ್ಲಿ ಅವರ ನಿಲುವು ಏನೆಂಬುದನ್ನು ಪತ್ರಿಕೆ, ಟಿ.ವಿ ಮತ್ತು ಇತರೆ ಮಾಧ್ಯಮಗಳ ಮೂಲಕ ತಿಳಿದುಕೊಂಡಿರುತ್ತೀರಿ. ಒಂದು ದಿನ ಅವರನ್ನು ಭೇಟಿಯಾದಾಗ ನಿಮಗೆ ಅವರ ಬಗ್ಗೆ ನೀವು ಹೊಂದಿದ್ದ ಇಮೇಜ್ ಎಳ್ಳಷ್ಟೂ ಸುಳ್ಳಲ್ಲ ಎಂದು ಮನವರಿಕೆಯಾಗುತ್ತದೆ ಎಂದಿಟ್ಟುಕೊಳ್ಳಿ. ಆಗ ನಿಮಗೆ ಅವರನ್ನು ಮೊದಲ ಬಾರಿ ಭೇಟಿಯಾಗುತ್ತಿದ್ದೇನೆ ಎಂಬ ಭಾವನೆಯೇ ಬರುವುದಿಲ್ಲ. ಸುಮಾರು ಹದಿನೈದು ವರ್ಷಗಳ ಹಿಂದೆ ನಾನು ಕಾರ್ನಾಡರನ್ನು ಭೇಟಿಯಾದಾಗ ನನಗೆ ಇಂಥದ್ದೇ ಭಾವನೆ ಉಂಟಾಗಿತ್ತು.

ನಾನು ಮೊದಲ ಸಲ ನೋಡುತ್ತಿರುವ ಕಾರ್ನಾಡರು, ನಾನು ಓದಿದ, ನೋಡಿದ, ನನ್ನ ಮನಸ್ಸಿನಲ್ಲಿ ಚಿತ್ರಿಸಿಕೊಂಡ ಕಾರ್ನಾಡರ ತಿದ್ದಿ ಬರೆದ ರೂಪದಂತಿದ್ದರು. ಹೀಗಾಗಿ ಅವರನ್ನು ಮೊದಲ ಸಲ ಭೇಟಿಯಾಗಿದ್ದನ್ನು ನಾನು ನೆನಪಿಸಿಕೊಳ್ಳಲಾರೆ. ನಾವೇನೂ ಆಪ್ತಮಿತ್ರರಾಗಿರಲಿಲ್ಲ, ಆಗಾಗ ಬೇರೆ ಬೇರೆ ಕಾರ್ಯಕ್ರಮಗಳಲ್ಲಿ ಭೇಟಿ ಆಗುತ್ತಿದ್ದೆವು. ನಾನು ಇಟ್ಟುಕೊಳ್ಳುತ್ತಿದ್ದ ಸಂಗೀತ ಕಛೇರಿಗಳಿಗೋ ಔತಣಕೂಟಗಳಿಗೋ ಅವರು ಯಾವುದೇ ಭಿಡೆ ಇಲ್ಲದೇ ಬರುತ್ತಿದ್ದರು. ಒಳ್ಳೆಯ ಮದ್ಯ ಮತ್ತು ರುಚಿಕಟ್ಟಾದ ಊಟವನ್ನು ಮೆಚ್ಚುತ್ತಿದ್ದರು. ಅವರ ವ್ಯಕ್ತಿತ್ವವೇ ಮತ್ತೊಬ್ಬರನ್ನು ಆಕರ್ಷಿಸುವ ಹಾಗಿತ್ತು. ಗುಂಪುಗದ್ದಲ ಕೊಂಚ ಅತಿಯಾದರೆ ಅವರು ಸುಮ್ಮನೆ ಹೊರಟುಬಿಡುತ್ತಿದ್ದರು.

ಅವರಂತೆ ಪ್ರತಿಭೆಯುಳ್ಳ ಮತ್ತು ಹಲವಾರು ಸೃಜನಶೀಲ ಆಸಕ್ತಿಗಳನ್ನು ಹೊಂದಿರುವ ವ್ಯಕ್ತಿ ತನ್ನ ಏಕಾಂತವನ್ನು ಕಾಪಾಡಿಕೊಳ್ಳಬೇಕಾಗಿತ್ತು. ಕಾಲಕ್ಕೂ ಅವರ ಬಗ್ಗೆ ಹೊಟ್ಟೆಕಿಚ್ಚು ಇದ್ದಂತಿತ್ತು. ಆದರೆ ಇತರೆ ಕೆಲವು ಸೃಜನಶೀಲ ಬರಹಗಾರರಂತೆ ಅವರು ದಂತ ಸಿಂಹಾಸನದ ಮೇಲೆ ಕೂರಲಿಲ್ಲ. ಅವರೆಂದೂ ತಾವು ವಿಶೇಷ ವ್ಯಕ್ತಿ ಎಂದುಕೊಳ್ಳಲಿಲ್ಲ. ತಮಗನ್ನಿಸಿದ್ದನ್ನು ನಿರ್ಭಯವಾಗಿ

ಹೇಳುತ್ತಾ ತಮ್ಮ ಧ್ವನಿ ಏರಿಸದೇ, ಇತರರ ಮೇಲೆ ಅದನ್ನು ಹೇರುತ್ತಲೂ ಇರಲಿಲ್ಲ ತಾವು ಹೇಳಿದ್ದೇ ಸತ್ಯ ಎಂಬ ಬಡಾಯಿ ಕೊಚ್ಚಿಕೊಳ್ಳುತ್ತಿರಲಿಲ್ಲ.

ಅವರು ಪ್ರತಿಭಟನೆಗಳಲ್ಲಿ ಭಾಗವಹಿಸುತ್ತಿದ್ದುದು ತಮ್ಮ ದೃಷ್ಟಿಕೋನ ಮತ್ತು ಅಭಿಪ್ರಾಯವನ್ನು ತಿಳಿಸಲಿಕ್ಕಾಗಿಯೇ ಹೊರತು ಅವರೆಂದೂ ಜನಪ್ರಿಯತೆ ಹಿಂದೆ ಬೀಳಲಿಲ್ಲ ಮತ್ತು ಕೀಳು ಮಟ್ಟದ ವಾಕ್ಚಾತುರ್ಯವನ್ನು ಪ್ರದರ್ಶಿಸಲಿಲ್ಲ. ಅವರು ಹೊಸದರ ಸೃಷ್ಟಿಗೆ ಬೇಕಾಗಿದ್ದ 'ಏಕಾಂತ' ಮತ್ತು ಸಮಕಾಲೀನ ಸಮಸ್ಯೆಗೊಂದಿಗೆ ಬೆರೆಯಬೇಕಾದ ಲೋಕಪ್ರಿಯತೆ ಎರಡರ ನಡುವೆ ಸೂಕ್ಷ್ಮವಾದ ಸಮತೋಲನ ಕಾಪಾಡಿಕೊಂಡಿದ್ದರು. ಅಲ್ಬರ್ಟ್ ಕಮುನ ವಿಷಯದಲ್ಲಿ ಹೇಳಿದಂತೆ ಅವರು ಏಕಕಾಲಕ್ಕೆ 'ಏಕಾಂಗಿಯಾಗಿಯೂ' ಮತ್ತು 'ಲೋಕದ ಸಂಗಡವೂ' ಇರಬಲ್ಲವರಾಗಿದ್ದರು. ಒಂದಿಲ್ಲದೆ ಮತ್ತೊಂದಿಲ್ಲ. ಐಕ್ಯಮತ ಮತ್ತು ಲೋಕಾಂತವಿಲ್ಲದೆ 'ಕಲೆ'ಯು ಅಲ್ಪವಾದುದು ಎಂಬುದನ್ನು ಅವರ ಜೀವನವೇ ತಿಳಿಸಿ ಹೇಳುತ್ತದೆ.

ಗಿರೀಶರು ತಮ್ಮ ಜೀವನಕ್ಕೆ ಅಗತ್ಯವಾದ ಪುಷ್ಟಿಯನ್ನು ಅವರ ಊರಾಗಿದ್ದ ಪಶ್ಚಿಮ ಘಟ್ಟಗಳಲ್ಲಿನ ಸಿರಸಿಯಲ್ಲಿ ಬಾಲ್ಯವನ್ನು ಕಳೆದು, ನಂತರ ಧಾರವಾಡದಿಂದ ಸಾಂಸ್ಕೃತಿಕ ಪರಂಪರೆಯನ್ನು ಪಡೆದರು. ಅವರ ಆಸಕ್ತಿಯ ಪ್ರಮುಖ ವಿಷಯಗಳೆಂದರೆ ಹಿಂದೂಸ್ಥಾನಿ ಸಂಗೀತ, ಕನ್ನಡ ಸಾಹಿತ್ಯ, ಹಿಂದೂ ಪುರಾಣ, ಜಾನಪದ, ಜಾನಪದ ನೃತ್ಯ ಮತ್ತು ನಾಟಕಗಳು. ಅವರಿಗೆ ಮರಾಠಿ ರಂಗಭೂಮಿಯ ಬಗ್ಗೆ ಕನ್ನಡ ರಂಗಭೂಮಿಯ ಮೇಲಿದ್ದಷ್ಟೇ ಪ್ರೀತಿ ಇತ್ತು.

ಇಂಗ್ಲಿಷ್ ಸಾಹಿತ್ಯದ ಪಂಡಿತರಾಗಿದ್ದುಕೊಂಡು ವಿಶ್ವವಿದ್ಯಾನಿಲಯದ ಮಟ್ಟದಲ್ಲಿ ಇಂಗ್ಲಿಷ್‌ನ್ನು ಬೋಧಿಸಿ, ಆದರೆ ಕನ್ನಡದಲ್ಲಿ ಸಾಹಿತ್ಯ ಸೃಷ್ಟಿಸಿದ್ದ ಶ್ರೇಷ್ಠ ಸಾಹಿತಿಗಳಾಗಿದ್ದ ಯು.ಆರ್. ಅನಂತಮೂರ್ತಿ, ತೀ.ನಂ. ಶ್ರೀಕಂಠಯ್ಯ, ಬಿ.ಎಂ. ಶ್ರೀಕಂಠಯ್ಯ, ಎ.ಎನ್. ಮೂರ್ತಿರಾವ್, ಕೆ.ವಿ. ಪುಟ್ಟಪ್ಪ ಮತ್ತು ಬೇಂದ್ರೆಯವರೆಲ್ಲರ ಸಾಲಿನಲ್ಲಿ ನಿಲ್ಲುವ ಕೊನೆಯ ಸಾಹಿತಿ ಗಿರೀಶ್‌ರವರು. ಅವರು ಆಕ್ಸ್‌ಫರ್ಡ್ ಮತ್ತು ರೋಡ್ಸ್‌ನ ಓರ್ವ ವಿದ್ವಾಂಸರಾಗಿದ್ದರೂ, ಕನ್ನಡದಲ್ಲಿ ಬರೆದರು. ಆ ಕಾಲದ ಅನೇಕ ದ್ವಿಭಾಷಾ ಮತ್ತು ಬಹುಭಾಷಾ ಪಂಡಿತರಂತೆ ಕಾರ್ನಾಡರು ಕೂಡಾ ಸ್ಥಳಿಯವಾದ, ರಾಷ್ಟ್ರೀಯವಾದ ಮತ್ತು ವಿಶ್ವವ್ಯಾಪಿಯಾಗಿದ್ದುದರ ಜೊತೆಗೆ ಏಕಕಾಲದಲ್ಲಿ ನಿಲ್ಲಬಲ್ಲವರಾಗಿದ್ದರು.

ರಾಮಚಂದ್ರ ಗುಹ ಅವರು ಹೇಳುವಂತೆ "ಭಾರತೀಯ ಸಂಸ್ಕೃತಿಯ ಶ್ರೀಮಂತಿಕೆ ಮತ್ತು ವೈವಿಧ್ಯತೆಯನ್ನು ತಮ್ಮ ಜೀವನದಲ್ಲಿ, ಕೆಲಸದಲ್ಲಿ ಮತ್ತು ಬರಹಗಳಲ್ಲಿ ಕಾರ್ನಾಡರು ಅರ್ಥೈಸಿಕೊಂಡು, ಅಳವಡಿಸಿಕೊಂಡಂತೆ ಬೇರೆ

ಯಾವುದೇ ವ್ಯಕ್ತಿ ಭಾರತದಲ್ಲಿ ನಮ್ಮೊಂದಿಗೆ ಇಲ್ಲ. ಇದನ್ನು ಕಾರ್ನಾಡರದೇ ಅನನುಕರಣೀಯ ಶೈಲಿಯಲ್ಲಿ, ಕನ್ನಡದಲ್ಲಿ ಹೇಳುವುದಾದರೆ, "ನೆಲದಲ್ಲಿ ಬೇರಿಳಿಯುವ ಮೊದಲು ನಕ್ಷತ್ರಗಳಲ್ಲಿ ಟೊಂಗೆ ಬಿಚ್ಚುವುದು ಹೇಗೆ?"

ಹಾಗಾಗಿ ಅವರಿಗೆ 'ನಗರ ನಕ್ಸಲ್' ಎಂಬು ಬಿರುದು ಕೊಟ್ಟಿದ್ದು ಹಾಸ್ಯಾಸ್ಪದವಾಗಿತ್ತು. ಏಕೆಂದರೆ ನೆಲದ ಮಣ್ಣಿನೊಳಗೆ ಅವರಂತೆ ಬೇರು ಬಿಟ್ಟಿದ್ದವರು ಮತ್ಯಾರು ಇರಲಿಲ್ಲ. ಪ್ರಾಯಶಃ ಅವರು ಸಾಮಾಜಿಕ ಜಾಲತಾಣಗಳಲ್ಲಿ ಬರುತ್ತಿದ್ದ ಅರೆಬೆಂದ ಟೀಕೆಗಳಿಂದ ನೊಂದಿದ್ದರು ಮತ್ತು ದಿಗಿಲುಗೊಂಡಿದ್ದರು ಎನಿಸುತ್ತದೆ. ಆದರೆ ಅವರು ಮಾತ್ರ ಯಾವಾಗಲೂ ಸಭ್ಯರಾಗಿಯೇ ಇರುತ್ತಿದ್ದರು. ಅದು ತಮ್ಮ ಧಾರವಾಡ ಶೈಲಿಯ ಕನ್ನಡದಲ್ಲಿ ತಾವು ಅತಿಯಾಗಿ ಗೌರವಿಸುತ್ತಿದ್ದ ಬೇಂದ್ರೆಯವರನ್ನು ಉದಾಹರಿಸುವಾಗ ಆಗಲೀ ಅಥವಾ ಕೊಂಕಣಿಯನ್ನು ಉದಾಹರಿಸುವಾಗಲೇ ಆಗಲಿ, ಮರಾಠಿ ಬರಹಗಾರರು ಅಥವಾ ನಾಟಕಕಾರರನ್ನು ಉದಾಹರಿಸುವಾಗಲೇ ಆಗಲೀ ಶೇಕ್ಸ್‌ಪಿಯರ್‌ನ ಸಾಲುಗಳನ್ನು ಉದಾಹರಿಸುವಾಗಲಾಗಲೀ ಅಥವಾ ಯೂಜಿನ್. ಓ.ನಿಲ್‌ನ್ನು ಉದಾಹರಿಸುವಾಗಲಾಗಲೀ, ಸಭ್ಯತೆಯಿಂದ, ವಿನಮ್ರತೆಯಿಂದಿರುತ್ತಿದ್ದರೇ ಹೊರತು ತನ್ನನ್ನೇ ತಾನು ಗಣ್ಯರಂತೆ ಎಂದೂ ಬಿಂಬಿಸಿಕೊಳ್ಳುತ್ತಿರಲಿಲ್ಲ. ನಗರ ನಕ್ಸಲ್ ಎಂಬ ಟೀಕೆಯ ಬಗ್ಗೆ ಅವರು ಹೀಗೆ ಹೇಳಿದ್ದರು, "ಜನರನ್ನು ಒಡೆಯುವ ಪ್ರಯತ್ನಗಳು ಪ್ರಜಾಪ್ರಭುತ್ವದ ಭಾಗವಿದ್ದಂತೆ. ನಾವು ಅದನ್ನು ಎದುರಿಸಲೇಬೇಕು. ಸೋಷಿಯಲ್ ಮೀಡಿಯಾಗಳಿಂದಾಗಿ ಅದು ವಿವಾದಾತ್ಮಕವೋ, ಭಾವನಾತ್ಮಕವೋ ಆಗುತ್ತದೆ. ನಾನು ಅದನ್ನು ನಿಯಂತ್ರಿಸಲು ಬಯಸುವುದಿಲ್ಲ. ಪ್ರಜಾಪ್ರಭುತ್ವ ಕೆಲಸ ಮಾಡುವುದೇ ಹಾಗೇ." ತಮ್ಮ ಮೇಲೆ ದಾಳಿಗಳಾಗಿ ಕೊಲೆ ಬೆದರಿಕೆ ಬಂದ ನಂತರವೂ ಮುಕ್ತ ಅಭಿಪ್ರಾಯ ಹೇಳುವುದರಲ್ಲಿಯೇ ನಂಬಿಕೆ ಇಟ್ಟಿದ್ದರು. ಅದು ಅವರ ನೈಜ ವ್ಯಕ್ತಿತ್ವ. ಅವರಲ್ಲಿ ಕಡುಹಗೆ ಮತ್ತು ದುಷ್ಟತನ ಇರಲೇ ಇಲ್ಲ.

ಕಾರ್ನಾಡರು ಯಾವುದರಲ್ಲೂ ಅಸಮಾಧಾನ ಹೊಂದಿರಲಿಲ್ಲ. ಕಾರಣ ಜೀವನವನ್ನು ಅಪ್ಪಿಕೊಂಡು ವಿಜೃಂಭಣೆಯಿಂದ ಬಾಳಿದರು. ಜನರಲ್ಲಿ ಮತ್ತು ತಮ್ಮ ಜೊತೆಯಲ್ಲಿನ ಕಲಾವಿದರಲ್ಲಿದ್ದ ಒಳ್ಳೆಯ ಅಂಶಗಳನ್ನು ಮೆಚ್ಚುವ, ಪ್ರಶಂಸಿಸುವ ಹೃದಯ ವೈಶಾಲ್ಯತೆ ಮತ್ತು ಉದಾರ ಮನಸ್ಸು ಅವರಲ್ಲಿತ್ತು.

ಈ ಪ್ರಪಂಚದ ಸೌಂದರ್ಯವನ್ನು, ಒಳಿತವನ್ನು, ವೈಭವೀಕರಿಸಿ ಬರೆದ ಮತ್ತು ಮಾನವ ಚೈತನ್ಯದ ವೈಭವನ್ನು ಕುರಿತು ಬರೆದ ಕವಿಗಳ ಬಗ್ಗೆ ಅವರಿಗೆ ಬಹಳ ಗೌರವವಿತ್ತು. ಆದರೆ ಅವರಿಗೆ ವ್ಯಕ್ತಿಪೂಜೆ ಹಿಡಿಸುತ್ತಿರಲಿಲ್ಲ.

ಕೆಲವು ವರ್ಷಗಳ ಹಿಂದೆ ಅವರು ಟ್ಯಾಗೋರರ ನಾಟಕಗಳನ್ನು ಟೀಕಿಸಿದಾಗ

ಅವರ ವಿರುದ್ಧ ಕೂಗು ಕೇಳಿಬಂತು. ಅದು ಅಪಪ್ರಚಾರವಾಗಿತ್ತು. ನನಗೂ ಕೊಂಚ ಬೇಸರವಾಗಿತ್ತು. 'ಕಾರ್ನಾಡರು ಟ್ಯಾಗೋರರನ್ನು ಎರಡನೇ ದರ್ಜೆಯ ಕವಿ ಎಂದು ಕರೆದಿದ್ದಾರೆ' ಎಂದು ಮಾಧ್ಯಮಗಳು ಅರಚುತ್ತಿದ್ದವು. ನಂತರ ಕಾರ್ನಾಡರು ಸಂದರ್ಶನವೊಂದರಲ್ಲಿ ಹೀಗೆ ಹೇಳಿದ್ದನ್ನು ನಾನು ಕೇಳಿಸಿಕೊಂಡೆ. "ನಾನು ಪ್ರೇಮ್‌ಜಿ ಯೂನಿವರ್ಸಿಟಿಯ ವಿದ್ಯಾರ್ಥಿಗಳೊಂದಿಗೆ ಟ್ಯಾಗೋರರ ನಾಟಕಗಳ ಬಗ್ಗೆ ವಿಮರ್ಶಾತ್ಮಕ ಮೌಲ್ಯಮಾಪನದ ಬಗ್ಗೆ ಒಂದು ನಿರ್ದಿಷ್ಟ ಸಂದರ್ಭಕ್ಕೆ ಅನುಗುಣವಾಗಿ ಮಾತನಾಡುತ್ತಿದ್ದೆ. ಟ್ಯಾಗೋರ ಕಾವ್ಯವನ್ನು ನಾನು ಅತ್ಯುತ್ಕೃಷ್ಟ ಎಂದೇ ಪರಿಗಣಿಸುತ್ತೇನೆ. ಅವರ 'ಗೀತಾಂಜಲಿ' ಒಂದು ಅಪ್ರತಿಮವಾದ ಕಾವ್ಯ. ಅವರೊಬ್ಬ ಶ್ರೇಷ್ಠ ಚಿಂತಕ ಮತ್ತು ಮಾನವತಾವಾದಿ. ರಾಷ್ಟ್ರೀಯತೆಯ ಬಗ್ಗೆ ಅವರ ದೃಷ್ಟಿಕೋನವನ್ನು ನಾನು ಕೊಂಡಾಡುತ್ತೇನೆ. ಆದರೆ ನನ್ನ ಪ್ರಕಾರ ಅವರ ನಾಟಕಗಳು ಎರಡನೇ ದರ್ಜೆಯವು. ಯಾವೊಬ್ಬ ವ್ಯಕ್ತಿಯನ್ನು ಕುರುಡಾಗಿ ವ್ಯಕ್ತಿ ಪೂಜೆ ಮಾಡುವ ಅವಶ್ಯಕತೆಯಿಲ್ಲ. ಒಬ್ಬ ಕಲಾವಿದನ ಕೆಲಸವನ್ನು ವಿಮರ್ಶಾತ್ಮಕವಾಗಿಯೇ ನೋಡಬೇಕು.

ಆದರೆ ಅವರು ಆಡಿದ ಮಾತಿನಿಂದ ಒಂದು ಪ್ರತ್ಯೇಕ ಸಾಲನ್ನು ಸಂದರ್ಭದಿಂದ ಹೊರತೆಗೆದು ಅವರನ್ನು ನಿಂದಿಸಲಾಯಿತು. ಕಾರ್ನಾಡರು ತಮ್ಮ ಮೇಲಿನ ಪ್ರಶಂಸೆ ಮತ್ತು ನಿಂದನೆ ಎರಡನ್ನು ಸಮಚಿತ್ತದಿಂದ ಮತ್ತು ಸಂಯಮಯುತ ಘನತೆಯಿಂದ ಎದುರಿಸಿದರು.

ಅವರು ಯಾರೊಬ್ಬ 'ವ್ಯಕ್ತಿಯ ಪೂಜೆಯನ್ನೂ ಮಾಡಲಿಲ್ಲ. ಹಾಗೆಯೇ ಯಾರ ಹೆಸರು ಕೆಡಿಸುವುದನ್ನೂ ಮಾಡಲಿಲ್ಲ. ಅವರು ಸಂಪೂರ್ಣವಾಗಿ ರಾಜಕೀಯದಿಂದ ದೂರವಿದ್ದರು. ತಮ್ಮ ಹಿಂದಿನ ಜ್ಞಾನಪೀಠ ಪುರಸ್ಕೃತರಾದ ಬೇಂದ್ರೆ, ಕುವೆಂಪು, ಕಾರಂತ ಅವರು ಮಾನವನ ಘನತೆ ಮತ್ತು ವಿಶ್ವಾತ್ಮಕ ಸಹೋದರತ್ವವನ್ನು ಯಾವುದೇ ರಾಜಕೀಯ ಪಕ್ಷ ಹತ್ತಿಕ್ಕಿದ್ದಾಗ ಹೇಗೆ ಅದನ್ನು ವಿರೋಧಿಸಿದ್ದರೋ, ಹಾಗೆಯೇ ಕಾರ್ನಾಡರೂ ಯಾವುದೇ ಪಕ್ಷಭೇದವಿಲ್ಲದೇ ವಿರೋಧಿಸುತ್ತಿದ್ದರು. ತಮ್ಮ ಬದುಕು ಮತ್ತು ಸಾವಿನಲ್ಲಿ ಅವರು ಎಂದೂ ಆಡಂಬರದ ಗೌರವ ಮತ್ತು ಜನಪ್ರಿಯತೆಯನ್ನು ಬಯಸಲಿಲ್ಲ. ಅವರು ಹೇಗೆ ಬದುಕಿದ್ದರೋ ಹಾಗೆಯೇ ಬದುಕು ಮುಗಿಸಿದರು. ಅದೇ ಸರಳತೆ ಮತ್ತು ಅದೇ ಗೌರವದೊಂದಿಗೆ?

Thus unlamented let me die;
Steal from the world, and not a stone
Tell where I lie.

ದಿ ವೈರ್ / ಕನ್ನಡಕ್ಕೆ: ಶಿವಕುಮಾರ ಮಾವಲಿ

ಡಾರ್ಕ್ ಆರ್ಟ್ ಮತ್ತು ಡಿಫೆನ್ಸಿವ್ ಭಾವ

ಅಮೃತಾ ದತ್ತ ಪತ್ರಕರ್ತೆ

ಹಲವು ವರ್ಷಗಳಿಂದ ಗಿರೀಶ್ ಕಾರ್ನಾಡರು ಭಾರತೀಯ ಸಮಾಜದ ಲೋಪದೋಷಗಳನ್ನು ಪರೀಕ್ಷಿಸಲೆಂಬಂತೆ ಇತಿಹಾಸ ಮತ್ತು ಪುರಾಣದ ಕಥೆಗಳನ್ನು ಯಶಸ್ವಿಯಾಗಿ ಬಳಸುತ್ತಾ ಬಂದಿದ್ದಾರೆ. ಈಗ ಐತಿಹಾಸಿಕ ಕಥೆಯ ಎಳೆಯನ್ನಿಟ್ಟುಕೊಂಡು ಹೊಸದೊಂದು ನಾಟಕದೊಂದಿಗೆ ಬಂದು ನಿಂತಿರುವ ಈ ಎಂಬತ್ತರ ಮಹಾಪ್ರತಿಭೆಯು ಹುಟ್ಟುಹಾಕಿರುವ ಒಂದು ಅಪೂರ್ವ ಪರಂಪರೆ ಮತ್ತು ತನ್ನ ಅಭಿಪ್ರಾಯ-ಭಿನ್ನಾಭಿಪ್ರಾಯಗಳನ್ನು ತನ್ನದೇ ಆದ ರೀತಿಯಲ್ಲಿ ಹೇಳಿಕೊಳ್ಳಲೇಬೇಕಾದ ಅವಶ್ಯಕತೆಯ ಬಗ್ಗೆ ಅವರಿಗಿರುವ ಕಳಕಳಿಯು ನಿಜಕ್ಕೂ ಗಮನಾರ್ಹವಾದದ್ದು.

ಇಬ್ಬರು ಕಾಲಾಳುಗಳು ಹೊಸ ರಾಜಧಾನಿಯಾದ ದೌಲತಾಬಾದ್ ನಗರದ ಕೋಟೆಯ ರಕ್ಷಣಾಕವಚದಂತಿರುವ ದೈತ್ಯ ತಡೆಗೋಡೆಯೊಂದರ ಬಳಿ ಗಸ್ತು ತಿರುಗುತ್ತಿದ್ದಾರೆ. ಅದು ತುಘಲಕ್ ನಾಟಕದ ಎಂಟನೇ ದೃಶ್ಯ. ಆ ಹೊತ್ತಿಗಾಗಲೇ ದೂರದೃಷ್ಟಿಯುಳ್ಳ ಆ ರಾಜನ ಕನಸುಗಳು ಮಣ್ಣುಮುಕ್ಕಿಯಾಗಿವೆ.

ಗಿರೀಶ್ ಕಾರ್ನಾಡರು 1986 ರಲ್ಲಿ ನಿರ್ಮಿತವಾದ ತನ್ನ ನಾಟಕದ ಬಗ್ಗೆ ಮಾತನಾಡುತ್ತಾ ಆ ಅಪರೂಪದ ಕ್ಷಣವೊಂದನ್ನು ನೆನಪಿಸಿಕೊಳ್ಳುತ್ತಾರೆ. ಇಂದಿರಾಗಾಂಧಿಯವರನ್ನು ಅವರದ್ದೇ ಭದ್ರತಾದಳದ ಅಧಿಕಾರಿಗಳು ಹತ್ಯೆಗೈದು ಎರಡು ವರ್ಷಗಳಷ್ಟೇ ಕಳೆದಿದ್ದವು. ವಯಸ್ಸಿನಲ್ಲಿ ಕಿರಿಯನಾಗಿದ್ದ ಆ ಸೈನಿಕರಲ್ಲೊಬ್ಬ ಯಾವತ್ತಿಗೂ ಭೇದಿಸಲಾರದ ಆ ಕೋಟೆಯನ್ನು ನೋಡುತ್ತಾ "ಯಾವ ಸೈನ್ಯವೂ ಇದನ್ನು ವಶಪಡಿಸಿಕೊಳ್ಳಲಾರದು" ಎನ್ನುತ್ತಿದ್ದಾನೆ.

ಇತ್ತ ಕಿರಿಯ ಸೈನಿಕನ ಮಾತಿಗೆ ಆತನಿಗಿಂತ ಹಿರಿಯನೂ, ಬುದ್ಧಿವಂತನೂ ಆಗಿರುವ ಮತ್ತೊಬ್ಬ ಸೈನಿಕ ಹೀಗೆ ಹೇಳುತ್ತಾನೆ: "ಆದರೆ ದೈತ್ಯಕೋಟೆಗಳು ಒಳಗಿನಿಂದಲೇ ಕುಸಿಯತೊಡಗುತ್ತವೆ". "ಸೈನಿಕನ ಆ ಸಂಭಾಷಣೆಯನ್ನು ಕೇಳಿದ ಕೂಡಲೇ ಅಲ್ಲಿ ನೆರೆದಿದ್ದ ಪ್ರೇಕ್ಷಕರ ಎದೆಬಡಿತವು ತಾಳತಪ್ಪಿದಂತಾಗಿ 'ಆಹ್' ಎಂಬ ಉದ್ಗಾರವು ಹೊರಬಂದಿತ್ತು", ಎಂದು ನೆನಪಿಸಿಕೊಳ್ಳುತ್ತಿದ್ದಾರೆ ಕಾರ್ನಾಡ್. ಹೀಗೆ ಹೇಳುತ್ತಿರುವಂತೆಯೇ ನಾಟಕೀಯವಾಗಿ ತನ್ನ ಕೈಗಳನ್ನು ತುಟಿಗೆ ಅಡ್ಡಲಾಗಿ ಹಿಡಿಯುತ್ತಾ, ಕಣ್ಣುಗಳನ್ನು ಅಗಲಿಸುತ್ತಾ ಪ್ರೇಕ್ಷಕರಲ್ಲಿದ್ದ ಅಚ್ಚರಿಯ ಆ ಕ್ಷಣವನ್ನು ಮತ್ತೊಮ್ಮೆ ನಮ್ಮ ಮುಂದೆ ಅಂದು ಅವರು ತರುತ್ತಿದ್ದರು. "ಅಸಲಿಗೆ ಅದು 14 ನೇ ಶತಮಾನದ ಸುಲ್ತಾನನೊಬ್ಬನ ಬಗೆಗಿನ ನಾಟಕವಾಗಿತ್ತು. ಆದರೆ ಪ್ರೇಕ್ಷಕರು ಮಾತ್ರ ಆ ಕಥೆಯನ್ನು ನೇರವಾಗಿ ಇಂದಿರಾಗಾಂಧಿ ಮತ್ತು ಆಕೆಯ ಕೊನೆಯ ದಿನಗಳಲ್ಲಿ ನಡೆದಿದ್ದ ಘಟನಾವಳಿಗಳ ಜೊತೆ ಮೇಳೈಸಿ ನೋಡಿದ್ದರು" ಎನ್ನುತ್ತಾರೆ ಕಾರ್ನಾಡ್.

1964ರಲ್ಲಿ ಗಿರೀಶ್ ಕಾರ್ನಾಡರು ತುಘಲಕ್ ನಾಟಕವನ್ನು ಬರೆದಾಗ ಅವರಿಗೆ ಕೇವಲ 26ರ ಪ್ರಾಯ. ಈ ನಾಟಕದ ಮುಖಾಂತರ ಆಧುನಿಕ ಭಾರತದ ಇತಿಹಾಸದ ಎಲ್ಲಾ ತಿರುವುಗಳಲ್ಲೂ ಪ್ರಸ್ತುತವೆನ್ನಿಸಿಬಿಡುವ ಸರ್ವಾಧಿಕಾರಕ್ಕೊಂದು ರೂಪಕವನ್ನು ಕಾರ್ನಾಡರು ಕೊಟ್ಟಂತಾಗಿತ್ತು. ತುಘಲಕ್ ಮೊಟ್ಟಮೊದಲ ಬಾರಿಗೆ ಪ್ರಕಟವಾದಾಗ ದೊರೆ ಮೊಹಮ್ಮದ್ ಬಿನ್ ತುಘಲಕ್‌ನ ಆದರ್ಶವಾದಗಳನ್ನು ನಾಟಕದಲ್ಲಿ ಬಿಂಬಿಸಿದ ಬಗೆ, ಜಾತ್ಯತೀತ ಸಾಮ್ರಾಜ್ಯವೊಂದನ್ನು ಕಟ್ಟುವಲ್ಲಿ ಆತ ಪಟ್ಟಿದ್ದ ಶ್ರಮ, ಅರ್ಥವ್ಯವಸ್ಥೆಯ ಬಗೆಗಿದ್ದ ದೂರದೃಷ್ಟಿ ಮತ್ತು ಇವೆಲ್ಲದರ ಹೊರತಾಗಿಯೂ ಕ್ರಮೇಣ ಕ್ರೂರ, ವಿಲಕ್ಷಣ ಸಾಮ್ರಾಟನೆಂಬಂತೆ ಆತನಿಗೆ ದೊರಕಿದ ಅಂತ್ಯಗಳು ಸ್ವಾತಂತ್ರ್ಯಾನಂತರದ ಭಾರತದಲ್ಲಿ ವೇಗವಾಗಿಯೇ ಭ್ರಮನಿರಸನದತ್ತ ಸಾಗುತ್ತಿದ್ದ ನೆಹರೂರವರ ವಿಚಾರಧಾರೆಗಳಿಗೆ ಅನುರೂಪವೆಂಬಂತಿತ್ತು. ತುರ್ತುಪರಿಸ್ಥಿತಿಯ ದಿನಗಳಲ್ಲಂತೂ ತುಘಲಕನ ನಿರ್ದಯತೆಯು ಜನಪ್ರಿಯ ರಾಜಕೀಯ ನೇತಾರನೊಬ್ಬ ಪ್ರಜಾಪ್ರಭುತ್ವವೆಂಬ ವ್ಯವಸ್ಥೆಯೊಂದಿಗೆ ಹೇಗೆ ಹುಡುಗಾಟವಾಡಬಲ್ಲ ಎಂಬುದನ್ನು ಅರಿಯಲು ಹೊಸ ಮಾರ್ಗವನ್ನು ಹಾಕಿಕೊಟ್ಟಂತಿತ್ತು. "ಇತಿಹಾಸವು ಕುತೂಹಲಕಾರಿಯಾಗಿದೆ ಎಂಬುದರಲ್ಲಿ ಸಂದೇಹವೇ ಇಲ್ಲ. ವರ್ತಮಾನದ ಅರ್ಥವನ್ನು ನನಗೆ ಪರಿಣಾಮಕಾರಿಯಾಗಿ ನೀಡುವುದೇ ಇತಿಹಾಸ" ಎನ್ನುತ್ತಿದ್ದಾರೆ ಈ ವರ್ಷವಷ್ಟೇ 80 ರ ಗಡಿಗೆ ಕಾಲಿಟ್ಟಿರುವ ನಾಡಿನ ಖ್ಯಾತ ನಾಟಕಕಾರ.

ತನ್ನ ಕೊನೆಯ ನಾಟಕವನ್ನು ಬರೆದು ಸುಮಾರು ಆರು ವರ್ಷಗಳ ನಂತರ 'ರಾಕ್ಷಸ ತಂಗಡಿ' (ತಮ್ಮ ಎಲ್ಲಾ ನಾಟಕಗಳಂತೆ ಇದೂ ಕೂಡ ಕನ್ನಡ ಭಾಷೆಯಲ್ಲಿದೆ) ಎಂಬ ಹೊಸ ಐತಿಹಾಸಿಕ ನಾಟಕದೊಂದಿಗೆ ಗಿರೀಶ್ ಕಾರ್ನಾಡ್

ಮತ್ತೊಮ್ಮೆ ನಮ್ಮ ಮುಂದೆ ಬಂದಿದ್ದಾರೆ. ಕಳೆದ ತಿಂಗಳಷ್ಟೇ ಈ ನಾಟಕವು ಧಾರವಾಡದಲ್ಲಿ ಬಿಡುಗಡೆಯಾಗಿತ್ತು. "ಐತಿಹಾಸಿಕ ನಾಟಕಗಳ ಪರಿಕಲ್ಪನೆಯಲ್ಲಿ ಒಂದು ಕೌತುಕಮಯವಾದ ವಿರೋಧಾಭಾಸವಿರುತ್ತದೆ. ಅದು ಐತಿಹಾಸಿಕ ನಾಟಕವಾದ್ದರಿಂದ ಇದನ್ನೊಂದು ಭೂತಕಾಲದಲ್ಲಿ ಈಗಾಗಲೇ ನಡೆದಿರುವ ಘಟನೆ ಎನ್ನಬಹುದು. ಆದರೆ ವರ್ತಮಾನದಲ್ಲಿ ಈ ಘಟನೆಯು ನಾಟಕರೂಪದಲ್ಲಿ ಪ್ರೇಕ್ಷಕರೆದುರು ಪ್ರಸ್ತುತವಾಗುತ್ತಿರುತ್ತದೆ... ರಂಗಭೂಮಿಯ ಅದ್ಭುತವೇ ಇದು. ಇಲ್ಲಿ ಪ್ರೇಕ್ಷಕರು ನಾಟಕಗಳನ್ನು ಸತತವಾಗಿ ತಮ್ಮ ಜೀವನದೊಂದಿಗೆ ಹೋಲಿಸುತ್ತಾ ತಾಳೆಹಾಕುತ್ತಿರುತ್ತಾರೆ", ಎನ್ನುತ್ತಾ ತಮ್ಮ ಬೆಂಗಳೂರಿನ ಅಪಾರ್ಟ್‌ಮೆಂಟ್ ಒಂದರಲ್ಲಿ ಕುಳಿತು ನಮ್ಮ ಜೊತೆ ರಂಗಭೂಮಿಯ ಬಗ್ಗೆ ತಮ್ಮ ಒಳನೋಟಗಳನ್ನು ಹಂಚಿಕೊಳ್ಳುತ್ತಿದ್ದಾರೆ ಕಾರ್ನಾಡ್. ಮೇಲ್ನೋಟಕ್ಕೆ ಕೊಂಚ ಬಿಳಿಚಿಕೊಂಡಂತಿದ್ದರೂ ಕಿತ್ತಳೆ ಬಣ್ಣದ ಖಾದಿ ಕುರ್ತಾದಲ್ಲಿ ಅವರು ಆಕರ್ಷಕವಾಗಿ ಕಾಣುತ್ತಿದ್ದಾರೆ. ಸದ್ಯ ದಿನದ ಇಪ್ಪತ್ತನಾಲ್ಕು ತಾಸೂ ಕೂಡ ಜೊತೆಯಲ್ಲೇ ಇರಬೇಕಾಗಿರುವ ಆಮ್ಲಜನಕದ ಪ್ಯಾಕ್ ಅನ್ನು ಪ್ಲಗಿನ್ ಮಾಡುತ್ತಾ "ಇದು ನನ್ನ ಮೂರನೇ ಶ್ವಾಸಕೋಶ" ಎಂದು ವಿವರಿಸುತ್ತಿದ್ದಾರೆ. ಅವರ ವಾಕ್ಯಗಳು ಈಗೀಗ ಚಿಕ್ಕದಾಗುತ್ತಾ ಬಂದಿವೆ. ಮಾತನಾಡುವ ಕ್ರಿಯೆಯೇ ಈಗ ಅವರಿಂದ ಮಹಾ ಎನ್ನಿಸುವ ಶ್ರಮವನ್ನು ಬೇಡುತ್ತಿದೆ. ಹಾಗೆಂದು ತನ್ನ ಮಾತಿನ ಮೇಲಿನ ಅವರ ಗಮನವೇನೂ ಅಷ್ಟಾಗಿ ಕುಂದಿದಂತೆ ಕಾಣುತ್ತಿಲ್ಲ.

ರಾಕ್ಷಸ ತಂಗಡಿ ನಾಟಕವು ವಿಜಯನಗರದ ಕೊನೆಯ ಸಾಮ್ರಾಟನಾಗಿದ್ದ ಅಳಿಯ ರಾಮರಾಯನ (1485–1565) ಜೀವನವನ್ನು ಆಧರಿಸಿದ್ದು. ಈತ ದಕ್ಷಿಣಭಾರತದ ಅತ್ಯಂತ ಶಕ್ತಿಶಾಲಿ ಸಾಮ್ರಾಜ್ಯವನ್ನು ಆಳಿದ್ದರೂ ಆತನೊಬ್ಬ 'ಆರುವುರಿ' ಎಂಬ ಹೆಸರಿನ ಕೆಳವರ್ಗಕ್ಕೆ ಸೇರಿದ್ದ ವ್ಯಕ್ತಿಯಾಗಿದ್ದ ಎಂಬ ಒಂದೇ ಒಂದು ಕಾರಣದಿಂದಾಗಿ ಯಾವತ್ತೂ ಸಾಮ್ರಾಟನೆಂದು ಕರೆಸಿಕೊಳ್ಳದೆ ಹೋದ ವ್ಯಕ್ತಿ. ತನ್ನ ಶಕ್ತಿಯ ಬಗ್ಗೆ ಅಪಾರ ಆತ್ಮವಿಶ್ವಾಸವಿದ್ದು 1565ರಲ್ಲಿ ತಾಳಿಕೋಟೆಯ ಕದನಕ್ಕೆ ಮುನ್ನುಗ್ಗಿದ್ದ ರಾಮರಾಯ ಕಾರ್ನಾಡರ ಮಟ್ಟಿಗೆ ಓರ್ವ ದುರಂತ ನಾಯಕ. ಈ ಕದನದಲ್ಲಿ ರಾಮರಾಯ ಯುದ್ಧವನ್ನೂ, ತನ್ನ ಪ್ರಾಣವನ್ನೂ ಕಳೆದುಕೊಳ್ಳಬೇಕಾಯಿತು. ವಿವೇಕ್ ಶಾನ್‌ಭಾಗರು ಹೇಳುವ ಪ್ರಕಾರ ಸಮಕಾಲೀನ ಜಗತ್ತಿಗೆ ನಾಟಕವು ಹೆಚ್ಚು ಹತ್ತಿರವಾಗುವುದು ರಾಮರಾಯನ ಪಾತ್ರದ ದುರಹಂಕಾರದ ಮೂಲಕವಾಗಿ. ಇನ್ನು ನಾಟಕದ ಓದುಗರ ವಿಚಾರದಲ್ಲಂತೂ ರಾಮರಾಯನ ವಿರುದ್ಧವಾಗಿ ನಿಲ್ಲುವ ನಾಲ್ಕು ಸುಲ್ತಾನರ ತಂಡವನ್ನು ಓದುಗರು 'ಮಹಾಘಠಬಂಧನ'ದ ಹುಟ್ಟೆಂಬಂತೆ ಓದಿ ಅರ್ಥೈಸಿಕೊಂಡು ಖುಷಿಪಟ್ಟರು" ಎನ್ನುತ್ತಾರೆ ಕಾರ್ನಾಡ್. "ರಾಮರಾಯನಲ್ಲಿ ಒಂದು ಬಗೆಯ ವಿಚಿತ್ರವಾದ

ಉನ್ಮಾದವು ನೆಲೆಯಾಗಿತ್ತು. ಇದಕ್ಕೂ ಸಮಕಾಲೀನ ಭಾರತಕ್ಕೂ ಸಾಮ್ಯತೆಯಿದೆಯೇ? ನೀವೇ ನಿರ್ಧರಿಸಿ", ಎನ್ನುತ್ತಾರೆ ಅವರು. ಗಿರೀಶ್ ಕಾರ್ನಾಡ್ ಹೇಳುವ ಪ್ರಕಾರ ಸಮಕಾಲೀನ ಸ್ಥಿತಿಗಳನ್ನು ನಾಟಕದಲ್ಲಿ ಉದ್ದೇಶಪೂರ್ವಕವಾಗಿಯೇ ಪ್ರತಿಧ್ವನಿಸುವ ಬಗ್ಗೆ ಅವರಿಗೆ ಆಸಕ್ತಿಯಿಲ್ಲ. "ನಾನು ಬರೆಯುವಾಗ ಪ್ರಸ್ತುತತೆಯ ಬಗ್ಗೆ ಅಷ್ಟೇನೂ ಚಿಂತಿಸುವುದಿಲ್ಲ. ನಾನು ಪ್ರಸ್ತುತನಾಗಿದ್ದರೆ, ನನ್ನ ಪ್ರಜ್ಞೆಯು ಪ್ರಸ್ತುತವಾಗಿದ್ದರೆ, ನನ್ನ ನಾಟಕಗಳೂ ಕೂಡ ಈ ಜಗತ್ತಿಗೆ ಪ್ರಸ್ತುತವಾಗಿಯೇ ಇರುತ್ತವೆ" ಎನ್ನುತ್ತಾರೆ ಕಾರ್ನಾಡ್.

ಇಸ್ಲಾಮಿಕ್ ಆಕ್ರಮಣಶೀಲತೆಯ ಅಲೆಯು 'ಹಿಂದೂ' ವಿಜಯನಗರ ಸಾಮ್ರಾಜ್ಯವನ್ನು ಧ್ವಂಸ ಮಾಡಿತು ಎಂಬ ಕಲ್ಪನೆಯ ವಿರುದ್ಧವೂ ಗಿರೀಶ್ ಕಾರ್ನಾಡ್ ತನ್ನ ನಾಟಕದಲ್ಲಿ ಯುದ್ಧ ಸಾರುತ್ತಾರೆ. 16 ನೇ ಶತಮಾನದಲ್ಲಿ ವಿಜಯನಗರ ಸಾಮ್ರಾಜ್ಯವು ಕೃಷ್ಣಾ ನದಿಯ ದಕ್ಷಿಣಕ್ಕೆಲ್ಲಾ ಹಬ್ಬಿಕೊಂಡಿದ್ದರೆ, ಉತ್ತರಕ್ಕೆ ಹಬ್ಬಿಕೊಂಡಿದ್ದ ಬಹಮನಿ ಸಾಮ್ರಾಜ್ಯವು ಬೀದರ್, ಗೋಲ್ಕೊಂಡ, ಬಿಜಾಪುರ ಮತ್ತು ಅಹ್ಮದ್ ನಗರಗಳೆಂದು ಹಲವು ಸಾಮ್ರಾಜ್ಯಗಳಲ್ಲಿ ಛಿದ್ರವಾಗಿತ್ತು. ರಿಚರ್ಡ್ ಏಟನ್ ತನ್ನ 'ಅ ಸೋಷಿಯಲ್ ಹಿಸ್ಟರಿ ಆಫ್ ಡೆಕ್ಕನ್ 1300–1761 (2005)' ಕೃತಿಯಲ್ಲಿ ಗುರುತಿಸಿರುವಂತೆ ಡೆಕ್ಕನ್ ಭೂಭಾಗವು ಕೋಮುದ್ವೇಷದ ನೆಲೆಯಲ್ಲಿ ಯಾವತ್ತೂ ಇಬ್ಭಾಗಗೊಂಡಿರಲಿಲ್ಲ. ಕಾರ್ನಾಡರ ನಾಟಕದ ಹಿಂದೆ ಈ ಕೃತಿಯ ಸ್ಫೂರ್ತಿಯೂ ಸಾಕಷ್ಟಿದೆ. "ಸುಲ್ತಾನರು ಆಗಾಗ ತಮ್ಮತಮ್ಮಲ್ಲೇ ಬಡಿದಾಡುತ್ತಿದ್ದರು. ಆದರೆ ಪ್ರತೀ ಬಾರಿ ಯುದ್ಧದ ಸಂದರ್ಭಗಳು ಬಂದಾಗಲೂ ರಾಮರಾಯನ ಬಳಿ ಸಹಾಯದ ಯಾಚನೆಗೆಂದು ಬರುತ್ತಿದ್ದರು. ರಾಮರಾಯ ಒಮ್ಮೆ ಒಬ್ಬ ಸುಲ್ತಾನನ ಪರ ತನ್ನ ದಾಳವನ್ನು ಚಲಾಯಿಸುತ್ತಿದ್ದರೆ ಮತ್ತೊಮ್ಮೆ ಬೇರೊಬ್ಬ ಸುಲ್ತಾನನ ಪರವೆಂಬಂತೆ ಮುನ್ನಡೆಯುತ್ತಿದ್ದ. ಅಸಲಿಗೆ ರಾಮರಾಯ ಸುಲ್ತಾನರ ಮಧ್ಯದಲ್ಲಿದ್ದ ವೈಷಮ್ಯಗಳ ಸಂಪೂರ್ಣ ಲಾಭವನ್ನು ಪಡೆಯುತ್ತಿದ್ದ. ಬಿಜಾಪುರದ ಸುಲ್ತಾನ ಆದಿಲ್ ಶಾ ರಾಮರಾಯನಿಗೆ ಪಿತೃಸಮಾನವಾದ ದರ್ಜೆಯನ್ನು ನೀಡಿದ್ದ. ಆದರೆ ಹಿಂದೂ ಮತ್ತು ಮುಸ್ಲಿಮರ ನಡುವೆ ಯುದ್ಧಗಳಾದವು ಎಂದು ಹೇಳುವಾಗಲೆಲ್ಲಾ ಇತಿಹಾಸಕಾರರು ಈ ಅಂಶಗಳತ್ತ ಬೆಳಕು ಚೆಲ್ಲುವುದೇ ಇಲ್ಲ" ಎನ್ನುತ್ತಾರೆ ಕಾರ್ನಾಡ್.

ಅಂದಹಾಗೆ ಕಾರ್ನಾಡ್ ತಮ್ಮ ವಿಶಿಷ್ಟ ದೃಷ್ಟಿಕೋನಗಳಿಂದ ಇತಿಹಾಸವನ್ನಷ್ಟೇ ನೋಡುತ್ತಿಲ್ಲ. ಓರ್ವ ನಾಟಕಕಾರನಾಗಿ, ಸಿನೆಮಾ ನಟನಾಗಿ, ಟೆಲಿವಿಷನ್ ಕಲಾವಿದನಾಗಿ, ಚಿತ್ರನಿರ್ದೇಶಕನಾಗಿ ಮತ್ತು ಚಿಂತಕನಾಗಿ ತನ್ನ ಅರವತ್ತು ವರ್ಷಗಳ ಸುದೀರ್ಘ ವೃತ್ತಿಜೀವನದಲ್ಲಿ ಅವರು ಸಮಕಾಲೀನ ಸವಾಲುಗಳೊಂದಿಗೂ ಧೈರ್ಯವಾಗಿ ಸೆಣಸಾಡುವ ನಿಟ್ಟಿನಲ್ಲಿ ತೊಡಗಿಸಿಕೊಂಡಿದ್ದಾರೆ. ಪತ್ರಕರ್ತೆ ಗೌರಿ

ಲಂಕೇಶರ ಹತ್ಯೆಯ ಒಂದು ವರ್ಷದ ನೆನಪಿಗೆಂದು ಸೆಪ್ಟೆಂಬರ್ 5ರಂದು ಆಯೋಜಿಸಲಾಗಿದ್ದ ಕಾರ್ಯಕ್ರಮವೊಂದರಲ್ಲಿ ಕಾರ್ನಾಡರು #ನಾನೂ ಕೂಡ ನಗರ ನಕ್ಸಲ್ ಎಂಬ ಘೋಷವಾಕ್ಯವನ್ನು ಹೊಂದಿದ್ದ ಪ್ಲಕಾರ್ಡ್ ಒಂದನ್ನು ತನ್ನ ಕತ್ತಿನಲ್ಲಿ ಇಳಿಬಿಟ್ಟುಕೊಂಡು ಕಾಣಿಸಿಕೊಂಡಿದ್ದರು. '(ನಾಟಕೀಯ ಆಪಾದನೆಗಳು) ಇವುಗಳೆಲ್ಲಾ ಹೇಳುವುದೇನೆಂದರೆ... ನಮಗೆ ಬೇಕನ್ನಿಸಿದ್ದನ್ನು ನಾವು ಹೇಳಬಹುದು ಎಂದಾದರೆ ನಮಗೆ ಬೇಕನ್ನಿಸಿದ್ದನ್ನು ನಾವು ಮಾಡಲೂಬಹುದು ಎಂಬರ್ಥದಲ್ಲಿ ಪೋಲೀಸರು ಸೂಚ್ಯವಾಗಿ ಹೇಳುತ್ತಿದ್ದಾರೆ' ಎಂದು ಕಾರ್ನಾಡರು ಅಂದು ತುಂಬಿದ ಪ್ರೇಕ್ಷಕವರ್ಗವನ್ನುದ್ದೇಶಿಸಿ ಹೇಳಿದ್ದರು.

ವರ್ಷದ ಹಿಂದಷ್ಟೇ ಕಾರ್ನಾಡರು ಗೌರಿ ಲಂಕೇಶರ ಹತ್ಯೆಯನ್ನು ವಿರೋಧಿಸಿ ಬೆಂಗಳೂರಿನ ಟೌನ್ ಹಾಲಿನಲ್ಲಿ ಆಯೋಜಿಸಲಾಗಿದ್ದ ಪ್ರತಿಭಟನಾ ಕಾರ್ಯಕ್ರಮವೊಂದರಲ್ಲಿ ಪಾಲ್ಗೊಂಡಿದ್ದರು. 2015ರಲ್ಲಿ ಗೌರಿ ಲಂಕೇಶ್ ಸ್ವತಃ ಕಾರ್ನಾಡರೊಂದಿಗೆ ಜೊತೆಯಾಗಿ ಇಂಥದ್ದೊಂದು ಪ್ರತಿಭಟನೆಗಾಗಿ ಇದೇ ಸ್ಥಳದಲ್ಲಿ ನಿಂತಿದ್ದರು ಕೂಡ. ಅದು ಹಿರಿಯ ಸಂಶೋಧಕರಾಗಿದ್ದ ಎಂ. ಎಂ. ಕಲ್ಬುರ್ಗಿಯವರ ಹತ್ಯೆಯ ವಿರೋಧಕ್ಕಾಗಿ ನಡೆಯುತ್ತಿದ್ದ ಪ್ರತಿಭಟನೆಯಾಗಿತ್ತು. ಸದ್ಯ ಬಹಿರಂಗವಾಗುತ್ತಿರುವ ಸುದ್ದಿಗಳ ಪ್ರಕಾರ ಕರ್ನಾಟಕದ ಈ ಮೂವರು ಖ್ಯಾತನಾಮರನ್ನು ಕೆಡವಲು ಹೆಣೆಯಲಾಗಿದ್ದ ಬಲೆಯು ದಿನೇ ದಿನೇ ಬಿಗಿಯಾಗುತ್ತಲಿತ್ತು. ಕರ್ನಾಟಕ ಪೋಲೀಸ್ ಇಲಾಖೆಯ ವಿಶೇಷ ತನಿಖಾ ದಳವು ಗೌರಿ ಲಂಕೇಶ್ ಮತ್ತು ಕಲ್ಬುರ್ಗಿಯವರ ಹತ್ಯೆಯ ಹಿಂದೆ ಉಗ್ರ ಬಲಪಂಥೀಯರ ಸಂಚನ್ನೂ, ಈ ಗುಂಪುಗಳ ಹಿಟ್‌ಲಿಸ್ಟ್‌ನಲ್ಲಿದ್ದವರನ್ನೂ ಗುರುತಿಸಿತ್ತು. ಈ ಹಿಟ್‌ಲಿಸ್ಟ್ ಪಟ್ಟಿಯಲ್ಲಿ ಮುಂಚೂಣಿಯಲ್ಲಿದ್ದ ಹೆಸರೇ ಗಿರೀಶ್ ಕಾರ್ನಾಡ್.

ಭಾರತೀಯನಾಗುವುದು ಎಂದರೇನು? ವ್ಯಕ್ತಿಯೊಬ್ಬ ಭಾರತೀಯ ಕಲಾವಿದ ಹೇಗಾಗುತ್ತಾನೆ? "ಸ್ವಾತಂತ್ರ್ಯಾನಂತರದ ದಿನಗಳಲ್ಲಿ ಇಂಥಾ ಪ್ರಶ್ನೆಗಳಿಗೆ ವ್ಯಾಖ್ಯಾನಗಳನ್ನು ಕಂಡುಕೊಳ್ಳುವ ತುರ್ತು ನಮ್ಮ ಪೀಳಿಗೆಯ ಕಲಾವಿದರಿಗೆ ಮತ್ತು ಲೇಖಕರಿಗೆ ಮನದಟ್ಟಾಗಿತ್ತು", ಎನ್ನುತ್ತಾರೆ ಕಲಾವಿದ ಎಸ್. ಜಿ. ವಾಸುದೇವ್. ಅವರ ಮತ್ತು ಕಾರ್ನಾಡರ ಗೆಳೆತನವು ಆರಂಭವಾಗಿದ್ದು 1960ರ ಸುಮಾರಿನ ಮದ್ರಾಸಿನಲ್ಲಿ. ಆಗ ಕಾರ್ನಾಡರು ಮದ್ರಾಸಿನ ಆಕ್ಸ್ ಫರ್ಡ್ ಯೂನಿವರ್ಸಿಟಿ ಪ್ರೆಸ್‌ನಲ್ಲಿ ನಾಟಕಕಾರರಾಗಿದ್ದರು. ಲಾಂಗ್ ಡ್ರೈವ್ ಎಂದು ಬೆಂಗಳೂರಿಗೆ ಹೊರಟಾಗಲೆಲ್ಲಾ, ವಾಸುದೇವ್ ವಿದ್ಯಾರ್ಥಿಯಾಗಿದ್ದ ಚೋಳಮಂಡಲದಲ್ಲಿ ಕಲೆ-ಸಾಹಿತ್ಯಗಳ ಬಗ್ಗೆ ಚರ್ಚೆಗಳು ನಡೆಯುತ್ತಿದ್ದಾಗ ಅಥವಾ ಕವಿ ಎ.ಕೆ. ರಾಮಾನುಜನ್ ಮದ್ರಾಸಿಗೆ ಬಂದಾಗಲೆಲ್ಲಾ ಈ ಇಬ್ಬರು ಕನ್ನಡ ಭಾಷಿಕ ಸ್ನೇಹಿತರು ಚರ್ಚಿಸುತ್ತಿದ್ದುದು ಇಂಥಾ ಪ್ರಶ್ನೆಗಳ ಬಗ್ಗೆಯೇ.

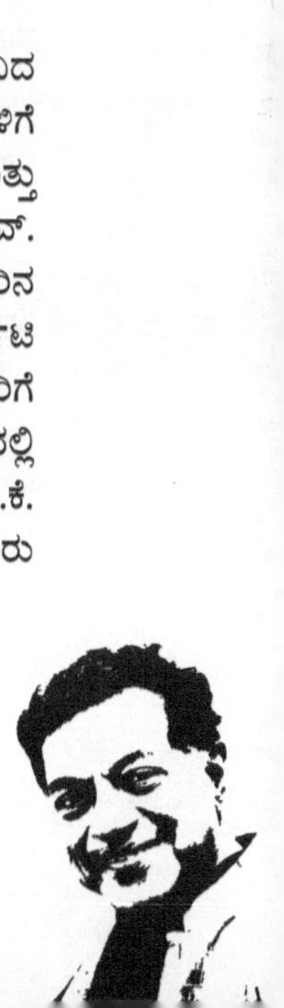

ಕಾರ್ನಾಡರ ಆರಂಭದ ದಿನಗಳ ನಾಟಕಗಳು ಅವರು ಸಾಗಲು ಹೊರಟಿದ್ದ ದಾರಿಯ ಸುಳಿವನ್ನು ಆಗಲೇ ಬಿಟ್ಟುಕೊಟ್ಟಿದ್ದವು. ಭಾರತೀಯ ಇತಿಹಾಸ, ಪುರಾಣ ಮತ್ತು ಜಾನಪದವನ್ನು ಅವರು ಬಳಸುತ್ತಿದ್ದರೂ ಅವುಗಳಿಗೆ ತನ್ನದೇ ಆದ ರೂಪುರೇಷೆಗಳನ್ನು ನೀಡುತ್ತಿದ್ದುದು ಸ್ಪಷ್ಟವಾಗಿತ್ತು. "ನಾನು ಪುರಾಣಗಳ ಬಗ್ಗೆ ಬರೆಯುತ್ತಿದ್ದುದು ಹೌದಾದರೂ ನನಗೆ ಪೌರಾಣಿಕ ಪಾತ್ರಗಳು ನೀರಸವೆನಿಸುತ್ತಿದ್ದವು. ಏಕೆಂದರೆ ಅಲ್ಲಿ ರಾಮ, ಕೃಷ್ಣರಂಥಾ ಪಾತ್ರಗಳನ್ನು ಗತಕಾಲದ ನಾಯಕರಂತೆ ಬಿಂಬಿಸಲಾಗುತ್ತಿತ್ತು. ನಮ್ಮನ್ನು ಭಕ್ತಿಯೊಂದೇ ಉಳಿಸಬಲ್ಲದು ಎಂಬುದನ್ನು ಹೇಳುವುದೇ ಅಲ್ಲಿ ಅಂತಿಮ ಗುರಿಯಾಗಿತ್ತು" ಎಂದು ಕಾರ್ನಾಡರು ನೆನಪಿಸಿಕೊಳ್ಳುತ್ತಾರೆ. ಇಂಗ್ಲೆಂಡಿನ ಆಕ್ಸ್‌ಫರ್ಡ್ ವಿಶ್ವವಿದ್ಯಾಲಯದಲ್ಲಿ ಅಧ್ಯಯನಕ್ಕಾಗಿ ರೋಡ್ಸ್ ಶಿಷ್ಯವೇತನವನ್ನು ಪಡೆದು ಪ್ರಯಾಣಕ್ಕೆ ಹೊರಡುವ ಕೆಲ ತಿಂಗಳುಗಳ ಹಿಂದೆ ಅವರು ಬರೆದಿದ್ದ ತನ್ನ ಮೊದಲ ನಾಟಕವಾದ 'ಯಯಾತಿ' (1960) ಮಹಾಭಾರತದ ಒಂದು ಸಣ್ಣಕಥೆಯನ್ನೇ ಆಧರಿಸಿದ್ದಾಗಿದೆ. ಈ ನಾಟಕದಲ್ಲಿ ಬರುವ ಓರ್ವ ದುರಾಸೆಯ ರಾಜನು ತನಗಂಟಿಕೊಂಡಿದ್ದ ವೃದ್ಧಾಪ್ಯದ ಶಾಪವನ್ನು ತನ್ನ ಮಗನಿಗೆ ವರ್ಗಾಯಿಸುತ್ತಾನೆ. ಈ ನಾಟಕದ ಮೂಲಕವಾಗಿ ಭಾರತೀಯ ಮನಸ್ಥಿತಿಯಲ್ಲಿದ್ದ 'ರಿವರ್ಸ್ ಈಡಿಪಸ್ ಕಾಂಪ್ಲೆಕ್ಸ್' ಕಲ್ಪನೆಯನ್ನು ಕಾರ್ನಾಡರು ಗುರುತಿಸಿದ್ದರು. ಇಲ್ಲಿ ತಂದೆಯೊಬ್ಬ ತನ್ನ ಮಗನನ್ನು ತನ್ನ ವೈಯಕ್ತಿಕ ಆಸೆ–ಆಕಾಂಕ್ಷೆಗಳನ್ನು ತ್ಯಜಿಸುವ ಅನಿವಾರ್ಯಕ್ಕೀಡುಮಾಡುತ್ತಾನೆ. ತುಘಲಕ್ ಕೂಡ ಇದೇ ಸರಣಿಯ ಎರಡನೇ ಸಾಹಸವಾಗಿತ್ತು. "ಯಾರೊಬ್ಬರೂ ಅದನ್ನು ದೋಣಿಯ ಹುಟ್ಟಿನಿಂದಲೂ ಕೂಡ ಸ್ಪರ್ಶಿಸಲಾರರು" ಎಂದು ಕಾರ್ನಾಡರು ತುಘಲಕ್ ನಾಟಕದ ಬಗ್ಗೆ ಅಂದುಕೊಂಡ ಪರಿಯನ್ನು ಹೇಳುತ್ತಾರೆ. ಆದರೆ ತುಘಲಕ್ ನಾಟಕವು ಅವರಿಗೆ ರಾಷ್ಟ್ರಮಟ್ಟದಲ್ಲಿ ಖ್ಯಾತಿಯನ್ನು ದೊರಕಿಸಿಕೊಟ್ಟಿತು.

ಇತ್ತ ಭಾರತದ ಮೂರು ವಿವಿಧ ಪ್ರದೇಶಗಳಲ್ಲಿ ಸಕ್ರಿಯರಾಗಿದ್ದ ಮೂವರು ನಾಟಕಕಾರರು ಈ ಪ್ರಶ್ನೆಗಳಿಗೆ ತಮ್ಮದೇ ಆದ ಉತ್ತರಗಳನ್ನು ಕಂಡುಕೊಳ್ಳುವಲ್ಲಿ ನಿರತರಾಗಿದ್ದರು. ಅವರೆಂದರೆ– ಬಂಗಾಲಿ ಭಾಷೆಯ ಬಾದಲ್ ಸರ್ಕಾರ್, ಮರಾಠಿಯ ವಿಜಯ್ ತೆಂಡುಲ್ಕರ್ ಮತ್ತು ಹಿಂದಿಯ ಮೋಹನ್ ರಾಕೇಶ್. "ಈ ನಾಲ್ವರೂ ಕೂಡ ದೇಶದ ಇತಿಹಾಸದ ಅಂಥಾ ಸಂಕೀರ್ಣ ದಿನಗಳ, ಮಹತ್ವದ ಕಾಲಘಟ್ಟದ ಒಂದು ಭಾಗವಾಗಿದ್ದರು. ಆ ದಿನಗಳು ಹೊಸ ದೇಶದಲ್ಲಿ ಬದುಕುವ ರೀತಿಗಳನ್ನು, ಭೂತಕಾಲದ ತಳಪಾಯದಲ್ಲಿ ಹೊಸ ದೇಶವನ್ನು ನೋಡಬೇಕಾದ ಬಗೆಯನ್ನು, ಈ ಕನಸುಗಳನ್ನು ನನಸಾಗಿಸಬಹುದಿದ್ದ ಮಹಾತ್ವಾಕಾಂಕ್ಷೆಗಳನ್ನು... ಇತ್ಯಾದಿ ಮೂಲಭೂತ ಅಂಶಗಳ ಬಗ್ಗೆ ಪ್ರಶ್ನಿಸುತ್ತಿದ್ದವು. ಹಂಚಿಹೋಗಿದ್ದ ದೇಶವನ್ನು ಒಂದಾಗಿ ಕಟ್ಟುವುದು ಅವರ ಪೀಳಿಗೆಯ ಜವಾಬ್ದಾರಿಯೆಂಬ

ಭಾವವು ಇವರೆಲ್ಲರಲ್ಲಿ ಆಳವಾಗಿ ಬೇರೂರತೊಡಗಿತ್ತು" ಎನ್ನುತ್ತಾರೆ ಲೇಖಕಿಯೂ, ವಿಮರ್ಶಕಿಯೂ ಆಗಿರುವ ಶಾಂತಾ ಗೋಖಲೆ. "ಇವರೆಲ್ಲರೂ ಸೇರಿ 'ಆಧುನಿಕ ಭಾರತೀಯ ರಂಗಭೂಮಿ'ಯೆಂಬ ಮಹಾದೈತ್ಯವೊಂದನ್ನು ಸೃಷ್ಟಿಸಿದ್ದರು. ಈ ಪೀಳಿಗೆಯು ಆಧುನಿಕತೆಯನ್ನು ಅಪ್ಪಿಕೊಳ್ಳುವಲ್ಲಿ ನಿಸ್ಸಂಕೋಚ ಸ್ವಭಾವವನ್ನು ಹೊಂದಿದ್ದ, ಆದರೆ ಭಾರತೀಯ ಪರಂಪರೆಯೊಂದಿಗೆ ಅಷ್ಟೇ ಗಾಢವಾದ ಸಂಬಂಧವನ್ನೂ ಕೂಡ ಹೊಂದಿರುವ ಮಿಶ್ರತಳಿಗಳಂತಿದ್ದ ಪ್ರತಿಭಾವಂತರ ಒಂದು

ಸಮೂಹವಾಗಿತ್ತು. ಪ್ರಮುಖವಾಗಿ ಅವರು ಭೂತಕಾಲವನ್ನು ನಿರ್ಭಿಡೆಯಿಂದ ವಿಮರ್ಶಿಸುತ್ತಿದ್ದರು" ಎಂದು ಆ ದಿನಗಳನ್ನು ನೆನಪಿಸಿಕೊಳ್ಳುತ್ತಾರೆ ರಾಮು ರಮಾನಾಥನ್.

"ನಾವೆಲ್ಲರೂ ಸ್ವತಂತ್ರರಾಗಿ ನಮ್ಮದೇ ಆದ ಕೆಲಸಗಳಲ್ಲಿ ತೊಡಗಿಸಿಕೊಂಡಿದ್ದೆವು. ಆದರೆ ಪರಸ್ಪರರ ನಾಟಕಗಳನ್ನು ಓದುವುದು ಮತ್ತು ಆರೋಗ್ಯಕರ ಚರ್ಚೆಗಳ ವಿಚಾರದಲ್ಲಿ ಪರಸ್ಪರರನ್ನು ಅವಲಂಬಿಸುವುದು ಸಾಮಾನ್ಯವಾಗಿತ್ತು. ಆ ಯೌವನದ ದಿನಗಳಲ್ಲಿ ನಮಗೆಲ್ಲರಿಗೂ ಭಾರತದ ಬಗ್ಗೆ ಅಪಾರ ಹೆಮ್ಮೆಯಿತ್ತು. ಪ್ರತೀ ಅನಕ್ಷರಸ್ಥ ವ್ಯಕ್ತಿಯೂ ಮತದಾನದ ಹಕ್ಕನ್ನು ಹೊಂದಿದ್ದ ಹಾಗೂ ನಾವು ಹಿಂದೂ-ಮುಸ್ಲಿಂ-ಕ್ರೈಸ್ತರೆನ್ನದೆ ಎಲ್ಲರೂ ಒಕ್ಕೊರಲಿನಿಂದ ಭಾರತೀಯರಾಗಿರುವ, ಹೊಸದಾಗಿ ಪ್ರಜಾಪ್ರಭುತ್ವ ವ್ಯವಸ್ಥೆಯನ್ನು ಅಳವಡಿಸಿಕೊಂಡಿದ್ದ ವಿಶ್ವದ ಏಕೈಕ ರಾಷ್ಟ್ರದಲ್ಲಿದ್ದೆವು", ಎನ್ನುತ್ತಾರೆ ಕಾರ್ನಾಡ್. 2018 ರಲ್ಲಿ ದೇಶದೆಲ್ಲೆಡೆ ಹಬ್ಬಿದ್ದ ಕೋಮುದ್ವೇಷದ ಅಲೆಯು ಅವರನ್ನು ನಿಜಕ್ಕೂ ನಿರಾಶೆಗೀಡುಮಾಡಿತ್ತು. "ಹಿಂದೂರಾಷ್ಟ್ರದ ಕನಸಿನಲ್ಲಿ ಸಾಮರಸ್ಯವೆಂಬುದು ನಿರರ್ಥಕವೂ, ತೀರಾ ಅಪಾಯಕಾರಿಯಾದ ಆಟವೂ ಆಗಿ ರೂಪಾಂತರಗೊಂಡಿದೆ. ಈಗಾಗಲೇ ಇರುವ ಪಾಕಿಸ್ತಾನವು ಕಮ್ಮಿಯೆಂಬಂತೆ ನಾವಿಂದು ಹೊಸದೊಂದು ಪಾಕಿಸ್ತಾನವನ್ನು ಸೃಷ್ಟಿಸುತ್ತಿ ದ್ದೇವೆ. ಇದು ಅಪಾಯಕಾರಿಯೆನ್ನಲು ಕಾರಣವೇನೆಂದರೆ ಅಸ್ಪೃಶ್ಯರನ್ನು, ಬುಡಕಟ್ಟು ಜನಾಂಗದವರನ್ನು ಮತ್ತು ಮಹಿಳೆಯರನ್ನು ಹಿಂದೂರಾಷ್ಟ್ರ ಕಲ್ಪನೆಯ ಸಮಾಜವು ಯಾವ ಸ್ತರದಲ್ಲಿ ಇಡಲಿದೆ ಎಂಬ ಬಗ್ಗೆ ಯಾವ ಹಿಂದುತ್ವವಾದಿಗಳೂ ಬಾಯಿಬಿಟ್ಟು ಹೇಳುವುದಿಲ್ಲ", ಎನ್ನುವ ಕಳವಳ ಅವರದ್ದು.

ಕರ್ನಾಟಕದ ಶಿರಸಿಯಲ್ಲಿ ತನ್ನ ಬಾಲ್ಯವನ್ನು ಕಳೆದ ಕಾರ್ನಾಡರು ಆ ದಿನಗಳಿಂದಲೇ ರಂಗಭೂಮಿಯತ್ತ ಒಲವನ್ನು ಬೆಳೆಸಿಕೊಂಡವರು. ವೈದ್ಯರಾಗಿ ಸೇವೆ ಸಲ್ಲಿಸುತ್ತಿದ್ದ ಅವರ ತಂದೆ ಹಾಗೂ ತಾತ ಕೂಡ ಆ ದಿನಗಳಲ್ಲಿ ಕಂಪೆನಿಗಳೆಂಬ ಹೆಸರಿನಲ್ಲಿ ಕರೆಯಲ್ಪಡುತ್ತಿದ್ದ ವೃತ್ತಿಪರ ತಂಡಗಳು ಗ್ಯಾಸ್ ದೀಪಗಳ ಬೆಳಕಿನಲ್ಲಿ ನಡೆಸಿಕೊಡುತ್ತಿದ್ದ ನಾಟಕಗಳನ್ನು ಬಹುವಾಗಿ ಇಷ್ಟಪಡುತ್ತಿದ್ದವರು. ಕಾರ್ನಾಡರು ಹೇಳುವ ಪ್ರಕಾರ ಅವರ ತಂದೆಯು ವೈದ್ಯಾಧಿಕಾರಿಯಾಗಿದ್ದರಿಂದ ಅವರಿಗೆ ನಾಟಕದ ಉಚಿತ ಪಾಸುಗಳು ಸಿಗುತ್ತಿದ್ದವಂತೆ.

ಅನುಗಾಲವೂ ಒದ್ದೆಯಾಗಿದ್ದ, ಮಲೇರಿಯಾ ರೋಗದ ತವರೂರಾಗಿದ್ದ ಆ ತಾಣವು ಯಕ್ಷಗಾನಕ್ಕೂ ಕೂಡ ಹೃದಯಭಾಗವಾಗಿತ್ತು. "ಆ ದಿನಗಳಲ್ಲಿ ಯಕ್ಷಗಾನವನ್ನು ಕೆಳವರ್ಗದ ಕಲೆಯೆಂಬಂತೆ ನೋಡಲಾಗುತ್ತಿತ್ತು. ಹೀಗಾಗಿ ನನ್ನ ಹೆತ್ತವರು ಅಂಥಾ ಪ್ರದರ್ಶನಗಳನ್ನು ಯಾವ ಕಾರಣಕ್ಕೂ ನೋಡುವ ಸಾಧ್ಯತೆಗಳೇ ಇರಲಿಲ್ಲ. ಹೀಗಾಗಿ ನನ್ನನ್ನು ಆಳುಗಳ ಜೊತೆ ಈ ಪ್ರದರ್ಶನಗಳಿಗೆ ಕಳಿಸಲಾಗುತ್ತಿತ್ತು",

ಎಂದು ತನ್ನ ಬಾಲ್ಯದ ದಿನಗಳನ್ನು ಕಾರ್ನಾಡರು ನೆನಪಿಸಿಕೊಳ್ಳುತ್ತಿದ್ದಾರೆ. 2016ರಲ್ಲಿ ಚಿತ್ರನಿರ್ದೇಶಕ ಕೆ.ಎಂ. ಚೈತನ್ಯರವರು ನಿರ್ದೇಶಿಸಿರುವ 'ಸ್ಕ್ಯಾಟರಿಂಗ್ ಗೋಲ್ಡ್ ಫೆದರ್ಸ್' ಸಾಕ್ಷ್ಯಚಿತ್ರದಲ್ಲಿ ಕಾರ್ನಾಡರು ತಾವು ಶಿರಸಿಯಲ್ಲಿದ್ದ ದಿನಗಳಲ್ಲಿ ಸವಿದಿದ್ದ ಮಹಾಕಾವ್ಯಗಳ, ಪುರಾಣಗಳ ಬಗ್ಗೆ ಆಪ್ತವಾಗಿ ನೆನಪಿಸಿಕೊಳ್ಳುತ್ತಾರೆ. ಆದರೆ ಅವರು ನಿಜಕ್ಕೂ ಅರಳಿದ್ದು ಧಾರವಾಡದಲ್ಲಿ ಅಸಾಂಪ್ರದಾಯಿಕ ಸಾರಸ್ವತ ಬ್ರಾಹ್ಮಣೀಯ ಕುಟುಂಬದ ಭಾಗವಾದಾಗ. ಬಾಲ್ಯದಲ್ಲೇ ತನ್ನ ಪತಿಯನ್ನು ಕಳೆದುಕೊಂಡಿದ್ದ ಕಾರ್ನಾಡರ ಬಾಲವಿಧವೆ ತಾಯಿಯ ಪುಟ್ಟ ಹೆಗಲ ಮೇಲೆ ಅಂದು ಮಗನನ್ನು ಪೊರೆಯುವ ದೊಡ್ಡ ಜವಾಬ್ದಾರಿಯ ಭಾರವಿತ್ತು. ಆದರೆ ಆಕೆಯಂತೂ ಎಲ್ಲಾ ಅಡೆತಡೆಗಳಿಗೂ ಸಡ್ಡುಹೊಡೆದು ಸ್ವತಃ ವಿದ್ಯಾಭ್ಯಾಸವನ್ನು ಪಡೆದುಕೊಂಡು, ದಾದಿಯಾಗಿ ತರಬೇತಿಯನ್ನೂ ಪಡೆದುಕೊಂಡು ಬೆಳಗಾಂನಲ್ಲಿ ನೆಲೆಯಾಗಿದ್ದರು. ಆಕೆ ತನ್ನ ಎರಡನೇ ಪತಿಯನ್ನು (ಡಾ. ರಘುನಾಥ್ ಕಾರ್ನಾಡ್) ಮೊಟ್ಟಮೊದಲ ಬಾರಿಗೆ ಭೇಟಿಯಾಗಿದ್ದು ಈ ಸ್ಥಳದಲ್ಲೇ. ಇಬ್ಬರೂ ಡಾ. ಕಾರ್ನಾಡರ ಮನೆಯಲ್ಲಿ ಜೊತೆಯಾಗಿ ಐದು ವರ್ಷ ನೆಲೆಸಿದ ನಂತರವೇ ಈ ಸಂಬಂಧವು ವಿವಾಹ ಬಂಧನಕ್ಕೊಳಗಾಗಿತ್ತು.

ತನ್ನ ಮೂರನೇ ಮಗನ ಬದುಕಿನಲ್ಲಿ ಕೃಷ್ಣಾಬಾಯಿ ಕಾರ್ನಾಡರ ಪರಿಣಾಮವು ಅಗಾಧವೆಂಬಷ್ಟಿದೆ. ಹೀಗಾಗಿಯೇ ಹೆಣ್ಣಿನ ಆಕಾಂಕ್ಷೆಗಳ ಬಗ್ಗೆ ನಿರ್ಭಿಡೆಯಿಂದ ಮಾತನಾಡಬಲ್ಲ 'ಹಯವದನ' (1971) ಮತ್ತು 'ನಾಗಮಂಡಲ' (1988) ಗಳಂಥಾ ನಾಟಕಗಳು ಕಾರ್ನಾಡರ ಲೇಖನಿಯಿಂದ ಜನ್ಮತಾಳಿದವು. ಅಲ್ಲದೆ ಧಾರವಾಡದ ಮನೆಯಲ್ಲಂತೂ ಅವರಿಗೆ ಇಬ್ಬರು ಸಹೋದರಿಯರು ಮತ್ತು ನಾಲ್ವರು ಸೋದರಸಂಬಂಧಿಗಳಿಂದಾಗಿ ತನ್ನದೇ ವಯಸ್ಸಿನ ಹೆಣ್ಣುಮಕ್ಕಳೊಂದಿಗೆ ಒಡನಾಟದ ಭಾಗ್ಯವೂ ದೊರಕಿತ್ತು. "ದಕ್ಷಿಣಭಾರತದಲ್ಲಿ ಮೊದಲ ಸೋದರಸಂಬಂಧಿಯೆಂಬುದರ ಅರ್ಥವೇನು ಗೊತ್ತೇ? ಪತ್ನಿ ಅಥವಾ ಸಹೋದರಿ. ಲೈಂಗಿಕವಾಗಿ ಜಾಗೃತರಾಗುವ ಮತ್ತು ಸಂಬಂಧಗಳಲ್ಲಿರುವ ಸಂಕೀರ್ಣತೆಯನ್ನು ಗುರುತಿಸಲು ಆರಂಭವಾಗುವ ಆ ಹಂತದ ವಯಸ್ಸಿನಲ್ಲಿ ಆಕೆ ನಿಮ್ಮೊಂದಿಗಿರುತ್ತಾಳೆ. ಉತ್ತರ ಕರ್ನಾಟಕದ ಬಹಳಷ್ಟು ಸಮುದಾಯಗಳಲ್ಲಿ ಎಂಟು ಅಥವಾ ಒಂಭತ್ತರ ವಯಸ್ಸಿನ ನಂತರ ಗಂಡು ಮತ್ತು ಹೆಣ್ಣುಮಕ್ಕಳು ಸಾಮಾನ್ಯವಾಗಿ ಮಾತನಾಡುವುದೂ ಇಲ್ಲ. ಆದರೆ ನಮ್ಮ ಸಮುದಾಯವು ಇಂಥಾ ಮನೋಭಾವಗಳಿಂದ ಮುಕ್ತವಾಗಿತ್ತು. ನಾವೆಲ್ಲರೂ ಜೊತೆಯಲ್ಲಿ ಕುಳಿತುಕೊಂಡು ತಮ್ಮ ಹರೆಯದ ಹೊಸ ಆಕರ್ಷಣೆಗಳ ಬಗ್ಗೆಯೋ, ರಾಜ್ ಕಪೂರ್ ಅದೆಷ್ಟು ಸ್ಫುರದ್ರೂಪಿಯಾಗಿದ್ದ ಎಂಬ ಬಗ್ಗೆಯೆಲ್ಲಾ ಹರಟೆ ಹೊಡೆಯುತ್ತಿದ್ದೆವು", ಎನ್ನುತ್ತಾರೆ ಕಾರ್ನಾಡ್.

ಇಂಗ್ಲಿಷ್ ಭಾಷೆಯಲ್ಲಿ ಕವಿಯಾಗುವ ದೊಡ್ಡ ಕನಸನ್ನೇ ಆ ದಿನಗಳಲ್ಲಿ ಕಾರ್ನಾಡರು ಇಟ್ಟುಕೊಂಡಿದ್ದರಂತೆ. ಹೀಗಾಗಿ 'ಪಾಶ್ಚಾತ್ಯಲೋಕದ ಮೇಲೆ ವಿಜಯವನ್ನು ಸಾಧಿಸುವ' ನಿಟ್ಟಿನಲ್ಲಿ ರೋಡ್ಸ್ ಶಿಷ್ಯವೇತನಕ್ಕೆ ಅರ್ಜಿ ಹಾಕಿ, ಪ್ರತಿಷ್ಠಿತ ಆಕ್ಸ್‌ಫರ್ಡ್ ವಿಶ್ವವಿದ್ಯಾಲಯದಲ್ಲಿ ಉನ್ನತ ಅಧ್ಯಯನ ಮಾಡುವ ಅವಕಾಶವೂ ಅವರದ್ದಾಯಿತು. ಹೀಗೆ ಉನ್ನತ ವ್ಯಾಸಂಗಕ್ಕಾಗಿ ದೇಶವನ್ನು ತೊರೆಯಲಿದ್ದ ಆ ದಿನಗಳಲ್ಲೇ ಮಹಾಭಾರತದ ಕಥೆಯೊಂದನ್ನಾಧರಿಸಿದ ನಾಟಕವೊಂದು ಅವರ ಮನದಲ್ಲಿ ನಿಧಾನವಾಗಿ ಮೊಳಕೆ ಒಡೆಯುತ್ತಲಿತ್ತು. "ನನಗೆ ಕವಿಯಾಗಬೇಕೆಂಬ ಉತ್ಕಟ ಇಚ್ಛೆಯಿತ್ತು. ಆದರೆ ನಾಟಕಕಾರನಾಗಿಬಿಟ್ಟೆ. ನಾಟಕಕಾರನಾಗುವುದೇ ನನ್ನ ನಿಜವಾದ ಹಾದಿಯಾದರೆ ಅದನ್ನೇ ಅಪ್ಪಿಕೊಳ್ಳುವೆನೆಂದು ನಾನು ನಿರ್ಧರಿಸಿದೆ. ನನಗೆ ಚಿತ್ರಕಲೆಯ ಅಭ್ಯಾಸವೂ ಇತ್ತು. ಮುಂದೆ ಅದಕ್ಕೂ ತಿಲಾಂಜಲಿಯಿಟ್ಟೆ", ಎನ್ನುತ್ತಾರೆ ಅವರು.

ಪಾರ್ಸಿ ರಂಗಭೂಮಿಯ ಪ್ರೇರಣೆಯನ್ನು ಅಥವಾ ಜನಪದ ರೂಪಗಳನ್ನು ಸಂಪ್ರದಾಯದಂತೆ ಮೈಗೂಡಿಸಿಕೊಂಡಿದ್ದ ತಮ್ಮ ಪೀಳಿಗೆಯ ರಂಗಭೂಮಿಯ ಪರಂಪರೆಗಳು ಅವರಿಗೆಂದೂ ರುಚಿಸಿರಲಿಲ್ಲ. "19ನೇ ಶತಮಾನದ ಮಧ್ಯಭಾಗದಿಂದ 20ನೇ ಶತಮಾನದ ಮಧ್ಯಭಾಗದವರೆಗೂ ಕಂಪೆನಿ ನಾಟಕಗಳು ಅಂಥಾ ಪರಿಣಾಮಗಳನ್ನೇನೂ ತರುವುದರಲ್ಲಿ ಯಶಸ್ವಿಯಾಗಲಿಲ್ಲ. ಹಿಂದಿ ಚಲನಚಿತ್ರಗಳಂತೆ ಅವುಗಳು ಮನಮೋಹಕವಾಗಿದ್ದವು ಮತ್ತು ಮನರಂಜನೆಯನ್ನು ನೀಡುವಂತಹ ನಾಟಕಗಳಾಗಿದ್ದವು ಎಂಬುದನ್ನು ಬಿಟ್ಟರೆ ಅದ್ಭುತ ಅನ್ನುವಂಥಾ ಚಿತ್ರಗಳೇನೂ ಬರಲಿಲ್ಲ", ಎನ್ನುತ್ತಾರೆ ಅವರು. ಕಾರ್ನಾಡರ ಪ್ರಕಾರ ಆಧುನಿಕ ಭಾರತೀಯ ರಂಗಭೂಮಿಯ ನಾಟಕಗಳಲ್ಲಿ ಅತ್ಯುತ್ತಮ ಎಂದು ಹೆಸರಿಸುವುದಾದರೆ ಅದು ಬಂಗಾಳದಲ್ಲುಂಟಾದ ಕ್ಷಾಮದ ಕಥಾಹಂದರವಿದ್ದ ಬಿಜೋನ್ ಭಟ್ಟಾಚಾರ್ಯರ 'ನಬಾನ್ನಾ' (1943) ಮತ್ತು ಅದರ ನಂತರ ಸ್ಥಾನದಲ್ಲಿ ಭಾರತದ ವಿಭಜನೆಯ ಬಗ್ಗೆ ಹೇಳುವ ಧರ್ಮವೀರ ಭಾರತಿಯವರ ನಾಟಕ 'ಅಂಧಾ ಯುಗ್' (1954). "ನಂತರದ ದಿನಗಳಲ್ಲಿ ಕಲೆಯನ್ನು ಗಂಭೀರವಾಗಿ ಪರಿಗಣಿಸುವಂತಹ ಬಾದಲ್ ಸರ್ಕಾರ್, ತೆಂಡುಲ್ಕರ್, ರಾಕೇಶ್‌ರಂಥಾ ಪ್ರತಿಭೆಗಳ ಆಗಮನವಾಯಿತು" ಎಂದು ಕಾರ್ನಾಡ್ ಹೇಳಿದರೆ, "ತಮ್ಮ ರಂಗಭೂಮಿಯು ಬದಲಾವಣೆಗಳನ್ನು ನಿಜಕ್ಕೂ ತರಬಲ್ಲದು ಎಂಬ ಬಗ್ಗೆ ಇವರೆಲ್ಲರಿಗೂ ಅಪಾರವಾದ ನಂಬಿಕೆಯಿತ್ತು" ಎನ್ನುತ್ತಾರೆ ರಮಾನಾಥನ್. ಇವರು ಹೇಳುವ ಪ್ರಕಾರ ಎಲ್ಲದಕ್ಕಿಂತಲೂ ಮುಖ್ಯವಾಗಿ ಇವರೆಲ್ಲಾ ತಮ್ಮ ನಾಟಕಗಳನ್ನು ಪರಸ್ಪರರ ಭಾಷೆಗಳಿಗೆ ಅನುವಾದಿಸಿಕೊಂಡರು – ಸರ್ಕಾರ್‌ರವರ 'ಏವಂ ಇಂದ್ರಜಿತ್' ಅನ್ನು ಕಾರ್ನಾಡರು ಆಂಗ್ಲಭಾಷೆಗೆ ತಂದರು. ತೆಂಡುಲ್ಕರ್ 'ತುಘಲಕ್' ಅನ್ನು ಮರಾಠಿಗೆ ತಂದರು. ಹೀಗೆ ಭಾಷಾಂತರದ

ಕೆಲಸಗಳು ಸತತವಾಗಿ ಸಾಗಿದವು. 1960 ಮತ್ತು 1970 ರ ದಶಕದಲ್ಲಂತೂ ಮುಂಬೈಯ ರಂಗಭೂಮಿಯ ಅಡ್ಡಾಗಳಾದ ವಾಲ್ಚಂದ್ ಟೆರೇಸಿನಿಂದ ಹಿಡಿದು ಛಬಿಲ್ದಾಸ್ ಸ್ಕೂಲಿನವರೆಗೂ ನಾಟಕಕಾರರ ಮತ್ತು ರಂಗಕರ್ಮಿಗಳ ಒಂದು ಹೊಸ ಬೆಳೆಯೇ ವಿಫುಲವಾಗಿ ಚಿಗುರೊಡೆದಿತ್ತು.

ಅರವತ್ತರ ದಶಕದಲ್ಲಿ ಕಾರ್ನಾಡರೊಂದಿಗೆ ನಡೆದ ಮೊಟ್ಟಮೊದಲ ಭೇಟಿಯು ಗೋಖಲೆಯವರ ನೆನಪಿನಂಗಳದಲ್ಲಿ ಇಂದಿಗೂ ಹಸಿರಾಗಿದೆ. "ಕಾರ್ನಾಡರ ಸಮುದಾಯದ ಹೆಣ್ಣುಮಕ್ಕಳನ್ನು ಹೊಂದಿದ್ದ ತಾಯಂದಿರು ಈ ಎತ್ತರವಾದ, ಸ್ಫುರದ್ರೂಪಿಯಾದ, 'ಆಕ್ಸ್‌ಫರ್ಡ್‌ನಿಂದ ಮರಳಿದ', ಪ್ರತಿಭಾವಂತ ಯುವಕನನ್ನು ತಮ್ಮ ಮುದ್ದಿನ ಮಗಳಿಗೆ ಗಂಟುಹಾಕಲು ಹಾತೊರೆಯುತ್ತಿದ್ದರು. ನನ್ನದೇ ಪರಿಚಯದ ಪ್ರತಿಭಾವಂತ ನಟೀಮಣಿಯೊಬ್ಬಳಿಗೆ ಅವರ ಬಗ್ಗೆ ಭಾರೀ ಆಕರ್ಷಣೆಯಿತ್ತು", ಎನ್ನುತ್ತಾರೆ ಗೋಖಲೆ. ಆದರೆ ಗೋಖಲೆಯವರು ಹೇಳುವ ಪ್ರಕಾರ ಗಿರೀಶ್ ಕಾರ್ನಾಡ್ ಇವರೆಲ್ಲರನ್ನೂ ನಿರಾಶೆಗೊಳಿಸಿ ಮದ್ರಾಸಿನಲ್ಲಿ ತಾವು ಮೆಚ್ಚಿಕೊಂಡಿದ್ದ ವೈದ್ಯೆಯಾದ ಸರಸ್ವತಿ ಗಣಪತಿಯವರಿಗಾಗಿ ಕಾಯುತ್ತಿದ್ದರು. ಆಕೆ ಅಮೆರಿಕಾದಿಂದ ಮರಳಿದ ತರುವಾಯ ಅವರನ್ನು ವಿವಾಹವಾಗುವ ಹಂಬಲವು ಕಾರ್ನಾಡರಿಗಿತ್ತು.

ಕಾರ್ನಾಡರ ಮೊದಲ ನಾಟಕವಾಗಿದ್ದ ಯಯಾತಿಯು 1967 ರಲ್ಲಿ ಸತ್ಯದೇವ್ ದುಬೆಯವರ ನಿರ್ಮಾಣದಲ್ಲಿ ಹೊರಬಂದಿತ್ತು. ಮುಂದೆ ಹಲವು ವರ್ಷಗಳ ನಂತರವಷ್ಟೇ ಕನ್ನಡದ ನಾಟಕಕಾರರು ಅದನ್ನು ರಂಗಕ್ಕೆ ತಂದರು. ಆದರೆ 1963 ರಲ್ಲಿ ದುಬೆಯವರೊಂದಿಗೆ ನಡೆದಿದ್ದ ಕಾರ್ನಾಡರ ಮೊದಲ ಭೇಟಿಯು ಅಷ್ಟೇನೂ ಸಂತಸದಾಯಕವಾಗಿರಲಿಲ್ಲ. "ದುಬೆ ಅಂದು ಕಾರ್ನಾಡರೊಂದಿಗೆ ಸೌಜನ್ಯಯುತವಾಗಿ ವ್ಯವಹರಿಸಲಿಲ್ಲ. ಕಾರ್ನಾಡರು ಇಂಗ್ಲಿಷಿನಲ್ಲಿ ತಮ್ಮ ನಾಟಕಗಳನ್ನು ಬರೆಯುತ್ತಾರೆ ಎಂಬ ಯೋಚನೆ ಅವರದ್ದಾಗಿತ್ತು ಮತ್ತು ದುಬೆಯವರಿಗೆ ಆ ದಿನಗಳಲ್ಲಿ ಇಂಗ್ಲಿಷ್ ರಂಗಭೂಮಿಯ ಬಗ್ಗೆ ನಖಶಿಖಾಂತ ದ್ವೇಷವಿತ್ತು. ರೂಪಕಗಳ ಶೈಲಿಯಲ್ಲಿ ಹೇಳುವುದಾದರೆ ಕಾರ್ನಾಡರು ಯಾವಾಗ ತಾವು ಕನ್ನಡದಲ್ಲಿ ನಾಟಕಗಳನ್ನು ಬರೆದಿರುವೆನೆಂದು ಹೇಳಿದರೋ, ದುಬೆಯವರು ಸಂತೃಪ್ತರಾಗಿ ಕಾರ್ನಾಡರನ್ನು ಆಲಂಗಿಸಿಕೊಂಡರು", ಎನ್ನುತ್ತಾರೆ ಗೋಖಲೆ.

ಕಾರ್ನಾಡರ ನಂತರ ಬಂದ ಬಹಳಷ್ಟು ಕಲಾಸಕ್ತರಿಗೆ ಅವರ ಅದ್ಭುತ ನಾಟಕಗಳು ಭಾರತೀಯ ಸಮಾಜ, ಜಾತಿ-ವರ್ಣ ಶ್ರೇಣಿಗಳು, ರಾಜಕೀಯ ವ್ಯವಸ್ಥೆಯಲ್ಲಿ ಕಳೆದುಕೊಂಡ ನಂಬಿಕೆ... ಹೀಗೆ ಇವೆಲ್ಲವನ್ನೂ ಏಕಕಾಲದಲ್ಲಿ ಮನದಟ್ಟಾಗುವಂತೆ, ಈ ಬಗ್ಗೆ ಗಂಭೀರವಾಗಿ ಯೋಚಿಸುವಂತೆ ಮಾಡಿವೆ. "ಕಾರ್ನಾಡರ ನಾಟಕಗಳನ್ನು ನೀವು ಸೂಕ್ಷ್ಮವಾಗಿ ಗಮನಿಸಿದರೆ ಅವುಗಳು ಮೇಲ್ಮೈಯಲ್ಲಿ ಪ್ರಾರಂಭಗೊಂಡು,

ನಿಧಾನವಾಗಿ ಆಳಕ್ಕಿಳಿಯುತ್ತವೆ. ಅವರು ಈ ಗುಣಗಳನ್ನು ನಾಟಕದ ಪಾತ್ರಗಳಿಗಷ್ಟೇ ತರದೆ ರಾಷ್ಟ್ರದ ಮನಸ್ಥಿತಿಗೂ ತಂದುಬಿಡುತ್ತಾರೆ. ಗತಕಾಲದ ಕಥೆಗಳನ್ನು ಅವರು ಸಿದ್ಧಪಡಿಸಿಟ್ಟಂತೆ ಮೇಲ್ನೋಟಕ್ಕೆ ಕಂಡರೂ, ಅವರು ನಿಜಕ್ಕೂ ಸೂಕ್ಷ್ಮವಾಗಿ ಪರೀಕ್ಷಿಸುವುದು ನಮ್ಮನಿಮ್ಮೆಲ್ಲರನ್ನು ಮತ್ತು ಇಂದಿನ ವರ್ತಮಾನವನ್ನು" ಎನ್ನುತ್ತಾರೆ ಕೆ.ಎಂ. ಚೈತನ್ಯ.

1990ರಲ್ಲಿ ಕಾರ್ನಾಡರು ತಲೆದಂಡ ನಾಟಕವನ್ನು ಬರೆದರು. ಈ ನಾಟಕವು ಬಸವಕಲ್ಯಾಣದಲ್ಲಿ ಕವಿ–ಮುತ್ಸದ್ದಿಯಾಗಿದ್ದ ಶ್ರೀ ಬಸವಣ್ಣ ಮತ್ತವರ ಅನುಯಾಯಿಗಳಾಗಿದ್ದ ಶರಣರು 12 ನೇ ಶತಮಾನದಲ್ಲಿ ನಡೆಸಿದ್ದ ಜಾತಿವಿರೋಧಿ ಕ್ರಾಂತಿಯಿಂದ ಪ್ರೇರಣೆಯನ್ನು ಪಡೆದ ಪ್ರಯೋಗವಾಗಿತ್ತು. ಇದು ರಾಮ ಜನ್ಮಭೂಮಿ ಘಟನಾವಳಿಯಲ್ಲುಂಟಾದ ಪ್ರಕ್ಷುಬ್ಧತೆಗೆ ಮತ್ತು ಮಂಡಲ್ ಸಮಿತಿಯ ಶಿಫಾರಸ್ಸಿನ ವಿರುದ್ಧ ಹುಟ್ಟಿದ ಪ್ರಬಲ ವಿರೋಧಗಳಿಗೆ ಕಾರ್ನಾಡರು ತಮ್ಮದೇ ಆದ ಧಾಟಿಯಲ್ಲಿ ತೋರ್ಪಡಿಸಿದ ಪ್ರತಿಕ್ರಿಯೆಯಾಗಿತ್ತು. "ತಲೆದಂಡವು ಕೊನೆಯಾಗುವುದು ಬರ್ಬರ ಹತ್ಯಾಕಾಂಡವೊಂದರಲ್ಲಿ ಮತ್ತು ಬ್ರಾಹ್ಮಣೀಯ ಸಮುದಾಯಗಳ ಪ್ರಬಲ ತಿರುಗಿ ಬೀಳುವಿಕೆಯಲ್ಲಿ. ಆದರೆ ಅಲ್ಲೊಂದು ಕ್ಷಣ ಸ್ವಾತಂತ್ರ್ಯದ ಕಲ್ಪನೆಯೂ ಬರುತ್ತದೆ. ಅಲ್ಲಿರಬಹುದಾದ ಸಾಧ್ಯತೆಗಳ ಮತ್ತು ಅಲ್ಲಿರುವ ಸಾಧ್ಯತೆಗಳನ್ನು ಅದು ಗುರುತಿಸುತ್ತದೆ", ಎನ್ನುತ್ತಾರೆ ನಾಟಕಕಾರರಾಗಿರುವ ಸುನಿಲ್ ಶಾನಭಾಗ್.

ಇಷ್ಟಿದ್ದರೂ ಆದರ್ಶವಾದದ ಮಿತಿಗಳ ಬಗ್ಗೆ ಕಾರ್ನಾಡರಿಗಿದ್ದ ಕುತೂಹಲಗಳು ಮತ್ತು ಇವೆಲ್ಲದರ ಜೊತೆಗೇ ಅನಿವಾರ್ಯವೆಂಬಂತೆ ಬರುವ ಭ್ರಷ್ಟತೆಯ ರೂಪಗಳು ನಿಜಕ್ಕೂ ಹಲವಾರು ಪ್ರಶ್ನೆಗಳನ್ನೆತ್ತುತ್ತಿವೆ. "ಅವರ ಬಹಳಷ್ಟು ನಾಟಕಗಳ ಉಪಪಠ್ಯಗಳು ಮಾತ್ರ– ಅದು ಉದ್ದೇಶಪೂರ್ವಕವೆಂದೇನೂ ನಾನು ಹೇಳುತ್ತಿಲ್ಲ – ಸಮಾಜ ಸುಧಾರಣೆಯ ಯಾವ ಪ್ರಯತ್ನವಾದರೂ ಅದರ ಮುನ್ಸೂಚನೆಯು... ಆರಂಭಿಕ ಅಡೆತಡೆಗಳ ನಂತರವೂ ಸಾಂಪ್ರದಾಯಿಕತೆಯು ಹೇಗೋ ತನ್ನನ್ನು ತಾನು ಆ ಜಾಗದಲ್ಲಿ ಮತ್ತೆ ಹೊಂದಿಸಿಕೊಳ್ಳುತ್ತದೆ...", ಎನ್ನುತ್ತಾರೆ ಮತ್ತೊಬ್ಬ ಖ್ಯಾತ ನಾಟಕಕಾರರಾದ ಹೆಚ್.ಎಸ್. ಶಿವಪ್ರಕಾಶ್.

"ಕೇವಲ ಪಂಥೀಯ ವಿಚಾರಧಾರೆಗಳ ಕಾರಣವೊಂದಕ್ಕಾಗಿಯೇ ಗೌರಿ ಲಂಕೇಶ್ ಕೊಲೆಯಾದರೇ? ಕೇವಲ ಚಿಂತನಾಕ್ರಮವು ಯಾರನ್ನಾದರೂ ಕೊಲ್ಲಲು ಪ್ರೇರೇಪಿಸಬಹುದೇ?", ಹಲವಾರು ಪ್ರಾಜೆಕ್ಟ್‌ಗಳಲ್ಲಿ ಕಾರ್ನಾಡರ ಸಹಾಯಕನಾಗಿ ದುಡಿದ ಅನುಭವವುಳ್ಳ ಚೈತನ್ಯ ಕೆ.ಎಂ. ಈ ಬಗ್ಗೆ ಅವರಲ್ಲಿ ಕೇಳಿದ್ದನ್ನು ಸ್ಮರಿಸಿಕೊಳ್ಳುತ್ತಿದ್ದಾರೆ. ಖ್ಯಾತ ಪತ್ರಕರ್ತರೂ, ಲೇಖಕರೂ, ತಮ್ಮ ಅಭಿಪ್ರಾಯಗಳನ್ನು ಮುಕ್ತವಾಗಿ ಮಂಡಿಸುತ್ತಿದ್ದ ಪತ್ರಿಕಾ ಸಂಪಾದಕರೂ ಆಗಿದ್ದ ಪಿ. ಲಂಕೇಶ್‌ರವರ

ಮಗಳಾದ ಗೌರಿ ಲಂಕೇಶ್ ಕಾರ್ನಾಡರ ಕಣ್ಣಮುಂದೆಯೇ ಬೆಳೆದವರು. ಒಂದು ರೀತಿಯಲ್ಲಿ ಕಾರ್ನಾಡರೂ ಕೂಡ ಗೌರಿ ಲಂಕೇಶರನ್ನು ಒಂದು ದೊಡ್ಡ ಗುರಿಯತ್ತ ಕೆಲಸ ಮಾಡಲು ಪ್ರೇರೇಪಿಸಿದ್ದರಿಂದಲೇ ಆಕೆ ಪತ್ರಕರ್ತೆಯಿಂದ ಕ್ರಮೇಣ ಸಂಪಾದಕಿ–ಹೋರಾಟಗಾರ್ತಿಯಾಗಿ ಬದಲಾಗಿದ್ದರು. 2002ರಲ್ಲಿ ಚಿಕ್ಕಮಗಳೂರಿನ ಬೆಟ್ಟದ ಕಾಡುಗಳಲ್ಲಿರುವ ಪೂಜಾಸ್ಥಳವಾದ ಬಾಬಾ ಬುಡನ್ ಗಿರಿಯನ್ನು ಸಂಘ ಪರಿವಾರವು ಕೋಮುದ್ವೇಷದ ಕಾಡ್ಗಿಚ್ಚಾಗಿಸಿ, ಈ ತಾಣವನ್ನು 'ದಕ್ಷಿಣದ ಅಯೋಧ್ಯೆ'ಯನ್ನಾಗಿ ಮಾಡಲು ಹೊರಟಿದ್ದಾಗ ಈ ಧರ್ಮಾಂಧತೆಯ ಕಿಚ್ಚನ್ನು ಆರಿಸಲು ಹೊರಟಿದ್ದ ನಾಗರಿಕ ಸಮಿತಿಯಲ್ಲಿ ಕಾರ್ನಾಡರೂ ಇದ್ದರು. "ಅಲ್ಲಿ ನಾವೆಲ್ಲರೂ ಗಂಡಸರಷ್ಟೇ ಇದ್ದೆವು. ಸಮಿತಿಯಲ್ಲಿ ನಮಗೆ ಮಹಿಳಾ ಪ್ರಾತಿನಿಧ್ಯವೂ ಬೇಕಿತ್ತು. ಹೀಗಾಗಿ ನಾನು ಆಕೆಗೆ ಕರೆ ಮಾಡಿದೆ. ನಾವು ಮರಳಿ ಬಂದ ನಂತರ ಅವರು ಈ ಬಗ್ಗೆ ಚರ್ಚಿಸುತ್ತಾ, ಪ್ರತಿಭಟಿಸುತ್ತಾ ಮುಂದಾಳತ್ವವನ್ನು ವಹಿಸಿಕೊಂಡರು. ಅಂದಿನಿಂದ ಆಕೆ ಸ್ವತಂತ್ರವಾಗಿ ಹೋರಾಟದ ಲೋಕದಲ್ಲಿ ತನ್ನನ್ನು ತಾನು ತೊಡಗಿಸಿಕೊಂಡರು" ಎನ್ನುತ್ತಾ ಗೌರಿ ಲಂಕೇಶರ ಬಗ್ಗೆ ಸ್ಮರಿಸಿಕೊಳ್ಳುತ್ತಾರೆ ಕಾರ್ನಾಡ್.

ಕಳೆದ ಹಲವು ದಶಕಗಳಿಂದ ಸರ್ಕಾರಗಳ ಅತೀ ಎನ್ನಿಸುವ ಧೋರಣೆಗಳ ಮತ್ತು ಬಹುಪಕ್ಷೀಯತೆಯ ಆಧಾರದಲ್ಲಿ ಹೇರಲು ಹೊರಟಿದ್ದ ಹೇರಿಕೆಯ ದನಿಗಳ ವಿರುದ್ಧ ಕಾರ್ನಾಡರು ನಿಸ್ಸಂಕೋಚವಾಗಿ ಪ್ರತಿಭಟಿಸಿದ್ದಾರೆ. ಇತ್ತೀಚೆಗಷ್ಟೇ ತನ್ನನ್ನು ತಾನು 'ನಗರ ನಕ್ಸಲ್' ಎಂದು ಕರೆದ ತರುವಾಯ, ಈ ಬಗ್ಗೆ ಹುಟ್ಟಿದ್ದ ವಿರೋಧಗಳವರೆಗೂ ಅವರ ಈ ದನಿಯು ಎಂದಿನಂತೆ ಸಾಗುತ್ತಾ ಬಂದಿದೆ. ಅವರ ಈ ನಿರ್ಭಯ ನಡೆಗಳು ಈಚಿನ ದಿನಗಳಲ್ಲಿ ಹೊಸ ಪರಿಣಾಮಗಳನ್ನೂ ಬೀರತೊಡಗಿತ್ತು. ಕಾರ್ನಾಡರ ವಿರುದ್ಧ ಪೋಲೀಸ್ ಠಾಣೆಯಲ್ಲಿ ದೂರು ದಾಖಲಾಗಿತ್ತು. ರಮಾನಾಥನ್‌ರವರು ನೆನಪಿಸಿಕೊಳ್ಳುವ ಪ್ರಕಾರ ಅಂಬೇಡ್ಕರ್–ಮಾರ್ಕ್ಸಿಸ್ಟ್ ಸಾಂಸ್ಕೃತಿಕ ತಂಡವಾದ ಕಬೀರ್ ಕಲಾ ಮಂಚ್‌ನ ಹೋರಾಟಗಾರರನ್ನು 2012ರಲ್ಲಿ ಬಂಧನಕ್ಕೊಳಪಡಿಸಿದಾಗ ಮಹಾರಾಷ್ಟ್ರದ ಕೆಲ ಚಿಂತಕರು ಮತ್ತು ಬುದ್ಧಿಜೀವಿಗಳು ಹೀಗೆ ಬಂಧನಕ್ಕೊಳಗಾದವರ ಪರವಾಗಿ ದನಿಯೆತ್ತಲು ಸಿದ್ಧರಾಗಿದ್ದರು. "ಕಾರ್ನಾಡರು ಈ ನಿಟ್ಟಿನಲ್ಲಿ ಗುವಾಹಟಿಯಿಂದ ಬಂದು ನಮ್ಮನ್ನು ಸೇರಿಕೊಂಡರು. ಕಾನೂನು ಸಂಬಂಧಿ ದಸ್ತಾವೇಜುಗಳನ್ನು ಸವಿವರವಾಗಿ ಅಧ್ಯಯನ ಮಾಡಿ ಬಂದಿದ್ದ ಅವರು ಪರಿಸ್ಥಿತಿಯನ್ನೆದುರಿಸಲು ಸಂಪೂರ್ಣವಾಗಿ ತಯಾರಾಗಿಯೇ ಬಂದಿದ್ದರು. ಅಂದು ಅವರು ನಾಗರಿಕ ಸ್ವಾತಂತ್ರ್ಯವನ್ನೂ ಸೇರಿದಂತೆ ಮತ್ತು ಇತರೆ ಯಾವ್ಯಾವ ಅಂಶಗಳು ಅಪಾಯದಲ್ಲಿವೆ ಎಂಬುದರ ಬಗ್ಗೆ ಸ್ಪಷ್ಟವಾಗಿ ಮಾತನಾಡಿದ್ದರು" ಎಂದು ನೆನಪಿಸಿಕೊಳ್ಳುತ್ತಾರೆ ರಮಾನಾಥನ್.

ಟಿಪ್ಪು ಸುಲ್ತಾನನ ದ್ವೇಷಿಗಳಿಂದ ಹಿಡಿದು ಕನ್ನಡದ ಕೋಮುವಾದಿಗಳವರೆಗೂ, ವಿ. ಎಸ್. ನೈಪಾಲರ ಅನುಯಾಯಿಗಳಿಂದ ಹಿಡಿದು ಬಹುತೇಕ ಎಲ್ಲರೂ ಕೂಡ ಕಾರ್ನಾಡರ ಈ ಮುಕ್ತ ಅಭಿಪ್ರಾಯ ಮಂಡನೆಯಿಂದ ಒಂದಲ್ಲಾ ಒಂದು ರೀತಿಯಲ್ಲಿ ಕೆರಳಿದವರೇ. "ಅವರ ನಿಲುವುಗಳು ಅದೆಷ್ಟು ಸ್ಪಷ್ಟವಾಗಿದ್ದವೆಂದರೆ ಅವರ ಸುರಕ್ಷತೆಯ ಬಗ್ಗೆ ನಾವುಗಳು ಚಿಂತಿಸಬೇಕಾದಂತಹ ಪರಿಸ್ಥಿತಿಗಳು ನಿರ್ಮಾಣವಾದವು. ಆದರೆ ಈ ಬಗ್ಗೆ ಅವರಿಗೆ ಯಾವ ಚಿಂತೆಗಳೂ ಇರಲಿಲ್ಲ", ಎನ್ನುತ್ತಾರೆ ಚೈತನ್ಯ. ಸಾಹಿತ್ಯ ಅಕಾಡೆಮಿಯಿಂದ ನಿಯೋಜಿಸಲ್ಪಟ್ಟಿದ್ದ ಕಾರ್ನಾಡರ ಜೀವನದ ಬಗೆಗಿನ ಇಪ್ಪತ್ತೇಳು ನಿಮಿಷದ ಸಾಕ್ಷ್ಯಚಿತ್ರವನ್ನು ಸಂಪೂರ್ಣವಾಗಿ ಆನ್ಲೈನ್ ನಲ್ಲಿ ಹಾಕುವ ಬಗ್ಗೆ ಚೈತನ್ಯ ನಿರ್ಧರಿಸಿದ್ದರು. ಆದರೆ ಇವರಿಬ್ಬರನ್ನೂ ಬಲ್ಲ ಮಿತ್ರರೊಬ್ಬರಿಂದ ಒಂದು ಎಚ್ಚರಿಕೆಯ ಸಲಹೆಯೂ ಕೂಡ ಚೈತನ್ಯರಿಗೆ ಸಿಕ್ಕಿತ್ತು: "ಕೆಲ ವಿಚಾರಗಳ ಬಗ್ಗೆ ಕಾರ್ನಾಡರಿಗಿರುವ ನಿಲುವುಗಳು ಹಲವರನ್ನು ನೋಯಿಸಬಲ್ಲದು".

1975ರಲ್ಲಿ ತುರ್ತು ಪರಿಸ್ಥಿತಿಯು ಘೋಷಣೆಯಾದಾಗ ಫಿಲ್ಮ್ ಆಂಡ್ ಟೆಲಿವಿಷನ್ ಇನ್ಸ್ಟಿಟ್ಯೂಟ್ ಆಫ್ ಇಂಡಿಯಾ (ಎಫ್.ಟಿ.ಐ.ಐ) ವಿದ್ಯಾಸಂಸ್ಥೆಯ ಮುಖ್ಯಸ್ಥರಾಗಿ ತನ್ನ ಅವಧಿಯನ್ನು ಪೂರ್ಣಗೊಳಿಸಲು ಕಾರ್ನಾಡರಿಗೆ ಆರು ತಿಂಗಳ ಅವಧಿಯಷ್ಟೇ ಬಾಕಿಯಿತ್ತು. ಆದರೆ ಇವೆಲ್ಲದರ ನಡುವಿನಲ್ಲೂ ಅವರು ದೆಹಲಿಗೆ ತೆರಳಿ ವಾರ್ತಾ ಮತ್ತು ಪ್ರಸಾರ ಖಾತೆಯ ಸಚಿವರಾಗಿದ್ದ ವಿ. ಸಿ. ಶುಕ್ಲಾರವರನ್ನು ಭೇಟಿಯಾಗಿದ್ದರು. "ಪಾಶ್ಚಾತ್ಯ ಜಗತ್ತು ಇಂದಿರಾಗಾಂಧಿಯವರ ವಿಚಾರದಲ್ಲಿ ಆಕ್ರಮಣಕಾರಿ ಮನೋಭಾವವನ್ನು ಹೊಂದಿದೆ ಎಂದು ಮಾನ್ಯ ಸಚಿವರು ಹೇಳಿದರು. ಹೀಗಾಗಿ ಪಾಶ್ಚಾತ್ಯ ಜಗತ್ತು ಅದೆಷ್ಟು ಭ್ರಷ್ಟವಾಗಿದೆ, ಕರಿಯ ಜನಾಂಗದವರನ್ನು ಹೇಗೆ ಕೀಳಾಗಿ ನಡೆಸಿಕೊಳ್ಳುತ್ತಿದೆ... ಎಂಬಿತ್ಯಾದಿ ವಿಚಾರಗಳ ಬಗ್ಗೆ ಸಾಕ್ಷ್ಯಚಿತ್ರಗಳನ್ನು ಸಿದ್ಧಪಡಿಸಲು ನಮ್ಮನ್ನು ಕೋರಲಾಯಿತು. ಆದರೆ ಅಂದು ಆ ಜಾಗದಲ್ಲಿ ಕುಳಿತಿದ್ದ ನನಗೆ ಒಂದಂತೂ ಸ್ಪಷ್ಟವಾಗಿತ್ತು. ಇಂದಿನ ಸರಕಾರದಂತೆಯೇ ಆ ಸರಕಾರದಲ್ಲೂ ಕೂಡ ಕೆಲ ನಿರ್ಧಾರಗಳನ್ನು ಅಪ್ರಜ್ಞಾಪೂರ್ವಕವಾಗಿ ತೆಗೆದುಕೊಳ್ಳಲಾಗುತ್ತಿತ್ತು. ಇಂಥವರು ದೇಶವನ್ನು ನಡೆಸುತ್ತಿದ್ದರೆ ನಾನು ರಾಜೀನಾಮೆಯನ್ನು ನೀಡುವುದಲ್ಲದೆ ಬೇರೆ ಆಯ್ಕೆಗಳೇ ಇರಲಿಲ್ಲ. ಅಂತೆಯೇ ನಾನು ರಾಜೀನಾಮೆಯನ್ನು ನೀಡಿದೆ ಕೂಡ" ಎನ್ನುತ್ತಾರೆ ಕಾರ್ನಾಡ್.

ಹಿಟ್ ಲಿಸ್ಟ್‌ನಲ್ಲಿ ತಮ್ಮ ಹೆಸರಿರುವ ಬಗ್ಗೆ ಕಾರ್ನಾಡರು ಯಾವತ್ತೂ ಅಲ್ಲಗಳೆಯುತ್ತಾ ಬಂದಿದ್ದಾರೆ. ತನ್ನ ವಿಚಾರಗಳ ಬಗ್ಗೆ ತಾನು ಮುಕ್ತವಾಗಿ

ಮಾತನಾಡಲೇಬೇಕು ಎಂಬ ಜಿದ್ದು ಇಂದಿಗೂ ಅವರಲ್ಲಿದೆ. "ಸದಾ ಜಾಗೃತರಾಗಿ ಇರಬೇಕಿರುವುದೇ ಸ್ವಾತಂತ್ರ್ಯಕ್ಕೆ ನಾವು ತೆರಬೇಕಾಗಿರುವ ಬೆಲೆ. ಸರ್ಕಾರಗಳಿಂದ ದೊಡ್ಡ ಮಟ್ಟಿನ ಜವಾಬ್ದಾರಿಗಳನ್ನೂ, ಗೌರವವನ್ನೂ ಪಡೆದುಕೊಂಡಿರುವ ನನ್ನಂಥವರು ಇದರ ಸಂಪೂರ್ಣ ಉಪಯೋಗವನ್ನು ಮಾಡಬೇಕೆಂಬುದು ನನ್ನ ಅಭಿಪ್ರಾಯ. ಇದು ನನ್ನ ದೇಶದ ಋಣವನ್ನು ನಾನು ತೀರಿಸುವ ವಿಧಾನ" ಎನ್ನುತ್ತಾರೆ ಅವರು.

ಕಾರ್ನಾಡರ ಬುದ್ಧಿ-ಮನಸ್ಸುಗಳು ಎಂದಿನಂತೆ ತೀಕ್ಷ್ಣವಾಗಿದ್ದರೂ ಇತ್ತೀಚೆಗೆ ಬರವಣಿಗೆಯೆಂಬುದು ಅವರಿಗೆ ಹಿಂದಿನಷ್ಟು ಸರಾಗವಾಗಿ ಉಳಿದಿಲ್ಲ. "ಹಲವು ದಿನಗಳ ಕಾಲ ಒದ್ದಾಡಿದ ನಂತರವಷ್ಟೇ ಏಕಾಏಕಿ ಐದಾರು ದಿನಗಳ ಕಾಲ ಭಯಂಕರ ಉತ್ಸಾಹದಿಂದ ನಿರಂತರವಾಗಿ ಬರೆಯುತ್ತೇನೆ" ಎನ್ನುತ್ತಾರೆ ಅವರು. ಸಂಬಂಧಿಕರಿಗೆ ಮತ್ತು ಸ್ನೇಹಿತರಿಗೆ ಅವರು ತನ್ನ ಮನೆಯಲ್ಲೇ ಸಾಕಷ್ಟು ಸಮಯವನ್ನು ಕಳೆಯುವ ಓರ್ವ ಖಾಸಗಿ ಮನುಷ್ಯ. ಭೇಟಿಯ ಸಮಯಕ್ಕಿಂತ ಮುಂಚಿತವಾಗಿ ಅಥವಾ ತಡವಾಗಿ ಬರುವ ಸ್ನೇಹಿತರನ್ನೂ ಕೂಡ ದೂರವಿಡುವ ಸಮಯಪರಿಪಾಲನೆಯ ಬಗ್ಗೆ ಅತೀ ಎನ್ನಿಸುವಷ್ಟು ಗಾಂಭೀರ್ಯವುಳ್ಳ ವ್ಯಕ್ತಿ. ದ್ವೇಷವನ್ನೂ, ಉದಾರತೆಯನ್ನೂ ಏಕಕಾಲದಲ್ಲಿ ತನ್ನೊಳಗೆ ಹೊಂದಿರಬಲ್ಲ ಅಪಾರ ಪಾಂಡಿತ್ಯವನ್ನು ಹೊಂದಿರುವ ಪ್ರತಿಭಾವಂತ.

ಕಾರ್ನಾಡರ ನಾಟಕಗಳು ಮೈಲುಗಲ್ಲನ್ನು ಸೃಷ್ಟಿಸುತ್ತಾ ಹೋಗಿದ್ದು ನಿಜವಾದರೂ ಇವೆಲ್ಲವುಗಳಿಂದ ಒಂದು ಸುರಕ್ಷಿತ ದೂರವನ್ನು ಅವರೀಗ ಕಾಯ್ದುಕೊಂಡಿದ್ದಾರೆ. "ಇಂದು ನಾನು ತುಘಲಕ್ ಬಗ್ಗೆ ಯೋಚಿಸಿದರೆ, ಅದು ಬೇರ್ಯಾರದ್ದೋ ನಾಟಕವೆಂಬಂತೆ ಭಾಸವಾಗುತ್ತದೆ", ಎನ್ನುವ ಕಾರ್ನಾಡರು 1968 ರಲ್ಲಿ ಮೋಹನ್ ರಾಕೇಶರೊಂದಿಗೆ ಕಲ್ಕತ್ತೆಯಲ್ಲಿ ನಡೆದಿದ್ದ ತಮ್ಮ ಭೇಟಿಯ ಬಗ್ಗೆಯೂ ಸ್ಮರಿಸಿಕೊಳ್ಳುತ್ತಾರೆ. "ನಾವಂದು ಬೆಂಗಾಲಿ ಭಾಷೆಯ ಸಂಗೀತಮಯ ನಾಟಕವೊಂದನ್ನು ನೋಡುತ್ತಿದ್ದೆವು. ಅದು ಸುಮಧುರ ಭಾವವೊಂದನ್ನು ಹಾಡಿನ ರೂಪದಲ್ಲಿ ಪ್ರಸ್ತುತಪಡಿಸಲಾಗುತ್ತಿದ್ದ ಕ್ಷಣ. ನಾಟಕವನ್ನು ನೋಡುತ್ತಿರುವಂತೆಯೇ ರಾಕೇಶ್ ಏಕಾಏಕಿ ನಗಲಾರಂಭಿಸಿದ. ನಾನೂ ನಗತೊಡಗಿದೆ. ನಂತರ ನನ್ನತ್ತ ತಿರುಗಿ 'ನಾವ್ಯಾಕೆ ನಗುತ್ತಿದ್ದೇವೆ ಎಂಬುದು ನಿಮಗ್ಗೊತ್ತಾ? ಏಕೆಂದರೆ ಆಧುನಿಕ ಭಾರತೀಯ ರಂಗಭೂಮಿಯ ಭವಿಷ್ಯವು ನಮ್ಮಂಥವರ ಕೈಯಲ್ಲಿದೆ ಎಂಬ ಬಗ್ಗೆ ನಮಗೆ ತಿಳಿದಿದೆ' ಅಂದುಬಿಟ್ಟ" ಎಂದು ಆ ವಿನೋದಮಯ ಸನ್ನಿವೇಶವನ್ನು ನೆನಪಿಸಿಕೊಳ್ಳುತ್ತಿದ್ದಾರೆ ಗಿರೀಶ್ ಕಾರ್ನಾಡ್.

'ರಾಕ್ಷಸ ತಂಗಡಿ' ಬಿಡುಗಡೆ ಸಂದರ್ಭದಲ್ಲಿ ಬರೆದ ಲೇಖನ
ಇಂಡಿಯನ್ ಎಕ್ಸ್‌ಪ್ರೆಸ್ । ಕನ್ನಡಕ್ಕೆ: ಪ್ರಸಾದ್ ನಾಯ್ಕ್

ಸಂಸ್ಕೃತಿಯ ಕಥನಕಾರ

ಉಮಾ ಮಹಾದೇವನ್ ದಾಸ್ ಗುಪ್ತ ಐಎಎಸ್

ನಾಟಕಗಳು ಮತ್ತು ಅಭಿನಯದ ಮೂಲಕ ಬೆಳಗಿದ ಗಿರೀಶ್ ಕಾರ್ನಾಡರ ಕೃತಿಗಳು ಭಾರತದ ಬಗೆಗಿನ ನಮ್ಮ ಆಳವಾದ ನಂಬಿಕೆಗಳನ್ನು ಪ್ರಶ್ನಿಸಿದವು. ಕಾರ್ನಾಡರ ತುಘಲಕ್ ನಾಟಕದಲ್ಲಿ, ತುಘಲಕನು ಒಬ್ಬ ಯುವ ರಕ್ಷಕನನ್ನು ಕುರಿತು ಹೀಗೆ ಹೇಳುತ್ತಾನೆ "ನಾನು ಮೊದಲು ದೌಲತಾಬಾದಿಗೆ ಬಂದು ಕೋಟೆಯನ್ನು ಕಟ್ಟಿದಾಗ ನನಗೆ ಇಪ್ಪತ್ತೊಂದು ವರ್ಷ ವಯಸ್ಸು. ಆ ಕೋಟೆಯ ಪ್ರತಿ ಇಟ್ಟಿಗೆಯನ್ನು ಇಡುವಾಗಲೂ ನಾನು ಎಚ್ಚರಿಕೆಯಿಂದ ನೋಡಿಕೊಳ್ಳುತ್ತಿದ್ದೆ. ಆಗ ನನಗೆ ನಾನೇ ಹೇಳಿಕೊಂಡಿದ್ದೆ – ಒಂದು ದಿನ ನನ್ನ ಸ್ವಂತ ಇತಿಹಾಸವನ್ನೂ ಸಹ ಹೀಗೇ, ಇಟ್ಟಿಗೆ ಮೇಲಿಟ್ಟಿಗೆಯಂತೆ, ಕಟ್ಟಿಕೊಳ್ಳುತ್ತೇನೆ – ಎಂದು".

ಕಾರ್ನಾಡರ ಕೃತಿಯ ಮೂಲಭೂತ ಪಾಠ ಮತ್ತು ಅದರ ದುರಂತದ ದಾರ್ಶನಿಕತೆ ಏನೆಂದರೆ – ವೈಯಕ್ತಿಕ ಚರಿತ್ರೆಗಳು ಕಟ್ಟಲ್ಪಡುವುದಲ್ಲ. ಅವು ಹೃದಯ ಮತ್ತು ಮನಸ್ಸುಗಳ ನಿರ್ದೇಶನದಲ್ಲಿ ಬೆಳೆಯುವಂಥದ್ದು. ಪರಂಪರೆಯನ್ನು ಹುಟ್ಟುಹಾಕುವ ಆಸೆ ಮತ್ತು ಅನಿವಾರ್ಯವಾಗಿ ಅಧಿಕಾರವನ್ನು ಹಿಡಿದಿಟ್ಟುಕೊಳ್ಳುವ ಪ್ರಲೋಭನೆಗಳಿಂದ ಬೆಳೆಯುವಂಥದ್ದು.

1961ರಲ್ಲಿ ಕಾರ್ನಾಡರು ಆಕ್ಸ್‌ಫರ್ಡ್‌ನಲ್ಲಿದ್ದಾಗ ಬರೆದ ಮೊದಲ ನಾಟಕ ಯಯಾತಿ. ಈ ನಾಟಕದ ಮುಖ್ಯ ವಸ್ತು ಹೊಣೆಗಾರಿಕೆ. "ಕನ್ನಡದ ನವ್ಯ ಸಾಹಿತ್ಯದ ಕಾಲದಲ್ಲಿ ಬರೆಯುತ್ತಿದ್ದ ನಮಗೆಲ್ಲರಿಗೂ 1961ರಲ್ಲಿ ಇದನ್ನು ಓದಿದಾಗ ಆದ ಉತ್ಸಾಹವನ್ನು ಇನ್ನೂ ಮರೆಯಲು ಸಾಧ್ಯವಿಲ್ಲ" ಎಂದು ಯು. ಆರ್. ಅನಂತಮೂರ್ತಿಯವರು ಹೇಳಿದ್ದರು. 1971ರಲ್ಲಿ ಆಕ್ಸ್‌ಫರ್ಡ್ ಯೂನಿವರ್ಸಿಟಿ ಪ್ರೆಸ್‌ನಲ್ಲಿ ಕಾರ್ನಾಡರ ಎರಡನೆಯ ನಾಟಕ 'ತುಘಲಕ್'ನ (1964) ಪರಿಚಯವನ್ನು ಬರೆದಿದ್ದರು.

ಆಧುನಿಕ ಭಾರತದ ರಂಗಭೂಮಿಯು ಉತ್ತುಂಗದಲ್ಲಿದ್ದಂತಹ ಸಂದರ್ಭವದು. ಬಂಗಾಲಿಯಲ್ಲಿ ಬಾದಲ್ ಸರ್ಕಾರ್, ಮರಾಠಿಯಲ್ಲಿ ವಿಜಯ್ ತೆಂಡೂಲ್ಕರ್ ಮತ್ತು ಹಿಂದಿಯಲ್ಲಿ ಮೋಹನ್ ರಾಕೇಶ್ ಮುಂತಾದ ಹಿರಿಯರು ಬರೆಯುತ್ತಿದ್ದರು. ಅದೇ ಸಂದರ್ಭದಲ್ಲಿ ಕಾರ್ನಾಡರು ತಮ್ಮ ಅದ್ವಿತೀಯ ನಾಟಕಗಳನ್ನು ಬರೆದರು. ಆ ನಾಟಕಗಳನ್ನು ಅಲ್ಕಾಜಿ, ಬಿ.ವಿ. ಕಾರಂತ, ಸತ್ಯದೇವ ದುಬೆ, ವಿಜಯ ಮೆಹ್ತಾ ಮತ್ತು ಪ್ರಸನ್ನ ಅವರಂತಹ ಅಪರೂಪದ ನಿರ್ದೇಶಕರ ಮೂಲಕ ರಂಗಪ್ರಯೋಗ ಮಾಡಿಸಿದರು. ಅವರ ನಾಟಕಗಳ ಶಕ್ತಿಯುತವಾದ, ಮರೆಯಲಾಗದಂತಹ ಪ್ರದರ್ಶನಗಳಿಂದ ಭಾರತದ ಬಗೆಗಿನ ನಮ್ಮ ಅಚಲವಾದ ದೃಷ್ಟಿಕೋನಗಳನ್ನು ಅಲುಗಾಡಿಸಿ, ಪ್ರಶ್ನಿಸಿದರು.

ಕಾರ್ನಾಡರು ಇಂದು ಇಲ್ಲದಿರುವುದು ಭಾರತೀಯ ರಂಗಭೂಮಿ ಮತ್ತು ಸಾಹಿತ್ಯ ಕ್ಷೇತ್ರಕ್ಕೆ ಅಪಾರವಾದ ನಷ್ಟವಾಗಿದೆ. ಅಷ್ಟೇ ಅಲ್ಲ, ನಾವು ಇಂದು ಒಬ್ಬ ಅತ್ಯುನ್ನತ ಬುದ್ಧಿಜೀವಿಯೊಬ್ಬರನ್ನು ಕಳೆದುಕೊಂಡಿದ್ದೇವೆ. ವಿ.ಎಸ್. ನೈಪಾಲರಂತಹ ಸಹ ಬರಹಗಾರನ ಬಗೆಗಿನ ಆಕ್ಷೇಪಣೆಗಳಾಗಲಿ ಅಥವಾ ಗೌರಿ ಲಂಕೇಶರ ಕೊಲೆಯ ನಂತರ, ಆಕ್ಸಿಜನ್ ಸಿಲಿಂಡರನ್ನು ಭುಜಕ್ಕೇರಿಸಿಕೊಂಡು ಸಾರ್ವಜನಿಕ ಪ್ರತಿಭಟನೆಗಳಲ್ಲಿ ಭಾಗವಹಿಸುವಿಕೆಯಾಗಲಿ ಕಾರ್ನಾಡರು ನಿರ್ಭಿಡೆಯಿಂದ ಇದ್ದರು. ತಮ್ಮ ಮನದ ಮಾತನ್ನು ಮುಕ್ತವಾಗಿ ಹೇಳಲು ಎಂದೂ ಹಿಂಜರಿದವರಲ್ಲ.

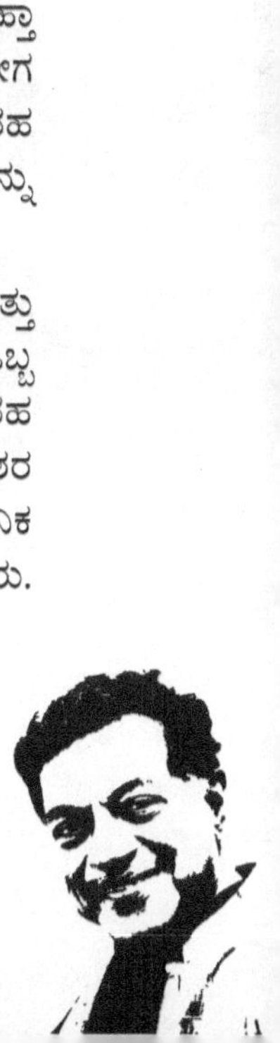

ಕಾರ್ನಾಡರು 1938 ರಲ್ಲಿ ಮುಂಬೈನ ಮರಾಠಿ ಕುಟುಂಬದಲ್ಲಿ ಜನಿಸಿದರು. ಅವರ ತಾಯಿ ಕೃಷ್ಣಾಬಾಯಿ ಆಧುನಿಕ ಮನಸ್ಥಿತಿಯವರಾಗಿದ್ದರು. ಎಳೆಯ ವಯಸ್ಸಿನಲ್ಲೇ ವೈಧವ್ಯವನ್ನು ಕಂಡ ಅವರು ಒಂದು ಚಿಕ್ಕ ಮಗುವನ್ನು ಹೊತ್ತು ನರ್ಸಿಂಗ್ ತರಬೇತಿಯನ್ನು ಪಡೆದು ಕೊನೆಗೆ ರಘುನಾಥ್ ಎಂಬ ವೈದ್ಯರನ್ನು ಮದುವೆಯಾದರು. ಚಿಕ್ಕ ವಯಸ್ಸಿನಿಂದ ಕಾರ್ನಾಡರು ಕರ್ನಾಟಕದ ಮಲೆನಾಡಿನ ಸಿರ್ಸಿಯ ಸಂಸ್ಕೃತಿಯ ನಡುವೆ ಯಕ್ಷಗಾನವನ್ನು ನೋಡಿ ಬೆಳೆದರು. ಬಹುಶಃ ತಮ್ಮ ರಂಗಭೂಮಿಯ ಸಂವೇದನೆಗಳನ್ನು ಆ ಎಳೆಯ ವಯಸ್ಸಿನಲ್ಲೇ ಪಡೆದಿರಬಹುದು. ಬಹುಶಃ ಅದಕ್ಕಾಗಿಯೇ ಅವರು ಕಾದಂಬರಿ, ಕಾವ್ಯ, ಕಲೆಗಳಿಗಿಂತ ನಾಟಕವನ್ನು ತಮ್ಮ ಮುಖ್ಯ ಅಭಿವ್ಯಕ್ತಿ ಮಾಧ್ಯಮವನ್ನಾಗಿಸಿಕೊಂಡಿರಬಹುದು.

1958ರಲ್ಲಿ ಧಾರವಾಡದ ಕರ್ನಾಟಕ ವಿಶ್ವವಿದ್ಯಾಲಯದಲ್ಲಿ ಪದವಿಯನ್ನು ಪಡೆದ ನಂತರ ರೋಡ್ಸ್ ಸ್ಕಾಲರ್ ಆಗಿ 1960 – 1963ರ ನಡುವೆ ಆಕ್ಸ್‌ಫರ್ಡ್‌ಗೆ ತೆರಳಿದರು. ಅಲ್ಲಿ ಆಕ್ಸ್‌ಫರ್ಡ್ ಯೂನಿಯನ್ ನ ಅಧ್ಯಕ್ಷರೂ ಆಗಿದ್ದರು. ಎಲ್ಲರೂ ವಿದೇಶಗಳಿಗೆ ಹೊರಡಲು ಕಾತರರಾಗಿದ್ದಾಗಿನ ಕಾಲದಲ್ಲಿ ಕಾರ್ನಾಡರು ಮರಳಿ ಭಾರತಕ್ಕೆ ಬಂದರು. ಚೆನ್ನೈನ ಆಕ್ಸ್‌ಫರ್ಡ್ ಯೂನಿವರ್ಸಿಟಿ ಪ್ರೆಸ್‌ನಲ್ಲಿ ಕೆಲಸಕ್ಕೆ ಸೇರಿದರು. ಅಲ್ಲೇ ಅವರ ಭಾವೀ ಪತ್ನಿ, ಶಿಶುವೈದ್ಯೆಯಾದ ಸರಸ್ವತಿ ಗಣಪತಿ (ಸರಸ್) ಅವರನ್ನು ಭೇಟಿಯಾದರು.

ಕಾರ್ನಾಡರ ಸೃಜನಶೀಲ ಒಡನಾಟವು ಭಾಗಶಃ ಬಿ.ವಿ.ಕಾರಂತ, ಎ.ಕೆ. ರಾಮಾನುಜನ್, ಯು.ಆರ್.ಅನಂತಮೂರ್ತಿ ಮುಂತಾದ ದಿಗ್ಗಜರೊಂದಿಗಿತ್ತು. ಆದರೆ ನನ್ನ ಅನಿಸಿಕೆಯ ಪ್ರಕಾರ ಸರಸ್ ಜೊತೆಗಿನ ಅವರ ಮದುವೆಯೇ ಅವರ ಅತ್ಯುತ್ತಮ ಸೃಜನಶೀಲ ಸಹಯೋಗವಾಗಿತ್ತು. ಸಾರ್ವಜನಿಕ ಆರೋಗ್ಯಕ್ಕೆ ಅತ್ಯಂತ ಕಾಳಜಿವಹಿಸಿ ಬದ್ಧತೆಯಿಂದ ಕೆಲಸ ಮಾಡಿದ ಆಕೆ, ಕಾರ್ನಾಡರಿಗೆ ತಮ್ಮೊಳಗಿನ ಧ್ವನಿಯನ್ನು ಕೇಳುವಂತೆ, ಅವನ್ನು ಬರಹದಲ್ಲಿ ಇಳಿಸುವಂತೆ ಪ್ರೇರೇಪಿಸಿದರು.

ತಮ್ಮ ಮನದ ಧ್ವನಿಯನ್ನು ಕೇಳಿ ಅವರು ಬರೆದರು. 1970ರಲ್ಲಿ ತಮ್ಮ ಪ್ರಕಾಶನದ ಕೆಲಸ ತೊರೆದು ಸಂಪೂರ್ಣ ಬರಹದಲ್ಲಿ ತೊಡಗಿಸಿಕೊಂಡರು. ರೇಜರ್ ಬ್ಲೇಡಿನಷ್ಟು ಹರಿತವಾದ ಸಂಭಾಷಣೆಗಳು, ಸಂಕೀರ್ಣ ಕಥನಕಲೆಗಳನ್ನುಳ್ಳ ಕಾರ್ನಾಡರ ನಾಟಕಗಳು ಪೌರಾಣಿಕ, ಐತಿಹಾಸಿಕ ಮತ್ತು ಸಮಕಾಲೀನ ಸಮಸ್ಯೆಗಳನ್ನು ಒಳಗೊಂಡಂತೆ ವೈವಿಧ್ಯಮಯವಾಗಿವೆ. ಅವರ ಬರವಣಿಗೆಯ ವಸ್ತು 12ನೇ ಶತಮಾನದ ಉತ್ತರ ಕರ್ನಾಟಕದ ಸುಧಾರಣಾ ಚಳುವಳಿಗಳಿಂದ ಹಿಡಿದು, ಮಹಾಭಾರತದ ಕಥೆಗಳವರೆಗೂ ಹಬ್ಬಿದೆ. ಅವರ ಕೃತಿಗಳಲ್ಲಿ 'ಯಯಾತಿ'ಯಿಂದ 'ತಲೆದಂಡ'ದವರೆಗೂ, 'ನಾಗಮಂಡಲ'ದಿಂದ 'ಅಗ್ನಿ ಮತ್ತು ಮಳೆ'ಯವರೆಗೂ ಯಾವುದನ್ನೇ ತೆಗೆದುಕೊಂಡರೂ ಅವುಗಳಲ್ಲಿ: ಕೇಂದ್ರ ಮತ್ತು ಪರಿಧಿ, ಶ್ರೀಮಂತಿಕೆ

ಮತ್ತು ಬಡತನ, ಗಂಡು ಮತ್ತು ಹೆಣ್ಣು, ರಾಜ ಮತ್ತು ಪುರೋಹಿತಶಾಹಿ, ಮನುಷ್ಯ ಮತ್ತು ದೇವರ ಈ ಭಿನ್ನತೆಗಳ ನಡುವಿನ ಶಕ್ತಿ ಮತ್ತು ಸ್ಥಾನಮಾನಗಳಲ್ಲಿ ಕಂಡು ಬರುವ ಅಸಮಾನತೆಯ ಬಗ್ಗೆ ಒಂದು ಗಾಢ, ಕಠೋರ ಕಾಳಜಿ ಕಾಣುತ್ತದೆ.

ವ್ಯಕ್ತಿಯೊಬ್ಬನ ಅಹಂಕಾರದ ಪರಮಾವಧಿಯು ತಲೆಗೇರದೆ ಅಧಿಕಾರವನ್ನು ಹೇಗೆ ನಿರ್ವಹಿಸಬಹುದು? ಉತ್ತಮ ಪ್ರಪಂಚವನ್ನು ಸಾಧ್ಯವಾಗಿಸುವುದು ಹೇಗೆ? ಈ ಭ್ರಮನಿರಸನವಾದ ಮತ್ತು ಹತಾಶೆಯೇ ತುಂಬಿದ, ಎಲ್ಲವೂ ಮರೀಚಿಕೆಯೇ ಆಗಿರುವಂತಹ ಜಗತ್ತಿನಲ್ಲಿ ಉತ್ತಮ ವ್ಯಕ್ತಿಯಾಗಿ ಬದುಕುವುದು ಹೇಗೆ? –ಇವು ಕಾರ್ನಾಡರ ಕೃತಿಗಳಲ್ಲಿ ಕಂಡುಬರುವ ಪ್ರಮುಖ ವಿಷಯವಸ್ತುಗಳು.

ಆರು ದಶಕಗಳ ಸುದೀರ್ಘ ವೃತ್ತಿಜೀವನದಲ್ಲಿ ಕಾರ್ನಾಡರು ಹಲವಾರು ಪ್ರಶಸ್ತಿ ವಿಜೇತ ಸಿನೆಮಾಗಳು ಮತ್ತು ಸಾಕ್ಷ್ಯಚಿತ್ರಗಳನ್ನು ನಿರ್ದೇಶಿಸಿದ್ದಾರೆ. ಜೊತೆಗೆ ಸಾಂಸ್ಕೃತಿಕ ನಿರ್ವಾಹಕರಾಗಿ ಕೆಲಸ ಮಾಡಿದ್ದಾರೆ, ಚಿಕಾಗೋದಲ್ಲಿ ಶಿಕ್ಷಣತಜ್ಞರಾಗಿಯೂ ಕಾರ್ಯನಿರ್ವಹಿಸಿದ್ದಾರೆ. ಅವರು 1970ರಲ್ಲಿ 'ಸಂಸ್ಕಾರ' ಚಲನಚಿತ್ರದ ಮೂಲಕ ನಟನೆಗೆ ಪಾದಾರ್ಪಣೆ ಮಾಡಿದರು. ಯು. ಆರ್. ಅನಂತಮೂರ್ತಿಯವರ ಕಾದಂಬರಿಯಾದ ಈ ಕಥೆಯನ್ನು ಪಟ್ಟಾಭಿರಾಮ ರೆಡ್ಡಿ ಅವರು ನಿರ್ದೇಶಿಸಿದ್ದರು. ಈ ಸಿನೆಮಾದ ಮೂಲಕ ಕನ್ನಡ ಸಿನೆಮಾ ಲೋಕಕ್ಕೆ ಮೊಟ್ಟ ಮೊದಲ 'ಸ್ವರ್ಣ ಕಮಲ ಪ್ರಶಸ್ತಿ' ಲಭಿಸಿತ್ತು. ಎಪ್ಪತ್ತರ ನಂತರದ ತಲೆಮಾರು ಕಾರ್ನಾಡರನ್ನು ನೆನೆಯುವುದು ಸ್ವಾಮಿ ಎಂಬ ಪುಟ್ಟ ಹುಡುಗನ ಶಿಸ್ತಿನ, ಕಟ್ಟುನಿಟ್ಟಾದ ತಂದೆಯ ರೂಪದಲ್ಲಿ. ಟಿವಿ ಧಾರಾವಾಹಿಯಾಗಿ ಪ್ರಸಾರವಾದ ಆರ್.ಕೆ. ನಾರಾಯಣ್ ಅವರ 'ಮಾಲ್ಗುಡಿ ಡೇಸ್' ಕಥಾನಕದ ಮುಖ್ಯ ಭಾಗವಾಗಿ ಕಾರ್ನಾಡರು ಅದ್ಭುತ ನಟನೆಯನ್ನು ಪ್ರದರ್ಶಿಸಿದ್ದರು. ಏತನ್ಮಧ್ಯೆ ಅವರು ಹಲವಾರು ಮುಖ್ಯ ವಾಹಿನಿಯ ಸಿನೆಮಾಗಳಲ್ಲೂ ತಮ್ಮ ಉತ್ತಮ ನಟನೆಯನ್ನು ತೋರಿದ್ದಾರೆ. ಕಾರ್ನಾಡರು ಹೇಳುವಂತೆ, ಈ ಕಮರ್ಷಿಯಲ್ ಸಿನೆಮಾ ನಟನೆ ಅವರ ಆರ್ಥಿಕ ಸುಭದ್ರತೆಗೆ ಮುಖ್ಯವಾಗಿತ್ತು.

ಎಲ್ಲಕ್ಕಿಂತ ಮಿಗಿಲಾಗಿ, ಕಾರ್ನಾಡರನ್ನು ಇಂದು ನಾವು ನೆನೆಯಬೇಕಾದುದು ಅವರಲ್ಲಿನ ಉದಾರವಾದದ (ಲಿಬರಲಿಸಮ್) ಬದ್ಧತೆಗೆ ಮತ್ತು ಉತ್ತಮ ಭಾರತದ ಕಲ್ಪನೆಗೆ. ಸರಸ್ವತಿ ಗಣಪತಿಯವರು ಕನಕಪುರದಲ್ಲಿ ಆರ್ಥಿಕವಾಗಿ ಹಿಂದುಳಿದ ಮಹಿಳೆಯರಿಗಾಗಿ ಒಂದು ಟ್ರಸ್ಟ್ ಅನ್ನು ಸ್ಥಾಪಿಸಿದಾಗ ಅದಕ್ಕೆ ಹೆಸರಿಟ್ಟಿದ್ದು ಕಾರ್ನಾಡರು. ಅವರ ಸಿದ್ಧಾಂತಗಳಿಗೆ ಪ್ರತಿಬಿಂಬವೆಂಬಂತೆ ಆ ಟ್ರಸ್ಟನ್ನು "ಬೆಳಕು" ಎಂದು ಕರೆದರು.

ದಿ ಹಿಂದೂ । ಕನ್ನಡಕ್ಕೆ: ಸಂಯುಕ್ತಾ ಪುಲಿಗಲ್

ಗಿರೀಶ್ ಕಾರ್ನಾಡರೊಂದಿಗೆ ದನಿಗೂಡಿಸಿ

ಗೀತಾ ಹರಿಹರನ್ ಲೇಖಕಿ

ಬರಹಗಾರರ ಕುರಿತು ಹೇಳುವಾಗ ನಮಗೆ ನೆನಪಾಗುವುದೇನು? ಖಂಡಿತವಾಗಿ ಅವರ ಕೃತಿಗಳು; ಗಿರೀಶ್ ಕಾರ್ನಾಡರ ವಿಷಯದಲ್ಲಿ 'ಖಂಡಿತವಾಗಿ' ಎಂಬ ಮಾತು ಭಾಗಶಃ ಸತ್ಯ. ಗಿರೀಶ್ ಕಾರ್ನಾಡರ ಬಗ್ಗೆ ಹೇಳುವಾಗ ಅವರೊಬ್ಬ ಶ್ರೇಷ್ಠ ಭಾರತೀಯ ನಾಟಕಕಾರ, ಬಹುಮುಖ ನಟ, ಪ್ರಭಾವಿ ಬುದ್ಧಿಜೀವಿ – ಹೀಗೆ ಹಲವು ಉಪಾಧಿಗಳು ಕಣ್ಮುಂದೆ ಬರುತ್ತವೆ. ಕಾರ್ನಾಡರ ಬಗ್ಗೆ ಏನೆಂದರೂ, ಎಷ್ಟೆಂದರೂ ಅದು ಕಡಿಮೆಯೆ. ಅನೇಕರ ಕೆಲಸಗಳನ್ನು ತಾನೊಬ್ಬನೆ ಒಂದೇ ಜನುಮದಲ್ಲಿ ಮಾಡಿ ಮುಗಿಸಿ ಹೋದ ಕಾರ್ನಾಡರಿಗೆ ಗೌರವ ನಮನ ಸಲ್ಲಿಸುವ ವೇಳೆ ಅವರನ್ನು ಅರಿಯಬೇಕೆಂದರೆ ನಾವು ಅವರ ಬೇರೆ ಬೇರೆ ಕಥೆಗಳ ವಿವಿಧ ಮಜಲುಗಳನ್ನು ನೋಡಬೇಕು.

ಕಾರ್ನಾಡರ ಇತ್ತೀಚಿನ ಚಟುವಟಿಕೆಗಳು ಬಹಳ ಮುಖ್ಯವಾದ್ದರಿಂದ ಅಲ್ಲಿಂದಲೇ ಆರಂಭಿಸುವುದು ಸೂಕ್ತ. ಕಾರ್ನಾಡರು ಕಳೆದ ವರ್ಷ ಸೆಪ್ಟೆಂಬರ್‌ನಲ್ಲಿ ಬೆಂಗಳೂರಿನಲ್ಲಿ ಸಹಿಷ್ಣುತೆಯ ಸಭೆಯೊಂದರಲ್ಲಿ ಮಾತನಾಡಿದರು ಎಂದು ಕೇಳಿದ್ದೆ. ಅಂಥ ಸಭೆಯಲ್ಲಿ ಸಹಿಷ್ಣುತೆಯ ಕುರಿತು ಮಾತನಾಡುವ ಅಗತ್ಯ ಎದುರಾಗಿದೆ ಎಂದರೆ ಕಾರ್ನಾಡರು ಎಷ್ಟು ಬೆದರಿಕೆಯನ್ನು ಎದುರಿಸಿದ್ದರು ಮತ್ತು ಬರಹಗಾರರು ಇಂದು ಅಂತಹ ಸನ್ನಿವೇಶಗಳನ್ನು ಎಷ್ಟೊಂದು ಎದುರಿಸುತ್ತಿದ್ದಾರೆ ಎಂಬುದು ನಮಗೆ ತಿಳಿಯುತ್ತದೆ. ಬರಹಗಾರರು ಅಜ್ಞಾತವಾಗಿ ಕುಳಿತು ನೋವನುಭವಿಸುವುದು, ಇದಕ್ಕಾಗಿಯೇ ಅಭಿವ್ಯಕ್ತಿಗೆ ಪದಗಳು ಮತ್ತು ವಿಚಾರಗಳನ್ನು ಹುಡುಕುವುದು, ವಾಸ್ತವ ಪ್ರಪಂಚ ಮತ್ತು ಕಥಾ ಪ್ರಪಂಚವನ್ನು ತಡಕಾಡುವುದು, ಕಳೆದ ದಿನಗಳ ಮತ್ತು ವರ್ತಮಾನವನ್ನು ಕೆದಕುವುದು, ಮಾನವ

ಸಂಬಂಧಗಳ ನಿಗೂಢತೆ ಅರಿಯಲೆತ್ನಿಸುವುದು, ಬಲದ ಮೇಲಾಧಾರಿತವಾದ ದೊಡ್ಡ ಭಯೋತ್ಪಾದಕ ಗುಂಪುಗಳಿಗೆ ಬೆದರುವುದು, ಇನ್ನಿತರ ವಿಷಯಗಳನ್ನು ಅರ್ಥೈಸುತ್ತಾ ಕೂರುವ ಸಂದರ್ಭ ಇದಲ್ಲ; ಬರಹಗಾರರು ಸಹ ಸಾರ್ವಜನಿಕ ಸಭೆಯಲ್ಲಿ ಧ್ವನಿಯೆತ್ತಿ ಮಾತನಾಡಬೇಕು. ಬೀದಿಯಲ್ಲಿ ಚಳುವಳಿ ಮಾಡಬೇಕು. ಅನೇಕ ಬರಹಗಾರರಿಗೆ ಹೀಗೆ ಮಾಡುವುದು ಕಷ್ಟ. ಆದರೆ ಕಾರ್ನಾಡರು ವಾಸ್ತವದಲ್ಲಿ ಇದನ್ನು ಮಾಡಿ ತೋರಿಸಿದರು..

ಅಂದು ಕಾರ್ನಾಡ್‌ರ ಎರಡೂ ಮೂಗಿನ ಹೊಳ್ಳೆಗೆ ಆಕ್ಸಿಜನ್ ಪೈಪ್ ಗಳನ್ನು ಹಾಕಲಾಗಿ ಅದರ ಸಿಲಿಂಡರನ್ನು ಸೊಂಟಕ್ಕೆ ಬಿಗಿಯಲಾಗಿತ್ತು. ಕಾರ್ನಾಡರು ನಿಧಾನಕ್ಕೆ ಎದ್ದು ನಿಂತು ಮಾತನಾಡಲಾರಂಭಿಸಿದರು. ಅನೇಕ ಹೋರಾಟಗಾರರನ್ನು ಬಂಧಿಸಿ ಸುಳ್ಳು ಪೊಳ್ಳು FIRಗಳನ್ನು ಹಾಕಿ ಕಿರುಕುಳ ನೀಡಲಾದ ವಿಷಯದಿಂದ ಹಿಡಿದು ಕಾಶ್ಮೀರದ ಪರಿಸ್ಥಿತಿ, ಭೀಮಾ ಕೊರೆಗಾಂವ್ ಘಟನೆ, ಪ್ರಧಾನಿಗಳನ್ನು ಹತ್ಯೆಮಾಡಲು ಸಂಚು ರೂಪಿಸಲಾಗಿದೆ ಎಂಬ ಸುಳ್ಳು ಕಥಾನಕದವರೆಗೆ ಎಲ್ಲವನ್ನು ಹೇಳಿದರು. ಇವೆಲ್ಲ ನಮ್ಮ ಹೃದಯಕ್ಕೆ ತಾಕುವಂತಿತ್ತು. ಹಾಗೆ ಈಗ ನಮ್ಮ ಮಧ್ಯೆ ಒಂದು ಹೊಸ ಭಾಷೆಯ ಆರಂಭದ ಬಗ್ಗೆಯೂ ಹೇಳಿದರು.

ಹೊಸ ಭಾಷೆಯು ವಿಚಿತ್ರ, ಭಯಾನಕ ಮತ್ತು ಅರ್ಥಹೀನವಾಗಿದ್ದು, ಇದನ್ನು ಪ್ರತಿಯೊಬ್ಬರ ಜೀವನದ ವಸ್ತು ವಿಷಯವನ್ನಾಗಿಸಲಾಗುತ್ತಿದೆ ಎಂದರು. ಲಿಂಚಿಂಗ್, ನಗರ ನಕ್ಸಲ್, ದೇಶ ವಿರೋಧಿ ಜೊತೆಗೆ ತುಕಡೆ-ತುಕಡೆ ಪದಗಳು ಹುಟ್ಟಿಕೊಂಡಿವೆ. ಇಲ್ಲಿ ಭಾಷೆ ಮತ್ತು ಕ್ರಿಯೆ ಒಂದಕ್ಕೊಂದು ಹೆಣೆದುಕೊಂಡಿವೆಯಾದ್ದರಿಂದ ಹೊಸ ಭಾಷೆ ಶಬ್ದಗಳು ರಾಜಕೀಯವನ್ನು, ನಾಗರಿಕರ ಹಕ್ಕುಗಳನ್ನು, ಎಲ್ಲಾ ಜನರ ಮನಸ್ಸನ್ನು ವಿರೂಪಗೊಳಿಸುತ್ತಿವೆ.. ಇದೆಲ್ಲವೂ ಕಾರ್ನಾಡರಂತಹ ಲೇಖಕರಿಗೆ ತಿಳಿದಿತ್ತು ಮತ್ತು ಇದರ ಕುರಿತು ದೊಡ್ಡ ಧ್ವನಿಯೆತ್ತಲು ಅವರು ಹಿಂಜರಿಯಲಿಲ್ಲ.

ಅನಾರೋಗ್ಯ ಅವರ ಧ್ವನಿಯನ್ನು ಹತ್ತಿಕ್ಕಲು ಕಾರ್ನಾಡರು ಬಿಡಲಿಲ್ಲ. ಈ ವರ್ಷ ಏಪ್ರಿಲ್‌ನಲ್ಲಿ, ಚುನಾವಣೆಗೂ ಸ್ವಲ್ಪ ಸಮಯ ಮುಂಚೆ, ದ್ವೇಷದ ರಾಜಕೀಯದ ವಿರುದ್ಧ ಮತ ನೀಡದಂತೆ ಜನತೆಗೆ ಕರೆಕೊಟ್ಟ ಬರಹಗಾರರಲ್ಲಿ ಕಾರ್ನಾಡ್ ಕೂಡ ಒಬ್ಬರು. ಧರ್ಮಾಂಧರು, ದ್ವೇಷಬಿತ್ತುವವರು, ನಿಷ್ಕ್ರಿಯರಿಗೆ ಮತ ನೀಡಬೇಡಿ ಎಂದು ಹೇಳಿದ ರಂಗಭೂಮಿ ಕಲಾವಿದರ ಪೈಕಿ ಕಾರ್ನಾಡರು ಕೂಡ ಇದ್ದರು. ಈಗ ಬಂದಿರುವ ಚುನಾವಣೆ ಫಲಿತಾಂಶ ನೋಡಿದರೆ, ಕಾರ್ನಾಡರ ಮನವಿಯನ್ನು ತಲುಪಲು ನಾವಿನ್ನು ಬರೆಯಬೇಕಾದ ಹೊಸ ಬರಹಗಳ ಜವಾಬ್ದಾರಿ ಸ್ಪಷ್ಟವಾಗುತ್ತದೆ. ಈಗ ಕಾರ್ನಾಡರು ನಮ್ಮಿಂದ ದೂರ ಸಾಗಿದ್ದಾರೆ. ಈಗ ನಾವು ಕಾರ್ನಾಡರನ್ನು ಆಲಿಸುವುದು ಹೇಗೆ? ಅವರ ಸ್ಪಷ್ಟ ಧ್ವನಿಯಿಂದ ನಮ್ಮ ಧ್ವನಿಯನ್ನು ಸುಸ್ಪಷ್ಟಗೊಳಿಸುವ ಬಗೆ ಹೇಗೆ?

ಕಾರ್ನಾಡರ ಸೃಜನಾತ್ಮಕ ಪ್ರಯತ್ನಗಳ ಬುನಾದಿ ಬಲವಾಗಿದೆ. ಬಾಯಿಂದ ಬಾಯಿಗೆ ಹರಿದುಬಂದ ಜನಪದ ಕಥಾ ಜಗತ್ತಿನಲ್ಲಿ ಬೆಳೆಯುತ್ತಾ, ಮರಾಠಿ ರಂಗಭೂಮಿಯ ಆರ್ದ್ರತೆ ಸೋಕಿಸಿಕೊಂಡು, ಯಕ್ಷಗಾನ, ಪುರಾಣ ಮತ್ತು ಕಥೆಗಳ ಜಗತ್ತಿನಲ್ಲಿ ಮಿಂದು ಅವರ ಗ್ರಹಿಕೆ ವಿಸ್ತಾರವಾಗುತ್ತದೆ. ಪುರಾಣಗಳ ಕುರಿತಂತೆ ಅವರು "ಇವು ನನ್ನ ಹಳೆಯ ದಿನಕ್ಕೆ ತಗುಲಿಕೊಂಡಿವೆ" ಎನ್ನುತ್ತಾರೆ. ಆದರೆ ಕಾರ್ನಾಡರ ಪ್ರಭಾವಶಾಲಿ ಪುರಾಣ ಮತ್ತು ಕಥೆಗಳು ಪ್ರಭಾವಶಾಲಿ ನಂಟು ಬಹಳ ಜಾಣ್ಮೆಯಿಂದ ಬೆಸೆದುಕೊಂಡಿದೆ. ಈ ಮೂಲಗಳಿಂದ ಅವರು ನಮ್ಮನ್ನು ನಾವು ಅರಿತುಕೊಳ್ಳುವ ಮಾರ್ಗವನ್ನು ಹಾಕಿಕೊಟ್ಟರು. ಅವರ ಮೊದಲ ನಾಟಕ ಯಯಾತಿಯ ಮುನ್ನುಡಿಯಲ್ಲಿ, "We turn to ancient lore not because it offers any blinding revelation or hope of consolation, but because it provides fleeting glimpses of the fears and desires. within us. It is a good way to get introduced to ourselves." ಎನ್ನುತ್ತಾರೆ.

ಯಯಾತಿ ನಾಟಕ ಪುರಾಣದಿಂದ ನಮ್ಮನ್ನು ಮುಂದಕ್ಕೆ ಕರೆದೊಯ್ಯುತ್ತದೆ ಎಂದು ಕಾರ್ನಾಡರು ಪೀಠಿಕೆಯಲ್ಲಿಯೇ ಸ್ಪಷ್ಟಪಡಿಸಿದ್ದಾರೆ. ಏಕೆಂದರೆ ಈ ನಾಟಕ ಕಾರಣಗಳು ಮತ್ತು ಬಹುಮುಖ ದೃಷ್ಟಿಕೋನಗಳ ಜೊತೆ ವರ್ತಮಾನದಲ್ಲಿ ಬೇರುಬಿಟ್ಟಿದೆ: "Our play this evening deals with an ancient myth. But, let me rush to explain, it is not a `mythological'. Heaven forbid! A mythological aims to plunge us into the sentiment of devotion? Our play has no gods." ಎಂದಿದ್ದಾರೆ

ಪರಂಪರೆ ಪೋಷಕರಾದ ದ ರಾ ಬೇಂದ್ರೆ ಮತ್ತು ವಿ ಕೆ ಗೋಕಾಕ್ ಅವರ ಜೊತೆ ಕಾರ್ನಾಡರ ಸಂಪರ್ಕ, ಮುಕ್ತ ಚರ್ಚೆ, ಮತ್ತು ಸಮುದಾಯದ ಪ್ರಜ್ಞೆಯ ಸೃಜನಶೀಲ ಪ್ರಯತ್ನಗಳ ಮೂಲಕ ನಾವು ಕಾರ್ನಾಡರನ್ನು ಆಲಿಸಬಹುದು. ಬುದ್ಧಿಜೀವಿಗಳು ಎಂದು ಕರೆಯುವಾಗ ಮತ್ತು ಅವರ ಪ್ರಶ್ನೆಗಳ ಧ್ವನಿಯಡಗಿಸುವ ಸಮಯದಲ್ಲಿ ನಾವು ಕಾರ್ನಾಡರನ್ನು ಮತ್ತೊಮ್ಮೆ ನೆನಪಿಸಿಕೊಳ್ಳಬಹುದು. ಸಾಂಸ್ಕೃತಿಕ ನಗರಿ ಖ್ಯಾತಿಯ ಧಾರವಾಡದಲ್ಲಿ ಕಾರ್ನಾಡರ ನೆನಹುಗಳ ಜೊತೆ ವಿದ್ವಾಂಸ ಎಂ ಎಂ ಕಲ್ಬುರ್ಗಿ ಅವರ ಹತ್ಯೆಯಿಂದ ಕುಖ್ಯಾತಗೊಂಡ ಧಾರವಾಡ ನೆನಪಾದಾಗ ಕಾರ್ನಾಡರು ನಮಗೆ ನೆನಪಾಗುತ್ತಾರೆ, ಹಾಗೆಯೆ ದೆಹಲಿಯ ಸಂಗೀತ ನಾಟಕ ಅಕಾಡೆಮಿ, ಪುಣೆಯ ಫಿಲ್ಮ್ ಅಂಡ್ ಟೆಲಿವಿಷನ್ ಇನ್ಸ್ಟಿಟ್ಯೂಟ್ ಆಫ್ ಇಂಡಿಯಾ ಮತ್ತು ಲಂಡನ್ನಿನ ನೆಹರೂ ಸೆಂಟರ್ ಮುಂತಾದ ಸಾರ್ವಜನಿಕ ಸಂಸ್ಥೆಗಳು ಆಕ್ರಮಣಕ್ಕೆ ಸಿಲುಕಿರುವ ಸಮಯದಲ್ಲಿ ಇವುಗಳನ್ನು ಬಲಪಡಿಸುವಲ್ಲಿ ಕಾರ್ನಾಡರು ಮಾಡಿದ ಪ್ರಯತ್ನಕ್ಕಾಗಿ ಅವರನ್ನು ನೆನಪಿಸಿಕೊಳ್ಳಬಹುದು.

ಸಾಂಸ್ಥಿಕ ನಾಯಕರಾಗಿ, ಲೇಖಕರಾಗಿ, ನಟರಾಗಿ ಅಥವಾ ಸಾರ್ವಜನಿಕ ಬುದ್ಧಿಜೀವಿಯಾಗಿ ಅವರು ಏನೇ ಮಾಡಿದರೂ ಗಿರೀಶ್ ಕಾರ್ನಾಡರಿಗೆ ತಮ್ಮದೇ ಆದ ಶೈಲಿಯ ಆಲೋಚನೆ ಮತ್ತು ಬದುಕು ಇತ್ತು. "ನಾವು ಆಯ್ದುಕೊಂಡ ನಿರೂಪಣೆಯನ್ನು ನಾವು ನಂಬಬೇಕು". "ಅಗತ್ಯವಿದ್ದರೆ ಸ್ವಲ್ಪ ಆವಿಷ್ಕರಿಸಿ ಇಲ್ಲವಾದರೆ, ಮುಂದುವರಿಯಿರಿ" ಎಂದು ಅವರು ಹೇಳಿದ್ದರು. ಕಾರ್ನಾಡರ ನಾಟಕಗಳಿಗೆ ಖಂಡಿತವಾಗಿಯೂ ಅವರ ಶೈಲಿಯ ನಿರೂಪಣೆಯಿತ್ತು. ಈಗ ನಾವು ಆ ನಿರೂಪಣೆಗೆ ಹಿಂತಿರುಗಿ ಹೋಗಲು ಸಮಯವಿದೆ. ಆದರೆ ಈಗ ಅವರ ವ್ಯಾಖ್ಯಾನಗಳಿಗೆ ಹೊಸ ಅರ್ಥ ಹುಡುಕುವ ಜರೂರತ್ತಿದೆ. ಈಗ ಕಾರ್ನಾಡರಿಗೆ ನಮನ ಸಲ್ಲಿಸುವ ಸಲುವಾಗಿ ನಿರೂಪಣೆಯ ಇತರ ಭಾಗಗಳನ್ನು ನೆನೆಯುವುದರ ಜೊತೆ ನಮ್ಮಲ್ಲಿ ಜೀವಂತವಾಗಿಟ್ಟುಕೊಳ್ಳಬೇಕಿರುವುದು ಅಗತ್ಯ.

ಇದೆಲ್ಲದರ ಜೊತೆಗೆ, ನಮ್ಮ ಸಂಶ್ಲೇಷಿತ ಸಂಸ್ಕೃತಿ ಮತ್ತು ಐತಿಹಾಸಿಕ ವಿಷಯವನ್ನಿಟ್ಟುಕೊಂಡು ಸೃಜನಶೀಲ ಮತ್ತು ಜ್ಞಾನದ ಬೆಸುಗೆಯೊಂದಿಗೆ ನಿರೂಪಣೆ ಹೊಸೆಯಬೇಕು. ಇದು ವಿವಿಧ ಭಾಷೆ ಮಾತನಾಡುವ ಹೆಚ್ಚಿನ ಸಂಖ್ಯೆಯ ಜನರನ್ನು, ಅನೇಕರ ಭಿನ್ನಾಭಿಪ್ರಾಯಗಳನ್ನು ಒಳಗೊಂಡಿರುವ ನಿರೂಪಣೆಯಾಗಿರಬೇಕು, ಬರಹಗಾರರು, ಓದುಗರು ಮತ್ತು ನಾಗರಿಕರನ್ನು ಅವರ ಮೂಲ ಕೇಂದ್ರಸ್ಥಾನಕ್ಕೆ ಹಿಂದಿರುಗಿಸುವ ನಿರೂಪಣೆ ಇದು, ಅಭಿವ್ಯಕ್ತಿ ಸ್ವಾತಂತ್ರ್ಯದ ನಿಜಾರ್ಥವನ್ನು ಇಲ್ಲಿ ಕಲಿಯಬಹುದು, ಕಲಿಸಬಹುದು ಮತ್ತು ಹಾಗೆ ಬದುಕಬಹುದು. ಇದೊಂದು ಆಧುನಿಕ ನಿರೂಪಣೆಯಾಗಿದ್ದು, ನಾವು ಕಾರ್ನಾಡ್‌ರ ಧ್ವನಿಯಲ್ಲಿ ಅಲ್ಲವಾದರೂ, ನಮ್ಮದೇ ಆದ ಶೈಲಿ ನಿರೂಪಣೆಯ ಭಾಗವಾಗಿ ಮುಂದುವರಿಯಬೇಕು.

ಇಂಡಿಯನ್ ಎಕ್ಸ್‌ಪ್ರೆಸ್ । ಕನ್ನಡಕ್ಕೆ: ಚೈತ್ರಿಕಾ ನಾಯ್ಕ ಹರ್ಗಿ

ಅವರ ಚಿಂತನೆಗಳು ಪುಸ್ತಕಗಳಿಗೆ ಸೀಮಿತವಾಗಿರಲಿಲ್ಲ...

ಅರುಂಧತಿ ಘೋಷ್ *ಲೇಖಕಿ*

ಪ್ರತೀ ಬಾರಿ ಬೆಂಗಳೂರು ಒಗ್ಗೂಡಿ ಪ್ರತಿಭಟನೆಗೆ ಸಜ್ಜಾದಾಗ, ಆಕ್ರೋಶಗೊಂಡಾಗ, ನ್ಯಾಯಕ್ಕಾಗಿ ಬೇಡಿಕೆಯಿಟ್ಟಿದ್ದಾಗ ಅವರು ಅಲ್ಲಿ ಇದ್ದೇ ಇರುತ್ತಿದ್ದರು. ಕಾರ್ನಾಡರಿಗೆ ಪ್ರತಿಭಟನೆ ಎನ್ನುವುದು ಪುಸ್ತಕಗಳಿಗೆ ಮಾತ್ರ ಸೀಮಿತವಾದ ವಿಷಯವಾಗಿರಲಿಲ್ಲ.

ನನ್ನ ಮೊಬೈಲ್ ರಿಂಗಣಿಸಿದಾಗ ನಾನು ಏರ್‌ಪೋರ್ಟ್‌ನಲ್ಲಿ ಭದ್ರತಾ ತಪಾಸಣೆಯಲ್ಲಿದ್ದೆ. ನಾನು ವಿದೇಶ ಪ್ರಯಾಣದಲ್ಲಿದ್ದಾಗ ಭಾರತೀಯ ಕರೆಗಳನ್ನು ಸ್ವೀಕರಿಸುವುದಿಲ್ಲ. ಆದರೆ ಆ ಕರೆಯನ್ನು ನಾನು ಸ್ವೀಕರಿಸದೇ ಇರಲು ಸಾಧ್ಯವಿರಲಿಲ್ಲ. ಆ ದನಿಯಲ್ಲೊಂದು ವಿಶೇಷ ಅವಸರವಿತ್ತು. “ಇಂಥದ್ದೊಂದು ನಡೆಯಲು ನೀವು ಒಪ್ಪಿದ್ದಾದರೂ ಹೇಗೆ? ನೀವು ಯಾವ ಕಾರಣಕ್ಕೂ ಆ ನಾಟಕ ನಿಲ್ಲಿಸಲು ಅವಕಾಶ ಕೊಡಬಾರದಿತ್ತು. ಅದಕ್ಕಾಗಿ ನಾನು ಹೇಗೆ ಸಹಾಯ ಮಾಡಬಹುದು ಹೇಳಿ? ಯಾರ ಬಳಿ ಮಾತನಾಡಬೇಕ ? ನಾವು ಬೆದರಿಕೆಯ ವಿರುದ್ಧ ಧ್ವನಿ ಎತ್ತದಿದ್ದರೆ ಅವರು ನಮ್ಮನ್ನು ಭಯಪಡಿಸುತ್ತಲೇ ಇರುತ್ತಾರೆ.”

– ಹೀಗೆಂದವರು ಗಿರೀಶ್ ಕಾರ್ನಾಡ್. ಇಂಡಿಯಾ ಫೌಂಡೇಶನ್ ಫಾರ್ ಆರ್ಟ್ಸ್‌ನವರು ಆಯೋಜಿಸಿದ್ದ ನಾಟಕ ಪ್ರದರ್ಶನವೊಂದಕ್ಕೆ ಒಂದು ಗುಂಪಿನ ಧಾರ್ಮಿಕ ಭಾವನೆಗಳಿಗೆ ಧಕ್ಕೆ ಉಂಟು ಮಾಡುತ್ತದೆ ಎಂಬ ಕಾರಣ ಮುಂದಿಟ್ಟುಕೊಂಡು ಕೆಲವರು ಪ್ರತಿಭಟನೆ ಮಾಡಿದ್ದರಿಂದ ಪ್ರದರ್ಶನವನ್ನೇ ರದ್ದು ಮಾಡಿದ ಸಂದರ್ಭ ಅದು. ದಯಾಸಿಂದು ಸಕ್ಕರೆಪಟ್ಟಣ ನಿರ್ದೇಶಿಸಿದ್ದ 'ಶಿವ' ಎಂಬ ನಾಟಕವು ವಿಲಕ್ಷಣ ಸಮುದಾಯವೊಂದರ ಸವಾಲುಗಳು ಮತ್ತು ಅವರ

ಪ್ರೀತಿ ಹಾಗೂ ಹಾನಿಯ ಬಗ್ಗೆ ವಿಶ್ಲೇಷಿಸುವ ನಾಟಕ ಅದಾಗಿತ್ತು.

ಕಾರ್ನಾಡರು ಮುಂದುವರೆದು ಹೇಳಿದರು; ನೀವು ಯಾವಾಗ ಬೇಕಾದರೂ ನನ್ನನ್ನು ಸಂಪರ್ಕಿಸಬಹುದು ಎಂದರಲ್ಲದೆ, ಯಾವಾಗ ಬೇಕಾದರೂ ನಿಮ್ಮ ಜತೆ ಸೇರಿ ಪ್ರತಿಭಟನೆಗೆ ಬರಲು ಸಿದ್ಧ ಎಂದು ತಿಳಿಸಿದರು. ಯಾರಾದರೂ ಅಧಿಕಾರಿಯೊಂದಿಗೆ ಮಾತನಾಡಬೇಕಾದರೆ ತಿಳಿಸಿ ಅದನ್ನು ಮಾಡುವುದಾಗಿ ಹೇಳಿದರು. ಕೃತಜ್ಞತೆಯಿಂದ ನನ್ನ ಕಣ್ಣಲ್ಲಿ ನೀರು ತುಂಬಿಕೊಂಡಿತು.

ಜೀವನದಲ್ಲಿ ಗಣ್ಯರೊಬ್ಬರ ಅಗಲಿಕೆ ನಮಗೆ ತೀರಾ ವೈಯಕ್ತಿಕ ನಷ್ಟ ಎಂದೆನಿಸುವುದು ಕೆಲವೇ ಸಂದರ್ಭಗಳಲ್ಲಿ ಮಾತ್ರ. ನಾನು ಅವರ ಪುಸ್ತಕಗಳನ್ನು ಓದಿದ್ದೇನೆ. ಅವರ ನಾಟಕ ಮತ್ತು ಸಿನಿಮಾಗಳನ್ನು ನೋಡಿದ್ದೇನೆ. ಅನೇಕ ಸೆಮಿನಾರುಗಳಲ್ಲಿ ದೊಡ್ಡ ದೊಡ್ಡ ಚಿಂತನೆಗಳನ್ನು ಅವರು ತಮ್ಮದೇ ಪ್ರಭಾವೀ ಶೈಲಿಯಲ್ಲಿ ಹೊಡೆದುರುಳಿಸಿದ್ದನ್ನು ಕಂಡು ಮನಸಾರೆ ಚಪ್ಪಾಳೆ ತಟ್ಟಿದ್ದೇನೆ.

ಕಾರ್ನಾಡರು ರಂಗಭೂಮಿಗೆ ಕೊಟ್ಟ ಕೊಡುಗೆ ಬಗ್ಗೆ ಅವರ ಆಧುನಿಕ ಭಾರತದ ಕಲ್ಪನೆಯ ಬಗ್ಗೆ, ಸಾಧ್ಯತೆಯ ಪ್ರಪಂಚಗಳನ್ನು ಕಲ್ಪಿಸಿ ಬರೆದುದರ ಬಗ್ಗೆ ನಮ್ಮ ಜಾನಪದದ ಎದೆಯಾಳಕ್ಕೆ ಇಳಿಯುವಂತೆ ಮಾಡುವ ಹೊಸ ಆಖ್ಯಾನಗಳನ್ನು ಅವರು ನೀಡಿದ ಬಗ್ಗೆ ಸಮಕಾಲೀನ ರಂಗಮಂಚದ ಬಗ್ಗೆ ಯುವ ಬರಹಗಾರರು, ನಿರ್ಮಾರ್ತೃಗಳು ಮತ್ತು ಕಲಿಕಾಸಕ್ತರಿಗೆ ಅವರು ನೀಡುತ್ತಿದ್ದ ಪ್ರೋತ್ಸಾಹ ಮತ್ತು ಬೀರುತ್ತಿದ್ದ ಪ್ರಭಾವದ ಬಗ್ಗೆ ಅನೇಕ ಬರಹಗಾರರು, ವಿದ್ವಾಂಸರು ಮತ್ತು ಸಕ್ರಿಯ ಕಲಾಸ್ತಕರು ಅನೇಕ ಗೌರವ ಸಮರ್ಪಣೆಯ ಬರಹಗಳನ್ನು ಬರೆಯುತ್ತಾರೆ. ಆದರೆ ನನಗೆ ವೈಯಕ್ತಿಕವಾಗಿ ಆಗಿರುವ ಬಹಳ ದೊಡ್ಡ ನಷ್ಟವೆಂದರೆ, ರಂಗಭೂಮಿಯ ಬಗ್ಗೆ ಅವರಿಗಿದ್ದ ಅನನ್ಯ ಪ್ರೀತಿ ಮತ್ತು ನಿಸ್ಪೃಹ ಕಾಳಜಿಯನ್ನು ನಾನು ಮಿಸ್ ಮಾಡಿಕೊಳ್ಳುತ್ತೇನೆ. ಜೊತೆಗೆ ಈ ಬಗ್ಗೆ ಅವರಿಗಿದ್ದ ರಾಜಕೀಯ ನಿಲುವನ್ನು ಯಾರೂ ತುಂಬಿಕೊಡಲಾಗದು.

ನಾನು ಯಾವಾಗಲೂ ಅವರನ್ನು ಬೆಂಗಳೂರಿನ ರಂಗಶಂಕರದಲ್ಲಿ ಅಥವಾ ಇನ್ನ್ಯಾವುದೇ ಸ್ಥಳದಲ್ಲಿ ಭೇಟಿಯಾದರೂ ಅವರು ಯಾವಾಗಲೂ ಫೌಂಡೇಷನ್ ಬಗ್ಗೆ ವಿಚಾರಿಸುತ್ತಿದ್ದರು ರಂಗಭೂಮಿಯಲ್ಲಿ ನಾವು ಮಾಡುತ್ತಿದ್ದ ಕೆಲಸದ ಬಗ್ಗೆ ಮತ್ತು ನಾವು ಪ್ರೋತ್ಸಾಹಿಸುತ್ತಿದ್ದ ಕಲಾವಿದರ ಬಗ್ಗೆ ಯಾವಾಗಲೂ ವಿಚಾರಿಸುತ್ತಿದ್ದರು. ಅವರೆಂದೂ ನಾನು ಪ್ರಜ್ಞಾಪೂರ್ವಕವಾಗಿಯೇ ಅವರೊಂದಿಗೆ ವರ್ತಿಸಬೇಕೆಂಬಂತೆ ಇರಲಿಲ್ಲ. ನಾನು ಅಯೋಜಿಸುತ್ತಿದ್ದ ಎಲ್ಲಾ ಕಾರ್ಯಕ್ರಮಗಳಿಗೂ ಅವರು ಬರುವುದಲ್ಲದೆ, ದೊಡ್ಡ ಗೆಳೆಯರ ಗುಂಪೊಂದನ್ನು ಕರೆದುಕೊಂಡು ಬಂದು ಅವರೆಲ್ಲರಿಗೂ ತಾವೇ ಟಿಕೆಟ್ ಕೊಳ್ಳುತ್ತಿದ್ದರು ರಂಗಭೂಮಿಯ ಎಲ್ಲಾ ರೀತಿಯ

ಕೆಲಸಗಳಿಗೆ, ಕಲಿಕೆಗಳಿಗೆ ಅವರು ನೀಡುತ್ತಿದ್ದ ಸಹಾಯ ಮತ್ತು ಪ್ರೋತ್ಸಾಹದ ಬಗ್ಗೆ ಕೆಲವು ಕತೆಗಳೇ ಇವೆ. ಅವರ ಇಂಥ ಪ್ರೋತ್ಸಾಹ ಮತ್ತು ಸಹಾಯಗಳನ್ನು ನಾನು ಮಿಸ್ ಮಾಡಿಕೊಳ್ಳುತ್ತೇನೆ.

2015ರಲ್ಲಿ ಪ್ರಖ್ಯಾತ ಸಂಶೋಧಕ ಹಾಗೂ ಹಂಪಿ ವಿಶ್ವವಿದ್ಯಾಲಯದ ಮಾಜಿ ಕುಲಪತಿಯಾಗಿದ್ದ ಡಾ.ಎಂ.ಎಂ. ಕಲಬುರ್ಗಿಯವರ ಹತ್ಯೆಯಾದಾಗ ಅವರಿಗೆ ಸಂತಾಪ ಸೂಚಿಸುವ ಸಭೆಯಲ್ಲಿ ಗಿರೀಶ್ ಕಾರ್ನಾಡ್, ಬರಗೂರು ರಾಮಚಂದ್ರಪ್ಪ ಮತ್ತು ಇತರೆ ಬುದ್ಧಿಜೀವಿಗಳಿದ್ದರು. ಮುಂದಿನ ಬಾರಿ ನಾನು ಪ್ರತಿಭಟನೆಗಾಗಿ ಪ್ಲಕಾರ್ಡ್ ಹಿಡಿದು ರಸ್ತೆಗಿಳಿದಾಗ ನಾನು ಗಿರೀಶ್ ಕಾರ್ನಾಡ್‌ರನ್ನು ತುಂಬಾ ಮಿಸ್ ಮಾಡಿಕೊಳ್ಳುತ್ತೇನೆ. ಕಳೆದ ಕೆಲವು ವರ್ಷಗಳಲ್ಲಿ ನಾವು ಕೆಲವು ಕಲಾವಿದರು ತಮ್ಮ ನಿಜ ಬಣ್ಣ ತೋರಿಸಿದ್ದನ್ನು, ಪಕ್ಷ ಬದಲಾಯಿಸಿದ್ದನ್ನು ಅಥವಾ 'ಜಾಣಮೌನ'ಕ್ಕೆ ಜಾರಿದ್ದನ್ನು ನೋಡಿದ್ದೇವೆ. ಆದರೆ ಅಂಥ ಸಂದರ್ಭಗಳಲ್ಲೆಲ್ಲ ಕಾರ್ನಾಡರು ದ್ವೇಷ ರಾಜಕಾರಣ, ತಾರತಮ್ಯ, ಧರ್ಮಾಂಧತೆ, ಸಂಸ್ಥೆ ಮತ್ತು ಸಮುದಾಯಗಳ

ಕೇಸರೀಕರಣ– ಇವುಗಳ ವಿರುದ್ಧ ನಿರ್ಭಯವಾಗಿ ಮಾತನಾಡಿದ್ದಾರೆ. ಅವರು ಆಧುನಿಕವಾದ, ಸಮತಾವಾದದ, ಜಾತ್ಯಾತೀತವಾದ ಭಾರತದ ಪರವಾಗಿದ್ದರು

2012 ರಲ್ಲಿ ಮುಂಬೈನಲ್ಲಿ ನಡೆದ "ಟಾಟಾ ಲಿಟರೇಚರ್ ಲೈವ್"ನಲ್ಲಿ ಅವರು ತಮ್ಮ ನಾಟಕಗಳ ಬಗ್ಗೆ ಮಾತಾಡಬೇಕಿದ್ದರೂ ಅದನ್ನು ಬಿಟ್ಟು ಸುಮಾರು ಒಂದು ತಾಸುಗಳ ಕಾಲ ವಿ.ಎಸ್. ನೈಪಾಲ್ ಅವರು ಮಾಡಿರುವ ಭಾರತದ ಇತಿಹಾಸದ ತಪ್ಪು ಗ್ರಹಿಕೆ, ಅದರಲ್ಲಿಯೂ ಮುಖ್ಯವಾಗಿ ಮುಸ್ಲಿಮರು ಮತ್ತು ಇಸ್ಲಾಮಿಕ್ ಸಂಸ್ಕೃತಿಯ ಬಗೆಗಿನ ನೈಪಾಲ್ ಅವರ ತಪ್ಪು ಗ್ರಹಿಕೆಯನ್ನು ಉಲ್ಲೇಖಿಸಿ ಮಾತನಾಡಿದ್ದನ್ನು ನಾನಿನ್ನೂ ನೆನಪಿಟ್ಟುಕೊಂಡಿದ್ದೇನೆ. ಆಶ್ಚರ್ಯವೆಂದರೆ ಇದೇ ಲಿಟರೇಚರ್ ಫೆಸ್ಟಿವಲ್‌ನಲ್ಲಿ ನೈಪಾಲ್ ಅವರಿಗೆ 'ಜೀವಮಾನ ಸಾಧನೆಗಾಗಿ ಪ್ರಶಸ್ತಿ"ಯನ್ನು ಕೊಡಲಾಗಿತ್ತು. ಆದರೆ ಪದಗಳಲ್ಲಿ ಅಡಗಿ ಕೂರುವುದು ಗೊತ್ತಿರದ ಕಾರ್ನಾಡರು ಹೀಗೆಂದರು; "ಓರ್ವ ಹೊರಗಿನ ವ್ಯಕ್ತಿ, (An outsider) ಭಾರತೀಯ ಸಮಾಜದ ಒಂದು ಇಡೀ ಸಮುದಾಯವನ್ನೇ ಕ್ರಿಮಿನಲ್‌ಗಳಂತೆ ಕಂಡು, ಅವರನ್ನು ರೇಪಿಸ್ಟ್‌ಗಳು ಮತ್ತು ಕೊಲೆಗಡುಕರಂತೆ ಚಿತ್ರಿಸಿರುವುದು ಈ ಪ್ರಶಸ್ತಿಯನ್ನು ನೀಡುವವರಿಗೆ ತಿಳಿದಿದ್ದೂ ಅವರು ಉದ್ದೇಶಪೂರ್ವಕವಾಗಿ ಮೌನವಹಿಸಿದ್ದಾರೆ ಎಂದಾದಲ್ಲಿ ನಾನು ಅಂಥ 'ಮೌನವು' ಬೇಜವಾಬ್ದಾರಿತನಕ್ಕಿಂತ ಹೇಯವಾದದ್ದು ಎಂದು ಹೇಳುತ್ತೇನೆ. ಮತ್ತು ಅದು ನನಗೆ ಆಘಾತಕಾರಿಯಾದುದು.

ನುಡಿದಂತೆ ನಡೆದರು...

ಅನೇಕ ಪ್ರಗತಿಪರರು ಮತ್ತು ಬುದ್ಧಿಜೀವಿಗಳು ತಮ್ಮ ಭಾಗವಹಿಸುವಿಕೆಯನ್ನು ಕೇವಲ ಪ್ಯಾನೆಲ್ ಚರ್ಚೆಗಳಿಗೆ ಮತ್ತು ಸೆಮಿನಾರುಗಳಿಗೆ ಮಾತ್ರ ಸೀಮಿತವಾಗಿರಿಸಿದ್ದರೆ ಕಾರ್ನಾಡರು ತಾವು ನಂಬಿದ್ದ ಮೌಲ್ಯಗಳಿಗಾಗಿ ಬೀದಿಗಿಳಿದು ಹೋರಾಟ ಮಾಡಿದ್ದರು. 2018 ರ ಸೆಪ್ಟೆಂಬರ್‌ನಲ್ಲಿ ``Me Too Urban Naxal", "ನಾನೂ ಒಬ್ಬ ನಗರ ನಕ್ಸಲ್" ಎಂಬ ಪ್ಲಕಾರ್ಡ್ ಕೊರಳಿಗೆ ಧರಿಸಿ ಧರಣಿ ಕೂತಿರುವ ಅವರ ಭಾವಚಿತ್ರ ಒಂದು ಪ್ರತಿಮೆಯಾಗಿ ರೂಪುಗೊಂಡಿದ್ದು ವಿಶೇಷ..

ತಮ್ಮ ಆರೋಗ್ಯ ಪರಿಸ್ಥಿತಿ ತೀರಾ ಹದಗೆಟ್ಟಿದ್ದರೂ, ಭಾರತಾದ್ಯಂತ ಮುಸ್ಲಿಮರು ಮತ್ತು ದಲಿತರ ಮೇಲೆ ನಡೆದ ಹಲ್ಲೆಯನ್ನು ವಿರೋಧಿಸಲು 2017ರ ಜೂನ್‌ನಲ್ಲಿ ಬೆಂಗಳೂರಿನಲ್ಲಿ ಆಯೋಜಿಸಿದ್ದ ``Not in My Name" ಎಂಬ ಪ್ರತಿಭಟನೆಯಲ್ಲಿ ತಾವು ಹಾಜರಿದ್ದು, ಕರಾಳ ದಿನಗಳಲ್ಲಿ ಎದೆಗುಂದಿದ್ದ ನಮ್ಮೆಲ್ಲರಲ್ಲಿ ಬೆಳಕು ಮೂಡಿಸಿದ್ದರು.

ಪ್ರತಿಬಾರಿ ಬೆಂಗಳೂರು ಒಗ್ಗೂಡಿ ಕೋಪದಿಂದ ಯಾವುದೋ ಪ್ರತಿಭಟನೆಗೆ ಸಜ್ಜಾದಾಗ ನ್ಯಾಯಕ್ಕಾಗಿ ಬೇಡಿಕೆಯಿಟ್ಟಾಗ ಕಾರ್ನಾಡರು ನಮ್ಮ ಜೊತೆ ನಿಂತಿರುತ್ತಿದ್ದರು. ಅದು ಯಾವುದೇ ಚಳುವಳಿಯಾಗಲೀ ಅಥವಾ ಬೆಂಗಳೂರಿಗೆ ಬೇಡವಾಗಿದ್ದ ಸ್ಟೀಲ್ ಫ್ಲೈ ಓವರ್‌ನ ವಿರುದ್ಧವೇ ಆಗಿರಲಿ, ಕಾರ್ನಾಡರು ತಾವು ನಂಬಿದ್ದ ಮೌಲ್ಯದ ಪರವಾಗಿ ನಿಲ್ಲುತ್ತಿದ್ದರು. ತಮ್ಮ ಮೇಲಿನ ಕೊಲೆ ಬೆದರಿಕೆಗಳ ಬಗ್ಗೆ ಟಿ.ವಿ.ಗಳಿಗೆ ಮಾತನಾಡಿದಾಗ ಅಥವಾ ಬರೆದಾಗ ನೇರವಾಗಿ ಸ್ಪಷ್ಟವಾಗಿ ತಮ್ಮ ಅಭಿಪ್ರಾಯ ಹಂಚಿಕೊಂಡಿದ್ದರು.

ವಿದ್ವಾಂಸರಾಗಿದ್ದ ಎಂ.ಎಂ. ಕಲಬುರ್ಗಿ ಮತ್ತು ಗೌರಿ ಲಂಕೇಶ್ ಹತ್ಯೆಯ ನಂತರ ಅವರಿಗೆ ತಾವು ಯಾವ 'ದುಷ್ಟಶಕ್ತಿ'ಯ ವಿರುದ್ಧ ಹೋರಾಡುತ್ತಿದ್ದೇನೆಂಬುದು ಸ್ಪಷ್ಟವಾಗಿ ತಿಳಿದಿತ್ತು. ಆ ಪಾತಕಗಳ ಹಿಟ್‌ಲಿಸ್ಟ್‌ನಲ್ಲಿ ಅವರ ಹೆಸರು ಇತ್ತೆಂಬುದೂ ಅವರಿಗೆ ತಿಳಿದಿತ್ತು. ಅಷ್ಟಾಗಿಯೂ ತಾವು ಪ್ರತಿನಿಧಿಸಿದ್ದ ಮೌಲ್ಯಗಳ ವಿರುದ್ಧ ಹೋಗಿ 'ಮರುಹೇಳಿಕೆ ನೀಡುವುದಾಗಲೀ ಕ್ಷಮೆ ಕೇಳುವುದಾಗಲೀ ಅವರೂ ಎಂದೂ ಮಾಡಲಿಲ್ಲ. ಇದು ಅವರನ್ನು ದೂರದಿಂದ ಬಲ್ಲ ನಮಗೆಲ್ಲರಿಗೂ ಆತ್ಮಸ್ಥೈರ್ಯ ಮತ್ತು ಸ್ಫೂರ್ತಿ ನೀಡುತ್ತಿತ್ತು.

ಜೂನ್ 11ರ ಸೋಮವಾರ ನಾವೆಲ್ಲ ನಮ್ಮ ಅಂತಿಮ ನಮನಗಳನ್ನು ಸಲ್ಲಿಸಲೆಂದು ಚಿತಾಗಾರದ ಹೊರಗೆ ನಿಂತಿದ್ದೆವು. ಅವರ ಕುಟುಂಬದವರು ಮತ್ತು ಸ್ನೇಹಿತರು ಬರತೊಡಗಿದ್ದರು. ಆಗ ಅವರ ಶ್ರೀಮತಿ, ಸರಸ್ವತಿಯವರು ಮೆಲುದನಿಯಲ್ಲಿ ಹೇಳಿದರು "ಅವರಿಗೆ ನಿಮ್ಮೆಲ್ಲರ ಬಗ್ಗೆ ಬಹಳ ಹೆಮ್ಮೆಯಿತ್ತು." ನಾವು ಹೇಳಬೇಕಿತ್ತು; "ಹೌದು ನಮಗೂ ಅವರ ಬಗ್ಗೆ ಹೆಮ್ಮೆ. ಅವರು ನಮ್ಮ ನಗರದಲ್ಲಿಯೇ ಇದ್ದರು ಎಂಬ ಕಾರಣಕ್ಕೆ. ಅಧಿಕಾರಸ್ಥರ ಎದುರು ಸದಾ ಸತ್ಯವನ್ನೇ ಪ್ರತಿಪಾದಿಸುತ್ತಿದ್ದರು ಎಂಬ ಕಾರಣಕ್ಕೆ.

ನಾವು "ಶಿವ" ನಾಟಕದ ಪ್ರದರ್ಶನವನ್ನು ಕೆಲವು ಕಾರಣಗಳಿಗಾಗಿ ಮುಂದುವರೆಸಲು ಸಾಧ್ಯವಾಗಲಿಲ್ಲ. ನಟರು ಮತ್ತು ತಂತ್ರಜ್ಞರ ಕ್ಷೇಮ ಮತ್ತು ಭದ್ರತೆಯ ದೃಷ್ಟಿಯಿಂದಾಗಿ ಮುಂದುವರೆಸಲಾಗಲಿಲ್ಲ ಎಂಬುದೊಂದೇ ಮುಖ್ಯ ಕಾರಣವಾಗಿರಲಿಲ್ಲ. ಆದರೂ ನನಗನ್ನಿಸುತ್ತದೆ; "ನಾವು ಗಿರೀಶ್ ಕಾರ್ನಾಡರನ್ನು ಎಲ್ಲೋ ಸೋಲಿಸಿಬಿಟ್ಟೆವು" ಎಂದು. ಇನ್ನು ಮುಂದಾದರೂ ಅವರನ್ನು ಸೋಲದಂತೆ ನಾವು ಕಾಪಾಡಿಕೊಳ್ಳಬೇಕು.

ಸ್ಕ್ರಾಲ್ / ಕನ್ನಡಕ್ಕೆ: ಶಿವಕುಮಾರ್ ಮಾವಲಿ

ಆತ್ಮಕಥಾನಕವನ್ನು ಅವರು ಕೊನೆಗೂ ಬರೆದು ಮುಗಿಸಲಿಲ್ಲ

ಚಂದನ್ ಗೌಡ *ಚಿಂತಕ, ಲೇಖಕ*

ಗಿರೀಶ ಕಾರ್ನಾಡರು ರೋಡ್ಸ್ ಸ್ಕಾಲರ್ ಶಿಪ್ ಪಡೆದು ಆಕ್ಸ್ ಫರ್ಡ್ ವಿಶ್ವವಿದ್ಯಾಲಯಕ್ಕೆ ಹೊರಡುತ್ತಿದ್ದ ಸಂದರ್ಭದಲ್ಲಿ ಡಾ. ಸಿ. ರಾಜಗೋಪಾಲಾಚಾರಿ ಅವರ ಸಂಕ್ಷಿಪ್ತ ಮಹಾಭಾರತ ಮತ್ತು ರಾಮಾಯಣ ಕೃತಿಗಳನ್ನು ಓದುತ್ತಿದ್ದರು. ವಿದೇಶಕ್ಕೆ ತೆರಳುವ ಮೊದಲು ಮತ್ತೊಮ್ಮೆ ಪುರಾಣ ಇತಿಹಾಸಗಳನ್ನು ಓದಿಕೊಳ್ಳುವ ಆಸೆ ಅವರಿಗಿತ್ತು. ಅವರ ಆತ್ಮಚರಿತ್ರೆ 'ಆಡಾಡತ ಆಯುಷ್ಯ'ದಲ್ಲಿ ಹೇಳಿಕೊಂಡಂತೆ ಮಹಾಭಾರತದಲ್ಲಿ ಬರುವ ಯಯಾತಿ ಪಾತ್ರ ಅವರನ್ನು ಹಿಡಿದಿಟ್ಟಿತ್ತು. ಮಗನಿಗೊಬ್ಬ ಹೆಂಡತಿಯಿದ್ದರೆ ಅವಳು ಈ ಪರಿಸ್ಥಿತಿಯಲ್ಲಿ ಏನು ಮಾಡುತ್ತಿದ್ದಳು? ಈ ಅಸ್ವಾಭಾವಿಕ ಏರ್ಪಾಟನ್ನು ಒಪ್ಪಿಕೊಳ್ಳುತ್ತಿದ್ದಳೇನು ಎಂಬ ಪ್ರಶ್ನೆಗಳು ಕಾರ್ನಾಡರನ್ನು ಕಾಡಿದವು.

ಕಾರ್ನಾಡರೇ ಹೇಳುವ ಹಾಗೆ ಯಯಾತಿ ಮತ್ತು ಅವನ ಸೊಸೆ ಚಿತ್ರಲೇಖ ನಡುವೆ ನಡೆಯುವ ಸಂಭಾಷಣೆ ಅವರ ಮನಸ್ಸಲ್ಲಿ ಮೂಡುತ್ತಲೇ ಅದರ ಸುತ್ತ ಇಡೀ ನಾಟಕ ಆಕಾರ ಪಡೆಯುತ್ತಾ ಹೋಯಿತು. ಅವರು ಬರೆಯುತ್ತಾರೆ,ನಾನು ನಾಟಕ ಬರೆಯುತ್ತಿದ್ದೇನೆ ಎಂದು ನನಗನಿಸಲೇ ಇಲ್ಲ. ಪಾತ್ರಗಳು ಸಂಭಾಷಣೆಯನ್ನಾಡುತ್ತಾ ನನ್ನ ಕಣ್ಣೆದುರಿಗೆ ಓಡಾಡುತ್ತಿದ್ದಾಗ ನಾನು ಸ್ಟೆನೋಟೈಪಿಸ್ಟನಂತೆ ಆ ಸಂವಾದಗಳನ್ನು ಹಾಳೆಗಿಳಿಸುತ್ತಾ ಹೋದೆ, ಅಷ್ಟೇ. ನನ್ನಲ್ಲಿ ಒಂದು ತರಹದ ಭೂತಸಂಚಾರವಾದಂತಾಗಿತ್ತು. ನಾಟಕ ರಚನೆಯಲ್ಲಿ ಈ ತರಹದ ಪರವಶತೆಯ ಅನುಭವ ತದನಂತರ ನನಗೆ ಮತ್ತೆ ನನ್ನ ಜನ್ಮದಲ್ಲೇ ಸಿಗಲಿಲ್ಲ'

1960ರಲ್ಲಿ 'ಯಯಾತಿ' ಪ್ರಕಟಿಸಿದಾಗ ಕಾರ್ನಾಡರಿಗೆ ಇನ್ನೂ 22 ವರ್ಷ

ವಯಸ್ಸು.ಧಾರವಾಡದ 'ಮನೋಹರ ಗ್ರಂಥಮಾಲಾ'ದ ಮುಖ್ಯಸ್ಥ ಮತ್ತು ಹಿರಿಯ ನಾಟಕಕಾರ ಜಿ.ಬಿ. ಜೋಷಿ ಈ ನಾಟಕವನ್ನು ಪ್ರಕಟಿಸಿದರು. ಅದು ಜೋಷಿ, ಅವರ ಪುತ್ರ ರಮಾಕಾಂತ ಜೋಷಿ ಹಾಗೂ ಕಾರ್ನಾಡ್ ನಡುವಿನ ನಿಡುಗಾಲದ ಅಕ್ಕರೆಯ ಒಡನಾಟದ ಆರಂಭ.

'ಯಯಾತಿ' ಕೃತಿಗೆ ಕನ್ನಡ ಸಾಹಿತ್ಯ ವಲಯದಲ್ಲಿ ಒಳ್ಳೆಯ ಸ್ವಾಗತವೇ ದೊರೆಯಿತು. ಜೋಷಿ ಅವರ ಪ್ರೀತಿಯಒತ್ತಾಯದ ಮೇರೆಗೆ ಕಾರ್ನಾಡ್ ಮತ್ತೊಂದು ನಾಟಕ ಬರೆಯಲು ಒಪ್ಪಿಕೊಂಡರು. ಈ ಸಲ ನಾಟಕ 14ನೇ ಶತಮಾನದ ದೆಹಲಿಯ ಮಹತ್ವಾಕಾಂಕ್ಷೆಯ ಸುಲ್ತಾನ ಮೊಹಮದ್ ಬಿನ್ ತುಘಲಕ್ ಕುರಿತದ್ದಾಗಿತ್ತು. ಕಾರ್ನಾಡರು ಆಗಲೇ ಆಕ್ಸ್ ಫರ್ಡ್ ವಿಶ್ವವಿದ್ಯಾಲಯದಲ್ಲಿ ಇದ್ದರು. ಮೊದಲ ಕೃತಿಯಾದ 'ಯಯಾತಿ'ಗೆ ಹೋಲಿಸಿದರೆ, ತುಘಲಕ್ ಸಂಶೋಧನೆ ಮತ್ತು ಬರವಣಿಗೆಗೆ ಸರಿಸುಮಾರು 2 ವರ್ಷ ತೆಗೆದುಕೊಂಡಿತು. 1964ರಲ್ಲಿ ಪ್ರಕಟಗೊಂಡ 'ತುಘಲಕ್', ಅರಸನೊಬ್ಬನ ಸಂಕೀರ್ಣ ವ್ಯಕ್ತಿತ್ವ ಮತ್ತು ಆದರ್ಶವಾದದ ಸಶಕ್ತ ಚಿತ್ರಣ. ಒಂದರ್ಥದಲ್ಲಿ ಸ್ವತಂತ್ರ ಭಾರತ ಕಂಡ ಪ್ರಭುತ್ವದ ಅನ್ಯೋಕ್ತಿ ಕೂಡ ಇದಾಗಿತ್ತು. ಈ ನಾಟಕದ ಮೂಲಕ ಕಾರ್ನಾಡರು ಭಾರತದ ಬಹುಮುಖ್ಯ ನಾಟಕಕಾರರ ಸಾಲಿಗೆ ಸೇರ್ಪಡೆಯಾದರು.

ಡಾ. ಎಂ. ಗೋಪಾಲಕೃಷ್ಣ ಅಡಿಗ, ಬಿಸಿ ರಾಮಚಂದ್ರ ಶರ್ಮರ ಮೂಲಕ ಕಾವ್ಯದಲ್ಲಿ, ಡಾ.ಯು.ಆರ್. ಅನಂತಮೂರ್ತಿ, ಪಿ. ಲಂಕೇಶ್ ಹಾಗೂ ಪೂರ್ಣಚಂದ್ರ ತೇಜಸ್ವಿ ಅವರ ಮೂಲಕ ಕಥಾ ಪ್ರಕಾರದಲ್ಲಿ ನವ್ಯ ಚಳುವಳಿ ಪ್ರಖರವಾಗಿತ್ತೇ ಹೊರತು ರಂಗಭೂಮಿಯ ಪ್ರಕಾರದಲ್ಲಿ ನವ್ಯ ಚಳುವಳಿ ಅಷ್ಟಾಗಿ ಅರಳಿಕೊಂಡಿರಲಿಲ್ಲ. ಮೊದಲು ಕಾರ್ನಾಡರು ಮತ್ತು ಅನಂತರ ಚಂದ್ರಶೇಖರ ಕಂಬಾರರು ಈ ಕೊರತೆಯನ್ನು ನೀಗಿದರು.

ಆಕ್ಸ್ ಫರ್ಡ್ ನಿಂದ ಕಾರ್ನಾಡರು ಮರಳಿ ಬಂದಾಗ ಚೆನ್ನೈನ ಆಕ್ಸ್ ಫರ್ಡ್ ವಿವಿ ಪ್ರೆಸ್ ನಲ್ಲಿ ಕಾರ್ನಾಡರು ಸಹಾಯಕ ಮ್ಯಾನೇಜರ್ ಆಗಿ ಕೆಲಸ ಪ್ರಾರಂಭಿಸಿದರು. ಅಲ್ಲಿನ 7 ವರ್ಷಗಳ ನೌಕರಿಯ ಅವಧಿಯಲ್ಲಿ ಕಲಾವಿದರ ಒಕ್ಕೂಟವಾದ 'ಚೋಳಮಂಡಲಂ' ಹಾಗೂ ಮದ್ರಾಸ್ ಪ್ಲೇಯರ್ಸ್ ಎಂಬ ಹೆಸರಾಂತ ಇಂಗ್ಲಿಷ್ ರಂಗತಂಡದ ಸಂಸರ್ಗದಲ್ಲಿ ತೊಡಗಿಕೊಂಡು ಅವರು ತಮ್ಮ ವೈಚಾರಿಕ ನೆಲೆಗಳನ್ನು ವಿಸ್ತರಿಸಿಕೊಂಡರು.

ಕಾರ್ನಾಡ್ ತಮ್ಮ ಕೃತಿಗಳನ್ನು ತಾವೇ ಇಂಗ್ಲಿಷ್ ಗೆ ಅನುವಾದಿಸಿರುವುದು ಗಮನಾರ್ಹ. ಇವರ ನಾಟಕಗಳನ್ನು ಇಂಗ್ಲಿಷ್‌ಗೆ ಅನುವಾದಿಸಲು ಕಾರ್ನಾಡರ ಸ್ನೇಹಿತ, ಖ್ಯಾತ ಕವಿ ಮತ್ತು ಅನುವಾದಕ ಎ.ಕೆ. ರಾಮಾನುಜನ್ ಆಸಕ್ತಿ

ತೋರಿದರಾದರೂ ಕಾರ್ನಾಡರು ಸುಮ್ಮನಿದ್ದುಬಿಟ್ಟಿದ್ದರು. ಒಮ್ಮೆ ಈ ಬಗ್ಗೆ ಕಾರ್ನಾಡರು ನನ್ನ ಹತ್ತಿರ ಮಾತಾಡುತ್ತಾ, 'ನಾಟಕದ ಅನುವಾದಕ್ಕೆ ಮೂಲಭೂತವಾಗಿ ರಂಗಭೂಮಿಯ ಬಗೆಗೆ ಜ್ಞಾನ ಮತ್ತು ಅರಿವು ಇರಬೇಕಾಗುತ್ತದೆ' ಅಂತ ಹೇಳಿದ್ದರು. ಬೇರೆ ಬೇರೆ ಭಾಷೆಗಳಿಗೆ ಕಾರ್ನಾಡರ ನಾಟಕಗಳು ಅನುವಾದಗೊಂಡಿದ್ದಕ್ಕಾಗಿ ಕರ್ನಾಟಕದ ಆಚೆಯೂ ಕಾರ್ನಾಡರ ಕೃತಿಗಳು ತಲುಪುವುದಕ್ಕೆ ಸಾಧ್ಯವಾಯಿತು.

ಯು.ಆರ್. ಅನಂತಮೂರ್ತಿ ಅವರ ಬಹುಚರ್ಚಿತ 'ಸಂಸ್ಕಾರ' ಕಾದಂಬರಿಯನ್ನಾಧರಿಸಿದ ಸಿನಿಮಾದಲ್ಲಿ ಪ್ರಾಣೇಶಾಚಾರ್ಯ ಪಾತ್ರವನ್ನು ಕಾರ್ನಾಡರು ನಿರ್ವಹಿಸಿದ್ದೇ ಅಭಿನಯ ಕ್ಷೇತ್ರಕ್ಕೆ ಅವರಿಗೆ ಅಧಿಕೃತ ಪ್ರವೇಶ

ದೊರೆಯಿತು. ದಕ್ಷಿಣ ಭಾರತದ ಹಲವು ಭಾಷೆಗಳಲ್ಲಿ ಮತ್ತು ಹಿಂದಿಯಲ್ಲಿ ಹಲವಾರು ಪ್ರಮುಖ ಪಾತ್ರಗಳನ್ನು ನಿರ್ವಹಿಸಿರುವ ಕಾರ್ನಾಡರು ಶ್ಯಾಮ್ ಬೆನಗಲ್ ಅವರ 'ನಿಶಾಂತ್' (1975) ಮತ್ತು 'ಮಂಥನ್' (1976) ಹಾಗೂ ಶಂಕರ್ ನಾಗ್ ಅವರು ದೂರದರ್ಶನಕ್ಕೋಸ್ಕರ ನಿರ್ದೇಶಿಸಿದ ಆರ್ ಕೆ ನಾರಾಯಣ್ ಅವರ 'ಮಾಲ್ಗುಡಿ ಡೇಸ್' ಸರಣಿಯಲ್ಲಿ ಅಭಿನಯಿಸಿರುವ ಪಾತ್ರಗಳು ಪ್ರೇಕ್ಷಕರ ಮನಸ್ಸಲ್ಲಿ ನಿಂತಿವೆ. ಹೊಸ ಕಾಲದ ಸಿನಿಮಾ ಪ್ರೇಕ್ಷಕರು ಬಹುಶಃ ಕಾರ್ನಾಡರನ್ನು ಹೆಚ್ಚಾಗಿ ಹಿಂದಿ ಮತ್ತು ಕನ್ನಡ ಬ್ಲಾಕ್ ಬಸ್ಟರ್ ಸಿನಿಮಾಗಳಾದ 'ಏಕ್ ಥಾ ಟೈಗರ್', 'ಟೈಗರ್ ಜಿಂದಾ ಹೈ', 'ಏಕೆ 47' ಚಿತ್ರಗಳಿಂದ ನೆನೆಯಬಹುದು. ಖ್ಯಾತ ರಂಗ ನಿರ್ದೇಶಕ ಬಿ.ವಿ. ಕಾರಂತ್ ಅವರ ಜೊತೆ ಸಹ ನಿರ್ದೇಶಕರಾಗಿ 'ವಂಶವೃಕ್ಷ' (1971) ನಿರ್ದೇಶಿಸಿದ ಕಾರ್ನಾಡರು ಅನಂತರ ಸ್ವತಂತ್ರವಾಗಿ ಕನ್ನಡ ಮತ್ತು ಹಿಂದಿ ಭಾಷೆಗಳಲ್ಲಿ 'ಕಾಡು' (1973), 'ಒಂದಾನೊಂದು ಕಾಲದಲ್ಲಿ' (1978), ಉತ್ಸವ್ (1985) ಮತ್ತು 'ಕಾನೂರು ಹೆಗ್ಗಡತಿ' (1999) ಚಿತ್ರಗಳನ್ನು ನಿರ್ದೇಶಿಸಿದರು.

ಇಬ್ಬರು ಬುಡಕಟ್ಟು ಯೋಧರ ಕತೆಯಾದ 'ಒಂದಾನೊಂದು ಕಾಲದಲ್ಲಿ' ಕನ್ನಡದ ಶ್ರೇಷ್ಠ ಚಿತ್ರಗಳಲ್ಲೊಂದಾದರೆ ಅವರು 'ಸಂಸ್ಕಾರ'ದಲ್ಲಿ ನಿರ್ವಹಿಸಿದ ಪ್ರಾಣೇಶಾಚಾರ್ಯರ ಪಾತ್ರ ಕಾರ್ನಾಡರೊಳಗಿರುವ ಅತ್ಯುತ್ತಮ ನಟನನ್ನು ತೋರಿಸಿಕೊಟ್ಟಿದೆ. ಆದರೆ ಇದೆಲ್ಲದರ ಹೊರತಾಗಿ ಅವರು ಅತಿಹೆಚ್ಚು ಗುರುತಿಸಿಕೊಂಡಿದ್ದು ಒಬ್ಬ ಶ್ರೇಷ್ಠ ನಾಟಕಕಾರನಾಗಿ. ಪ್ರಸ್ತುತ ಸಂದರ್ಭದಲ್ಲಿ ನಡೆಯುವಂಥ ಅವರ 'ಮದುವೆ ಆಲ್ಬಂ' ಅಥವಾ 'ಬೆಂದಕಾಳೂರು ಆನ್ ಟೋಸ್ಟ್' ನಾಟಕಗಳಿಗಿಂತ 'ತುಘಲಕ್', 'ಹಯವದನ', 'ತಲೆದಂಡ'ಗಳಂಥ ಪುರಾಣ ಮತ್ತು ಇತಿಹಾಸದ ಪ್ರಕರಣಗಳಿಗೆ ಮರುಭೇಟಿ ಕೊಡುವ ನಾಟಕಗಳೇ ತಾತ್ವಿಕವಾಗಿ ಹೆಚ್ಚು ಪ್ರಭಾವಶಾಲಿಯಾಗಿವೆ. ಬಹಳಷ್ಟು ಮೆಚ್ಚುಗೆಗೆ ಪಾತ್ರವಾದ ಅವರ ಕಟ್ಟಕಡೆಯ ನಾಟಕ 'ರಾಕ್ಷಸ ತಂಗಡಿ' ಕೂಡ 16ನೇ ಮಧ್ಯಭಾಗದಲ್ಲಿ ವಿಜಯನಗರ ಸಾಮ್ರಾಜ್ಯ ಪತನಕ್ಕೆ ಕಾರಣವಾದ ತಾಳಿಕೋಟೆ ಕದನದ ವಸ್ತುವನ್ನಾಧರಿಸಿತ್ತು.

ಕಳೆದ ಕೆಲ ವರ್ಷಗಳಲ್ಲಿ ಅವರು ಇಂಗ್ಲಿಷ್‌ನಲ್ಲಿ ತಮ್ಮ ಆತ್ಮ ಚರಿತ್ರೆ ಬರವಣಿಗೆಯಲ್ಲಿ ತೊಡಗಿಕೊಂಡಿದ್ದರು. ಕನ್ನಡದಲ್ಲಿ ಬಂದ 'ಆಡಾಡತ ಆಯುಷ್ಯ'ವನ್ನೇ ಯಥಾವತ್ ಇಂಗ್ಲಿಷ್ ಗೆ ಅನುವಾದಿಸಲು ಅವರು ಸಿದ್ಧರಿರಲಿಲ್ಲ. ಯಾಕೆಂದರೆ ಆ ಕೃತಿಯಲ್ಲಿರುವ, ಕನ್ನಡದ ಓದುಗರಿಗೆ ವೇದ್ಯವಾದ ಹಲವು ವಿಚಾರಗಳು ಅದರ ಹಿನ್ನೆಲೆ ಗೊತ್ತಿಲ್ಲದ ಇಂಗ್ಲಿಷ್ ಓದುಗರಿಗೆ ತಲುಪಲಾರವು ಅಂತಲೇ ನಂಬಿದ್ದರು.

ಫಿಲಂ ಆಂಡ್ ಟೆಲಿವಿಶನ್ ಇನ್ ಸ್ಟಿಟ್ಯೂಟ್ ಆಫ್ ಇಂಡಿಯಾ (1974–75) ನಿರ್ದೇಶಕ ಹುದ್ದೆ, ಕರ್ನಾಟಕ ನಾಟಕ ಅಕಾಡೆಮಿ (1976–78) ಅಧ್ಯಕ್ಷ

ಹುದ್ದೆ, ಸಂಗೀತ ನಾಟಕ ಅಕಾಡೆಮಿ (1988–93) ಅಧ್ಯಕ್ಷ ಹುದ್ದೆ, ಲಂಡನ್ ನ ನೆಹರೂ ಕೇಂದ್ರ (2000–2003) ನಿರ್ದೇಶಕ ಹುದ್ದೆ– ಹೀಗೆ ಕಾರ್ನಾಡರು ಹಲವಾರು ಸಾಂಸ್ಕೃತಿಕ ಸಂಸ್ಥೆಗಳಲ್ಲಿ ಮುಖ್ಯ ಹುದ್ದೆ ನಿರ್ವಹಿಸಿದವರು. ಆ ಎಲ್ಲಾ ಪದವಿಗಳಲ್ಲೂ ಅವರು ಮಾಡಿದ ಸಾಧನೆಗಳನ್ನು ದಾಖಲು ಮಾಡುವ ಅಗತ್ಯವಿದೆ.

ಕಾರ್ನಾಡರಿಗೆ ಜಾತ್ಯಾತೀತತೆ ಮುಂತಾದ ಪ್ರಜಾಸತ್ತಾತ್ಮಕ ವಿಚಾರಗಳು ಬಹಳ ಮುಖ್ಯವಾಗಿದ್ದವು. ಕಳೆದ ಎರಡು ದಶಕಗಳಲ್ಲಿ ಈ ವಿಚಾರಗಳು ದೇಶದಲ್ಲಿ ಅತಿ ಹೆಚ್ಚು ಪರೀಕ್ಷೆಗೆ ಒಳಪಟ್ಟವು, ಅದರಲ್ಲೂ ಮುಖ್ಯವಾಗಿ ಬಲಪಂಥೀಯ ನಿಲುವುಗಳು ಸಾರ್ವಜನಿಕವಾಗಿ ಮೇಲ್ಮೆ ಸಾಧಿಸಿದ್ದು. ಅದರ ಬಗ್ಗೆ ಕಾರ್ನಾಡರಿಗೆ ಬಹಳ ಕಾಳಜಿ ಇತ್ತು. ಭಾರತದ ಪ್ರಜಾತಂತ್ರದ ಒಳಿತಿನ ದೃಷ್ಟಿಯಿಂದ ಅವರ ಇರುವಿಕೆ ಹಾಗೂ ಹಲವು ಪ್ರತಿಭಟನಾ ಸಭೆಗಳಿಗೆ ಅವರು ನೀಡುತ್ತಿದ್ದ ಬೆಂಬಲ ಬಹಳ ಮುಖ್ಯವಾಗಿತ್ತು.

ಅತ್ಯುತ್ತಮ ನಾಟಕಕಾರ, ನಟ, ನಿರ್ದೇಶಕ, ಹಲವು ಸಂಸ್ಥೆಗಳ ಹಿಂದಿನ ಶಕ್ತಿ, ಪ್ರಭಾವೀ ಚಿಂತಕರಾಗಿದ್ದ ಕಾರ್ನಾಡರು ನಮ್ಮ ನಡುವಿನ ವಿರಳ ವ್ಯಕ್ತಿತ್ವವಾಗಿದ್ದವರು.

ದಿ ಪ್ರಿಂಟ್ । ಕನ್ನಡಕ್ಕೆ: ವಿಕಾಸ್ ನೇಗಿಲೋಣಿ

ನಾವೆಲ್ಲ ಮೆಚ್ಚಿದ ಸ್ವಯಂಘೋಷಿತ 'ಅರ್ಬನ್ ನಕ್ಸಲ್'

ನವನೀತಾ ದೇವ್ ಸೇನ್ *ಲೇಖಕಿ*

ಆ ದಿನ ನಾನು ಮೂಗಿನ ಹೊಳ್ಳೆಗಳಿಗೆ ಆಮ್ಲಜನಕದ ಕೊಳವೆ ಆಳವಡಿಸಿಕೊಂಡಿದ್ದ, “Me too Urban Naxal" ಎಂದು ಬರೆದಿದ್ದ ಪ್ಲಕಾರ್ಡನ್ನು ತನ್ನ ಎದೆಗೆ ಆನಿಸಿಕೊಂಡು ಪ್ರತಿಭಟನಾ ಸಭೆಯೊಂದರಲ್ಲಿ ಕುಳಿತಿದ್ದ ಗಿರೀಶ್ ಕಾರ್ನಾಡ್ ಅವರ ಚಿತ್ರವೊಂದನ್ನು ಕಂಡೆ. ವಿಪರೀತ ಸ್ಥಿತಿಯ ಎದುರು ಎದೆಕೊಟ್ಟು ನಿಂತು ಹೋರಾಡಬಲ್ಲ ಛಾತಿ ಇರುವ ಮನುಷ್ಯರೊಬ್ಬರ ಚಿತ್ರ ಅದು? ಅವರ ಆರೋಗ್ಯದ ವಿಷಯದಲ್ಲೂ; ದೇಶದ ವಿಷಯದಲ್ಲೂ.

ಅವರನ್ನು ಈ ಹಿಂದೆ ನಾನು ಭೇಟಿ ಆದದ್ದು ಮುಂಬಯಿಯಲ್ಲಿ, 2017ರ ಟಾಟಾ ಲಿಟರರಿ ಫೆಸ್ಟ್ ವೇಳೆ. ಅವರು ಆಗಷ್ಟೇ ತಮ್ಮ ಮೂಗಿನ ಹೊಳ್ಳೆಗಳಲ್ಲಿ ಕೊಳವೆಗಳಿರುವಂತೆಯೇ ಅದ್ಭುತ ಭಾಷಣ ಮುಗಿಸಿದ್ದರು. ಸುದೀರ್ಘ ಕಾಲದ ಬಳಿಕದ ಭೇಟಿ ಅದಾಗಿತ್ತು. ಹಾಗಾಗಿ ಆ ಭೇಟಿ ಭಾವನಾತ್ಮಕವಾಗಿತ್ತು.

70ರ ದಶಕದ ಆರಂಭದಿಂದಲೂ ನಾವು ಹಲವು ಬಾರಿ ಬೇರೆ ಬೇರೆ ನಗರಗಳಲ್ಲಿ, ಬೇರೆ ಬೇರೆ ದೇಶಗಳಲ್ಲಿ, ಬೇರೆ ಬೇರೆ ಸಮಯಗಳಲ್ಲಿ, ಬೇರೆ ಬೇರೆ ಸನ್ನಿವೇಶಗಳಲ್ಲಿ ಭೇಟಿ ಆಗುತ್ತಾ ಬಂದಿದ್ದೇವೆ. ಆದರೆ ಈ ಐವತ್ತೂ ಚಿಲ್ಲರೆ ವರ್ಷಗಳಲ್ಲಿ ಯಾವತ್ತೂ ನಮ್ಮ ಬೆಚ್ಚಗಿನ ಆಪ್ತತೆಗೆ ಕೊರತೆ ಆದದ್ದಿಲ್ಲ.

ಗಿರೀಶ್ ಕಾರ್ನಾಡರ ಪ್ರಸಿದ್ಧ ನಾಟಕಗಳು ಕನ್ನಡದಲ್ಲಿ ಪ್ರಕಟಗೊಂಡು, ಬಳಿಕ ಬೇರೆ ಭಾಷೆಗಳಿಗೆ ಭಾಷಾಂತರಗೊಂಡವು. ಅವರ ಎಲ್ಲ ನಾಟಕಗಳೂ ಪುರಾಣಗಳ ಮೂಲಕ ವಿಭಿನ್ನ ಸಾಮಾಜಿಕ ರಾಜಕೀಯ ಸನ್ನಿವೇಶಗಳಲ್ಲಿನ ಸಂಘರ್ಷಗಳ ಕುರಿತು ಮಾತನಾಡುತ್ತವೆ. ಗಿರೀಶರು ಬಹಳ ಬೇಗ ಅಂದರೆ ತನ್ನ ಹದಿಹರೆಯದಲ್ಲೇ

ಬರವಣಿಗೆ ಆರಂಭಿಸಿದ್ದರು. ಬದುಕಿನ ಸನ್ನಿವೇಶಗಳನ್ನು ಎದುರಿಸುವ ಹಾದಿಯನ್ನು ಅವರಿಗೆ ಪುರಾಣಗಳು ತೆರೆದಿಟ್ಟಿದ್ದವು. 1960ರಲ್ಲಿ ಅವರು ಯಯಾತಿ ಬರೆದರು. "ನನಗೆ ವೈಚಾರಿಕವಾಗಿ ಅರಗಿಸಿಕೊಳ್ಳಲು ಸಾಧ್ಯವಾಗದ ಕೆಲವು ಮೌಲ್ಯಗಳನ್ನು ದಕ್ಕಿಸಿಕೊಳ್ಳಲು ಪುರಾಣ ಸಹಾಯ ಮಾಡಿತು. ಪುರಾಣ ನನ್ನನ್ನು ಭೂತಕಾಲದಲ್ಲಿ ಹಿಡಿದಿರಿಸಿದೆ."

ಅವರು ಆಕ್ಸ್‌ಫರ್ಡ್‌ಗೆ ಹೋಗುವ ಹಾದಿಯಲ್ಲಿ ಹಡಗಿನಲ್ಲಿ ಅಂತಿಮಗೊಳಿಸಿದ ನಾಟಕ ಇದು. ಆಗ ಅವರಿಗೆ 22ರ ಹರೆಯ. ತನ್ನ ಹೆತ್ತವರ ಬಯಕೆಗೆ ವಿರುದ್ಧವಾಗಿ ಆಕ್ಸ್‌ಫರ್ಡ್‌ಗೆ ಹೋಗಲು ನಿರ್ಧರಿಸಿದ್ದು, ಗಿರೀಶ್ ಅವರ ಬದುಕಿನಲ್ಲಿ ತೀರಾ ನಿರ್ಧಾರಕವಾಗಿದ್ದ ಕ್ಷಣ.

ಅವರು ಎರಡು ತಲೆಮಾರುಗಳ ನಡುವಿನ ಸಂಘರ್ಷವನ್ನು ಯಯಾತಿಯ ಮೂಲಕ ವ್ಯಕ್ತಪಡಿಸಿದರು. ಅವರೆಂದೂ ತಾನು ನಂಬಿದ್ದ ಸಿದ್ಧಾಂತಗಳಿಂದ ದೂರ ಸರಿಯಲಿಲ್ಲ ಮತ್ತು ತಮ್ಮ ಸಾಮಾಜಿಕ-ರಾಜಕೀಯ ನಿಲುವುಗಳನ್ನು ತನ್ನ ನಾಟಕಗಳ ಮೂಲಕ ವ್ಯಕ್ತಪಡಿಸುವುದನ್ನು ಮುಂದುವರಿಸಿದರು. ಅವರ ತುಘಲಕ್ ನಾಟಕವನ್ನು ನಾವು ಚರಿತ್ರೆಯ ಬೇರೆ ಬೇರೆ ಕಾಲಘಟ್ಟಗಳಲ್ಲಿನ ವಿಫಲ ಆದರ್ಶವಾದದ ಸಂಕೇತವಾಗಿ ನೆನಪಿಟ್ಟುಕೊಂಡಿದ್ದೇವೆ.

ಅವರಿಗೆ ಇಂಗ್ಲೀಷ್‌ನಲ್ಲಿ ಸೃಜನಶೀಲ ಬರವಣಿಗೆಯನ್ನು ಮುಂದುವರಿಸುವ ವಿಪುಲ ಅವಕಾಶಗಳಿದ್ದವು, ಆದರೆ ಗಿರೀಶರು ತನ್ನ ತಾಯಿನುಡಿ ಕನ್ನಡದಲ್ಲೇ ಬರೆಯಲು ಇಷ್ಟಪಟ್ಟರು, ಇದರಿಂದ ಕನ್ನಡ ಸಾಹಿತ್ಯ ಶ್ರೀಮಂತವಾಯಿತು. ಇಂಗ್ಲೀಷ್ ಸಾಹಿತ್ಯದ ಪ್ರೊಫೆಸರ್ ಅನಂತಮೂರ್ತಿ ಕೂಡ ಅದನ್ನೇ ಮಾಡಿದರು. ನಾವು ಬ್ರಿಟಿಷ್ ಭಾರತದಲ್ಲಿ ಹುಟ್ಟಿದವರು (ನಾನು ಮತ್ತು ಕಾರ್ನಾಡ್ ಒಂದೇ ವರ್ಷ ಹುಟ್ಟಿದ್ದು) ಮತ್ತು ನಮ್ಮ ತಾಯ್ನುಡಿಯ ಬಗ್ಗೆ ಅತೀವ ಪ್ರೀತಿ ಮತ್ತು ಗೌರವ ಹೊಂದಿರುವವರು.

ಗಿರೀಶ್ ಕನ್ನಡ ಚಲನಚಿತ್ರಗಳಲ್ಲಿ ನಟಿಸಿದರು. ನಿರ್ದೇಶನವನ್ನೂ ಮಾಡಿದರು. ಗಿರೀಶರ ಮೊದಲ ಚಿತ್ರ, ಅವರ ಸ್ನೇಹಿತ ಅನಂತಮೂರ್ತಿಯವರ ಜಗತ್ಪ್ರಸಿದ್ಧ ಕಾದಂಬರಿ ಸಂಸ್ಕಾರ. ಅವರು ನಿಷಾಂತ್, ಮಂಥನ್, ಇಕ್ಬಾಲ್, ಏಕ್ ಥಾ ಟೈಗರ್, ಟೈಗರ್ ಜಿಂದಾಹೈ ಮೊದಲಾದ ಹಿಂದಿ ಚಿತ್ರಗಳಲ್ಲೂ ನಟಿಸಿದ್ದಾರೆ. ಗಿರೀಶರದು ಬಹುಮುಖೀ ಪ್ರತಿಭೆ, ಅವರು ಮುಟ್ಟಿದ್ದೆಲ್ಲ ಚಿನ್ನವಾಯ್ತು.

ಅವರು ಕೆಲವು ಚಿತ್ರಗಳನ್ನು ಸ್ವತಃ ನಿರ್ಮಿಸಿದರು. ವಂಶವೃಕ್ಷ, ಗೋಧೂಳಿ, ಬಹುಚರ್ಚಿತ ಸಿನಿಮಾ ಉತ್ಸವ್. ಗಿರೀಶರು ಹಲವು ಡಾಕ್ಯುಮೆಂಟರಿಗಳನ್ನು ನಿರ್ಮಿಸಿದ್ದು, ಅವು ಹಲವು ಪುರಸ್ಕಾರಗಳನ್ನು ಗಳಿಸಿವೆ. ಅವುಗಳಲ್ಲಿ

ಪ್ರಸಿದ್ಧವಾದದ್ದು, ಭಕ್ತಿಪಂಥ ಮತ್ತು ಸೂಫಿಸಂ ಕುರಿತಾಗಿ ಅವರು ನಿರ್ಮಿಸಿದ ``The Lamp on the Niche".

80ರ ದಶಕದಲ್ಲಿ ಗಿರೀಶ್ ಕಾರ್ನಾಡ್, ಅನಂತಮೂರ್ತಿ, ಎ.ಕೆ ರಾಮಾನುಜನ್, ಅಯ್ಯಪ್ಪ ಫಣಿಕ್ಕರ್, ನಿರ್ಮಲ್ ವರ್ಮಾ, ನಿಸ್ಸೀಮ್ ಇಳಕೆಯಿಲ್ ಮುಂತಾದವರೆಲ್ಲ ಒಂದು ವಾರ ಚಿಕಾಗೊ ವಿವಿಯಲ್ಲಿ ಒಟ್ಟು ಸೇರಿದ್ದು ಲಂಡನ್‌ನ ನೆಹರೂ ಸೆಂಟರ್‌ನಲ್ಲಿ ಗಿರೀಶ್ ಮತ್ತು ಸಾರಾ ಅವರ ಫ್ಲಾಟ್‌ನಲ್ಲಿ ರಾತ್ರಿಯೂಟಕ್ಕೆ ಒಟ್ಟಾದದ್ದು ನನಗೆ ಇನ್ನೂ ನೆನಪಿದೆ.

ನಮ್ಮ ಕಾಲದ ಬಹುತೇಕ ಬೇರೆ ಲೇಖಕರಂತೆ ಕಾರ್ನಾಡರಿಗೆ ರಾಜಕೀಯ ಮಹತ್ವಾಕಾಂಕ್ಷೆಗಳಿರಲಿಲ್ಲ. ಅವರು ತಮ್ಮ ರಾಜಕೀಯ ನಿಲುವುಗಳನ್ನು ತನ್ನ ಕೃತಿಗಳ ಮೂಲಕವೇ ವ್ಯಕ್ತಪಡಿಸುತ್ತಿದ್ದರು. "ನಾಟಕಕಾರ, ನಟ, ಸಂಘಟಕ ಮತ್ತು ದೇಶಭಕ್ತ ಗಿರೀಶ್ ಕಾರ್ನಾಡರದು ಮಹಾನ್ ವ್ಯಕ್ತಿತ್ವ. ಅವರು ನನಗೆ ಪರಿಚಿತರಾಗಿದ್ದುದು ಮತ್ತು ಅವರ ನಾಟಕಗಳನ್ನು ನೋಡುವ ಅವಕಾಶ ದೊರೆತದ್ದು ನನ್ನ ಭಾಗ್ಯ."

ರಾಮಚಂದ್ರ ಗುಹಾ ನನ್ನ ಯೋಚನೆಗಳಿಗೆ ಶಬ್ದರೂಪ ನೀಡಿದ್ದಾರೆ. ನಾವು ಕವಲುದಾರಿಯಲ್ಲಿ ನಿಂತಿದ್ದೇವೆ. ನಮಗೆ ಗೊತ್ತಿದ್ದ ಭಾರತೀಯ ಸಂಸ್ಕೃತಿ ತನ್ನ ಚಹರೆ ಬದಲಿಸಿಕೊಳ್ಳತೊಡಗಿದೆ. ಬಹುತ್ವದ, ಸಹನಶೀಲ ಭಾರತದಲ್ಲಿ ಬೆಳೆದು ಬದುಕಿದ್ದ ಕಾರ್ನಾಡರಂತಹ ಚಿಂತಕರು, ಬರಹಗಾರರನ್ನು ನಾವು, ನಮಗವರು ಈಗ ಅತ್ಯಗತ್ಯವಾಗಿ ಇಲ್ಲಿರಬೇಕಿತ್ತು ಎಂಬ ಸ್ಥಿತಿಯಲ್ಲೆ ಕಳೆದುಕೊಂಡಿದ್ದೇವೆ.

ದ ನ್ಯೂ ಇಂಡಿಯನ್ ಎಕ್ಸ್‌ಪ್ರೆಸ್ । ಕನ್ನಡಕ್ಕೆ: ರಾಜಾರಾಂ ತಲ್ಲೂರು

ಕಾರ್ನಾಡ್ ರಾಕ್ಷಸ-ತಂಗಡಿ ಬರೆದಿದ್ದು ಏಕೆ?

ಎಸ್ ಬಾಗೇಶ್ರೀ, ಮುರಳೀಧರ ಖಜಾನೆ ಪತ್ರಕರ್ತರು

ಒಂದಕ್ಕೊಂದು ನೇರ ಸಂಬಂಧ ಹೊಂದಿಲ್ಲದ, ಆದರೆ ಅಂತರ್ಯದಲ್ಲಿ ಆಳವಾಗಿ ಬೆಸೆದುಕೊಂಡಿರುವ ಎರಡು ಪ್ರಮುಖ ಸಂಗತಿಗಳನ್ನು ಕನ್ನಡದ ಸಾಮಾಜಿಕ-ಸಾಹಿತ್ಯಕ ಜಗತ್ತೀಗ ಗಂಭೀರವಾಗಿ ಅವಲೋಕಿಸಬೇಕಿದೆ. ಒಂದು; ಪ್ರಸಿದ್ಧ ನಾಟಕಕಾರ ಗಿರೀಶ್ ಕಾರ್ನಾಡ್ ಅವರು ತಾಳಿಕೋಟೆ ಯುದ್ಧದ ಸುತ್ತಮುತ್ತಲಿನ ಸಂಗತಿಗಳನ್ನು ಕೇಂದ್ರವಾಗಿಟ್ಟುಕೊಂಡು ರಾಕ್ಷಸ-ತಂಗಡಿ ಎಂಬ 'ಐತಿಹಾಸಿಕ' ಕನ್ನಡ ನಾಟಕ ಬರೆದಿದ್ದು. ಇನ್ನೊಂದು; ಗೌರಿ ಲಂಕೇಶ್ ಹತ್ಯೆಯಾಗಿ ಒಂದು ವರ್ಷ ತುಂಬಿದ ನೆನಪಿಗೆ ಬೆಂಗಳೂರಿನಲ್ಲಿ ಆಯೋಜಿಸಿದ್ದ ಸಮಾರಂಭದಲ್ಲಿ ಕಾರ್ನಾಡ್ ಅವರು 'ನಾನೂ ನಗರ ನಕ್ಸಲ್' ಎಂಬ ಬೋರ್ಡ್ ನೇತುಹಾಕಿಕೊಂಡಿದ್ದಕ್ಕೆ ಅವರ ವಿರುದ್ಧ ದೂರು ದಾಖಲಾಗಿದ್ದು.

ರಾಕ್ಷಸ-ತಂಗಡಿ ಗಿರೀಶ್ ಕಾರ್ನಾಡ್‌ರ ನಾಲ್ಕನೇ ಐತಿಹಾಸಿಕ ನಾಟಕ. ಇತಿಹಾಸ ಹಾಗೂ ವರ್ತಮಾನವನ್ನು ಬೆರೆಸಿ, ವರ್ತಮಾನದ ಸಾಮಾಜಿಕ ಹಾಗೂ ರಾಜಕೀಯ ಪರಿಸ್ಥಿತಿಗೆ ಇತಿಹಾಸ ಪ್ರಸ್ತುತವಾಗುವಂತೆ ಮಾಡುವ ಕಲೆಯಲ್ಲಿ ಕಾರ್ನಾಡ್ ನಿಷ್ಣಾತರು. ಇದು ಒಂದು ರೀತಿಯಲ್ಲಿ 'ನೋಯುವ ಹಲ್ಲಿಗೆ ನಾಲಿಗೆ ಮತ್ತೆ ಮತ್ತೆ ಹೊರಳುವಂತೆ' ಇತಿಹಾಸವನ್ನು ಮತ್ತೆ ಮತ್ತೆ ಮುಟ್ಟುವ ನಿಯಂತ್ರಿಸಲಾಗದ ಒತ್ತಡ ಎಂದು ಅವರೇ ಒಮ್ಮೆ ಹೋಲಿಕೆಗಾಗಿ ಹೇಳಿಕೊಂಡಿದ್ದರು. ಎರಡು ದಶಕದ ನಂತರ ಗಿರೀಶ್ ಅವರು ತಾಳಿಕೋಟೆ ಯುದ್ಧದ ವಿಷಯವನ್ನಿಟ್ಟುಕೊಂಡು ರಾಕ್ಷಸ-ತಂಗಡಿ ಬರೆಯುವ ಮೂಲಕ ಮತ್ತೊಮ್ಮೆ ನೋಯುವ ಹಲ್ಲನ್ನು ನಾಲಿಗೆಯಿಂದ ಮುಟ್ಟಿದ್ದರು. ಇದರ ವಿಷಯ ಹಾಗೂ ನಾಯಕ ಹಿಂದು-ಮುಸ್ಲಿಂ ಸಂಘರ್ಷದ ಚರಿತ್ರೆಯಲ್ಲಿ ಅಡಿಗೆ

ಬಿದ್ದುಹೋಗಿದ್ದವು/ರು. ಆ ಕುತೂಹಲಕರ ಸಂಗತಿಗೆ ಕಾರ್ನಾಡ್ ತಮ್ಮ ನಾಟಕದಲ್ಲಿ ಮರುಜೀವ ನೀಡಿದ್ದರು.

14ನೇ ಶತಮಾನದ ಮೊಹಮ್ಮದ್ ಬಿನ್ ತುಘಲಕ್‌ನ ಆಳ್ವಿಕೆಯ ಸಂಕಟದ ದಿನಗಳ ಬಗ್ಗೆ 1964ರಲ್ಲಿ ಕಾರ್ನಾಡ್ 'ತುಘಲಕ್' ಬರೆದಿದ್ದರು. ನೆಹರು ಆಡಳಿತಕ್ಕೆ ಅದು ಉಪಮೆಯೆಂದು ವಿಶ್ಲೇಷಿಸಲಾಗಿತ್ತು. 'ತಲೆದಂಡ' ನಾಟಕದಲ್ಲಿ 12ನೇ ಶತಮಾನದ ಕರ್ನಾಟಕದಲ್ಲಿ ಲಿಂಗಾಯತವಾದದ ವಿರುದ್ಧ ನಡೆದ ಪ್ರತಿಭಟನೆಗಳು ಹಾಗೂ ಸುಧಾರಣಾ ಚಳವಳಿಯ ಬಗ್ಗೆ ಹೇಳಿದ್ದರು. ಕಾರ್ನಾಡರ ಪ್ರಕಾರ ಅವರು ಈ ನಾಟಕವನ್ನು 1989ರಲ್ಲಿ ಮಂದಿರ ಮತ್ತು ಮಂಡಲ ಹೋರಾಟಗಳು ಸಮಕಾಲೀನ ವಿಚಾರವಾದಿಗಳ ಪ್ರಶ್ನೆ ಈ ಕಾಲಕ್ಕೆ ಎಷ್ಟು ಪ್ರಸ್ತುತವಾಗಿವೆ ಎಂಬುದನ್ನು ತೋರಿಸತೊಡಗಿದ ಸಮಯದಲ್ಲಿ ಬರೆದಿದ್ದರು. 'ಟಿಪ್ಪು ಕಂಡ ಕನಸು' ನಾಟಕದಲ್ಲಿ ಟಿಪ್ಪು ಸುಲ್ತಾನನ ಅವಧಿಯಲ್ಲಿ ಒಗ್ಗಟ್ಟಿಲ್ಲದ ಭಾರತೀಯ ರಾಜರು ಹೇಗೆ ಸೋತ ಹಾಗೂ ಹತಾಶೆಯ ಭಾವ ಅನುಭವಿಸುತ್ತಿದ್ದರು ಎಂಬುದರ ಚಿತ್ರಣ ಕಟ್ಟಿಕೊಟ್ಟಿದ್ದರು. ಅಂತಿಮವಾಗಿ ರಾಕ್ಷಸ-ತಂಗಡಿ ಬರೆಯುವಂತೆ ಅವರನ್ನು ಹಲವು ವರ್ಷಗಳ ಕಾಲ ಇನ್ನಿಲ್ಲದಂತೆ ಕಾಡಿದ್ದು ಕೃಷ್ಣದೇವರಾಯನ ಅಳಿಯ ರಾಮರಾಯ.

ನಾಟಕಕ್ಕೆ ಬರೆದ ಮುನ್ನುಡಿಯಲ್ಲಿ ಕಾರ್ನಾಡ್, "11ನೇ ಶತಮಾನದ ವಚನ ಚಳವಳಿ, 16ನೇ ಶತಮಾನದ ವಿಜಯನಗರ ಸಾಮ್ರಾಜ್ಯ ಹಾಗೂ 18ನೇ ಶತಮಾನದ ಟಿಪ್ಪು ಸುಲ್ತಾನನ ರಾಜಕಾರಣ ನನ್ನನ್ನು ಬಹಳ ಸೆಳೆದಿದ್ದವು.

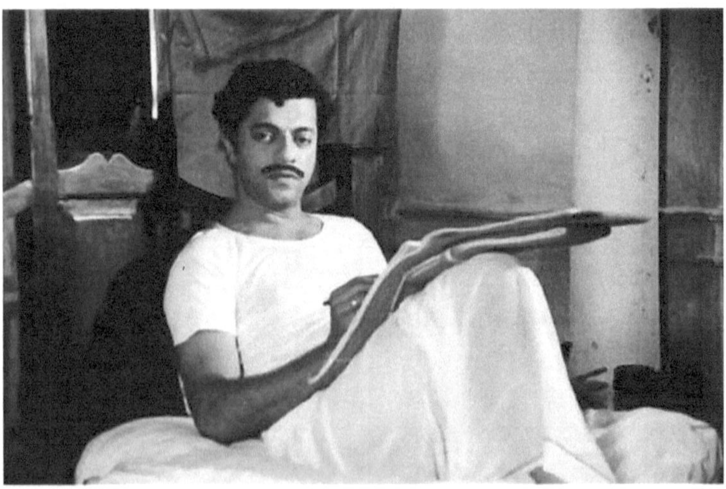

ಕರ್ನಾಟಕದ ಸಾವಿರ ವರ್ಷಗಳ ಇತಿಹಾಸವನ್ನು ಅವಲೋಕಿಸಿದಾಗ ಈ ಮೂರು ಘಟನೆಗಳು ಮಹತ್ವದ್ದಾಗಿ ಕಾಣಿಸುತ್ತವೆ. ಒಬ್ಬ ನಾಟಕಕಾರನಾಗಿ ನಾನು ಈಗಾಗಲೇ ತಲೆದಂಡ ಮತ್ತು ಟಿಪ್ಪು ಸುಲ್ತಾನ್ ಕಂಡ ಕನಸು ಮೂಲಕ ಎರಡು ಘಟನೆಗಳಿಗೆ ಪ್ರತಿಕ್ರಿಯಿಸಿದ್ದೇನೆ. ಈ ಸರಣಿಯಲ್ಲಿ ಮೂರನೆಯ ಪ್ರಯತ್ನ ರಾಕ್ಷಸ–ತಂಗಡಿ" ಎಂದು ಹೇಳಿದ್ದರು.

ವಿಜಯನಗರ ಸಾಮ್ರಾಜ್ಯದ ವೈಭವ ಹಾಗೂ ಡೆಕ್ಕನ್ ಸುಲ್ತಾನರ ಜಂಟಿ ದಾಳಿಯಿಂದ 1965ರಲ್ಲಿ ಶುರುವಾದ ಅದರ ಪತನದ ಬಗ್ಗೆ ಮಾತ್ರ ತಿಳಿದಿರುವ ಓದುಗರಿಗೆ ರಾಕ್ಷಸ–ತಂಗಡಿ ಹೊಸ ಹೊಳಹುಗಳನ್ನು ತೆರೆದಿಡುತ್ತದೆ. ಒಂದು ಕಾಲದಲ್ಲಿ ಅತ್ಯಂತ ಶಕ್ತಿಶಾಲಿಯಾಗಿದ್ದ ಹಾಗೂ ಶ್ರೀಮಂತವಾಗಿದ್ದ ವಿಜಯ ನಗರ ಸಾಮ್ರಾಜ್ಯವನ್ನು ಹೇಗೆ ದುರಾಸೆ, ಅಧಿಕಾರದಾಹ ಹಾಗೂ ಪ್ರಸಿದ್ಧಿಯ ಮೋಹಗಳು ನಾಶಗೊಳಿಸಿದವು ಎಂಬುದನ್ನೂ ಹೇಳುತ್ತದೆ. ಈ ನಾಟಕದ ಸೊಬಗಿರುವುದೇ ಕಾರ್ನಾಡರು ನಾಟಕವನ್ನು ಕಟ್ಟುವ ವಿಶಿಷ್ಟ ಶೈಲಿಯಲ್ಲಿ. ಸುಲ್ತಾನರ ಸೇನೆ ಹೇಗೆ ಹಂಪಿಯ ಮೇಲೆರಗಿತು ಮತ್ತು ಅಳಿಯ ರಾಮರಾಯನ ತಲೆ ಕಡಿದ ನಂತರ ಹೇಗೆ ಹಂಪಿ ನಾಮಾವಶೇಷಗೊಂಡಿತು ಎಂಬುದರ ದಟ್ಟ ವಿವರಣೆಯೊಂದಿಗೆ ನಾಟಕ ಆರಂಭವಾಗುತ್ತದೆ. ನಂತರ ಕಾರ್ನಾಡರು ಎಲ್ಲರೂ ಅಂದುಕೊಂಡಂತೆ ವಿಜಯನಗರ ಸಾಮ್ರಾಜ್ಯ ಒಂದೇ ರಾತ್ರಿಯಲ್ಲಿ ಪತನಗೊಳ್ಳಲಿಲ್ಲ ಎಂಬುದನ್ನು ನಿಧಾನವಾಗಿ ವಿವಿಧ ಪಾತ್ರಗಳ ಮೂಲಕ ಹೇಳುತ್ತಾ ಹೋಗುತ್ತಾರೆ. ಹೇಗೆ ಯಾರಿಗೂ ತಿಳಿಯದಂತೆ ನಡೆದ ಆಂತರಿಕ ಷಡ್ಯಂತ್ರಗಳೇ ವಿಜಯನಗರ ಸಾಮ್ರಾಜ್ಯದ ಪತನಕ್ಕೆ ಕಾರಣವಾದವು ಎಂಬುದನ್ನು ಹೇಳುತ್ತಾರೆ. ಅದರ ನಡುವೆಯೇ, ಅರವೀಡು ರಾಜಮನೆತನದಿಂದ ಬಂದ ರಾಮರಾಯನ ಕೀಳರಿಮೆಯನ್ನೂ, ಸಾಮ್ರಾಜ್ಯಕ್ಕೆ ರಾಣಿಯಾಗಬೇಕಿದ್ದ ಸತ್ಯಭಾಮೆಯ ಸಂಕಟಗಳನ್ನೂ, ಆದಿಲ್ ಶಾಹನ ರಾಜಕೀಯ ಜಾಣ್ಮೆಯೂ ಸೇರಿದಂತೆ ಹಲವಾರು ಸಂಗತಿಗಳನ್ನು ಕಣ್ಣಿಗೆ ಕಟ್ಟುವಂತೆ ಚಿತ್ರಿಸುತ್ತಾರೆ.

ರಾಕ್ಷಸ–ತಂಗಡಿ ಬಿಡುಗಡೆಯ ಸಮಯದಲ್ಲಿ ವಿಚಾರವಾದಿ ಕಾರ್ನಾಡ್ ಬಲಪಂಥೀಯ ಮೂಲಭೂತವಾದಿಗಳ ಕೆಂಗಣ್ಣಿಗೆ ಗುರಿಯಾಗಿದ್ದರು. ಗೌರಿ ಲಂಕೇಶ್ ಹತ್ಯೆಯ ಮೊದಲ ವಾರ್ಷಿಕ ಸ್ಮರಣೆಗೆಂದು ಬೆಂಗಳೂರಿನಲ್ಲಿ ಆಯೋಜಿಸಿದ್ದ ಸಮಾರಂಭದಲ್ಲಿ ಕಾರ್ನಾಡ್ ಅವರು 'ನಾನೂ ನಗರ ನಕ್ಸಲ್' ಎಂದು ಬೋರ್ಡ್ ಪ್ರದರ್ಶಿಸಿದ್ದಕ್ಕಾಗಿ ಅವರ ವಿರುದ್ಧ ದೂರು ದಾಖಲಾಗಿತ್ತು. ಈ ಹೇಳಿಕೆಯ ಒಳಾರ್ಥವನ್ನು ಗ್ರಹಿಸದೆ ಇದನ್ನು ಕಾರ್ನಾಡರ ತಪ್ಪೊಪ್ಪಿಗೆಯೆಂದು ಬಲಪಂಥೀಯರು ಅಕ್ಷರಶಃ ಪರಿಗಣಿಸಿ ಹಾಗೆಯೇ ಬಿಂಬಿಸಿದ್ದರು.

ಪತ್ರಕರ್ತೆ, ಲೇಖಕಿ, ವಿಚಾರವಾದಿ ಗೌರಿ ಲಂಕೇಶ್ ಹತ್ಯೆಯ ನಂತರ ಕರ್ನಾಟಕ ಸರ್ಕಾರವು ಗಿರೀಶ್ ಕಾರ್ನಾಡ್ ಸೇರಿದಂತೆ 17 ಪ್ರಸಿದ್ಧ ವ್ಯಕ್ತಿಗಳಿಗೆ

ಪೊಲೀಸ್ ಭದ್ರತೆ ನೀಡಿತ್ತು. ಸಂದರ್ಶನಕ್ಕಾಗಿ ನಾವು ಅವರ ಅಪಾರ್ಟ್‌ಮೆಂಟಿಗೆ ಹೋದಾಗ ಅಲ್ಲಿ ಯಾವುದೇ ಗನ್‌ಮ್ಯಾನ್ ಕಾಣಿಸಲಿಲ್ಲ. ಮೂಗಿಗೆ ಆಕ್ಸಿಜನ್ ಪೈಪ್ ಹಾಕಿಕೊಂಡು, ಅದಕ್ಕೆ ಸಿಕ್ಕಿಸಿದ್ದ ಪುಟ್ಟ ಘಟಕವನ್ನು ಕೈಲಿ ಹಿಡಿದುಕೊಂಡು ಕಾರ್ನಾಡರೇ ನಮ್ಮನ್ನು ಸ್ವಾಗತಿಸಿದ್ದರು. 'ನನಗೀಗ ಮೊದಲಿನಂತೆ ಗಂಟೆಗಟ್ಟಲೆ ಕುಳಿತುಕೊಳ್ಳುವುದಕ್ಕೆ ಕಷ್ಟವಾಗುತ್ತದೆ. ತಲೆ ಭಾರವಾದಂತೆ ಅನ್ನಿಸುತ್ತದೆ. ನಾಟಕ ಬಹುತೇಕ ರೆಡಿಯಿದೆ... ಅಥವಾ ರೆಡಿಯಿದೆ ಅಂದರೆ, ಇದೆ ಇಲ್ಲ ಅಂದರೆ ಇಲ್ಲ. ಬಿಡುಗಡೆಯಾದರೆ ಆಗಲಿ, ಆಗದೇ ಇದ್ದರೂ ಪರವಾಗಿಲ್ಲ' ಎಂದು ಅದಕ್ಕೂ ಮೊದಲೇ ಒಮ್ಮೆ ಹೇಳಿದ್ದರು. ನಂತರ ಬಹುನಿರೀಕ್ಷಿತ ರಕ್ಷಸ-ತಂಗಡಿಯನ್ನು ಪ್ರಕಟಿಸಿದ್ದಷ್ಟೇ ಅಲ್ಲ, ಅದನ್ನು 'ಕ್ರಾಸಿಂಗ್ ಟು ತಾಳಿಕೋಟ' ಹೆಸರಿನಲ್ಲಿ ಕಾರ್ನಾಡರೇ ಇಂಗ್ಲಿಷ್‌ಗೂ ಅನುವಾದಿಸಿದ್ದರು. ನಂತರ ನಮ್ಮ ಸಂದರ್ಶನದಲ್ಲಿ, ನಾನೀಗ ನನ್ನ ಆತ್ಮಕತೆ 'ಆಡಾಡತ ಆಯುಷ್ಯ'ದ ಮುಂದಿನ ಭಾಗ ಬರೆಯುತ್ತಿದ್ದೇನೆ ಎಂದಿದ್ದರು. "ಜೀವನದ ಮೊದಲ ಭಾಗ ಯಾವಾಗಲೂ ಕುತೂಹಲಕಾರಿಯಾಗಿರುತ್ತದೆ. ಹಾಗಾಗಿ ಎರಡನೇ ಭಾಗ ನನ್ನ ಸಾಧನೆಯ ಹೊತ್ತಿಗೆ ಆಗಬಾರದು ಎಂದು ಪ್ರಯತ್ನಿಸುತ್ತಿದ್ದೇನೆ. ಆತ್ಮಕತೆ ಬರೆಯುವಾಗ ಇಂತಹದ್ದೊಂದು ಆಮಿಷ ಒಳಗೊಳಗೇ ಹುಟ್ಟಿಕೊಳ್ಳುತ್ತದೆ. ಬಹಳ ಜನರಿಗೆ ಅದನ್ನು ಮೀರಲಾಗುವುದಿಲ್ಲ. ಇಂತಹ ವರ್ಷ ನನಗೆ 'ಪದ್ಮ ಪ್ರಶಸ್ತಿ' ಬಂತು, ಆ ಪ್ರಶಸ್ತಿ ಬಂತು ಈ ಪ್ರಶಸ್ತಿ ಬಂತು ಎಂದೆಲ್ಲಾ ಬರೆದುಕೊಳ್ತಾರೆ. ನನಗೆ ಅದನ್ನು ಮಾಡಲು ಇಷ್ಟವಿಲ್ಲ, ಆದರೆ ಅದು ಸುಲಭವೂ ಅಲ್ಲ" ಎಂದು ನಕ್ಕಿದ್ದರು.

ದಿ ಹಿಂದೂ । ಕನ್ನಡಕ್ಕೆ: ವಿಕಾಸ್ ನೇಗಿಲೋಣಿ

‘ಭೂತಕ್ಕೆ ಅಂಟಿಕೊಂಡು’ ಭವಿಷ್ಯದ ಶೋಧ

ಸದಾನಂದ ಮೆನನ್ ಛಾಯಾಗ್ರಾಹಕ

“ಆ ಬಗ್ಗೆ ನನ್ನ ಡಾಕ್ಟ್ರು ನೋಡ್ಕೊಳ್ತಾರೆ” ತೀಕ್ಷ್ಣವಾಗಿ ನೋಡುತ್ತಾ ಗಟ್ಟಿ ಧ್ವನಿಯಲ್ಲಿ ಅವರು ನನ್ನನ್ನು ಗದರಿದ್ದರು. ಅವರು ನನಗೆ ಪರಿಚಿತರಾಗಿ ಕಳೆದ ನಾಲ್ಕು ದಶಕಗಳಲ್ಲಿ ಅವರು ಮೊದಲ ಬಾರಿಗೆ ನನಗೆ ಬೈದಿದ್ದರು. ಗಿರೀಶ್ ಕಾರ್ನಾಡರಿಗೆ ನನ್ನ ಮೇಲೆ ಸಿಟ್ಟು ಬಂದಿತ್ತು.

NGMA , ಬೆಂಗಳೂರಿನಲ್ಲಿ ನನ್ನ ಕಲಾವಿದ ಸ್ನೇಹಿತ ಎಸ್.ಜಿ ವಾಸುದೇವ್ ಅವರ ನಾನು ಕ್ಯೂರೇಟ್ ಮಾಡಿದ್ದ ರೆಟ್ರೋಸ್ಪೆಕ್ಟೀವ್ ಪ್ರದರ್ಶನದ ಆರಂಭಕ್ಕೆ ಅತಿಥಿಯಾಗಿ ಬಂದು ಅಧ್ಯಕ್ಷತೆ ವಹಿಸಿಕೊಳ್ಳಲು ಅವರು ಒಪ್ಪಿದ್ದರು. ಉದ್ಘಾಟನೆಗೆ ಕೆಲದಿನಗಳ ಮೊದಲು ಅಂದರೆ ಸೆಪ್ಟೆಂಬರ್ 1, 2018 ರಂದು ನಾವು ಭೇಟಿ ಮಾಡಿದ್ದೆವು. ಗಿರೀಶ್ ಕಾರ್ನಾಡ್ ವೀಲ್ ಚೇರ್‌ನಲ್ಲಿದ್ದರು. ಅವರ ಮೂಗಿನ ಹೊಳ್ಳೆಗಳಿಗೆ ಆಮ್ಲಜನಕದ ನಳಿಕೆ ಅಳವಡಿಸಲಾಗಿತ್ತು.

ಕಳೆದ ಕೆಲವು ವರ್ಷಗಳಿಂದ ತಾವು ಆಮ್ಲಜನಕದ ನಳಿಕೆ ತೊಡಿಸಿಕೊಂಡಿದ್ದರೂ ಬೆಂಗಳೂರಿನಲ್ಲಿ ಬಿಜೆಪಿ ಆಳ್ವಿಕೆಯಡಿ ಪ್ರಜಾತಾಂತ್ರಿಕ ಅವಕಾಶಗಳು ಕಡಿಮೆ ಆಗುತ್ತಿರುವುದರ ವಿರುದ್ಧ ಪ್ರತಿಭಟನೆಗಳ ಮೇಲೆ ಪ್ರತಿಭಟನೆಗಳಲ್ಲಿ ಅವರು ಪಾಲ್ಗೊಳ್ಳುತ್ತಿದ್ದುದನ್ನು ನೋಡಿದಾಗ ಮನದುಂಬಿ ಬರುತ್ತಿತ್ತು ಮತ್ತು ಅದು ಸ್ಪೂರ್ತಿದಾಯಕವಾಗಿತ್ತು. ವಿಷಕಾರುವ ಮಾತುಗಳ ವಿರುದ್ಧ, ಕೋಮುವಾದದ ವಿರುದ್ಧ, ಎಂ.ಎಂ ಕಲಬುರ್ಗಿ ಮತ್ತು ಗೌರಿ ಲಂಕೇಶ್ ಅವರ ಹತ್ಯೆಗಳ ವಿರುದ್ಧ ಅಥವಾ ಸಾಮಾಜಿಕ ಕಾರ್ಯಕರ್ತರನ್ನು ‘ಅರ್ಬನ್ ನಕ್ಸಲ್’ ಗಳೆಂದು ಹಣೆಪಟ್ಟಿ ಕೊಟ್ಟು ಬಂಧಿಸಿ ಜೈಲಿಗೆ ತಳ್ಳಿದ್ದರ ವಿರುದ್ಧ ಗಿರೀಶ್ ಕಾರ್ನಾಡರು ಮುಕ್ತ,

ಸಹನಶೀಲ, ಮಾನವೀಯ ಸಮಾಜದ ಪರವಾಗಿ ಗಟ್ಟಿಧ್ವನಿಯನ್ನು ಸತತವಾಗಿ ಎತ್ತುತ್ತಿದ್ದರು.

ಅವರೀಗ ಇಲ್ಲಿ ನನ್ನ ಮೇಲೆ ಸಿಟ್ಟುಗೊಂಡಿದ್ದರು. ವಿಷಯ ಏನೆಂದರೆ, ನಾನು NGMAಯಲ್ಲಿ ತಾನು ಎಷ್ಟು ಹೊತ್ತು ಮಾತನಾಡಬೇಕೆಂದು ಕಾರ್ನಾಡರು ಕೇಳಿದಾಗ, ಅವರಿಗೆ ತೊಂದರೆಯಾದೀತೆಂಬ ಕಳಕಳಿಯಿಂದ "ನೋಡಿ, ದಯಮಾಡಿ ನಿಮಗೆ ತೊಂದರೆ ಮಾಡಿಕೊಳ್ಳಬೇಡಿ; ಆಯಾಸ ಆಗದಂತೆ ಎಷ್ಟು ಸಾಧ್ಯವೋ ಅಷ್ಟೇ ಮಾತನಾಡಿದರೆ ಸಾಕು" ಎಂದಿದ್ದೆ. ನನ್ನ ಅನುಕಂಪದ ಶೈಲಿ ಅವರನ್ನು ಸಿಟ್ಟಿಗೆಬ್ಬಿಸಿರಬೇಕು. "ನಾನು ನಿಮಗೆ ಕೇಳಿದ್ದು ಸರಳ ಪ್ರಶ್ನೆ; ಎಷ್ಟು ಹೊತ್ತು ಮಾತನಾಡಬೇಕೆಂದು. ಅದು ನನಗೆ ಆಯಾಸ ತರುತ್ತದೆಯೋ ಎಂಬ ಚಿಂತೆ ನಿಮಗೆ ಬೇಡ. ಆ ಚಿಂತೆ ನನ್ನ ವೈದ್ಯರು ಮಾಡ್ತಾರೆ!" ಅವಾಕ್ಕಾದ ನಾನು ಗೊಣಗಿದೆ "ಹತ್ತು ನಿಮಿಷ." ಅವರಿಗೆ ಸಮಾಧಾನ ಆಯ್ತು ಮತ್ತು ಅವರು ಮಂದಹಾಸ ಬೀರಿದರು. ಎರಡು ದಿನಗಳ ಬಳಿಕ ಆ ಉದ್ಘಾಟನಾ ಸಭೆಯಲ್ಲಿ ಅವರು ಹೆಣಗಾಡುತ್ತಿದ್ದುದು ವ್ಯಕ್ತವಾಗುತ್ತಿದ್ದರೂ, ಅವರೇ ಹಠ ತೊಟ್ಟು ಸುಮಾರು 15 ನಿಮಿಷಗಳ ಕಾಲ ಕಲಾವಿದನ ಜೊತೆ ತನ್ನ ಸ್ನೇಹದ ಕುರಿತು ಹಲವು ವಿಚಾರಗಳನ್ನು ಹಂಚಿಕೊಂಡರು.

ಗಿರೀಶ್ ಕಾರ್ನಾಡರು ಮೂಲತಃ ಯಾವ ವಿಧದ ವ್ಯಕ್ತಿತ್ವ ಎಂಬುದನ್ನು ತಿಳಿಸಲು ಇದು ಬಹಳ ಸಮರ್ಥ ಘಟನೆ. ಅವರು ಚೈತನ್ಯದ ಬುಗ್ಗೆ. ಈ ರೀತಿಯ ಸೃಜನಶೀಲ ಚೈತನ್ಯ ಇಲ್ಲದೇ ಮಾಡಿದ ಯಾವ ಕೆಲಸವೂ ಅವರ ಮಟ್ಟಿಗೆ ನೆನಪಿಗೆ ಬಾರದು. ಸುಮಾರು 20 ಪ್ರಮುಖ ಕನ್ನಡ ನಾಟಕಗಳನ್ನು ಬರೆದು, ಅವನ್ನು ತಾನೇ ಸ್ವತಃ ಇಂಗ್ಲೀಷ್‌ಗೆ ಭಾಷಾಂತರಿಸಿದರು. ಈ ಪ್ರಕ್ರಿಯೆಯಲ್ಲಿ ದೇಶದ ಪ್ರಮುಖ ರಂಗ ವ್ಯಕ್ತಿತ್ವಗಳ ಜೊತೆ ಅವರ ಹೆಸರೂ ಜೋಡಣೆಗೊಂಡಿತು. ಅಬ್ರಹಾಂ ಅಲ್ಕಾಜಿ, ಬಿ.ವಿ. ಕಾರಂತ, ಸತ್ಯದೇವ ದುಬೆ, ವಿಜಯ ಮೆಹ್ತಾ ಮುಂತಾದವರು. ಅವರು ಕನ್ನಡದಲ್ಲಿ ಹಿಂದಿ, ತೆಲುಗು, ಮರಾಠಿ, ಮಲಯಾಳಂಗಳಲ್ಲಿ ಸುಮಾರು ನೂರಕ್ಕೂ ಮಿಕ್ಕಿ ಚಿತ್ರಗಳಲ್ಲಿ ಚಿತ್ರಕಥೆ, ಸಂಭಾಷಣೆ ಬರೆದು ನಟರಾಗಿ ನಿರ್ದೇಶಕರಾಗಿ ಕೆಲಸ ಮಾಡಿದ್ದಾರೆ. 1970/80 ರ ದಶಕದಲ್ಲಿ ಆಧುನಿಕ ಭಾರತೀಯ ಸಿನಿಮಾ ಚಳವಳಿಯಲ್ಲಿ ಅವಿಭಾಜ್ಯ ಅಂಗವಾಗಿದ್ದವರು ಅವರು. ಪಟ್ಟಾಭಿರಾಮ ರೆಡ್ಡಿ, ಶ್ಯಾಂ ಬೆನಗಲ್, ಕುಮಾರ್ ಸಾಹನಿ, ಎಂ.ಎಸ್. ಸತ್ಯು, ನಾಗೇಶ್ ಕುಕನೂರು ಸೇರಿದಂತೆ ಹಲವು ನಿರ್ದೇಶಕರ ಜೊತೆ ಕೆಲಸ ಮಾಡಿರುವ ಅವರು, ಕನ್ನಡದಲ್ಲಿ ಹಲವು ವಿಶಿಷ್ಟ ಚಿತ್ರಗಳ ಮೂಲಕ ತನ್ನ ಛಾಪನ್ನು ಒತ್ತಿದ್ದಾರೆ. (ವಂಶವೃಕ್ಷ, ತಬ್ಬಲಿಯ ನೀನಾದೆ ಮಗನೆ, ಕಾಡು, ಒಂದಾನೊಂದು ಕಾಲದಲ್ಲಿ ಮತ್ತು ಹಿಂದಿಯ ಉತ್ಸವ್) 70 ರ ದಶಕದ ನಡು ಭಾಗದಲ್ಲಿ ಅವರು ಕೆಲವು ಕಾಲ ಪುಣೆಯ ಭಾರತೀಯ ಚಲನಚಿತ್ರ

ಮತ್ತು ಟೆಲಿವಿಷನ್ ಇನ್‌ಸ್ಟಿಟ್ಯೂಟ್‌ನ ನಿರ್ದೇಶಕರಾಗಿಯೂ ಕೆಲಸ ಮಾಡಿದ್ದರು. ಆ ವೇಳೆಯಲ್ಲಿ ಅವರು ಭಾರತದಲ್ಲಿ ಆಧುನಿಕ ಸಿನೆಮಾ ಬೇರೂರಲೂ ತನ್ನ ಕೊಡುಗೆ ನೀಡಿದ್ದಾರೆ.

1960ರ ದಶಕದಲ್ಲಿ ಆಕ್ಸ್‌ಫರ್ಡ್ ಯೂನಿವರ್ಸಿಟಿ ಪ್ರೆಸ್‌ನ ಸಂಪಾದಕರಾಗಿ ಅವರು ಕವಿತೆಗಳು ಮತ್ತು ನಾಟಕಗಳತ್ತ ಆಸಕ್ತಿ ಕಟ್ಟಿಕೊಟ್ಟರು. ಸಂಗೀತ ನಾಟಕ ಅಕಾಡೆಮಿ ಅಧ್ಯಕ್ಷರಾಗಿ (1988–93) ಶಾಸ್ತ್ರೀಯ ಕಲೆಗಳ ಬ್ರಾಹ್ಮಣೀಕರಣದ ವಿರುದ್ಧ ಟೀಕಿಸಿದಾಗ ವಿವಾದಕ್ಕೂ ಈಡಾಗಿದ್ದರು. ಅದೇ ವೇಳೇ ಸಮಕಾಲೀನ ನೃತ್ಯಕ್ಕಾಗಿ SNA ಪ್ರಶಸ್ತಿ ಸ್ಥಾಪನೆಗೂ ಅವರ ಕೊಡುಗೆ ಇತ್ತು. 90ರ ದಶಕದ ನಡುಭಾಗದಲ್ಲಿ ಲಂಡನ್‌ನ ನೆಹರೂ ಸೆಂಟರ್‌ನ ನಿರ್ದೇಶಕರಾಗಿ, ಇಂಗ್ಲೆಂಡ್‌ನಲ್ಲಿ ಭಾರತೀಯ ಸಾಹಿತ್ಯ ಮತ್ತು ಕಲೆಗಳ ಪರಿಚಯಕ್ಕೆ ಅವರು ಸಾಕಷ್ಟು ಅವಕಾಶಗಳನ್ನು ತೆರೆದುಕೊಟ್ಟರು.

ಇಂಗ್ಲಿಷ್ ಅಲ್ಲದೇ ಸರಿಸುಮಾರು ಐದು ಭಾರತೀಯ ಭಾಷೆಗಳಲ್ಲಿ ಸುಲಲಿತವಾಗಿ ಮಾತನಾಡಬಲ್ಲ ತಮ್ಮ ಸಾಮರ್ಥ್ಯ ಹಾಗೂ ತಮ್ಮ ವಿಶೇಷ ಸೃಜನಶೀಲ ಚೈತನ್ಯಗಳ ಕಾರಣದಿಂದಾಗಿ ತಾವು ಮುಟ್ಟಿದ ಎಲ್ಲ ಕ್ಷೇತ್ರಗಳಲ್ಲೂ ಸ್ಫೂರ್ತಿಯ ಸೆಲೆಯನ್ನು ಬಿತ್ತಲು ಕಾರ್ನಾಡರಿಗೆ ಸಾಧ್ಯವಾಯಿತು. ಗ್ರಾಮೀಣ ಭಾಗದಲ್ಲಿ ಕಳೆದ ಬಾಲ್ಯ, ಪುಟ್ಟ ಊರುಗಳಲ್ಲಿ ಕಳೆದ ಹದಿಹರೆಯ ಅವರಿಗೆ ಅಗಾಧ ಅನುಭವ ಕಥನಗಳನ್ನು ಒದಗಿಸಿದರೆ, ಪುರಾಣಗಳು, ಜನಪದ ಕಥಾನಕಗಳು, ಚರಿತ್ರೆಗಳೂ ಕೂಡ ಅವರ ಅನುಭವ ಲೋಕವನ್ನು ವಿಸ್ತರಿಸಿದವು, ತಾನು T.S ಎಲಿಯಟ್ ಅಥವಾ W.B ಯೇಟ್ಸ್‌ರಂತೆ ಆಗಬೇಕೆಂಬ ಮಹತ್ವಾಕಾಂಕ್ಷೆ ಹೊಂದಿದ್ದ ಕಾರ್ನಾಡರಿಗೆ ತಮ್ಮ ಸಾಂಪ್ರದಾಯಿಕ ಯಕ್ಷಗಾನ, ಸಂಸ್ಕೃತದ ಓದಿನ ಹಿನ್ನೆಲೆ, ಮೊದಲಾದ ಅಂಶಗಳು ಅವರ ಹದಿಹರೆಯ ದಾಟುವ ಮುನ್ನವೇ ಅವರಲ್ಲಿ ಅಗಾಧವಾದ ಪ್ರಭಾವವನ್ನು ಬೀರಿದ್ದವು. ಅವರು ಸ್ನಾತಕೋತ್ತರ ಪದವಿಗಾಗಿ ಮುಂಬೈಗೆ ಹೋದಾಗ ಅವರಿಗೆ ಆಧುನಿಕ ರಂಗಭೂಮಿ ಮೊದಲ ಬಾರಿಗೆ ಪರಿಚಯವಾಯಿತು. ಕೌತುಕದ ಸಂಗತಿಯೆಂದರೆ ಆಗಸ್ಟ್ ಸ್ಟ್ರಿಂಡ್‌ಬರ್ಗ್‌ರ "ಮಿಸ್ ಜೂಲಿ" ನಾಟಕ ಅಲ್ಕಾಜಿಯವರ ನಿರ್ದೇಶನದಲ್ಲಿ ಕಂಡದ್ದು, ಕಾರ್ನಾಡರ ಮಟ್ಟಿಗೆ ಹೊಸದೊಂದು ಬಾಗಿಲನ್ನೇ ತೆರೆದಿತ್ತು. ಇದರಲ್ಲಿ ಕೌತುಕವೇನೆಂದರೆ ಇದೇ ಅಲ್ಕಾಜಿಯವರ ನಿರ್ದೇಶನದಲ್ಲಿ ದಿಲ್ಲಿಯ ಕೆಂಪುಕೋಟೆಯ ಮೇಲೆ ನ್ಯಾಶನಲ್ ಸ್ಕೂಲ್ ಆಫ್ ಡ್ರಾಮ ರೆಪರ್ಟರಿಯ ವಿದ್ಯಾರ್ಥಿಗಳು ಪ್ರದರ್ಶಿಸಿದ 'ತುಘಲಕ್' ನಾಟಕ ಕಾರ್ನಾಡರಿಗೆ ರಾಷ್ಟ್ರದಾದ್ಯಂತ ನಾಟಕಕಾರರಾಗಿ ಖ್ಯಾತಿ ತಂದುಕೊಟ್ಟಿತು.

ಮುಂಬಯಿಯ ಈ ಅನುಭವದ ಬಗ್ಗೆ ಕಾರ್ನಾಡರು ಹೀಗೆ ಬರೆದಿದ್ದಾರೆ. "ಕಾಲೇಜಿನಲ್ಲಿ ನಾನು ಕೆಲವು ಪಾಶ್ಚಾತ್ಯ ನಾಟಕಕಾರರನ್ನು ಓದಿದ್ದೆ. ಆದರೆ ಆ ದಿನ

ನಾನು ಅನುಭವಿಸಿದ ಗಾಢ ಅನುಭವಕ್ಕೆ ಅವ್ಯಾವುವೂ ನನ್ನನ್ನು ಸಿದ್ಧಪಡಿಸಿರಲಿಲ್ಲ. ನಾನು ಬೆಳೆದು ಬಂದ ಹಿನ್ನೆಲೆಯ ದೃಷ್ಟಿಕೋನದಿಂದ ನೋಡಿದರೆ ಮನುಷ್ಯ ತನ್ನ ಮನಸ್ಸಿನ ಮೂಲೆಯಲ್ಲಿ ಅದುಮಿಟ್ಟುಕೊಂಡಿರುವ ಸಂಗತಿಗಳನ್ನು ಹೀಗೆ ಸಾರ್ವಜನಿಕವಾಗಿ ಬಿಚ್ಚಿಡುವ ಕಲ್ಪನೆಯೇ ನನಗೆ ಅಶ್ಲೀಲ ಎನ್ನಿಸಿತ್ತು. ನನ್ನ ಮನಸ್ಸನ್ನು ಇದು ಕಾಡಿದಷ್ಟೇ ಪ್ರಭಾವ ಬೀರಿದ ಇನ್ನೊಂದು ಅಂಶ; ರಂಗದ ಮೇಲಿನ ನೆರಳು ಬೆಳಕಿನಾಟ. ನನ್ನ ಸಮಕಾಲೀನರಲ್ಲಿ ಹಲವು ಮಂದಿ ಬದುಕಿನ ಒಂದು ಹಂತದಲ್ಲಿ ಇಂತಹ ಅನುಭವಗಳನ್ನು ಪಡೆದಿದ್ದಾರೆ. ದೊಂದಿ, ಗ್ಯಾಸ್‌ಲೈಟ್ ಬೆಳಕಿನಲ್ಲಿ ಕಂಡಿದ್ದ ಪೌರಾಣಿಕ ಪ್ರಸಂಗಗಳಿಂದ ನಾವು ನೇರವಾಗಿ ಸ್ಟ್ರಿಂಡ್‌ಬರ್ಗ್ ಮತ್ತು ಡಿಮ್ಮರ್‌ಗಳ ಲೋಕಕ್ಕೆ ಬಂದಿಳಿದಿದ್ದೆವು."

ಇದಾಗಿ ಹಲವು ತಿಂಗಳ ಬಳಿಕ ರೋಡ್ಸ್ ಸ್ಕಾಲರ್‌ಶಿಪ್ ಮೇಲೆ ಆಕ್ಸ್‌ಫರ್ಡ್‌ಗೆ ತೆರಳಿದ ಕಾರ್ನಾಡರು ಅಲ್ಲಿ ತಾನು ಭಾರತದಲ್ಲಿ ಬರೆಯಲಾರಂಭಿಸಿದ್ದ 'ಯಯಾತಿ' ನಾಟಕವನ್ನು ಮರುಬರೆಯಲು ಕುಳಿತಾಗ ಅವರಿಗೆ ನಾಟಕದ ವಸ್ತು ಮತ್ತು ರಂಗರೂಪಗಳು ಅದಾಗಲೇ ಮಹಾಭಾರತದಲ್ಲಿ ಆಂತರಿಕವಾಗಿ ಇರುವ ವೈರುಧ್ಯಗಳು–ಸಂಘರ್ಷಗಳ ಬಗ್ಗೆ ಕನ್ನಡದಲ್ಲಿ ಈಗಾಗಲೇ ಗಾಢಗೊಂಡಿರುವುದು ಗಮನಕ್ಕೆ ಬಂದು ಅಚ್ಚರಿಯೆನ್ನಿಸಿತ್ತು ಆದರೆ ಅವರಿಗೆ ಅದರಲ್ಲಿ ತಮ್ಮದೇ ಸಮಕಾಲೀನ ಚಿಂತನೆಗಳೂ ಪ್ರಸ್ತುತವೆನ್ನಿಸತೊಡಗಿದ್ದವು. ರಾಜ ಯಯಾತಿ ತನ್ನ ಮಗ ಪುರುವಿನಿಂದ ಯೌವ್ವನದ ತ್ಯಾಗವನ್ನು ಬೇಡಿದಂತೆಯೇ ಅವರ ಕುಟುಂಬವೂ ಅವರಿಂದ ತ್ಯಾಗ ಬಯಸಿತ್ತು. ಆದರೆ ನಾಟಕದ ಅಂತ್ಯ ಅವರನ್ನು ಪ್ರಭಾವಿಸಿದ್ದ ಸ್ಟ್ರಿಂಡ್‌ಬರ್ಗ್‌ರ ಬಲವಂತದ ಪರಿಹಾರಕ್ಕಿಂತ ವಿಭಿನ್ನವಾಗಿತ್ತು. ಇಲ್ಲದು ವಸಾಹತೋತ್ತರ ಗೊಂದಲಗಳ ಮೂರ್ತರೂಪವಾಗಿತ್ತು. ಪುರು ಹೇಳುವ ಅಂತಿಮ ವಾಕ್ಯ "ಇದೆಲ್ಲದರ ಅರ್ಥವೇನು ದೇವರೆ? ಇದರ ಅರ್ಥವೇನು?" ಸ್ವಾತಂತ್ರ್ಯ, ಬಿಡುಗಡೆ, ಚಿರಯೌವ್ವನದ ಮತ್ತು ನವೋಲ್ಲಾಸದ ಪುಟ್ಟ ಕಥೆಯೊಂದು ಮುಂದೆ ಹಾದಿಯಿಲ್ಲದ ಕಡೆ ಹೋಗಿ ನಿಂತಿತ್ತು.

'ಅದು ಒಂದು ಅರ್ಥಪೂರ್ಣ ಪ್ರಶ್ನೆಯಾಗಿತ್ತೆ? ಅಥವಾ ಹತಾಶೆಯ ಮೊರೆಯಾಗಿತ್ತೆ?' ಎಂದು ಕೇಳುವ ಮೂಲಕ ಸೂತ್ರದಾರ ಕಥನವನ್ನು ಮುಗಿಸುತ್ತಾನೆ. ಹೆಚ್ಚಿನ ಕಾರ್ನಾಡರ ನಾಟಕಗಳಲ್ಲಿರುವಂತೆ ಇಲ್ಲೂ ಉತ್ತರ ಹುಡುಕುವುದು ಅರ್ಥಹೀನ'. ಅದು ಚರಿತ್ರೆಯ ಅಂತಹದೊಂದು ಕಾಲಘಟ್ಟವಾಗಿತ್ತು. ಆದರೆ ನಾಟಕಕಾರ ಕಾರ್ನಾಡರಿಗೆ ಅದೇ ಸ್ಫೂರ್ತಿಯ ಸೆಲೆಯಾಯ್ತು. ಅವರೇ ಒಂದು ಕಡೆ ಹೇಳಿರುವಂತೆ 'ನನಗೆ ವೈಚಾರಿಕವಾಗಿ ಅರಗಿಸಿಕೊಳ್ಳಲು ಕಷ್ಟವೆನ್ನಿಸುವ ಕೆಲವು ಮೌಲ್ಯಗಳನ್ನು ನನ್ನೊಳಗೆ ಗಟ್ಟಿಗೊಳಿಸಿಕೊಳ್ಳಲು ಪುರಾಣಗಳು ನನಗೆ ಸಹಾಯ ಮಾಡಿದವು... ಪುರಾಣಗಳು ನನ್ನನ್ನು ಭೂತಕ್ಕೆ ಬಂಧಿಸಿದವು".

ಇದು ಕಾರ್ನಾಡರ ಕೀಲಿಕೈ. ಕಾರ್ನಾಡರಿಗೆ ಭೂತವು ಅವರ ವರ್ತಮಾನಕ್ಕೆ ಭವಿಷ್ಯವಾಣಿಯಾಗಿತ್ತು. ಅವನ್ನು ಅನುಸಂಧಾನ ಮಾಡಲು ಕಾರ್ನಾಡರು ವಿಶ್ಲೇಷಣೆಯನ್ನೊ, ಚರಿತ್ರೆಯನ್ನೊ ಅಥವಾ ಸಿದ್ಧಾಂತಗಳನ್ನೊ ಬಳಸಲಿಲ್ಲ. ಅವರದು ಒಳ ಅರಿವಾಗಿತ್ತು. ನಾಟಕಗಳು ಹೆಚ್ಚಾಗಿ ಖಚಿತ ಅಂತ್ಯಗಳನ್ನು ಹೊಂದಿರಲಿಲ್ಲ. ಅವು ರಾಜಕೀಯವಾಗಿ ದುರ್ಬಲವಾಗಿದ್ದವು ಎಂದೂ ಹೇಳಬಹುದೇನೊ. ಉದಾಹರಣೆಗೆ ಸೂತ್ರದಾರ ಕಾರ್ನಾಡರ ನಾಟಕಗಳಲ್ಲಿ ನಾಟಕದ ವಿಮರ್ಶಕನಲ್ಲ, ಪ್ರಸ್ತುತ ರಾಜಕೀಯ ಸನ್ನಿವೇಶಗಳನ್ನು ಅಲ್ಲಿ ಸಮಾವೇಶಗೊಳಿಸುತ್ತಿರಲಿಲ್ಲ. ಆದರೂ ಕಾರ್ನಾಡರಿಗೆ ಹಳೆಯ ಕಥೆಯೊಂದರಲ್ಲಿ ವರ್ತಮಾನದ ದ್ರವ್ಯಗಳನ್ನು ಹಿಡಿದಿಟ್ಟುಕೊಳ್ಳುವ ಕಲೆ ಸಿದ್ಧಿಸಿತ್ತು.

ದುರಂತಕ್ಕೆ ಕಾರಣವಾದ ಮುಹಮ್ಮದ್ ಬಿನ್ ತುಘಲಕ್‌ನ ಆತ್ಮರತಿ, ಮಹತ್ವಾಕಾಂಕ್ಷೆ ಮತ್ತು ಬುದ್ಧಿವಂತಿಕೆಗಳ ಮೂಲಕ ಕಾರ್ನಾಡರು ನೆಹರೂ ಬಳಿಕದ ಭಾರತದ ಕೊರತೆಗಳು, ಭ್ರಮ ನಿರಸನ ಮತ್ತು ಸಿನಿಕತನಗಳ ಡಿಸ್ಟೋಪಿಕ್ ಸ್ಥಿತಿಯತ್ತ ಸಮರ್ಥವಾಗಿ ಬೊಟ್ಟು ಮಾಡುತ್ತಾರೆ. ಅವರು ಈ ಸ್ಥಿತಿಯಿಂದ ಹೊರಬರುವುದು ಹೇಗೆಂಬುದಕ್ಕೆ ಅರ್ಥರ್ ಮಿಲ್ಲರ್ ಅಥವಾ ಹೆರಾಲ್ಡ್ ಪಿಂಟರ್ ಅವರಂತೆ ಸಿದ್ಧ ಸೂತ್ರಗಳನ್ನು ನೀಡುವುದಿಲ್ಲ. ಅವರು ಗಾಂಧಿಯ ಅಥವಾ ಸೋಷಲಿಸ್ಟ್ ಹಾದಿಯ ಪರ್ಯಾಯಗಳತ್ತವೂ ಬೊಟ್ಟು ಮಾಡುವುದಿಲ್ಲ. ಅವರು ಆದರ್ಶವಾದವನ್ನು ಅಂತಃಸತ್ವವಾಗಿ ಹೊಂದಿದ್ದ ವ್ಯವಸ್ಥೆಯೊಂದು ಕುಸಿಯುವ ಸ್ಥಿತಿಯೊಂದಕ್ಕೆ ಕಾಣ್ಕೆಗಳನ್ನು ಮುಂದೊಡ್ಡಿದರು ಮತ್ತದು ವಾಸ್ತವ ಎಂದೂ ಈಗ ಸಾಬೀತಾಗಿದೆ.

ಸುಮಾರು 17 ವರ್ಷಗಳ ಬಳಿಕ ಕಾರ್ನಾಡರು 'ತಲೆದಂಡ' ರಚಿಸಿದರು, ಭಾರತೀಯ ಪ್ರಜಾಸತ್ತೆಯೊಳಗೆ ಮಂದಿರ–ಮಂಡಲ್ ಎಂಬ ಬೈನರಿ ಅಳವಡಿಕೆಯಾದ ಹೊತ್ತಿನೊಳಗೇ ಬಂದ ನಾಟಕ ಇದು. ಇಲ್ಲಿ ಹಿಂದೂಯಿಸಂನ ಏಕರೂಪಿ ಐಡಿಯಾವನ್ನು ಪ್ರಶ್ನಿಸುವ ಅವರು ಧರ್ಮದೊಳಗಿನ ಶ್ರೇಣೀಕೃತ ವಿಘಟನೆಯನ್ನು ಪ್ರಸ್ತಾಪಿಸುತ್ತಾರೆ. ಕರ್ನಾಟಕದಲ್ಲಿ 12 ನೇ ಶತಮಾನದ ವೀರಶೈವ ಚಳವಳಿಯ ಬಸವಣ್ಣನ ಮೂಲಕ ಭಾರತದಲ್ಲಿ ಜಾತಿ ಸಮಾನತೆ, ಸಾಮಾಜಿಕ ನ್ಯಾಯ ಮತ್ತು ಪ್ರಜಾಸತ್ತೆಯಂತಹ ವಿಚಾರಗಳಿಗೆ ಅಪಾಯ ತಂದೊಡ್ಡಬಲ್ಲ ಹಿಂದೂ ರಾಷ್ಟ್ರೀಯತೆ ಬಲಗೊಳ್ಳುತ್ತಿರುವ ಮುನ್ಸೂಚನೆಯನ್ನು ನೀಡುತ್ತಾ ಅದು ವಿನಾಶಕಾರಿ ಎಂಬುದರತ್ತ ಕೂಡ ಗಮನ ಸೆಳೆಯುತ್ತಾರೆ. ನಾಟಕದ ಕಥೆಯಲ್ಲಿ, ಜಾತಿ ಎಲ್ಲೆ ಮೀರುವುದು ಸಾಧ್ಯವಾಗುವುದಿಲ್ಲ. ನಾಟಕದೊಳಗೆ ಶರಣ ಚಳವಳಿಯನ್ನು ವಿಫಲಗೊಳಿಸುವ ಬ್ರಾಹ್ಮಣ ತಂತ್ರಗಾರನ ಪಾತ್ರವಾದ ದಾಮೋದರ ಭಟ್ಟ "ನಿಯಮೀಕರಿಸುವ ಸಮಾನತೆಗಿಂತ ಭಿನ್ನತೆಯನ್ನು ಉಳಿಸಿಕೊಳ್ಳುವ ಶ್ರೇಣೀಕರಣ ಹೆಚ್ಚು ಮಾನವೀಯ" ಎನ್ನುತ್ತದೆ.

ತಲೆದಂಡ ನಾಟಕವು ಕಾರ್ನಾಡರ ದೀರ್ಘಕಾಲದ ಒಡನಾಡಿ, ಗುರು ಕವಿ–ಅನುವಾದಕ ಎ.ಕೆ. ರಾಮಾನುಜನ್ ಅವರಿಗೆ ಶ್ರದ್ಧಾಂಜಲಿಯೂ ಹೌದು. ರಾಮಾನುಜನ್ ಅವರ ಅಗಣಿತ ಪುರಾಣಗಳು, ಜನಪದ ಕಥೆಗಳ ಬುಟ್ಟಿಯೇ ಕಾರ್ನಾಡರ ಸ್ಫೂರ್ತಿಯ ಸೆಲೆಯಾಗಿತ್ತು. ಹಯವದನ ಮತ್ತು ನಾಗಮಂಡಲದಂತಹ ನಾಟಕಗಳ ಮೂಲವೂ ಅದೇ. ರಾಮಾನುಜನ್ ಅವರು ಬದುಕಿ, ಕಲಿಸುತ್ತಿದ ಚಿಕಾಗೋದಲ್ಲಿ ಫುಲ್‌ಬ್ರೈಟ್ ಸ್ಕಾಲರ್ ಆಗಿ ಹೋಗಿದ್ದ ಕಾರ್ನಾಡ್ ಮತ್ತು ರಾಮಾನುಜನ್ ಅವರ ನಡುವೆ ಒಳ್ಳೆಯ ಸ್ನೇಹವಿತ್ತು. ತಲೆದಂಡದಲ್ಲಿ ಕೂಡಲ ಸಂಗಮದೇವನಿಗೆ ಅರ್ಪಿಸಲಾದ ಬಸವಣ್ಣನವರ ಹಲವು ವಚನಗಳಿವೆ. ಅವು ಸಾಂಸ್ಥೀಕರಣ, ಮತಾಂಧತೆ, ಅಧಿಕಾರ, ಮೂರ್ತಿಪೂಜೆ ಮತ್ತು ಧಾರ್ಮಿಕ ಹಿಂಸೆಗಳನ್ನು ಲೇವಡಿ ಮಾಡುತ್ತವೆ.

ಈವತ್ತಿನ ಸನ್ನಿವೇಶವನ್ನೇ ಹೋಲುವ ನಾಟಕದ ಅಂತ್ಯದಲ್ಲಿ ಸೋವಿದೇವ ತನ್ನ ತಂದೆ ಬಿಜ್ಜಳನನ್ನು ಪದಚ್ಯುತಗೊಳಿಸುವುದಲ್ಲದೆ ಜಾತಿವ್ಯವಸ್ಥೆಯನ್ನು ಪ್ರಶ್ನಿಸುವವರನ್ನು ಶಿಕ್ಷಿಸುತ್ತಾನೆ. ಆತ ತನ್ನ ಸೇನೆಗೆ: ಬೆನ್ನಟ್ಟಿ, ತಪ್ಪಿಸಿಕೊಳ್ಳಲು ಬಿಡಬೇಡಿ, ಗಂಡಸರು, ಹೆಂಗಸರು, ಮಕ್ಕಳು ಎಲ್ಲರನ್ನೂ ಕತ್ತರಿಸಿ ಹಾಕಿ ನರಿಗಳನ್ನು ಛೂಬಿಡಿ, ಅವರ ಪುಸ್ತಕಗಳನ್ನು ಸುಟ್ಟು ಹಾಕಿ. ಹೌದು ಪುಸ್ತಕಗಳನ್ನು! ಅವನ್ನು ಚೂರುಚೂರು ಮಾಡಿ... ಈ ಕ್ಷಣದಿಂದ ಈ ನೆಲದಲ್ಲಿರುವ ಎಲ್ಲ ಶರಣರು, ಪರಕೀಯರು ಮತ್ತು ಚಿಂತಕರನ್ನು ಹೊಸಕಿ ಹೊರ ಹಾಕಿ. ಮಹಿಳೆಯರು ಮತ್ತು ಕೆಳಜಾತಿಯವರು ನಮ್ಮ ಸಂಪ್ರದಾಯಕ್ಕನುಗುಣವಾಗಿ ಬದುಕಬೇಕು, ಇಲ್ಲದಿದ್ದಲ್ಲಿ ಅವರದು ನಾಯಿ ಪಾಡಾಗಲಿದೆ. ಪ್ರತಿಯೊಬ್ಬ ಪ್ರಜೆಯು ಸೈನಿಕನೆಂದು ತನ್ನನ್ನು ಪರಿಗಣಿಸಲಿ ಮತ್ತು ರಾಜನಿಗಾಗಿ ಪ್ರಾಣಕೊಡಲು ಸನ್ನದ್ಧವಾಗಿರಲಿ"

ಗಿರೀಶ್ ಕಾರ್ನಾಡರು ಖಂಡಿತಕ್ಕೂ ಭೂತಕ್ಕೆ ಅಂಟಿಕೊಂಡೇ ವರ್ತಮಾನವನ್ನು ಶೋಧಕ್ಕೊಡ್ಡಿದರು.

ಮುಂದಿನ ಬಾರಿ ಬೆಂಗಳೂರಿನಲ್ಲಿ ಅರುಂಧತಿ ನಾಗ್ ಅವರ ರಂಗ ಶಂಕರಕ್ಕೆ ಭೇಟಿ ನೀಡಿದಾಗ ಮೂರನೇ ಬೆಲ್ ಹೊಡೆದ ಬಳಿಕ ಗಿರೀಶ ಕಾರ್ನಾಡರು ತಮ್ಮ ಧ್ವನಿ ಮುದ್ರಿತ ಗಡಸು ಧ್ವನಿಯಲ್ಲಿ ನಿಮ್ಮನ್ನು ಸ್ವಾಗತಿಸಿ, ನಿಮ್ಮ ಮೊಬೈಲ್ ಫೋನ್‌ಗಳನ್ನು ಸ್ವಿಚ್ ಆಫ್ ಮಾಡುವುದಕ್ಕೆ ಹೇಳುವುದನ್ನು ಉಸಿರು ಬಿಗಿ ಹಿಡಿದು ಕೇಳಿ. ಇತ್ತೀಚೆಗಿನವರೆಗೂ ಅವರಲ್ಲಿ ಪ್ರೇಕ್ಷಾಂಗಣದಲ್ಲಿ ಕುಳಿತಿರುತ್ತಿದ್ದರು. ಈಗ ನಾವು ಅವರ ಧ್ವನಿ ಕೇಳಿ 'ಭೂತಕ್ಕೆ ಅಂಟಿಕೊಳ್ಳಬೇಕಿದೆ'.

ಏಷ್ಯಾವಿಲ್ಲೆ / ಕನ್ನಡಕ್ಕೆ: ರಾಜಾರಾಮ್ ತಲ್ಲೂರು

ಹಕ್ಕುಗಳ ದನಿಯಾಗಿ ನಾಟಕಕಾರ

ಸುಧನ್ವ ದೇಶಪಾಂಡೆ *ರಂಗಕರ್ಮಿ*

ಪ್ರಜಾಪ್ರಭುತ್ವದ ಮೌಲ್ಯಗಳೆಡೆಗೆ ಗಿರೀಶ್ ಕಾರ್ನಾಡ್ ಅವರಿಗಿದ್ದ ಬದ್ಧತೆ ಅನೇಕ ವಿಷಯಗಳಲ್ಲಿ ಅವರನ್ನು ದನಿ ಎತ್ತುವಂತೆ ಮಾಡಿತು. ಸೋಷಿಯಲ್ ಮೀಡಿಯಾದ ಎರಡು ಪ್ರಮುಖ ಘಟನೆಗಳು ಗಿರೀಶ್ ಕಾರ್ನಾಡರ ಬಗ್ಗೆ ಇದ್ದ ಸಮ್ಮತಿ ಮತ್ತು ಅಸಮ್ಮತಿಯ ನೆನಪಾಗಿ ಉಳಿದಿವೆ: ಕಾರ್ನಾಡರ ಧಾರವಾಡದ ಸಹವರ್ತಿ ಪ್ರೊ. ಎಂ.ಎಂ. ಕಲಬುರ್ಗಿ ಅವರ ಹತ್ಯೆ ನಂತರ ಗೌರಿ ಲಂಕೇಶರ ಜೊತೆಯಾಗಿ ಕಾರ್ನಾಡರು ಪ್ರತಿಭಟನೆ ಮಾಡಿದ್ದು ಒಂದಾದರೆ, ಮತ್ತೊಂದು ಗೌರಿ ಲಂಕೇಶ್ ಹತ್ಯೆಯ ಮೊದಲ ವರ್ಷದಂದು #MeTooUrbanNaxal ಫಲಕ ಕುತ್ತಿಗೆಗೆ ನೇತು ಹಾಕಿಕೊಂಡಿದ್ದು. ಕಳೆದ ಕೆಲವು ವರ್ಷಗಳಿಂದ ಕಾರ್ನಾಡರು ಅಭಿವ್ಯಕ್ತಿ ಸ್ವಾತಂತ್ರ್ಯ, ಸಾಂಸ್ಕೃತಿಕ ವಿವಿಧತೆ, ಮತ್ತು ಪ್ರಜಾಪ್ರಭುತ್ವ ವಿಷಯಗಳೆಡೆ ಅಚಲ ನಂಬಿಕೆ ಹೊಂದಿದ್ದು ನಿರ್ಭೀತರಾಗಿ ಈ ತತ್ವಗಳನ್ನು ಪ್ರತಿಪಾದಿಸುತ್ತಿದ್ದರು. ಸಾವಿನ ಬೆದರಿಕೆ, ಆರೋಗ್ಯ ಹದಗೆಟ್ಟ ಸಂದರ್ಭದಲ್ಲು ಕೂಡ ಅವರು ಎದೆಗುಂದದಂತಿದ್ದರು ಮತ್ತು ಪ್ರತಿಭಟನಾ ಸಭೆಗಳಲ್ಲಿ ಹಾಜರಿರುತ್ತಿದ್ದರು.

ಕಾರ್ನಾಡರಿಗಿಂತ ಹಿರಿಯ, ಸಮಕಾಲೀನ ಮತ್ತು ಜ್ಞಾನಪೀಠ ಪುರಸ್ಕೃತ ಯು. ಆರ್. ಅನಂತಮೂರ್ತಿಯವರಂತೆ ಕಾರ್ನಾಡರು ಯಾವುದೇ ರಾಜಕೀಯ ಒಲವು ಹೊಂದಿರಲಿಲ್ಲ. ಅವರು ಪ್ರಜಾಪ್ರಭುತ್ವ ಮೌಲ್ಯದ ಪರವಾಗಿ ಅನೇಕ ವಿಷಯಗಳಲ್ಲಿ ದನಿ ಎತ್ತುತ್ತಿದ್ದರು. ಕಾರ್ನಾಡರಿಗೆ ಗೌರವ ನಮನ ಸಲ್ಲಿಸುವಾಗ ಹಲವರು, ಕಾರ್ನಾಡರು 1974–75 ರವರೆಗೆ 'ಫಿಲಂ ಆ್ಯಂಡ್ ಟೆಲಿವಿಷನ್ ಇನ್ಸ್ಟಿಟ್ಯೂಟ್ ಆಫ್ ಇಂಡಿಯಾ' ನಿರ್ದೇಶಕರಾಗಿದ್ದರು ಎಂದರು. ಆದರೆ ತುರ್ತು ಪರಿಸ್ಥಿತಿ ಹೇರಿದ ಕಾರಣಕ್ಕಾಗಿ ನಿರ್ದೇಶಕ ಸ್ಥಾನಕ್ಕೆ ಕಾರ್ನಾಡ್ ರಾಜೀನಾಮೆ ನೀಡಿದರು ಎಂಬ ಪ್ರಮುಖ ವಿಷಯವನ್ನು ಅನೇಕರು ಹೇಳಲಿಲ್ಲ.

ಕಾರ್ನಾಡರು ಭಾರತದ ಶ್ರೇಷ್ಠ ಆರಂಭಿಕ ನಾಟಕಕಾರ. ಹಾಗೆಯೆ ಅವರೊಬ್ಬ ಅದ್ಭುತ ಸಾಹಿತಿ ಎಂಬುದರಲ್ಲಿ ಎರಡು ಮಾತಿಲ್ಲ. ಸತ್ಯಾಂಶವೆಂದರೆ, ಸ್ವಾತಂತ್ರ್ಯೋತ್ತರ ಭಾರತದ ನಾಟಕ ಭೂಮಿಕೆಯನ್ನು ಕಟ್ಟಿದ್ದೇ ಮೋಹನ್ ರಾಕೇಶ್, ಬಾದಲ್ ಸರ್ಕಾರ್, ವಿಜಯ್ ತೆಂಡೂಲ್ಕರ್ ಮತ್ತು ಕಾರ್ನಾಡರ ಗುಂಪು – ಈ ನಾಲ್ವರ ಗುಂಪು. ಅವರಲ್ಲಿ ಕಾರ್ನಾಡರು ಮಿಕ್ಕವರಿಗಿಂತ 10 ವರ್ಷ ಕಿರಿಯರು. ನಾಟಕ ಬರೆಯಲು ವಯಸ್ಸು ಮತ್ತು ಅನುಭವ ಎರಡೂ ಮುಖ್ಯವಾಗುತ್ತದೆ. ರಂಗಭೂಮಿಯೊಂದಿಗೆ, ರಂಗತಂಡಗಳೊಂದಿಗೆ ನಂಟಿಲ್ಲದೇ ಹೋದರೆ, ನಾಟಕವಾಡಿದ ಅನುಭವ ಇಲ್ಲದೇ ಹೋದರೆ ಒಳ್ಳೆಯ ನಾಟಕ ರಚಿಸುವುದು ಬಹಳ ಕಷ್ಟ. ಒಬ್ಬ ನಾಟಕಕಾರ ನಿರ್ದೇಶಕನಿಗೆ ಹಸ್ತಪ್ರತಿ ಕೊಡುವುದರಿಂದ ಹಿಡಿದು ನಟರು ತಾನು ಬರೆದ ಸಾಲುಗಳನ್ನು ಹೇಳುವುದನ್ನು ಕೇಳಿಸಿಕೊಳ್ಳುವುದು, ನಾಟಕದ ದೃಶ್ಯೀಕರಣ ಮತ್ತು ಸೆಟ್ಟಿಂಗ್, ನಾಟಕದ ಬಗ್ಗೆ ಪ್ರೇಕ್ಷಕರು ನಾಟಕ ಮುಗಿದ ತಕ್ಷಣವೇ ಅಲ್ಲಲ್ಲಿಯೇ ಅಭಿಪ್ರಾಯ ತಿಳಿಸುವುದು ಈ ಎಲ್ಲಾ ಪ್ರಕ್ರಿಯೆ ಬಹಳಷ್ಟು ಪಾಠ ಕಲಿಸುತ್ತವೆ. ಅದಲ್ಲದೆ ನಾಟಕ ಬರೆಯುವುದು ನೋಡಿದಷ್ಟು ಓದಿದಷ್ಟು ಸುಲಭವಲ್ಲ.

ಯಾವುದೇ ರಂಗದ ನಂಟಿಲ್ಲದೆ ಕಾರ್ನಾಡರು ಯಯಾತಿಯನ್ನು ಬರೆದಿದ್ದು ಗಮನಾರ್ಹ. ಹಾಗೆಯೇ ಕನ್ನಡದಲ್ಲಿ ಇದನ್ನು ಬರೆದದ್ದು ದುಪ್ಪಟ್ಟು ಅಚ್ಚರಿ. ಕಾರ್ನಾಡರು ನೆನಪಿಸಿಕೊಳ್ಳುವ ಹಾಗೆ, ರೋಡ್ಸ್ ಸ್ಕಾಲರ್‌ಶಿಪ್ ಪಡೆದು ಅವರು ಇಂಗ್ಲೆಂಡಿನ ಪಯಣದಲ್ಲಿ ನೌಕಾಯಾನದಲ್ಲಿದ್ದಾಗ, 'ತನ್ನನ್ನು ಹುರಿಗೊಳಿಸಿಕೊಂಡು, ಇಂಗ್ಲಿಷ್ ಕವಿತೆಗಳನ್ನು ಬರೆದು ಪಾಶ್ಚಾತ್ಯವನ್ನು ಜಯಿಸಲು ಹೊರಟವ ತಾನು' ಎಂದು ಕಲ್ಪಿಸಿಕೊಂಡಿದ್ದರು. ಕಾರ್ನಾಡರು ಕೊಂಕಣಿ, ಕನ್ನಡ, ಮರಾಠಿ, ಹಿಂದಿ ಐದು ಭಾಷೆ ಬಲ್ಲವರಾಗಿದ್ದರು. ಬಾಲ್ಯದಿಂದ ಕಲಿತ ಭಾಷೆಗಳನ್ನು ಪುನಃ ಕಂಡುಕೊಂಡು ಅರಿಯಲು ಸ್ವಲ್ಪ ಕಾಲ ಬೇಕಾಯಿತು. ಆದರೆ ಪಾಶ್ಚಾತ್ಯವನ್ನು ಆಕ್ರಮಿಸುವ ಮಹಾತ್ವಾಕಾಂಕ್ಷೆ ಅವರಿಂದ ದೂರವಾಗಲಿಲ್ಲ. ತಮ್ಮ ನಾಟಕಗಳನ್ನು ಇಂಗ್ಲಿಷಿಗೆ ಅನುವಾದ ಮಾಡಿದ್ದಲ್ಲದೆ, ಮೂಲ ನಾಟಕವನ್ನು ಇಂಗ್ಲಿಷ್‌ನಲ್ಲಿ ಬರೆದು ಕನ್ನಡಕ್ಕೆ ಭಾಷಾಂತರ ಮಾಡಿದರು ಕೂಡ.

ನಾಟಕ ರಚನಕಾರರಾಗಿ ಇಷ್ಟೆಲ್ಲಾ ಸಾಧನೆ ಮಾಡಿದಾಗ್ಯೂ ಕಾರ್ನಾಡರ ಕನ್ನಡ ಬರವಣಿಗೆ ಅಪಹಾಸ್ಯಕ್ಕೆ ಒಳಗಾಯಿತು, ಇವರೊಬ್ಬ ಆಂಗ್ಲೀಕರಣಗೊಂಡ ಲೇಖಕ ಎಂಬ ಮಾತು ಬಂದವು. 12 ನೇ ಶತಮಾನದ ವಚನಕಾರ ಕ್ರಾಂತಿಕಾರಿ ಬಸವಣ್ಣನ ಕುರಿತು 'ತಲೆದಂಡ' ನಾಟಕವನ್ನು ಉತ್ತರ ಕರ್ನಾಟಕದ ಪ್ರಾದೇಶಿಕ ಶೈಲಿಯಲ್ಲಿ ಕಾರ್ನಾಡ್ ಯಾವಾಗ ಬರೆದರೋ ಆಗ ಈ ಗುಸು ಪಿಸು ವದಂತಿಗಳು ಕಡಿಮೆಯಾದವು.

ಕಾರ್ನಾಡರ ಸಮಗ್ರ ನಾಟಕಗಳು ವಸ್ತು ಮತ್ತು ವಿನ್ಯಾಸದಲ್ಲಿ ಮಹತ್ತರ ವೈವಿಧ್ಯವುಳ್ಳವು ಎನಿಸುತ್ತದೆ. ಹಾಗೆಯೆ ಅವನ್ನು ಸಾಮಾನ್ಯೀಕರಿಸುವುದು ಸುಲಭವಲ್ಲ. ಉದಾಹರಣೆಗೆ ಪುರಾಣ ಮತ್ತು ಜನಪದ ಜೊತೆಗೆ ಇತಿಹಾಸ ವಿಷಯಗಳನ್ನು ಆಯ್ದುಕೊಂಡು ಕೃತಿ ರಚನೆ ಮಾಡಿರುವುದು. ಜೊತೆಗೆ ಇತ್ತೀಚಿನ

ಕೃತಿಗಳಲ್ಲಿ ಸಮಕಾಲೀನ ನಗರ ಶೈಲಿಯ ಬರವಣಿಗೆ ವಿಷಯವನ್ನು ಕಾಣಬಹುದು. ಸಹೋದರ ಮತ್ತು ಸಹೋದರಿ ನಡುವಿನ ಸಂಬಂಧ ಕುರಿತಾದ ಅಂಜು ಮಲ್ಲಿಗೆಯನ್ನು ಇಂಗ್ಲೆಂಡಿನಲ್ಲಿದ್ದಾಗ ಅವರು ಬರೆದಿದ್ದಾರೆ. ಇದು ಕಾರ್ನಾಡರ ಆರಂಭಿಕ ಮತ್ತು ಸಹಜ ಶೈಲಿಯ ಬರವಣಿಗೆಯಲ್ಲೊಂದು.

ಕಾರ್ನಾಡರ ಹಲವು ನಾಟಕಗಳು ಮೇರು ಕೃತಿಗಳೆಂದು ಈಗಾಗಲೆ ಒಪ್ಪಲ್ಪಟ್ಟಿವೆ. 'ಯಯಾತಿ' ನಾಟಕದಲ್ಲಿ ತಂದೆಯು ತನ್ನ ವೃದ್ಧಾಪ್ಯವನ್ನು ತೆಗೆದುಕೊಳ್ಳುವಂತೆ ಮಗನನ್ನು ಬೇಡುವುದು. ಈ ಶಾಪವನ್ನು ಮಗ ತೆಗೆದು ಕೊಂಡು ಅಪ್ಪನಿಗಿಂತ ಹಣ್ಣು ಹಣ್ಣು ಮುದುಕನಾಗುವುದು. 'ತುಘಲಕ್' ನಾಟಕವು ಒಬ್ಬ ರಾಜನ

ಕಥೆಯಾಗಿದ್ದು, ಅವನನ್ನು ಹುಚ್ಚು ದೊರೆ ಎಂದು ಕರೆಯುವ ಮೊದಲು ನಡೆಯುವ ಘಟನೆಗಳ ಕಥಾಹಂದರ. ನಂತರ ಈತನ ರಾಜ್ಯ ರಕ್ತಪಾತ ಮತ್ತು ಅವ್ಯವಸ್ಥೆಯಲ್ಲಿ ಕೊನೆಯಾಗುತ್ತದೆ. ತುಘಲಕ್ ನಾಟಕವು ಕಾರ್ನಾಡರ ತಲೆಮಾರಿನವರು ದಶಕಗಳ ತನಕ ಹಾಗೂ ಸ್ವಾತಂತ್ರ್ಯೋತ್ತರದ ನಂತರದ ಅನುಭವಿಸಿದ ಗೊಂದಲವನ್ನು ಹಾಗೆಯೆ ತುರ್ತು ಪರಿಸ್ಥಿತಿಯ ಮುಖವನ್ನು ತೋರಿಸುತ್ತದೆ. 'ಹಯವದನ' ಒಬ್ಬ ಮಹಿಳೆಯ ಕಥೆಯಾಗಿದ್ದು, ಆಕೆಯ ಗಂಡ ಅಸೂಯೆಯಿಂದ ತಾನೆ ಶಿರಚ್ಛೇದನ ಮಾಡಿಕೊಳ್ಳುತ್ತಾನೆ. ಈ ಆಪಾದನೆ ತನ್ನ ಮೇಲೆ ಬರುತ್ತದೆ ಎಂಬ ಭಯದಿಂದ ಆಕೆಯ ಗಂಡನ ಗೆಳೆಯನು ಸ್ವತಃ ಶಿರಚ್ಛೇದನ ಮಾಡಿಕೊಳ್ಳುತ್ತಾನೆ. ಕೊನೆಗೆ ಮಹಿಳೆ ವಿಧಿಯಿರದೆ ತಾನು ಕೂಡ ಶಿರಚ್ಛೇದನ ಮಾಡಿಕೊಳ್ಳಲು ಮುಂದಾಗುತ್ತಾಳೆ. ಇದನ್ನೆಲ್ಲ ಕಂಡ ದೇವತೆಯು ಕರುಣೆಯಿಂದ, ಆಕೆ ಗಂಡ ಮತ್ತು ಅವನ ಗೆಳೆಯನನ್ನು ಬದುಕಿಸಿಕೊಳ್ಳುವ ವರವನ್ನು ನೀಡುತ್ತಾಳೆ. ಗೊಂದಲದಲ್ಲಿದ್ದ ಮಹಿಳೆ ಎರಡು ದೇಹ ಮತ್ತು ತಲೆಯನ್ನು ಅದಲು ಬದಲಾಗಿ ಜೋಡಿಸುತ್ತಾಳೆ. ಹಾಗಾದರೆ ಈಗ ಅವರಿಬ್ಬರೂ ಆಕೆಯ ಗಂಡಂದಿರಾಗುತ್ತಾರಾ? ಇನ್ನು 'ನಾಗಮಂಡಲ'. ಇಲ್ಲಿನ ಸ್ತ್ರೀ ಪಾತ್ರಧಾರಿ ಗಂಡನಿಗೆ ಹೆಂಡತಿಯೆಂದರೆ ನಿಷ್ಕಾಳಜಿ. ಹೀಗಿರುವಾಗ ನಾಗರ ಹಾವೊಂದು ಆಕೆಯ ಗಂಡನ ರೂಪ ಪಡೆದುಕೊಂಡು ಆಕೆಯ ಬಳಿ ಬರಲು ಆರಂಭಿಸುತ್ತದೆ. ಗಂಡ ಇತ್ತೀಚೆಗೆ ರಾತ್ರಿಯಲ್ಲಿ ಪ್ರೀತಿ, ಅನುರಾಗ ತೋರುವುದು ಶೃಂಗಾರದಲ್ಲಿ ತೊಡಗುತ್ತಿರುವುದು, ಆದರೆ ಮತ್ತೆ ಬೆಳಿಗ್ಗೆ ನೋಡಿದರೆ ಅದೇ ಕ್ರೌರ್ಯ, ನಿರಾಸಕ್ತಿ ತೋರಿಸುತ್ತಿರುತ್ತಾನೆ. ಕೊನೆಗೆ ಆಕೆ ಗಂಡನಿಗೆ ತನ್ನ ನಿಷ್ಠೆ ಸಾಬೀತು ಪಡಿಸಬೇಕಾದ ದಿನ ಬರುತ್ತದೆ. ಕೊನೆಯಲ್ಲಿ ಹಾವು ಆಕೆಯ ರಕ್ಷಣೆಗೆ ಬರುತ್ತದೆ.

ಕಾರ್ನಾಡರ ನಾಟಕ ಬರವಣಿಗೆಯಲ್ಲಿ ಎರಡು ಪ್ರಮುಖ ಥೀಮ್ ಗಳು ಪ್ರಭಾವಶಾಲಿ. ಮೊದಲನೆಯದು ಅಧಿಕಾರ. ಅದು ಅವಕಾಶಗಳನ್ನು ಹೇಗೆ ತೆರೆಯುತ್ತದೆಯೊ ಹಾಗೆ ಮನುಷ್ಯನನ್ನು ಭ್ರಷ್ಟನನ್ನಾಗಿಸುತ್ತದೆ. ಗಂಡಸು ಇದನ್ನು ಒಳ್ಳೆಯದಕ್ಕೆ ಬಳಸಿಕೊಳ್ಳಲು ಹೇಗೆ ಸೋಲುತ್ತಾನೆ ಮತ್ತು ಪಾಶವೀಕೃತ್ಯಕ್ಕೆ ಅವನನ್ನು ಅಧಿಕಾರ ಹೇಗೆ ದೂಡುತ್ತದೆ ಎಂಬುದು. ಎರಡನೆಯದು ಹೆಣ್ಣಿನ ಬಯಕೆ ಆಕಾಂಕ್ಷೆಗಳನ್ನು ಪುರುಷ ಪೂರೈಸಲಾಗದಿರುವ ವಿಷಯ. ಎರಡೂ ಕೂಡ ರಾಜಕೀಯ ಥೀಮ್‌ಗಳಾಗಿದ್ದು ಹಿಂದೆಂದಿಗಿಂತ ಇಂದು ಚಲನಶೀಲತೆ ಹೊಂದಿವೆ.

ಕಾರ್ನಾಡರ ನಾಟಕಗಳನ್ನು ಸಮಕಾಲೀನ ಸಂವೇದನೆಗೆ ತಕ್ಕಂತೆ ಯುವ ರಂಗಭೂಮಿಯವರಿಂದ ಮರು ವ್ಯಾಖ್ಯಾನಕ್ಕೊಳಪಡಿಸಬೇಕು. ಹೀಗಾದಾಗ ಅವರ ಹೋರಾಟ ಧ್ವನಿಗೊಂದು ಹೊಸ ರೂಪಬರುತ್ತದೆ.

ದಿ ಹಿಂದೂ / ಚೈತ್ರಿಕಾ ನಾಯ್ಕ ಹರ್ಗಿ

ತಮ್ಮ ಕಾಲದ ಬಹುದೊಡ್ಡ ಕನ್ನಡಿಗ

ರಾಮಚಂದ್ರ ಗುಹಾ *ಚಿಂತಕ*

ಬೆಂಗಳೂರಿನ ತಮ್ಮ ಮನೆಯಲ್ಲಿ ನಿದ್ದೆಯಲ್ಲಿದ್ದಾಗಲೇ ಚಿರನಿದ್ರೆಗೆ ಜಾರಿದ ಗಿರೀಶ್ ಕಾರ್ನಾಡ್ ಒಬ್ಬ ದೈತ್ಯ ಪ್ರತಿಭೆ. ಅವರಿಗೆ ನಾಲ್ಕು ಕರಿಯರ್‌ಗಳಿದ್ದವು. ಪ್ರತಿಯೊಂದರಲ್ಲೂ ಅವರು ಬಹಳ ಎತ್ತರಕ್ಕೆ ಬೆಳೆದರು. ಸ್ವಾತಂತ್ರ್ಯೋತ್ತರ ಭಾರತದಲ್ಲಿ ಬಹುಶಃ ಅವರು ದೇಶದ ಅತ್ಯಂತ ಪ್ರಭಾವಿ ನಾಟಕಕಾರರಾಗಿದ್ದರು. ಅವರ ವಿಷಯ ವಿಸ್ತಾರ ಅಚ್ಚರಿ ಹುಟ್ಟಿಸುವಷ್ಟು ವ್ಯಾಪಕವಾಗಿತ್ತು. ಕಡಿಮೆಯೆಂದರೂ ಅವರು ಅರ್ಧ ಡಜನ್ ಅದ್ಭುತ ನಾಟಕಗಳನ್ನು ಬರೆದರು; ರಾಜಕೀಯ ರೂಪಕ 'ತುಘಲಕ್', ಸಾಮಾಜಿಕ ಸುಧಾರಣೆಯ 'ತಲೆದಂಡ' ಹಾಗೂ ಹಾಸ್ಯಮಿಶ್ರಿತ ವಿಡಂಬನೆ 'ಒಡಕಲು ಬಿಂಬ' ಅವುಗಳಲ್ಲಿ ಸೇರಿವೆ. (ಇವೆಲ್ಲ ನಾಟಕಗಳನ್ನೂ ಅವರು ಕನ್ನಡದಲ್ಲಿ ಬರೆದರು. ಆದರೆ ಸಂವಿಧಾನದ ಎಂಟನೇ ಪರಿಚ್ಛೇದದ ಎಲ್ಲ ಭಾಷೆಗಳಲ್ಲೂ ಇವು ಪ್ರದರ್ಶನ ಕಂಡವು). ಅವರೊಬ್ಬ ಅಪ್ರತಿಮ ನಟ; ಶಾಮ್ ಬೆನೆಗಲ್‌ರ ಮೊದಮೊದಲ ಸಿನಿಮಾಗಳು ಹಾಗೂ ಪಟ್ಟಾಭಿರಾಮ ರೆಡ್ಡಿ ನಿರ್ದೇಶನದ ಕನ್ನಡದ ಕ್ಲಾಸಿಕ್ 'ಸಂಸ್ಕಾರ'ದಲ್ಲಿ ಅವರ ಪ್ರತಿಭೆಯನ್ನು ನೋಡಬಹುದು. ಹಾಗೆಯೇ ಅವರೊಬ್ಬ ಪ್ರತಿಭಾವಂತ ನಿರ್ದೇಶಕ; ಕೆ.ವಿ.ಪುಟ್ಟಪ್ಪ ಹಾಗೂ ಎಸ್.ಎಲ್.ಭೈರಪ್ಪನವರ ಪ್ರಮುಖ ಕಾದಂಬರಿಗಳನ್ನು ಸಿನಿಮಾ ಮಾಡಿದರು. ಅವರೊಬ್ಬ ದಕ್ಷ ಆಡಳಿತಗಾರ; ಪುಣೆಯ ಫಿಲ್ಮ್ ಆ್ಯಂಡ್ ಟೆಲಿವಿಷನ್ ಇನ್‌ಸ್ಟಿಟ್ಯೂಟ್ ಆಫ್ ಇಂಡಿಯಾ (ಇಲ್ಲಿ ಅವರು ನಾಸಿರುದ್ದೀನ್ ಶಾ, ಓಂ ಪುರಿ, ಟಾಮ್ ಆಲ್ಟರ್ ಮುಂತಾದವರನ್ನು ತಯಾರು ಮಾಡಿದರು), ದೆಹಲಿಯ ಸಂಗೀತ ನಾಟಕ ಅಕಾಡೆಮಿ ಹಾಗೂ ಲಂಡನ್ನಿನ ನೆಹರು ಸೆಂಟರ್‌ನಲ್ಲಿ ಅವರ ಸಾಮರ್ಥ್ಯ ಸಾಬೀತಾಗಿದೆ.

ನಾನೊಮ್ಮೆ ಬೆಂಗಳೂರಿನಿಂದ ಮುಂಬೈಗೆ ಹೋಗುತ್ತಿದ್ದೆ. ಅದೇ ವಿಮಾನದಲ್ಲಿ

ಕಾರ್ನಾಡ್ ಇದ್ದರು. ನನಗಿಂತ ಸ್ವಲ್ಪ ಮುಂದೆ ಕುಳಿತಿದ್ದರು. ಪ್ಯಾಸೇಜ್‌ನಲ್ಲಿ ಹೋಗುವಾಗ ಒಂದಷ್ಟು ಪೇಪರ್‌ಗಳ ಮೇಲೆ ಪೆನ್ನಿಟ್ಟುಕೊಂಡು ಕುಳಿತ ಅವರು ಕಾಣಿಸಿದರು. ಏನು ಮಾಡುತ್ತಿದ್ದೀರಿ ಎಂದು ಕೇಳಿದೆ. ಅವರು ತಮ್ಮ ಹೊಸ ನಾಟಕದ ಮರಾಠಿ ಅನುವಾದದ ಪ್ರೂಫ್ ನೋಡುತ್ತಿದ್ದರು. ಅದನ್ನು ಕೇಳಿ ಅವರ ಬಗ್ಗೆ ಮೊದಲೇ ನನಗಿದ್ದ ಅಪಾರ ಅಭಿಮಾನ ರಾಕೆಟ್‌ನಂತೆ ಇನ್ನಷ್ಟು ಮೇಲೆ ಹೋಯಿತು. ಕೊಂಕಣಿ ಮಾತೃಭಾಷೆಯ ಈ ಮನುಷ್ಯ, ಕನ್ನಡದಲ್ಲಿ ನಾಟಕಗಳನ್ನು ಬರೆದು, ಅಸ್ಖಲಿತ ಇಂಗ್ಲಿಷ್ ಮಾತನಾಡುತ್ತ, ಮರಾಠಿಯಲ್ಲೂ ಲೀಲಾಜಾಲವಾಗಿ ವ್ಯವಹರಿಸಬಲ್ಲವರಾಗಿದ್ದರು.

ಆದರೆ, ಇತರ ಲೇಖಕರು ಹಾಗೂ ಕಲಾವಿದರಿಂದ ಕಾರ್ನಾಡ್ ಭಿನ್ನವಾಗಿ ಕಾಣಿಸುವುದು ಕೇವಲ ಹಲವು ಭಾಷೆಗಳಲ್ಲಿ ಅವರಿಗೆ ಪಾಂಡಿತ್ಯವಿತ್ತು ಎಂಬ ಕಾರಣಕ್ಕಲ್ಲ. ನನಗೆ ಗೊತ್ತಿರುವ ಯಾರೂ ಅವರಷ್ಟು ಶ್ರೀಮಂತವಾಗಿ ಹಾಗೂ ಆಳವಾಗಿ ಭಾರತೀಯ ಸಂಸ್ಕೃತಿಯನ್ನು ತಮ್ಮ ದೇಹದಲ್ಲೂ, ಆತ್ಮದಲ್ಲೂ ಅಪ್ರಜ್ಞಾಪೂರ್ವಕವಾಗಿ ಹೊತ್ತುಕೊಂಡು ಓಡಾಡಿದ್ದಿಲ್ಲ. ತಮ್ಮ ಬದುಕಿಲ್ಲೂ ಕೃತಿಯಲ್ಲೂ ಅವರು ಉತ್ತರ ಹಾಗೂ ದಕ್ಷಿಣವನ್ನು, ಜನಪದ ಹಾಗೂ ಶಾಸ್ತ್ರೀಯವನ್ನು, ಜನಪ್ರಿಯವನ್ನು ಮತ್ತು ಪಾಂಡಿತ್ಯವನ್ನು ಮಿಶ್ರಣಗೊಳಿಸಿದ ಹದವಾದ ಪಾಕದಂತಿದ್ದರು. ಕೇಸರಬಾಯಿ ಕೇರ್ಕರ್ ಅವರ ಸಂಗೀತದ ಬಗ್ಗೆ ಮಾತನಾಡುವಷ್ಟೇ ಸುಲಭವಾಗಿ ಮಹಮ್ಮದ್ ರಫಿ ಸಂಗೀತದ ಬಗ್ಗೆ ಮಾತನಾಡುತ್ತಿದ್ದರು. ಬಾಲಸರಸ್ವತಿಯವರ ನೃತ್ಯದಷ್ಟೇ ಸುಲಲಿತವಾಗಿ ಫರಾ ಖಾನ್ ನೃತ್ಯದ ಬಗ್ಗೆಯೂ ಮಾತನಾಡುತ್ತಿದ್ದರು. ಬಸವಣ್ಣನವರ ಸಿದ್ಧಾಂತದಷ್ಟೇ ನಿರರ್ಗಳವಾಗಿ ಬಿಆರ್ ಅಂಬೇಡ್ಕರ್ ಅವರ ಸಿದ್ಧಾಂತದ ಬಗ್ಗೆಯೂ ಮಾತನಾಡುತ್ತಿದ್ದರು. ಶೇಕ್ಸ್‌ಪಿಯರ್ ಹಾಗೂ ಫಿಲಿಪ್ ಲಾರ್ಕಿನ್ ಬಗ್ಗೆಯೂ ಅಪಾರ ಒಳನೋಟಗಳನ್ನು ಹೊಂದಿದ್ದರು.

2017ರ ಸೆಪ್ಟೆಂಬರ್‌ನಲ್ಲಿ ಗೌರಿ ಲಂಕೇಶ್ ಹತ್ಯೆಯಾದ ನಂತರ ಭಯೋತ್ಪಾದಕರ ಹಿಟ್‌ಲಿಸ್ಟ್‌ನಲ್ಲಿರುವ ಮುಂದಿನ ಲೇಖಕ ಗಿರೀಶ್ ಕಾರ್ನಾಡ್ ಎಂದು ಸುದ್ದಿ ಹರಡಿತ್ತು. ಹೀಗಾಗಿ ನಾನೊಂದು ಬೆಳಿಗ್ಗೆ ಅವರಿಗೆ ಫೋನ್ ಮಾಡಿ ಮಧ್ಯಾಹ್ನ ನಿಮ್ಮನ್ನು ನೋಡಲು ಬರಬಹುದೇ ಎಂದೆ. ಬೆಂಗಳೂರಿನಲ್ಲಿ ನಮ್ಮ ಮನೆಯಿಂದ ಅವರ ಮನೆಗೆ ಒಂದು ತಾಸಿನ ದೂರ. ಅವರ ಕಾರ್ಯಭಾರ ಗೊತ್ತಿರುವುದರಿಂದ ಸಾಮಾನ್ಯವಾಗಿ ಬೇರೆ ಸಮಯದಲ್ಲಾಗಿದ್ದರೆ ನಾನು ಸಾಕಷ್ಟು ದಿನ ಮೊದಲೇ ಕೇಳಿ ಭೇಟಿ ನಿಗದಿಮಾಡಿಕೊಳ್ಳುತ್ತಿದ್ದೆ.

ಅಷ್ಟು ತರಾತುರಿಯಲ್ಲಿ ಫೋನ್ ಮಾಡಿದರೂ ನನಗೆ ಬಾ ಎಂದರು. ಜೆಪಿ ನಗರದ ನಿರ್ಜನ ಪ್ರದೇಶದಲ್ಲಿರುವ ಅವರ ಮನೆಗೆ ಹೋದೆ. ಹೊರಗೊಬ್ಬ

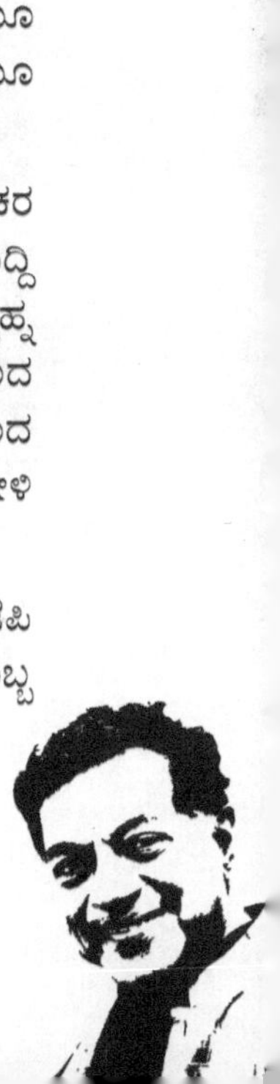

ಸಮವಸ್ತ್ರದ ಸೆಕ್ಯುರಿಟಿ ಗಾರ್ಡ್ ಕುಳಿತು ನಿದ್ದೆ ಮಾಡುತ್ತಿದ್ದ. ನನ್ನ ಕಾರಿನ ಶಬ್ದಕ್ಕೆ ಎದ್ದು ಒಳಗೆ ಕರೆದುಕೊಂಡು ಹೋದ.

ಒಂದರ್ಧ ಗಂಟೆ ಕುಳಿತು ಮಾತಾಡಿಕೊಂಡು ಹೋಗಬೇಕು ಎಂದು ಬಂದಿದ್ದೆ. ಆದರೆ, ಬರೋಬ್ಬರಿ ನಾಲ್ಕು ತಾಸು ಅಲ್ಲಿದ್ದೆ. ಗೌರಿ ಲಂಕೇಶ್ ಹತ್ಯೆಯಿಂದ ಆರಂಭಿಸಿ ನಮ್ಮದೇ ಬದುಕಿನ ಹಳವಂಡಗಳ ಬಗ್ಗೆ ಸಾಕಷ್ಟು ಮಾತನಾಡಿದೆವು. ಧಾರವಾಡದಲ್ಲಿನ ಅವರ ಬಾಲ್ಯದ ದಿನಗಳ ಬಗ್ಗೆ ನಾನವರನ್ನು ಮಾತಿಗಿಳಿಸಿದರೆ, ಡೆಹ್ರಾಡೂನ್‌ನಲ್ಲಿನ ನನ್ನ ಬಾಲ್ಯದ ಬಗ್ಗೆ ಅವರು ನನ್ನನ್ನು ಮಾತನಾಡುವಂತೆ ಮಾಡಿದರು. ನಾವಿಬ್ಬರೂ ಸಣ್ಣ ಪಟ್ಟಣದಿಂದ ದೊಡ್ಡ ಮೆಟ್ರೋ ನಗರಕ್ಕೆ ಬಂದವರು. ಅವರು ಮುಂಬೈಗೆ ಹೋದವರು, ನಾನು ದೆಹಲಿಗೆ ಹೋದವನು. ನಂತರ ಇಬ್ಬರೂ ಬೆಂಗಳೂರಿಗೆ ಬಂದು ಸೆಟ್ಲ್ ಆದವರು. ನಾವು ನೋಡಿದಾಗ ಪಟ್ಟಣವಾಗಿದ್ದ ಬೆಂಗಳೂರು ನಾವು ಬಂದು ನೆಲೆಸಿದಾಗ ಮಹಾನಗರವಾಗಿತ್ತು. ನಮ್ಮ ಅಕ್ಕ ತಮ್ಮಂದಿರ ಬಗ್ಗೆ ಮಾತನಾಡಿದೆವು. ಅವರಿಗೆ ಸಂಗೀತಗಾರ ಸೋದರನಿದ್ದ. ನನಗೆ ಡಾಕ್ಟರ್ ಸೋದರಿಯಿದ್ದಳು. ಬೇರೆ ಸಮಯದಲ್ಲಿ ನಮ್ಮ

ಸಾಹಿತ್ಯಕ ಅಥವಾ ಬೌದ್ಧಿಕ ಚರ್ಚೆಯಲ್ಲಿ ಬಾರದೆ ಹೋಗುತ್ತಿದ್ದ ವಿಷಯಗಳೆಲ್ಲ ಆವತ್ತು ಮಾತಿಗೆ ಬಂದವು.

ರಾತ್ರಿಯಾಗುತ್ತಿದ್ದಂತೆ ನಾನು ಹೊರಟು ನಿಂತೆ. ಅವರು ಕಾರಿನವರೆಗೂ ಬಂದು ಕಳಿಸಿಕೊಟ್ಟರು. ಸೆಕ್ಯುರಿಟಿ ಗಾರ್ಡ್ ಮಾಯವಾಗಿದ್ದ. ಆ ಅನಿರೀಕ್ಷಿತ ಭೇಟಿಗಾಗಿ ಗಿರೀಶ್ ನನಗೆ ಥ್ಯಾಂಕ್ಸ್ ಹೇಳಿದರು. ಅವರಿಗೂ, ಅವರ ಡಾಕ್ಟರ್ ಪತ್ನಿ ಸರಸ್‌ಗೂ ನನ್ನ ಭೇಟಿಯಿಂದ ಖುಷಿಯಾಗಿತ್ತಂತೆ. "ಒಂದೇ ನಗರದಲ್ಲಿರುವ ಇಬ್ಬರು ಲೇಖಕರು ಭೇಟಿಯಾಗಲು ಇನ್ನೊಬ್ಬ ಲೇಖಕರ ಕೊಲೆಯಾಗಬೇಕಾಯ್ತು" ಎಂದು ನಾನು ಹೇಳಿದ್ದೆ.

ನಾನವತ್ತು ಹೋಗಿದ್ದಾಗ ಕಾರ್ನಾಡ್ ಸ್ವಲ್ಪ ಹೆಚ್ಚೇ ಅನಾರೋಗ್ಯದಲ್ಲಿದ್ದರು. ಅವರಿಗೆ ಡೀಜನರೇಟಿವ್ ರೆಸ್ಪಿರೇಟರಿ ಕಾಯಿಲೆ ಅಂಟಿಕೊಂಡಿತ್ತು. ನಂತರ ಜನವರಿಯಲ್ಲಿ ಅವರು ಧಾರವಾಡಕ್ಕೆ ಹೋಗಿದ್ದರು. ಅದು ತನ್ನ ಬಾಲ್ಯದ ಊರಿಗೆ ಕೊನೆಯ ಭೇಟಿಯೆಂದು ಅವರಿಗೆ ಗೊತ್ತಿತ್ತು. ಅಲ್ಲೇ ಅವರು ವಿದ್ಯಾಭ್ಯಾಸ ಮಾಡಿದ್ದು, ಅಲ್ಲೇ ಮೊದಲ ನಾಟಕಗಳನ್ನು ಬರೆದಿದ್ದು. ನಾನೂ ಜೊತೆಗೆ ಬರಬೇಕೆಂದು ಒತ್ತಾಯ ಮಾಡಿದ್ದರು. ಹೀಗಾಗಿ ಹೋಗಿದ್ದೆ. ಅದರಿಂದಾಗಿ ಗಿರೀಶ್ ಕಾರ್ನಾಡ್‌ರ ಬಾಲ್ಯದೂರಿನ ಕೊನೆಯ ಭೇಟಿಯಲ್ಲಿ ಅವರ ಜೊತೆಗಿರುವ ಅಪರೂಪದ, ಹಾಗೂ ಬೇಸರದ, ಅವಕಾಶ ನನ್ನದಾಗಿತ್ತು. ಧಾರವಾಡದ ಸುಭಾಸ್ ರಸ್ತೆಯಲ್ಲಿರುವ ಅವರ ಸುದೀರ್ಘ ಕಾಲದ ಪ್ರಕಾಶಕ ಮಿತ್ರರ ಮನೋಹರ ಗ್ರಂಥಮಾಲೆ ಕಚೇರಿಯನ್ನು ಲಕ್ಷ್ಮಿ ಬಿಲ್ಡಿಂಗ್‌ನ ಮೇಲೆ ಹತ್ತಿ ಕೊನೆಯ ಸಲ ನೋಡಿಕೊಂಡು ಬರುವಾಗಲೂ ಜೊತೆಗಿದ್ದೆ.

ಕಾರ್ನಾಡರಲ್ಲಿ ಅತ್ಯುನ್ನತ ಸಾಮಾಜಿಕ ಪ್ರಜ್ಞೆಯಿತ್ತು. ತಮ್ಮ ದೇಶದ ಬಗ್ಗೆ ಆಳವಾದ ಪ್ರೀತಿಯಿತ್ತು. ಆದರೆ ಯಾವತ್ತೂ ದೇಶಭಕ್ತಿಯನ್ನು ಅವರು ಮೆರವಣಿಗೆ ಮಾಡಲಿಲ್ಲ. ಅವರ ಘನತೆ ಹಾಗೂ ನೇರ ನಡವಳಿಕೆ ಅದಕ್ಕೆ ಅವಕಾಶ ನೀಡಿರಲಿಲ್ಲ. ತಮಗೆ ಸರ್ಕಾರಿ ಗೌರವದ ಅಂತ್ಯಸಂಸ್ಕಾರ ಬೇಡವೆಂದು ಸಾಯುವುದಕ್ಕೂ ಮೊದಲೇ ಹೇಳಿಟ್ಟಿದ್ದರು. ಕನ್ನಡದ ಬಹುದೊಡ್ಡ ಬರಹಗಾರ ಎಂಬುದಕ್ಕಿಂತ ಹೆಚ್ಚಾಗಿ ಈ ಕಾಲದ ಬಹುದೊಡ್ಡ ಕನ್ನಡಿಗನ ಜೊತೆಗೆ ತಮ್ಮ ಅಸಾಹಚರ್ಯವನ್ನು ದುರ್ಬಳಕೆ ಮಾಡಿಕೊಂಡು ಪಾಪ ತೊಳೆದುಕೊಳ್ಳಲು ಹವಣಿಸುವ ಚಿಲ್ಲರೆ ರಾಜಕಾರಣಿಗಳೆಲ್ಲ ಶವದ ಸುತ್ತ ಓಡಾಡಿ ಫೋಟೋ ತೆಗೆಸಿಕೊಂಡು ಹೋಗುತ್ತಾರೆಂದು ಅವರಿಗೆ ಗೊತ್ತಿತ್ತು.

ಮೂಲಭೂತವಾದಿಗಳ ವಿರುದ್ಧ ಎದೆಸೆಟೆಸಿ ನಿಲ್ಲುವ ಅವರ ಧೈರ್ಯದಿಂದಾಗಿ ಕೆಲವರು ಕಾರ್ನಾಡರನ್ನು ಅಪ್ರತಿಮ "ಚಳವಳಿಗಾರ" ಹಾಗೂ "ಬುದ್ಧಿಜೀವಿ"

ಎಂದು ಕರೆದಿದ್ದರು. ನನ್ನ ಪ್ರಕಾರ ಅದು ತಪ್ಪು ವ್ಯಕ್ತಿತ್ವಚಿತ್ರಣ. ಸಾರ್ವಜನಿಕವಾಗಿ ನಿಂತು ಮಾತನಾಡಬಲ್ಲ ನೂರಾರು ಲೇಖಕರು ಹಾಗೂ ಬುದ್ಧಿಜೀವಿಗಳು ನಮ್ಮ ದೇಶದಲ್ಲಿದ್ದಾರೆ. ಆದರೆ ಗಿರೀಶ್ ಕಾರ್ನಾಡ್ ಇದ್ದಿದ್ದು ಒಬ್ಬರೇ. ಅವರನ್ನು ನಾವೊಬ್ಬ ನಾಟಕಕಾರ, ಅದ್ಭುತ ನಟ ಹಾಗೂ ಈಗ ಭಾರತೀಯ ಸಂಸ್ಕೃತಿಯ ರಕ್ಷಕರೆಂದು ಹೇಳಿಕೊಳ್ಳುತ್ತಿರುವವರಿಗೆ ಗೊತ್ತಿರುವುದಕ್ಕಿಂತ ಹೆಚ್ಚು ವಿಷಯಗಳನ್ನು ಭಾರತೀಯ ಸಂಸ್ಕೃತಿಯ ಬಗ್ಗೆ ತಿಳಿದುಕೊಂಡು ಮರೆತುಬಿಟ್ಟಿದ್ದ ಒಬ್ಬ ಅಸಾಮಾನ್ಯ ಸಂಸ್ಕಾರದ ಮನುಷ್ಯ ಎಂದು ನೆನಪಿಟ್ಟುಕೊಂಡರೆ ಒಳ್ಳೆಯದು.

ಹಿಂದುಸ್ತಾನ್ ಟೈಮ್ಸ್ / ಕನ್ನಡಕ್ಕೆ: ಮಹಾಬಲ ಸೀತಾಳಭಾವಿ

ಕಾರ್ನಾಡರ ನೆಪದಲ್ಲಿ ಏನೆಲ್ಲ ಹೇಳಬಹುದು ಅಂದರೆ...

ಅಲೋಕ್ ರೈ *ಲೇಖಕ*

ಗಿರೀಶ ಕಾರ್ನಾಡರ ಕುರಿತು ಹರಿದು ಬರುತ್ತಿರುವ ಅವ್ಯಾಹತ ಪ್ರಶಂಸೆಯ ನುಡಿಗಳೇ ಅವರ ಘನತೆಯನ್ನು ಸಾರುತ್ತಿರುವಂತಿವೆ. ಈ ಮೆಚ್ಚುಗೆಗೆ ಅವರ ರಂಗಭೂಮಿ ಮತ್ತು ಸಿನಿಮಾ ಕ್ಷೇತ್ರದ ಸಾಧನೆ, ಬರಹ ಮತ್ತು ನಟನೆ, ಸಾಂಸ್ಥಿಕ ಕರ್ತೃತ್ವ ಶಕ್ತಿ, ದಿಟ್ಟತನ ಮತ್ತು ಸೊಗಸು ತುಂಬಿದ ಅವರೊಳಗಿನ ಸಾಮಾಜಿಕ ಚಿಂತಕ– ಇವೆಲ್ಲದರ ಒಂದು ಚಿಕ್ಕ ಅಂಶವೇ ಸಾಕಾಗಿತ್ತು. ಕಾರ್ನಾಡರ ಬದುಕು ಇಂಥ ಹಲವು ಶ್ರೇಷ್ಠತೆಗಳ ಮಹಾಸಂಗಮದಂತಿತ್ತು. ಉದಾಹರಣೆಗೆ ರೋಡ್ಸ್ ಸ್ಕಾಲರ್ ಶಿಪ್ ಮತ್ತು ಆಕ್ಸ್‌ಫರ್ಡ್ ಯೂನಿಯನ್ನಿನ ಅಧ್ಯಕ್ಷಗಿರಿ ಅವರ ಇನ್ನಿತರ ಪ್ರತಿಭೆಗಳ ಪ್ರಭಾಮಂಡಲದ ನಡುವೆ ಹೊಳೆಹೊಳೆಯುತ್ತಿರುವುದನ್ನು ಕಾಣಬಹುದು. ಹಲವು ಪದ್ಮಪ್ರಶಸ್ತಿಗಳು, ರಾಷ್ಟ್ರಪತಿ ಮನ್ನಣೆ, ಸಾಹಿತ್ಯ ಅಕಾಡೆಮಿ, ಸಂಗೀತ ನಾಟಕ ಪ್ರಶಸ್ತಿ, ಜ್ಞಾನಪೀಠ– ಹೀಗೆ ಬರಹ, ನಟನೆ, ಹೊಂದಿದ್ದ ಘನವಾದ ಸ್ಥಾನ ಎಲ್ಲವನ್ನೂ ಅವರು ಬೆಳಗಿದರು. ಕೆಲವೊಮ್ಮೆ ಪಡೆದದ್ದನ್ನು ತ್ಯಜಿಸಿದರು. 1975ರಲ್ಲಿ ತುರ್ತುಪರಿಸ್ಥಿತಿ ಘೋಷಣೆ ಆಗುತ್ತಿದ್ದಂತೆ, ಫಿಲ್ಮ್ ಅಂಡ್ ಟೆಲಿವಿಷನ್ ಇನ್‌ಸ್ಟಿಟ್ಯೂಟ್ ಆಫ್ ಇಂಡಿಯಾದ ನಿರ್ದೇಶಕ ಹುದ್ದೆಗೆ ಅವರು ರಾಜೀನಾಮೆ ಕೊಟ್ಟರು. ಒಟ್ಟಾರೆಯಾಗಿ ಹೇಳುವುದಾದರೆ, ಇವೆಲ್ಲವನ್ನೂ ಒಬ್ಬನ ಸಾಧನೆಗಳೆಂದು ಗುರುತಿಸುವುದೇ ಕಷ್ಟ. ಒಬ್ಬನಿಂದಲೇ ಇಷ್ಟೆಲ್ಲ ಸಾಧ್ಯವೇ ಇಲ್ಲ. ಕಾರ್ನಾಡರು ಒಬ್ಬ ವ್ಯಕ್ತಿಯಾಗಷ್ಟೇ ಉಳಿಯದೇ, ಐಕಾನ್ ಆಗಿಬಿಟ್ಟಿದ್ದರು. ಐಕಾನ್ ಆಗುವುದರ ಬಗ್ಗೆ ನನ್ನ ಕಿರುಟಿಪ್ಪಣಿ ಇದು.

ಗಿರೀಶರನ್ನು ನಾನು ಕೊನೆಯ ಸಲ ನೋಡಿದ್ದು ಬೆಂಗಳೂರಿನಲ್ಲಿ, ಗೌರಿ ಲಂಕೇಶ್ ಮೊದಲ ಪುಣ್ಯತಿಥಿಯ ಸ್ಮರಣೆಯ ಸಂದರ್ಭದಲ್ಲಿ. ಆವತ್ತು ಅವರು

ಅಲ್ಲಿ ಕಾಣಿಸಿಕೊಂಡ ಬಗೆಯನ್ನು ಅನೇಕರು ನೆನಪಿಸಿಕೊಳ್ಳುತ್ತಲೇ ಇರುತ್ತಾರೆ. ಅವರ ಆರೋಗ್ಯ ಹದಗೆಟ್ಟಿತ್ತು. ಅವರು ವೀಲ್ ಚೇರಿನಲ್ಲಿದ್ದರು. ಉಸಿರಾಟಕ್ಕೆ ಆಕ್ಸಿಜನ್ ನಳಿಕೆ ಮತ್ತು ಸಿಲಿಂಡರ್ ಇಟ್ಟುಕೊಂಡಿದ್ದರು. ನಾನು ಅರ್ಬನ್ ನಕ್ಸಲ್ ಎಂಬ ಫಲಕವನ್ನು ಕತ್ತಿಗೆ ತೂಗು ಹಾಕಿಕೊಂಡಿದ್ದರು. ಗೃಹಖಾತೆಯ ಮೂರ್ಖರ ಆರೋಪಗಳನ್ನು ಅವರು ಆ ಮೂಲಕ ಪ್ರತಿಭಟಿಸಿದ್ದರು. ಆ ಪುಣ್ಯತಿಥಿಯಲ್ಲಿ ಎಲ್ಲರೂ ಕನ್ನಡದಲ್ಲೇ ಮಾತಾಡಿದ್ದರು. ನಾನು ಗಿರೀಶರು ಅಲ್ಲಿದ್ದಾರೆಂಬ ಕಾರಣಕ್ಕೆ ಭಾವುಕನಾಗಿದ್ದೆ. ವೈಚಾರಿಕ ಶ್ರೇಷ್ಠತೆ ಹಾಗೂ ನೈತಿಕ ದಿಟ್ಟತನದ ಕಳೆದುಹೋದ ಜಗತ್ತಿನ ಪ್ರತಿನಿಧಿಯಂತೆ, ಆತ್ಮಗೌರವ ತನ್ನೆಲ್ಲ ಸೊಬಗು ಮತ್ತು ಸೂಕ್ಷ್ಮತೆಯಲ್ಲಿ ಪ್ರಕಟಗೊಳ್ಳಬಹುದು ಎಂಬಂತೆ, ತನ್ನನ್ನು ತಾನು ವಿಷಪೂರಿತ ತೋಳ್ಬಲಕ್ಕೆ ಸೋಲದ ಜೀವದಂತೆ ಅವರು ಕಾಣಿಸಿಕೊಂಡಿದ್ದರು. ನನ್ನ ಕನ್ನಡ ಅಷ್ಟೇನೂ ಚೆನ್ನಾಗಿಲ್ಲದ ಕಾರಣ ನಾನು ಕೊಂಚ ಬೇಗನೇ ಅಲ್ಲಿಂದ ಹೊರಟೆ. ಅಂಥ ಸಭೆಯನ್ನು ನನಗೆ ಗೊತ್ತಿರುವ ದೆಹಲಿಯಲ್ಲೇನಾದರೂ ಇಟ್ಟುಕೊಂಡಿದ್ದರೆ, ಅದು ಇಂಗ್ಲಿಷಿನಲ್ಲೇ ನಡೆಯುತ್ತಿತ್ತು. ಮತ್ತು ಅದಕ್ಕೆ ಇಂಗ್ಲಿಷ್ ಬಲ್ಲವರೇ ಬರುತ್ತಿದ್ದರು. ನಾನೀಗ ವಾಸಿಸುವ ಅಲಹಾಬಾದಿನಲ್ಲೇನಾದರೂ ಅದು ನಡೆದಿದ್ದರೆ ಹಿಂದಿಯಲ್ಲೇ ನಡೆಯುತ್ತಿತ್ತು. ಆದರೆ ಹಿಂದುತ್ವದ ಕೆಂಗಣ್ಣಿಗೆ ಗುರಿಯಾಗಿರುವ ವ್ಯಕ್ತಿಯ ಕುರಿತು ಒಂದು ಸಂಸ್ಮರಣಾ ಸಭೆಯನ್ನು ನಡೆಸುವ ಬಗ್ಗೆ ಯೋಚಿಸುವುದೇ ಸಾಧ್ಯವಾಗುತ್ತಿರಲಿಲ್ಲ. ಹಣೆಗೆ ಆಳುವ ಪಕ್ಷದ ರಂಗಿನ ಪಟ್ಟಿ ಕಟ್ಟಿಕೊಂಡವರ ಗುಂಪು ಅದನ್ನು ದಮನ ಮಾಡುತ್ತಿತ್ತು. ಮಹಾನಗರದ ಇಂಗ್ಲಿಷ್ ಸಾಧ್ಯತೆ ಮತ್ತು ಪುಟ್ಟ ಪಟ್ಟಣಗಳ ಪ್ರಾದೇಶಿಕ ಭಾಷೆಯ ಅಸಾಧ್ಯತೆಯ ನಡುವೆ ದ್ವಿಭಾಷಾ ಭಾರತದ ಕತೆಯೊಂದು ಹೇಳಿಸಿಕೊಳ್ಳಲು ಕಾಯುತ್ತಿದೆ.

ದ್ವಿಭಾಷೆಯ ಹಣೆಬರಹದ ಕುರಿತು ಕಾಲಕಾಲಕ್ಕೆ ಅನೇಕ ಪಂಡಿತರು ಬರೆದದ್ದುಂಟು. ಗಿರೀಶ್ ಕಾರ್ನಾಡರ ಎಂಬತ್ತನೇ ಹುಟ್ಟುಹಬ್ಬದ ಸಂದರ್ಭದಲ್ಲಿ ಅವರ ಬಹುಭಾಷಾ ಪಾಂಡಿತ್ಯದ ಕುರಿತು ರಾಮಚಂದ್ರ ಗುಹಾ ಉಲ್ಲೇಖಿಸಿದ್ದರು. ತಮ್ಮ ಕನ್ನಡ ನಾಟಕದ ಮರಾಠಿ ಅನುವಾದವನ್ನು ಅವರು ತಿದ್ದುತ್ತಿದ್ದುದನ್ನು ನೆನಪಿಸಿಕೊಂಡಿದ್ದರು. ಈ ಬಗ್ಗೆ ಕಾರ್ನಾಡರ ಕುರಿತ ವಾದ ಸರಳವಾಗಿದೆ; ಕಾರ್ನಾಡರ ಅಸಾಧ್ಯ ಪ್ರತಿಭೆಗೆ ಅವರು ಹಲವು ಭಾಷೆಗಳಿಗೆ, ಸಂಸ್ಕೃತಿಗಳಿಗೆ ತಮ್ಮನ್ನು ಒಡ್ಡಿಕೊಂಡದ್ದೇ ಕಾರಣ. ಕಾರ್ನಾಡರು ಬಹುಸಂಸ್ಕೃತಿಗಳಿಗೆ, ಪುರಾಣಕ್ಕೆ, ಜನಪದಕ್ಕೆ, ಜನಪ್ರಿಯವಾದದ್ದಕ್ಕೆ, ಪ್ರಾದೇಶಿಕವಾದದ್ದಕ್ಕೆ, ಪರದೇಶದ್ದಕ್ಕೆ ತಮ್ಮನ್ನು ತೆರೆದುಕೊಂಡರು. ಯಯಾತಿಯಾದರೂ ಸರಿಯೇ, ಹಯವದನನಾದರೂ ಸರಿಯೇ. ನೈತಿಕತೆಯ ಹರಿಕಾರರು ಸಂಸ್ಕೃತಿಯ ಪರಿಶುದ್ಧತೆಯ ಹೆಸರಲ್ಲಿ ಅನೈತಿಕತೆಯನ್ನು ಇವೆಲ್ಲ ಬಿತ್ತಿಬೆಳೆಯುತ್ತದೆ ಎಂದು ಆಕ್ಷೇಪಿಸುತ್ತಿದ್ದದ್ದು ಕೂಡ

ಅದೇ ಕಾರಣಕ್ಕೆ, ಕ್ರಿಯಾಶೀಲತೆ ಯಾವತ್ತೂ ಪರಿಣಾಮಕಾರಿ. ಅರವತ್ತರ ದಶಕದಲ್ಲಿ ನೆಹರೂವನ್ನು ತುಘಲಕ್ ಥರ ಬಿಂಬಿಸಿದ ಸಂದರ್ಭದಲ್ಲಿ ಅರ್ಬನ್ ನಕ್ಸಲ್ ಎಂಬ ಮಾತು ಎಲ್ಲರ ಗಮನ ಸೆಳೆಯಿತು ಅನ್ನುವುದೇ ಒಂದು ವ್ಯಂಗ್ಯ. ಈ ಸಂಸ್ಕೃತಿ ವಕ್ತಾರರ ಕಾಲದಲ್ಲಿ ನೆಹರೂ ಕಾಣೆಯಾಗಿದ್ದಾರೆ ಅಷ್ಟೇ.

ಇದನ್ನು ಇನ್ನೂ ವಿಸ್ತಾರವಾಗಿಸಬಹುದು. ಸ್ವಾತಂತ್ರ್ಯ ಚಳವಳಿಯ ಅನೇಕ ನಾಯಕರು, ಗಾಂಧೀ, ನೆಹರೂ, ಅಂಬೇಡ್ಕರ್, ಅಜಾದ್, ಬೋಸ್- ಬಹುಭಾಷೆಗಳಲ್ಲಿ ಸರಾಗವಾಗಿ ವ್ಯವಹರಿಸಬಲ್ಲವರೇ ಆಗಿದ್ದರು. ಸಾವರ್ಕರ್ ಕೂಡ ಬಹುಭಾಷೆಗಳನ್ನು ಬಲ್ಲವರಾಗಿದ್ದರು. ಆದರೆ ಸ್ವಾತಂತ್ರ್ಯ ಹೋರಾಟದಲ್ಲಿ ಅವರ ಪಾತ್ರ ಅಷ್ಟೇನೂ ಇರಲಿಲ್ಲ. ಕ್ರಮೇಣ ನಮ್ಮ ರಾಜಕೀಯ ನಾಯಕತ್ವದಲ್ಲಿ ಬಹುಭಾಷಾ ಪಾಂಡಿತ್ಯ ಕುಸಿಯುತ್ತಾ ಬಂತೆನ್ನುವುದೂ ನಿಜವೇ. ಹೀಗೆ ಭಾಷಾಪಾಂಡಿತ್ಯ ನಶಿಸುತ್ತಾ ಹೋದ ಹಾಗೆ, ಭಾಷೆಯನ್ನು ಮೀರಿದ ಭಾಷೆಯಾಚೆಗಿನ ತೋಳುಬಲ ಮತ್ತು ದೇಹಬಲ ಮುನ್ನೆಲೆಗೆ ಬಂತು. ಇದಕ್ಕೂ ಕಾರ್ನಾಡರ ಕುರಿತ ನನ್ನ ಶ್ರದ್ಧಾಂಜಲಿಗೂ ಸಂಬಂಧವಿಲ್ಲ, ಆದರೆ ಈ ಎಲ್ಲಾ ಬೆಳವಣಿಗೆಗಳಿಂದ ನಮ್ಮ ರಾಜಕಾರಣಕ್ಕೆ ಏನೆಲ್ಲ ಆಯಿತು ಎಂದು ಸೂಚಿಸಲು ಹೇಳುತ್ತಿದ್ದೇನೆ.

ಲೇಖನದ ಆಯ್ದ ಭಾಗ । ಇಂಡಿಯನ್ ಎಕ್ಸ್‌ಪ್ರೆಸ್

ಅವರು ವ್ಯತ್ಯಯಗಳನ್ನು ಸಹಿಸುತ್ತಿರಲಿಲ್ಲ

ಜೋಗಿ

ರೋಡ್ಸ್ ಫೆಲೋಶಿಪ್ ಪಡೆದುಕೊಂಡ ಪ್ರತಿಭಾವಂತನೊಬ್ಬ ಭಾರತಕ್ಕೆ ಬರುತ್ತಿದ್ದಾನೆ. ಅವನ ಹೆಸರು ಗಿರೀಶ ಕಾರ್ನಾಡ. ಬಹುದೊಡ್ಡ ನಾಟಕಕಾರ!

ಹಾಗಂತ ಘೋಷಿಸಿದವರು ವೈಯನ್ಕೆ. ಗಿರೀಶ ಕಾರ್ನಾಡರು ಬೆಂಗಳೂರಿಗೆ ಕಾಲಿಡುವ ಮೊದಲೇ ಅವರ ಸ್ವಾಗತಕ್ಕೆ ಕನ್ನಡ ರಂಗಭೂಮಿಯನ್ನು ವೈಯನ್ಕೆ ಹದಗೊಳಿಸಿದ್ದರು. ಯಯಾತಿ ನಾಟಕ ಬರೆದು, ಮತ್ತೆ ಇಂಗ್ಲೆಂಡಿಗೆ ತೆರಳಿ, ಮರಳಿ ಭಾರತಕ್ಕೆ ಬಂದ ಗಿರೀಶ ಕಾರ್ನಾಡರನ್ನು ಕರ್ನಾಟಕ ತೆರೆದ ತೋಳುಗಳಿಂದ ಸ್ವಾಗತಿಸಿತ್ತು. ಅವರ ನಾಟಕಗಳು ಪ್ರದರ್ಶನಗೊಂಡವು. ಸಂಸ್ಕಾರ ಸಿನಿಮಾ ಅವರಿಗೋಸ್ಕರ ಕಾಯುತ್ತಿತ್ತು. ನಾಟಕಗಳಿಗಾಗಿ ರಂಗಭೂಮಿ ಹಂಬಲಿಸುತ್ತಿತ್ತು. ಇಂಗ್ಲಿಷ್ ನಾಟಕಗಳ ಪಾತ್ರಗಳು ಅವರನ್ನು ಕಾಯುತ್ತಿದ್ದವು. ಗಿರೀಶ ಕಾರ್ನಾಡರ ಜೊತೆಗೆ ಧಾರವಾಡದ ಮನೋಹರ ಗ್ರಂಥ ಮಾಲೆ, ಬಿ ವಿ ಕಾರಂತ, ಅನಂತಮೂರ್ತಿ, ವೈಯನ್ಕೆ- ಮುಂತಾದವರು ಕೈ ಜೋಡಿಸಿದ್ದರು.

ಕಾರ್ನಾಡರು ಕನ್ನಡ ಸಾಹಿತ್ಯ, ಸಿನಿಮಾ, ರಂಗಭೂಮಿಯನ್ನು ಹೀಗೆ ಅದ್ದೂರಿ ಸ್ವಾಗತದೊಂದಿಗೆ ಪ್ರವೇಶಿಸಿದರು. ನವ್ಯ ಸಾಹಿತ್ಯದ ಫಲಭರಿತ ನೆಲದಲ್ಲಿ ಅವರು ನಾಟಕಗಳನ್ನು ಬಿತ್ತಿದರು. ಕನ್ನಡ ನಾಟಕಗಳು ರಾಷ್ಟ್ರಮಟ್ಟದಲ್ಲಿ ಪ್ರಸಿದ್ಧವಾಗುವಂತೆ ಮಾಡಿದರು. ಕನ್ನಡ ಚಿತ್ರರಂಗಕ್ಕೆ ಅದ್ವಿತೀಯ ಸಿನಿಮಾಗಳನ್ನು ಕೊಟ್ಟರು. ಕನ್ನಡದ ಮಹತ್ವದ ಕೃತಿಗಳನ್ನು ಸಿನಿಮಾ ಮಾಡಿದರು. ಸಿನಿಮಾಗಳಲ್ಲಿ ನಟಿಸಿದರು. ಸಮಕಾಲೀನ ಸಂಗತಿಗಳಿಗೆ ಸ್ಪಂದಿಸಿದರು. ವಾದಿಸಿದರು, ವಿವಾದಿತರೆಂದು ಖ್ಯಾತರಾದರು. ಜಗತ್ತು ಸುತ್ತಾಡಿದರು. ಚರಿತ್ರೆಯ ಪಾತ್ರಗಳನ್ನು ವರ್ತಮಾನಕ್ಕೆ ತಂದರು. ಪುರಾಣದ ಪಾತ್ರಗಳಿಗೆ ಹೊಸ ಅರ್ಥ ಕೊಟ್ಟರು. ಕರ್ನಾಟಕದ ಮೂರು

ಮುಖ್ಯ ಚಾರಿತ್ರಿಕ ಘಟನೆಗಳಾದ ಟಿಪ್ಪುಸುಲ್ತಾನ್ ಆಳ್ವಿಕೆ, ಕಲ್ಯಾಣದ ಕ್ರಾಂತಿ ಮತ್ತು ವಿಜಯನಗರದ ಪತನವನ್ನು ನಾಟಕಗಳಲ್ಲಿ ಮರುಸೃಷ್ಟಿಸಿದರು.

ಅಷ್ಟಾಗಿಯೂ ಅವರು ಅನಾಮಿಕರಾಗಿಯೇ ಉಳಿದರು. ನಿಗೂಢ ಮನುಷ್ಯ ಎಂದೇ ಕರೆಸಿಕೊಂಡರು. ಇವತ್ತಿಗೂ ಕಾರ್ನಾಡರ ಕುಟುಂಬದ ವಿವರಗಳಾಗಲೀ, ಅವರ ಖಾಸಗಿ ಜೀವನವಾಗಲೀ ಇಡಿಯಾಗಿ ಕನ್ನಡನಾಡಿಗೆ ಗೊತ್ತಿಲ್ಲ. ಅವರ ನಾಟಕಗಳನ್ನು ನೋಡಿದವರ ಸಂಖ್ಯೆಯೂ ಹೆಚ್ಚೇನಿಲ್ಲ. ಅವರನ್ನು ಓದಿದವರು ಕೂಡ ಕಡಿಮೆ ಮಂದಿ. ಆದರೆ ಅವರ ಚಿಂತನೆಗಳೂ ವಿಚಾರಗಳೂ ಇಡೀ ಕರ್ನಾಟಕಕ್ಕೆ ಗೊತ್ತು.

ಕಾರ್ನಾಡರು ಶಿಸ್ತಿನ ವ್ಯಕ್ತಿ. ಅವರಿಗೆ ದ್ವಂದ್ವಗಳೇ ಇರಲಿಲ್ಲ. ಅವರ ವಿಚಾರದಲ್ಲಿ ಸ್ಪಷ್ಟತೆಯಿತ್ತು. ಯಾವತ್ತೂ ಅವರು ತಮ್ಮ ಮಾತನ್ನು ಹಿಂದೆಗೆದುಕೊಂಡವರಲ್ಲ. ಆಗೊಂದು ಈಗೊಂದು ಮಾತು ಆಡಿದವರಲ್ಲ. ಕರೆದಲ್ಲಿಗೆಲ್ಲ ಹೋದವರೂ ಅಲ್ಲ. ಜ್ಞಾನಪೀಠ ಪ್ರಶಸ್ತಿ ಪುರಸ್ಕೃತ ಗಿರೀಶ ಕಾರ್ನಾಡ ಎಂದು ಬರೆದರೆ ಅವರಿಗೆ ಕಿರಿಕಿರಿ ಆಗುತ್ತಿತ್ತು. ಅದರ ಭಾರವನ್ನು ನನ್ನ ತಲೆಯ ಮೇಲೆ ಯಾಕೆ ಸದಾ ಹೊರಿಸುತ್ತೀರಿ ಅಂತ ಕೇಳುತ್ತಿದ್ದರು. ಸಂದರ್ಶನ ಕೊಡಿ ಅಂದರೆ ನಿರಾಕರಿಸುತ್ತಿದ್ದರು. ನಾನು ಹೇಳುವುದನ್ನೆಲ್ಲ ಕೃತಿಯಲ್ಲಿ ಹೇಳಿದ್ದೇನೆ, ಪುಸ್ತಕ ಓದಿ ಎನ್ನುತ್ತಿದ್ದರು. ಸನ್ಮಾನಗಳನ್ನು ಸ್ವೀಕರಿಸುತ್ತಲೇ ಇರಲಿಲ್ಲ. ಲೇಖಕನಿಗೆ ಅನಾಮಿಕತೆ ಮತ್ತು ಏಕಾಂತವೇ ಮುಖ್ಯ ಎಂದು ಹೇಳಿದರು, ಅಂತೆಯೇ ಇದ್ದರು.

ಆದರೆ ಲೇಖಕನಾಗಿ ಅವರು ಪ್ರದರ್ಶಿಸುತ್ತಿದ್ದ ಕೌಶಲ ಮಾತ್ರ ಅದ್ವಿತೀಯ. ತಮ್ಮ ನಾಟಕಗಳನ್ನು ಅವರು ಪದೇ ಪದೇ ತಿದ್ದುತ್ತಿದ್ದರು. ಎರಡನೇ ಮುದ್ರಣದ

ಹೊತ್ತಿಗೆ ಬದಲಾಯಿಸುತ್ತಿದ್ದರು. ಹೆಚ್ಚು ಸಂಗತಿಗಳನ್ನು ಕಡಿಮೆ ಪದಗಳಲ್ಲಿ ಹೇಳುವುದು ಹೇಗೆಂದು ಹುಡುಕಾಡುತ್ತಿದ್ದರು. ಒಬ್ಬ ಲೇಖಕ ಒಂದು ಪ್ರಕಾರಕ್ಕೆ ನಿಷ್ಠನಾಗಿರಬೇಕು ಅಂತ ನಿರ್ಧರಿಸಿದವರಂತೆ ಅವರು ಕೇವಲ ನಾಟಕಗಳನ್ನು ಮಾತ್ರವೇ ಬರೆದರು. ಅದರಾಚೆಗೆ ಅವರು ಸಾಂದರ್ಭಿಕವಾಗಿ ಬರೆದ ಲೇಖನಗಳ ಸಂಗ್ರಹ ಮತ್ತು ಆತ್ಮಕತೆ ಬಿಟ್ಟರೆ ಮತ್ತೇನೂ ಅವರು ರಚಿಸಲಿಲ್ಲ. ಅಷ್ಟರ ಮಟ್ಟಿಗೆ ಅವರು ತಮ್ಮನ್ನು ನಾಟಕಗಳಿಗೆ ಒಪ್ಪಿಸಿಕೊಂಡುಬಿಟ್ಟಿದ್ದರು.

ಕಾರ್ನಾಡರು ನಗರ ಪ್ರಜ್ಞೆಯ ಲೇಖಕ. ಆಕ್ಸ್‌ಫರ್ಡ್, ಮುಂಬಯಿ, ಬೆಂಗಳೂರು– ಹೀಗೆ ಹೆಚ್ಚು ಕಾಲ ಅವರು ಮಹಾನಗರಗಳಲ್ಲೇ ಇದ್ದವರು. ಬದಲಾವಣೆಯನ್ನು ಒಪ್ಪಿಕೊಂಡು ಅದಕ್ಕೆ ಸದಾ ತೆರೆದುಕೊಂಡೇ ಇದ್ದ ಕಾರ್ನಾಡರ ಪ್ರತಿಭೆಯನ್ನು ಇಡೀ ಭಾರತವೇ ಒಪ್ಪಿಕೊಂಡಿತ್ತು. ಅವರ ನಾಟಕಗಳು ಹಲವಾರು ಭಾಷೆಗಳಿಗೆ ಅನುವಾದಗೊಂಡಿದ್ದವು. ತುಘಲಕ್ ನಾಟಕ ಸಾವಿರಾರು ಪ್ರದರ್ಶನಗಳನ್ನು ವಿವಿಧ ಭಾಷೆಗಳಲ್ಲಿ ಕಂಡಿದೆ. ನಮ್ಮ ಕಾಲದ ಅತ್ಯುತ್ತಮ ರಾಜಕೀಯ ಕಾಮೆಂಟರಿ ಎಂದು ಕರೆಸಿಕೊಂಡಿದೆ. ಸರ್ವಾಧಿಕಾರದ ವಿರುದ್ಧ ಎತ್ತಿದ ಅತ್ಯಂತ ಗಟ್ಟಿಯಾದ ದನಿ ಎಂದು ಮೆಚ್ಚುಗೆ ಗಳಿಸಿದೆ.

ತಮ್ಮ ವಿಚಾರಗಳ ಮೂಲಕ ಕಾರ್ನಾಡರು ಮೆಚ್ಚುಗೆಗೆ ಪಾತ್ರರಾದಷ್ಟೇ ಆಕ್ರೋಶಕ್ಕೂ ಗುರಿಯಾಗಿದ್ದಿದೆ. ಅವರ ಹೇಳಿಕೆಗಳನ್ನು ಖಂಡಿಸುವವರ ಸಂಖ್ಯೆಯೂ ಇತ್ತು. ಆದರೆ ಅವರು ಯಾವತ್ತೂ ತಮ್ಮ ಹೇಳಿಕೆಗಳನ್ನು ಹಿಂಪಡೆದುಕೊಂಡವರಲ್ಲ. ಕರ್ನಾಟಕ ಮಾತ್ರವಲ್ಲ, ಇಡೀ ಭಾರತವೇ ಅತಿ ಹೆಚ್ಚು ಅಪಾರ್ಥ ಮಾಡಿಕೊಂಡ – 'ಮೋಸ್ಟ್ ಮಿಸ್‌ಅಂಡರ್‌ಸ್ಟುಡ್' ವಿಚಾರವಾದಿ ಗಿರೀಶ್ ಕಾರ್ನಾಡ್. ವಿ ಎಸ್ ನೈಪಾಲ್ ಕುರಿತ ಹೇಳಿಕೆ, ರವೀಂದ್ರನಾಥ ಟಾಗೋರರ ನಾಟಕಗಳ ಬಗ್ಗೆ ಆಡಿದ ಮಾತು, ಎಂ ಎಫ್ ಹುಸೇನ್‌ರನ್ನು ಸಮರ್ಥಿಸಿಕೊಂಡದ್ದು, ಕೋಮುವಾದದ ವಿರುದ್ಧ ದನಿಯೆತ್ತಿದ್ದು, ನಗರ ನಕ್ಸಲ್ ಎಂದು ಘೋಷಿಸಿಕೊಂಡದ್ದು –ಹೀಗೆ ಅವರನ್ನು ವಿವಾದಕ್ಕೆ ದೂಡಿದ ಘಟನೆಗಳು ಹತ್ತಾರು.

ಇಂದಿಗೂ ಬೆಂಗಳೂರಿನ ರಂಗಶಂಕರದಲ್ಲಿ ನಾಟಕ ನೋಡಲು ಹೋದರೆ ನಾಟಕದ ಮೊದಲು ಪ್ರೇಕ್ಷಕರನ್ನು ಎಚ್ಚರಿಸುವುದು 'ಪ್ರದರ್ಶನದಲ್ಲಿ ವ್ಯತ್ಯಯ ಬರದಂತೆ ನಿಮ್ಮ ಮೊಬೈಲುಗಳನ್ನು ಬಂದ್ ಮಾಡಿ' ಅನ್ನುವ ಗಿರೀಶ ಕಾರ್ನಾಡರ ಸ್ಪಷ್ಟ, ನಿಖರ ಮತ್ತು ಆಜ್ಞಾಪಿಸುವ ಧಾಟಿಯ ಧ್ವನಿ.

ಅದು ಅವರ ಒಟ್ಟಾರೆ ನಿಲುವಿನ ಧ್ವನಿಯೂ ಹೌದು. ಅವರು ವ್ಯತ್ಯಯಗಳನ್ನೆಂದೂ ಸಹಿಸಿಕೊಂಡವರಲ್ಲ.

ಸಂದರ್ಶನ

1

ಗಿರೀಶ್ ಕಾರ್ನಾಡ್ – ರಾಮಚಂದ್ರ ಶರ್ಮ

ನಿಮ್ಮ ಅಭಿವ್ಯಕ್ತಿ ಮಾಧ್ಯಮವನ್ನಾಗಿ ರಂಗಭೂಮಿಯನ್ನು ಆರಿಸಿಕೊಂಡಿದ್ದು ಯಾಕೆ? ಫಿಕ್ಷನ್ ಬರವಣಿಗೆ ಯಾಕೆ ಆರಿಸಿಕೊಳ್ಳಲಿಲ್ಲ..?

- **ಕಾರ್ನಾಡ್**

ನಾನು ಬಾಲ್ಯ ಕಳೆದಿದ್ದು ಶಿರಸಿಯಲ್ಲಿ. ಆಗೆಲ್ಲಾ ಮರಾಠಿ ನಾಟಕ ಕಂಪನಿಗಳು ಹುಬ್ಬಳ್ಳಿ, ಗದಗದ ಕಡೆಗೆಲ್ಲಾ ಬರುತ್ತಿದ್ದವು. ನಮ್ಮ ತಾಯಿ ಆಗ ಬಾಲಗಂಧರ್ವರನ್ನೆಲ್ಲಾ ನೋಡಿದ್ದರು. ಶಿರಸಿಯಲ್ಲೇ ಅನೇಕ ಕನ್ನಡ ನಾಟಕ ಕಂಪನಿಗಳ ನಾಟಕಗಳನ್ನೂ ನೋಡಿದ್ದೆ. ಗೋಕಾಕ್, ಜಮಖಂಡಿ, ಸಿದ್ದಾಪುರದ ಜಯಕರ್ನಾಟಕ ನಾಟಕ ಕಂಪನಿಗಳೆಲ್ಲಾ ಇದ್ದವು. ನನ್ನ ತಂದೆ ಸರ್ಕಾರಿ ವೈದ್ಯರಾಗಿದ್ದರು. ಹಾಗಾಗಿ ಅವರಿಗೆ ಪಾಸ್ ಸಿಗುತ್ತಿತ್ತು. ಇಡೀ ಕುಟುಂಬ ನಾಟಕ ನೋಡಬಹುದಾಗಿತ್ತು. ನಾವು ಒಂದರಹಿಂದೊಂದು ನಾಟಕಗಳನ್ನು ನೋಡುತ್ತಾ ಹೋದೆವು. ಆ ನಾಟಕಗಳು ನನ್ನಲ್ಲಿ ಸ್ಫೂರ್ತಿ ತುಂಬಿದವು.

1951–52ರಲ್ಲಿ ನಾನು ಶಿರಸಿಯಲ್ಲಿದ್ದಾಗ ಅಲ್ಲಿ ವಿದ್ಯುತ್ ಇರಲಿಲ್ಲ. ರಾತ್ರಿ ಎಂಟೂವರೆ ಹೊತ್ತಿಗೆಲ್ಲಾ ಎಲ್ಲರೂ ನಿದ್ದೆ ಹೋಗುತ್ತಿದ್ದರು. 9 ಗಂಟೆ ಅಂದ್ರೆ ಮಧ್ಯರಾತ್ರಿ. ಬೆಳಿಗ್ಗೆ 5–6 ಗಂಟೆಗೆಲ್ಲಾ ಎಲ್ಲರ ದಿನ ಆರಂಭವಾಗುತ್ತಿತ್ತು. ಆಗ ನಾಟಕ ಹೊರತಾಗಿ ಇದ್ದ ಒಂದೇ ಒಂದು ಮನರಂಜನೆ ಎಂದರೆ ಕತೆ ಹೇಳುವುದು. ಎಲ್ಲರೂ ಕತೆ ಹೇಳುತ್ತಿದ್ದರು. ಗೃಹಿಣಿಯರು ಪರಸ್ಪರ ಕತೆ ಹೇಳಿಕೊಳ್ಳುತ್ತಿದ್ದರು.

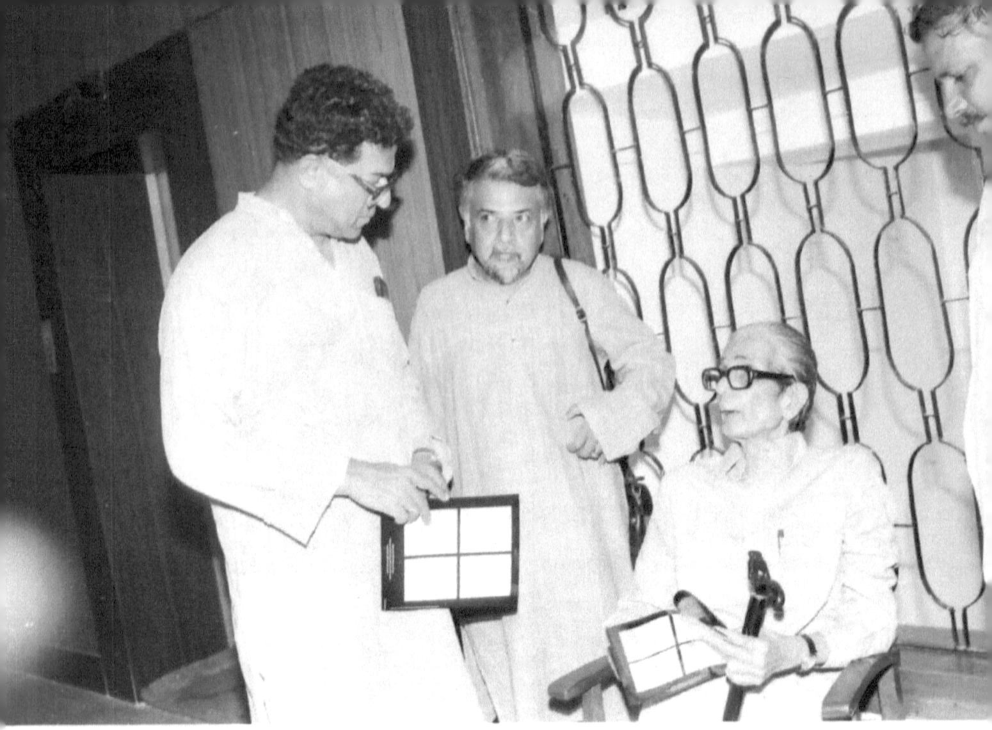

ಕ್ಲಾಸ್‌ನಲ್ಲಿ ಹುಡುಗರು ಒಬ್ಬರು ಮತ್ತೊಬ್ಬರಿಗೆ ಕತೆ ಹೇಳುತ್ತಿದ್ದರು. ಶಿಕ್ಷಕರು ಬರದಿದ್ದರೆ ನಾವೇ ಗುಂಪು ಕಟ್ಟಿಕೊಂಡು ಕತೆ ಹೇಳುತ್ತಿದ್ದೆವು. ಅದೊಂದು ಅದ್ಭುತ ಅನುಭವವಾಗಿತ್ತು. ಹೀಗೆ ಕತೆ ಹೇಳುವ, ಕತೆ ಕೇಳುವ ವಾತಾವರಣದಲ್ಲಿ ನಾನು ಬೆಳೆದು ಬಂದೆ.

● **ಶರ್ಮ**

ನಾನು ನಿಮ್ಮನ್ನು ಆಕ್ಸ್‌ಫರ್ಡ್‌ನಲ್ಲಿ ಭೇಟಿ ಮಾಡಿದ್ದೆ. ಆಗೆಲ್ಲಾ ಇಂಗ್ಲಿಷ್ ನಿಮ್ಮ ಬದುಕಾಗಿತ್ತು. 40 ವರ್ಷದ ಹಿಂದೆ ನೀವು ಇಂಗ್ಲಿಷಿನಲ್ಲಿ ಕಾವ್ಯ ರಚನೆ ಕೂಡ ಮಾಡಿದ್ರಿ. ನಾವು ಬೆಂಗಳೂರಿನಲ್ಲಿ ಸೇರಿ ಪದ್ಯಗಳನ್ನು ಓದಿದ್ದ ನನಗೆ ನೆನಪಿದೆ. ಅಲ್ಲದೇ ನೀವು ನಿಮ್ಮ ಎಲ್ಲಾ ನಾಟಕಗಳನ್ನು ಇಂಗ್ಲಿಷಿಗೆ ಅನುವಾದ ಮಾಡಿದ್ರಿ. ಅಷ್ಟೆಲ್ಲಾ ಇಂಗ್ಲಿಷ್ ಸಹವಾಸ ಇದ್ದೂ ನೀವು ಬರವಣಿಗೆಗೆ ಕನ್ನಡವನ್ನು ಆರಿಸಿಕೊಂಡಿರಿ. ಇಂಗ್ಲಿಷನ್ನು ಬಿಟ್ಟುಬಿಟ್ಟಿರಿ. ಏನು ಕಾರಣ?

● **ಕಾರ್ನಾಡ್**

ನಾನು ಕಾಲೇಜು ದಿನಗಳಲ್ಲಿ ಇಂಗ್ಲಿಷ್ ಭಾಷೆಯ ಕವಿಯಾಗಬೇಕು ಅಂದುಕೊಂಡಿದ್ದೆ. ಇಂಗ್ಲಿಷ್ ಪದ್ಯಗಳನ್ನು ಬರೆಯುತ್ತಿದ್ದೆ. ಆ ನಿಟ್ಟಿನಲ್ಲಿ

ತಯಾರಿ ಮಾಡಿಕೊಂಡಿದ್ದೆ. ಇಂಗ್ಲಿಷ್‌ನಲ್ಲೇ ಬರೆಯುತ್ತಿದ್ದೆ. ಇಂಗ್ಲಿಷ್ ಕವಿಗಳ ರಚನೆಗಳನ್ನು ಓದುತ್ತಿದ್ದೆ. ಇಂಗ್ಲೆಂಡಿಗೆ ಹೋಗಿ ಅಲ್ಲೇ ಸೆಟಲ್ ಆಗಿ ಎಲಿಯಟ್, ಆಡೆನ್ ಇನ್ನಿತರರ ಥರ ಇಂಗ್ಲಿಷ್ ಕವಿಯಾಗಬೇಕು ಅಂತ ಬಯಸಿದ್ದೆ. ನಾನು ಇಂಗ್ಲೆಂಡ್‌ಗೆ ಹೊರಟಾಗ ಈ ಎಲ್ಲಾ ಗೊಂದಲಗಳಿದ್ದವು ಮನಸ್ಸಲ್ಲಿ. ಆಗ ಇಂಗ್ಲೆಂಡಿಗೆ ಹೋಗುವುದು ಸುಲಭವಾಗಿರಲಿಲ್ಲ. ನಿಮಗೆ ಗೊತ್ತಿದೆ. ಒಂದು ಸಲ ಅಲ್ಲಿಗೆ ಹೋದರೆ ವರ್ಷಗಟ್ಟಲೆ ವಾಪಸ್ ಬರಲಾಗುತ್ತಿರಲಿಲ್ಲ. ನಾನು ಮೊದಲ ಸಲ ಹೋದವನು ಮರಳಿ ಬಂದಿದ್ದು ಮೂರು ವರ್ಷದ ನಂತರವೇ. ಕುಟುಂಬಸ್ಥರು ಆತಂಕದಲ್ಲಿದ್ದರು. ನಾನು ವಾಪಸ್ ಬರುತ್ತೇನೋ ಅಥವಾ ಅಲ್ಲೇ ಸೆಟಲ್ ಆಗುತ್ತೇನೋ ಅಥವಾ ಇಂಗ್ಲಿಷ್ ಹುಡುಗಿಯನ್ನು ಕಟ್ಟಿಕೊಂಡು ಅಲ್ಲೇ ಉಳಿದುಬಿಡುತ್ತಾನೋ ಅಂತೆಲ್ಲಾ. ಈ ಎಲ್ಲಾ ಸಮಸ್ಯೆಗಳು ಅವರನ್ನು ಬಾಧಿಸುತ್ತಿತ್ತು. ನನಗೂ ಅದರಿಂದ ತೊಂದರೆಯಾಗುತ್ತಿತ್ತು. ಅದೇ ಆತಂಕದಲ್ಲಿ ನಾನು ನನ್ನ ಮೊದಲ ನಾಟಕ ಯಯಾತಿ ಬರೆದೆ. ಕನ್ನಡದಲ್ಲಿ ಬರೆದೆ ನಾನು ಅದನ್ನು. ಬರೆಯುವಾಗ ಅಕ್ಷರಗಳು ಕನ್ನಡದಲ್ಲಿ ಮೂಡುತ್ತಿದ್ದವು. ನಾಟಕದ ಪಾತ್ರಗಳು ಕನ್ನಡದಲ್ಲೇ ಮಾತನಾಡುತ್ತಿದ್ದವು. ನಾನು ಟೈಪಿಸ್ಟ್ ಥರ ಬರೆಯುತ್ತಲೇ ಹೋದೆ. ತಕ್ಷಣ ನನಗೆ ನನ್ನ ಬರಹದ ಭಾಷೆ ಕನ್ನಡ ಅಂತ ಬಲವಾಗಿ ಅನ್ನಿಸತೊಡಗಿತು. ಭಾಷೆಯೇ ನನ್ನಿಂದ ಆ ನಾಟಕವನ್ನು ಬರೆಸಿತು. ಜತೆಗೆ ನನ್ನ ಪ್ರಕಾರವೂ ನಾಟಕ ಎಂದು ಆಗ ಅನ್ನಿಸಿತು. ಹಾಗಾಗಿ ನಾಟಕವನ್ನು ಆರಿಸಿಕೊಂಡೆ.

- **ಶರ್ಮ**

ಇಂಗ್ಲಿಷ್ ಕಾವ್ಯ ಪ್ರಕಾರದಲ್ಲೂ ನಿಮ್ಮ ಕೈ ಚಳಕ ಇದೆ. ನೀವು ಇಂಗ್ಲಿಷ್ ಕವಿಯಾಗಲು ಯತ್ನಿಸಿದ್ರಿ..

- **ಕಾರ್ನಾಡ್**

ಇಲ್ಲ ಇಲ್ಲ. ನೀವು ಇಂಗ್ಲಿಷ್ ಕವಿಯಾಗಿದ್ರಿ. ನಾನಲ್ಲ. ಆಗ ನಾನು ಬರೆದ ಕವನಗಳು ನನ್ನ ಕೊನೆಯ ಪ್ರಯತ್ನಗಳು.

- **ಶರ್ಮ**

ನೀವು ನಾಟಕಗಳನ್ನು ಮತ್ತೆ ಮತ್ತೆ ತಿದ್ದುತ್ತೀರಿ. ನಾಟಕದ ವಿಚಾರದಲ್ಲಿ ನೀವು ಪರ್ಫೆಕ್ಷನಿಸ್ಟ್ ಅಂತ ಅನ್ನಿಸತ್ತಾ..

- **ಕಾರ್ನಾಡ್**

ಕರ್ನಾಟಕ ಯೂನಿವರ್ಸಿಟಿಯಲ್ಲಿ ಕೆ ಜೆ ಷಹಾ ಅಂತ ಪ್ರೊಫೆಸರ್ ಇದ್ದರು. ತತ್ವಜ್ಞಾನ ಬೋಧಿಸುತ್ತಿದ್ದರು. ನಾವು ಅವರು ಪದ್ಯಗಳನ್ನು ತೋರಿಸಿದರೆ ನೀನೇ

ಮತ್ತೊಮ್ಮೆ ಓದಿಕೋ, ಇನ್ನು ಇಪ್ಪತ್ತೈದು ವರ್ಷಗಳ ನಂತರ ಇದಕ್ಕೆ ಬೆಲೆ ಇರುತ್ತಾ ಅಂತ ನಿನ್ನನ್ನೇ ಕೇಳಿಕೋ. ಬೆಲೆ ಇಲ್ಲ ಅನ್ನಿಸಿದರೆ ಬೆಲೆ ಇಲ್ಲ ಅಷ್ಟೇ ಎನ್ನುತ್ತಿದ್ದರು. ಇದನ್ನು ನನಗೆ ಅರ್ಥ ಮಾಡಿಸಿದವರಲ್ಲಿ ಮತ್ತೊಬ್ಬರು ರಾಮಾನುಜನ್. ಬೆಸ್ಟ್ ಮಾತ್ರ ಇರಬೇಕು ಎನ್ನುತ್ತಿದ್ದರು. ಅದೇ ಕಾರಣಕ್ಕೆ ನಾನು ಯಯಾತಿ ನಾಟಕವನ್ನು ಇಂಗ್ಲಿಷಿಗೆ ಅನುವಾದ ಮಾಡಲಿಲ್ಲ.

ಹಾಗೆ ನೋಡಿದರೆ ನಾನು ಶ್ರೇಷ್ಠ ನಿರ್ದೇಶಕ ಅಂತ ನಂಗೇನೂ ಅನ್ಸಲ್ಲ. ಎಲಿಜಬೆತ್, ಬ್ಯಾಂಡಿಟ್ ಕ್ವೀನ್ ಸಿನಿಮಾಗಳನ್ನು ನೋಡಿದಾಗ ಶೇಖರ್ ಕಪೂರ್ ಮೇಲೆ ಅಭಿಮಾನ ಮೂಡಿತ್ತು. ಸತ್ಯಜಿತ್ ರೇ ಸಿನಿಮಾಗಳನ್ನು ನೋಡಿದಾಗ ಅವರೆಲ್ಲಾ ಎಷ್ಟೋ ಮೇಲೆ ಇದ್ದಾರೆ ಅನ್ನಿಸಿತ್ತು. ಅದೇ ಥರ ನಾನು ಅಂತಹ ಒಳ್ಳೆಯ ನಟನೂ ಅಲ್ಲ. ನಾಸಿರುದ್ದೀನ್ ಶಾ, ಓಂಪುರಿ, ಕುಲಭೂಷಣ ಕರಬಂಧ ಎಂತಹ ಒಳ್ಳೆಯ ನಟರು. ಹಾಗೆ ನೋಡಿದರೆ ಅವರು ನನ್ನ ವಿದ್ಯಾರ್ಥಿಗಳಾಗಿದ್ದವರು. ನಮ್ಮ ಕನಡಕ್ಕೆ ಬಂದರೆ ಅನಂತ್ ನಾಗ್. ಅವರೆಲ್ಲಾ ಟಾಪ್ ರೇಟೆಡ್ ಕಲಾವಿದರು. ಹಾಗಂತ ಬೇಸರವೇನಿಲ್ಲ. ನಾನು ನನ್ನ ಪಾತ್ರಗಳಿಗಾಗಿ ತುಂಬಾ ವರ್ಕ್ ಮಾಡುತ್ತಿದ್ದೆ. ನಟನೆ ಫನ್ ಆಗಿತ್ತು. ಅದರಿಂದ ನಾನು ದುಡ್ಡು ನೋಡಿದೆ. ನಾನು ಏನಾದರೂ ವಿಶೇಷ ಅನ್ನಿಸಿದರೆ ಅದು ನಾಟಕದಿಂದ ಮಾತ್ರ. ಹಾಗಾಗಿ ನಾನು ನಾಟಕಗಳ ಕಡೆಗೆ ಜಾಸ್ತಿ ಗಮನ ಹರಿಸಿದೆ.

ನನ್ನ ಬದುಕಿನ ಟರ್ನಿಂಗ್ ಪಾಯಿಂಟ್

ಕೆಲವು ವ್ಯಕ್ತಿಗಳು ನಮ್ಮ ಬದುಕಿನ ದಿಸೆಯನ್ನೇ ಬದಲಿಸಿಬಿಡುತ್ತಾರೆ. ನೀವು ಯಾರನ್ನೋ ಭೇಟಿ ಮಾಡಿ ಮಾತನಾಡಿದ ನಂತರ ನಿಮ್ಮ ಬದುಕಿನ ಪಥ ಬದಲಾಗುತ್ತದೆ. ನನ್ನ ಬದುಕಲ್ಲಿ ಅಂಥಾ ವ್ಯಕ್ತಿಗಳು ಜಿ ಬಿ ಜೋಶಿ ಮತ್ತು

ಕೀರ್ತಿನಾಥ ಕುರ್ತಕೋಟಿ. ಮನೋಹರ ಗ್ರಂಥಮಾಲ ಅಂಥಾ ಒಂದು ಸ್ಥಳ. ಆಗ ನಾನು ಇಂಗ್ಲೆಂಡಿಗೆ ಹೊರಡುವ ಮೊದಲು ನನ್ನ ಯಯಾತಿ ನಾಟಕ ಬರೆದಿದ್ದೆ. ಜಿ ಬಿ ಜೋಶಿಯವರಿಗೆ ತೋರಿಸಿದೆ. ಜೋಶಿಯವರು ಓದಿ ನನಗೆ ಕೊಟ್ಟು ಮೂರನೇ ಭಾಗದಲ್ಲಿ ಸ್ವರ್ಣಲತಾ ಮಾತುಗಳು ಬಹಳ ಚೆನ್ನಾಗಿತ್ತು ಎಂದು ಹೇಳಿದರು. ಬೇರೇನೂ ಹೇಳಲಿಲ್ಲ, ನನಗೆ ಏನು ಹೇಳಬೇಕು ಅಂತ ಗೊತ್ತಾಗಲಿಲ್ಲ. ನಾನು ಇಂಗ್ಲೆಂಡಿಗೆ ಹೊರಟುಬಿಟ್ಟೆ. ಹಲವು ತಿಂಗಳುಗಳ ನಂತರ ಕೀರ್ತಿನಾಥ ಕುರ್ತಕೋಟಿಯವರ ಪತ್ರ ಬಂತು ನನಗೆ. ಅವರು ಅದರಲ್ಲಿ ನಾನು ನಿನ್ನೆ ಜಿ ಬಿ ಜೋಶಿಯವರ ಹತ್ತಿರ ಮಾತನಾಡುತ್ತಿದ್ದಾಗ ನಿಮ್ಮ ನಾಟಕದ ಕುರಿತು ಮಾತು ಬಂತು. ಪುರಾಣ ಕತೆಯನ್ನು ಆರಿಸಿ ನೀವು ನಾಟಕ ಬರೆದಿದ್ದು ನಂಗೆ ಕುತೂಹಲ ಅನ್ನಿಸಿತು. ನೀವು ನನಗೆ ನಿಮ್ಮ ನಾಟಕದ ಪ್ರತಿಯನ್ನು ಕಳುಹಿಸಿಕೊಡಬಹುದೇ ಎಂದು ಬರೆದಿದ್ದರು. ನಾನು ಕಳುಹಿಸಿಕೊಟ್ಟೆ. ಅದನ್ನು ಓದಿದ ಅವರು ಇದು ತುಂಬಾ ಮೌಲಿಕ ಕೃತಿಯಾಗುವ ಸಾಮರ್ಥ್ಯ ಇರುವ ನಾಟಕ. ನಾನು ಸ್ವಲ್ಪ ಭಾಷೆ ಎಡಿಟ್ ಮಾಡಿ ಪ್ರಕಟಿಸುತ್ತೇವೆ ಎಂದರು ಮತ್ತು ಪ್ರಕಟಿಸಿಬಿಟ್ಟರು. ಅದನ್ನು ಓದಿ ಶ್ರೀರಂಗರು ಆ ನಾಟಕವನ್ನು ಗಂಭೀರವಾಗಿ ವಿಮರ್ಶಿಸಿದರು. ಅಟ್ಯಾಕ್ ಮಾಡಿದರು. ಅದೂ ಕೂಡ ನನಗೆ ಒಂದು ಮೆಚ್ಚುಗೆಯೇ. ಅಂಥಾ ದೊಡ್ಡ ನಾಟಕಕಾರ ಒಬ್ಬ ಹೊಸ ನಾಟಕಕಾರನ ನಾಟಕ ಓದಿ ವಿಮರ್ಶಿಸಿದ್ದು ಪ್ರಶಂಸೆಯೇ. ಆ ಸಂದರ್ಭದಲ್ಲಿ ನನಗೆ ವಾಪಸ್ ಬರಬೇಕು ಅಂತ ಬಲವಾಗಿ ಅನ್ನಿಸಿತು. ನಾನು ಕನ್ನಡದಲ್ಲೇ ಬರೆಯುವುದು ಅಂತ ನಿಶ್ಚಯವಾಗಿತ್ತು. ನನ್ನ

ಪುಸ್ತಕಗಳನ್ನು ಪ್ರಕಟಿಸುವವರು ಸಿಕ್ಕಿದ್ದರು. ಹಾಗಾಗಿ ಇಂಗ್ಲೆಂಡಿನಲ್ಲೇ ನೆಲೆಸುವ ನನ್ನ ಯೋಚನೆ ಬದಲಾಗಿತ್ತು. ನಿಜವಾಗಿಯೂ ಮನೋಹರ ಗ್ರಂಥಮಾಲ ನನ್ನ ಬದುಕಿನ ಟರ್ನಿಂಗ್ ಪಾಯಿಂಟ್ ಅಂತ ಹೇಳಬಹುದು. ನನ್ನ ಬದುಕಲ್ಲಿ ನನಗೆ ಗ್ರಂಥಮಾಲ ಸಿಕ್ಕಿದ್ದು ಅದೃಷ್ಟವೇ ಸರಿ. ರಾಮಾನುಜನ್ ಸಿಕ್ಕಿದರು. ವೈಎನ್‌ಕೆ ಇಲ್ಲೇ ಇದ್ದರು. ರಾಮಚಂದ್ರ ಶರ್ಮ ಮತ್ತಿತರರು ಇದ್ದರು. ಸ್ಫೂರ್ತಿಗೊಳಿಸುವಂತಹ ವಾತಾವರಣ ಇಲ್ಲಿತ್ತು.

ತುಘಲಕ್ ಬರೆದ ಸಂದರ್ಭ...

ಇಂಗ್ಲೆಂಡಿನಿಂದ ಬಂದ ಸಂದರ್ಭದಲ್ಲಿ ನಾನು ಕೀರ್ತಿನಾಥ ಕುರ್ತಕೋಟಿ ಬರೆದ ನಡೆದು ಬಂದ ದಾರಿ ಪುಸ್ತಕ ಓದಿದೆ. ಅದು ಕನ್ನಡ ಸಾಹಿತ್ಯ ಚರಿತ್ರೆಯ ಪುಸ್ತಕ. ಅದನ್ನು ನಾನು ಧರ್ಮ ಗ್ರಂಥದಂತೆ ಓದಿದ್ದೆ. ಅದರಲ್ಲಿ ಅವರು ಕನ್ನಡದಲ್ಲಿ ಒಳ್ಳೆಯ ಐತಿಹಾಸಿಕ ನಾಟಕಗಳು ಬಂದಿಲ್ಲ ಎಂದು ಬರೆದಿದ್ದರು. ಆಗ ನಾನು ಐತಿಹಾಸಿಕ ನಾಟಕ ಯಾಕೆ ಬರೆಯಬಾರದು ಎಂದು ಯೋಚಿಸಿದೆ. ಇತಿಹಾಸದ ಪಠ್ಯ ಪುಸ್ತಕ ತೆಗೆದುಕೊಂಡು ಓದಿದೆ. ಮೊಹೆಂಜೋದಾರೋದಿಂದ ಆರಂಭಿಸಿದೆ. ತುಘಲಕ್ ಓದಿದಾಗ ಅನ್ನಿಸಿತು ವಾವ್ ಎಂಥಾ ಸಬ್ಜೆಕ್ಟ್ ಇದು. ಹಾಗಾಗಿ ತುಘಲಕ್ ಬರೆದೆ.

ದೂರದರ್ಶನ, ಚಂದನ । ಬರಹ ರೂಪ: ರಾಜೇಶ್ ಶೆಟ್ಟಿ

ಸಂದರ್ಶನ

2

ಪ್ರಸನ್ನ – ಚಂದನ್‌ಗೌಡ

• ಚಂದನ್

ಕಾರ್ನಾಡರನ್ನು ನೀವು ತುಂಬಾ ಹತ್ತಿರದಿಂದ ನೋಡಿದ್ದೀರಿ. ಎಪ್ಪತ್ತರ ದಶಕದಿಂದ ಅವರ ಪರಿಚಯ ಇದೆ ನಿಮಗೆ. ನಿಮ್ಮ ಒಡನಾಟ ಹೇಗಿತ್ತು.

• ಪ್ರಸನ್ನ

ಕಾರ್ನಾಡರು ಎಪ್ಪತ್ತರ ದಶಕದ ಆರಂಭದಲ್ಲಿ ಬೆಂಗಳೂರಿಗೆ ಬಂದರು. ಅವರು ಬೆಂಗಳೂರಿಗೆ ಬರುವ ಮೊದಲೇ ಯಶಸ್ವಿ ನಾಟಕಕಾರರಾಗಿ ಪರಿಚಯವಾಗಿದ್ದರು. 1961ರಲ್ಲಿ ಅವರ ಮೊದಲ ನಾಟಕ ಯಯಾತಿ ಬಂದಿತ್ತು. 1964ರಲ್ಲಿ ತುಘಲಕ್ ಬಂತು. ತುಘಲಕ್ ಬಂದ ತಕ್ಷಣವೇ ಅದು ದೇಶಾದ್ಯಂತ ಹೆಸರು ಮಾಡಿತು. ಅದು ಬಂದ ವರ್ಷವೇ ಪ್ರಾಯಶಃ ದೆಹಲಿಯಲ್ಲಿ ಕನ್ನಡದಲ್ಲಿ ಅದರ ಪ್ರದರ್ಶನ ಆಯಿತು. ಎರಡು ವರ್ಷದ ನಂತರ ಹಿಂದಿಯಲ್ಲಿ ಪ್ರದರ್ಶನ ಆಯಿತು. ಹೀಗಾಗಿ ಅವರು ಬೆಂಗಳೂರಿಗೆ ಬರುವಾಗಲೇ ನಾಟಕ ರಂಗದ ಮತ್ತು ಸಾಹಿತ್ಯ ರಂಗದ ಸ್ಟಾರ್ ಆಗಿದ್ದರು. ಕಾರಂತರು ಬಯಲು ರಂಗಭೂಮಿ ಉತ್ಸವ ಅಂತ ಮಾಡಿದಾಗ ಆ ಉತ್ಸವದಲ್ಲಿ ಪ್ರದರ್ಶನಗೊಂಡ ಮೂರು ನಾಟಕಗಳಲ್ಲಿ ಎರಡು ನಾಟಕಗಳ ಪ್ರಧಾನ ಪಾತ್ರಧಾರಿಯಾಗಿ ಕಾರ್ನಾಡರನ್ನು ಆಯ್ಕೆ ಮಾಡಿದರು. ಈಡಿಪಸ್ ನಾಟಕದಲ್ಲಿ ಈಡಿಪಸ್ ಪಾತ್ರವನ್ನು ಮತ್ತು ಜೋಕುಮಾರಸ್ವಾಮಿಯಲ್ಲಿ ಗೌಡನ ಪಾತ್ರ ಮಾಡಿದ್ದರು ಗಿರೀಶರು. ಆಗ ನಾವಿನ್ನೂ ಹುಡುಗರು. ನಾನು ಎಂಎಸ್ಸಿ

ಮಾಡಿದ್ದೆ ಅಷ್ಟೆ. ಆ ಉತ್ಸವದಲ್ಲಿ ನಾನು ಕೆಲಸ ಮಾಡಿದ್ದೆ. ಬಹಳ ವಿಚಿತ್ರ ಅಂದ್ರೆ ಒಂದು ರೀತಿಯಲ್ಲಿ ಪ್ರತಿಭಟನೆಯ ಮೂಲಕವೇ ನಾವು ಅವರನ್ನು ಸ್ವಾಗತಿಸಿದೆವು. ಯಾಕೆಂದರೆ ಆ ಇಡೀ ಉತ್ಸವವನ್ನು ನಾವು ಕೆಲವರು ಯುವಕರು ಒಂದು ರೀತಿಯ ಭೂರ್ಜ್ವಾ ರಂಗಭೂಮಿ, ಹವ್ಯಾಸಿ ನಾಟಕ ರಂಗದೊಳಗೆ ಸ್ಟಾರ್‌ಡಮ್ ಅನ್ನು ತರುತ್ತಿದ್ದಾರೆ ಕಾರಂತರು ಅಂತ ಪರಿಭಾವಿಸಿ ಮುಕ್ತ ಅನ್ನುವ ಸಣ್ಣ ರಂಗಪತ್ರಿಕೆಯಲ್ಲಿ ನಾಟಕವನ್ನು ವಿಮರ್ಶೆ ಮಾಡಿ ಬರೆದಿದ್ದೆವು. ಆ ಪತ್ರಿಕೆ ನಾನೇ ನಡೆಸುತ್ತಿದ್ದೆ. ಅದೇನೇ ಇರಲಿ. ಆ ಉತ್ಸವ ಮಾತ್ರ ತುಂಬಾ ಚೆನ್ನಾಗಿ ಆಗಿತ್ತು. ಆ ಉತ್ಸವದಿಂದಾಗಿ ಕನ್ನಡ ರಂಗಭೂಮಿಗೆ ಬಹಳ ದೊಡ್ಡ ಚಲನಶೀಲತೆ ಸಾಧ್ಯವಾಯಿತು. ಆ ಉತ್ಸವದ ನಂತರದಲ್ಲಿ ತುಂಬಾ ನಾಟಕಗಳಾದುವು. ಕಾರಂತರು ಬಹಳ ಕೆಲಸ ಮಾಡಿದರು. ಅದಾದ ನಂತರ ನಾನು ರಾಷ್ಟ್ರೀಯ ನಾಟಕ ಶಾಲೆಗೆ ಹೋಗಿ ತರಬೇತಿಯನ್ನು ಪಡೆದೆ. ಗಿರೀಶರಿಗೂ ನನಗೂ ಅದೇ ರೀತಿಯ ಸಂಬಂಧ ಮುಂದುವರಿಯುತ್ತಾ ಬಂತು. ನಾನೂ ಗಿರೀಶೂ ತುಂಬಾ ಆತ್ಮೀಯರೇನೂ ಆಗಲಿಲ್ಲ. ಆದರೆ ಗಿರೀಶರ ಬಗ್ಗೆ ನನಗೆ, ನನ್ನ ಬಗ್ಗೆ ಗಿರೀಶರಿಗೆ ಬಹಳಷ್ಟು ಗೌರವ ಇತ್ತು. ನಾನು ಗಿರೀಶರ ಮೂರು ನಾಟಕಗಳನ್ನು ರಾಷ್ಟ್ರೀಯ ರೆಪರ್ಟರಿ ತಂಡಕ್ಕೆ, ರಾಷ್ಟ್ರೀಯ ನಾಟಕ ಶಾಲೆಗೆ ನಿರ್ದೇಶನ ಮಾಡಿದೆ. ಎಲ್ಲವೂ ಹಿಂದಿಯಲ್ಲಿ ನಾಟಕ ಮಾಡಿಸಿದೆ. ಮೊದಲನೆಯದಾಗಿ ತುಘಲಕ್ ಮಾಡಿಸಿದೆ. ಅದು ಲಂಡನ್‌ನಲ್ಲಿ ಆಗಬೇಕಾಗಿದ್ದ ಅಂತಾರಾಷ್ಟ್ರೀಯ ಭಾರತೀಯ ಉತ್ಸವಕ್ಕೆ ಆಯ್ಕೆಯಾಗಿತ್ತು. ಎರಡನೆಯದಾಗಿ ಅಂಜುಮಲ್ಲಿಗೆ ನಾಟಕವನ್ನು ರಾಷ್ಟ್ರೀಯ

ನಾಟಕ ಶಾಲೆಯ ವಿದ್ಯಾರ್ಥಿಗಳಿಗಾಗಿ ಮಾಡಿಸಿದೆ. ಮೂರನೆಯದಾಗಿ ಅಗ್ನಿ ಮತ್ತು ಮಳೆ ನಾಟಕದ ನ್ಯಾಷನಲ್ ಪ್ರೀಮಿಯರ್ ಶೋಗಾಗಿ ನಾನು ಮಾಡಿಸಿದ್ದೆ. ನನ್ನ ಪ್ರಕಾರ ಪ್ರಾಯಶಃ ಕಳೆದ 60 ವರ್ಷಗಳಲ್ಲಿ ನಮ್ಮ ದೇಶ ಕಂಡ ಪ್ರಮುಖ ನಾಟಕಕಾರ ಗಿರೀಶ್ ಕಾರ್ನಾಡ್. ಬೇರೆ ಬೇರೆ ಭಾಷೆಗಳಲ್ಲಿ ಅವರ ಸಮಕಾಲೀನರ ಹೆಸರನ್ನು ಹೇಳುವುದಾದರೆ ಹಿಂದಿಯಲ್ಲಿ ಮೋಹನ್ ರಾಕೇಶ್, ಬಂಗಾಳಿಯಲ್ಲಿ ಬಾದಲ್ ಸರ್ಕಾರ್, ಮರಾಠಿಯಲ್ಲಿ ವಿಜಯ್ ತೆಂಡೂಲ್ಕರ್ ಇದ್ದಾರೆ. ಈ ಮೂರೂ ಜನ ಗಿರೀಶ್‌ಗಿಂತ ಹಿರಿಯರು. ಆದರೆ ಗಿರೀಶರ ಮೊದಲ ನಾಟಕವೇ, ಅದು ನಿಜವಾಗ್ಲೂ ಎರಡನೇ ನಾಟಕ ತುಘಲಕ್ ಅವರಿಗೆ ಎಷ್ಟು ಹೆಸರನ್ನು ತಂದುಕೊಟ್ಟಿತು ಎಂದರೆ ಇವರೆಲ್ಲರಿಗಿಂತ ಹೆಚ್ಚಿನ ಜನಪ್ರಿಯತೆ ಗಿರೀಶರಿಗೆ ಸಿಕ್ಕಿತು.

- **ಚಂದನ್**

ಗಿರೀಶ್ ಕಾರ್ನಾಡ್ ನಾಟಕ ಬರೆಯಲು ಶುರು ಮಾಡಿದ್ದು ನವ್ಯದ ಸಂದರ್ಭದಲ್ಲಿ. ಮತ್ತೆ ಅವರ ಸಮಕಾಲೀನರಾದ ಅನಂತಮೂರ್ತಿ, ಅಡಿಗರು, ಲಂಕೇಶ್, ತೇಜಸ್ವಿ ಇವರೆಲ್ಲಾ ಒಂಥರಹದ ಸಾಮಾಜಿಕ ಕಳಕಳಿಯಲ್ಲಿ ಸಮಾನತೆಯ ಪ್ರಶ್ನೆ ಯಾವ ರೀತಿ ಎದುರಿಸುವುದು ಅಂತೆಲ್ಲಾ ಗುದ್ದಾಡುತ್ತಿದ್ದಾಗ ಕಾರ್ನಾಡರ ಕೃತಿಗಳು ಯಾವ ರೀತಿ ಅನುಸಂಧಾನ ಮಾಡಿದವು ಆಧುನಿಕತೆ ಜೊತೆಗೆ..

- **ಪ್ರಸನ್ನ**

ಮಾಡರ್ನಿಸಂ ಅಂತ ನಾವು ಏನು ಇಂಗ್ಲಿಷಲ್ಲಿ ಕರೀತೀವಿ ಅದನ್ನು ಅರ್ಥ ಮಾಡಿಕೊಳ್ಳಬೇಕು ಎಂದರೆ ಕನ್ನಡದ ನವ್ಯತೆಯ ಚರಿತ್ರೆಯನ್ನು ನಾವು ಸ್ವಲ್ಪ ಗಮನಿಸಬೇಕಾಗುತ್ತದೆ. ನವ್ಯತೆ ಕರ್ನಾಟಕದಲ್ಲಿ ಉತ್ತರ ಕರ್ನಾಟಕದಲ್ಲಿ ಬಂತು ಮತ್ತು ಹಳೆ ಮೈಸೂರಿನಲ್ಲೂ ಬಂತು. ಉತ್ತರ ಕರ್ನಾಟಕದ ನವ್ಯರು ಸ್ವಲ್ಪ

ಉಗ್ರವಾದಿ ಉಗ್ರರು ಅಂತ ನಾನು ವಿಶ್ಲೇಷಿಸುತ್ತೇನೆ. ಶಾಂತಿನಾಥ ದೇಸಾಯಿ, ಯಶವಂತ ಚಿತ್ತಾಲ, ಕುಸುಮಾಕರ ದೇವರಗಣ್ಣೂರ, ಗಿರೀಶ್ ಕಾರ್ನಾಡ್, ಜಿ ಬಿ ಜೋಶಿ ಈ ಥರದವರೆಲ್ಲರ ನಿಲುವು ತುಂಬಾ ಸ್ಪಷ್ಟವಾದ ಆಧುನಿಕ ನಿಲುವಾಗಿತ್ತು. ಅಂದ್ರೆ ಪರಂಪರೆಯಲ್ಲಿರುವ ಎಲ್ಲಾ ಕಸವನ್ನೂ ತಿರಸ್ಕರಿಸುವ, ಹೊಸದೊಂದು ಭಾಷೆಯವನ್ನು ಕಟ್ಟುವ, ಹೊಸದೊಂದು ಸಂಸ್ಕೃತಿಯನ್ನು ಕಟ್ಟುವ, ವೈಜ್ಞಾನಿಕವಾದ ಪರಿಸರವನ್ನು ಕಟ್ಟುವ ಹಠದಿಂದ ಹೊರಟಂತಹ ವ್ಯಕ್ತಿಗಳಿವರು. ಇವರೆಲ್ಲರಲ್ಲಿ ಕಾಣುತ್ತಿದ್ದ ಒಂದು ಭಾವ ಏನಪ್ಪಾ ಎಂದರೆ ಏಕಾಂತ. ಅಂದ್ರೆ ಏಲಿಯನೇಷನ್. ಏಲಿಯನೇಷನ್ ಇವರನ್ನು ತುಂಬಾ ಗಾಢವಾಗಿ ಕಾಡುತ್ತಿತ್ತು. ಇದಕ್ಕೆ ಹೋಲಿಸಿದರೆ ಹಳೆ ಮೈಸೂರಿನಿಂದ ಬಂದ ನವ್ಯರಲ್ಲಿ ಉದಾಹರಣೆಗೆ ಅನಂತಮೂರ್ತಿ ಥರದ ಲೇಖಕರಲ್ಲಾಗಲೀ ಅಥವಾ ತೇಜಸ್ವಿ ಥರದ ಲೇಖಕರಲ್ಲಾಗಲೀ ಆ ಉಗ್ರತೆ ಕಾಣುವುದಿಲ್ಲ. ಎಲ್ಲೋ ಒಂದು ರೀತಿಯಲ್ಲಿ ಅವರು ಸ್ವಲ್ಪ ಮೃದು. ಮುಖ್ಯವಾಗಿ ಅನಂತಮೂರ್ತಿಯವರಲ್ಲಿ ನಂಗದು ಕಾಣುತ್ತದೆ. ಅನಂತಮೂರ್ತಿಯವರ ನವ್ಯ ಕಾವ್ಯ. ಅಥವಾ ನವ್ಯ ಗದ್ಯ ಒಂಥರ ರೊಮ್ಯಾಟಿಸಿಸಂ ಕೂಡ ಇರುವಂತಹ ಗದ್ಯ.

- **ಚಂದನ್**

ಉಗ್ರ ಆಧುನಿಕತೆಯ ಆಶಯ ಅಂತ ಹೇಳಿದಿರಲ್ಲ, ಅದನ್ನು ವ್ಯಕ್ತ ಪಡಿಸುವುದಕ್ಕೆ ಕಾರ್ನಾಡರು ಪುರಾಣ, ಇತಿಹಾಸದ ಪ್ರಸಂಗಗಳನ್ನು, ಚರಿತ್ರೆ ಬಳಸುತ್ತಾರೆ. ಚರಿತ್ರೆ, ಪುರಾಣಗಳ ಸ್ಥಾನ ಏನು ಈ ಪ್ರಯೋಗದಲ್ಲಿ...

- **ಪ್ರಸನ್ನ**

ಅವರ ಮೊದಲ ಹೆಸರಾಂತ ನಾಟಕ ಮತ್ತು ಬಹಳ ಪ್ರಮುಖವಾದ ನಾಟಕ 64ರಲ್ಲಿ ಬರೆದ ತುಘಲಕ್. ಆ ತುಘಲಕ್ ನಾಟಕ ಯಾಕೆ ಮುಖ್ಯ ಅಂದ್ರೆ ತುಘಲಕ್ ಒಬ್ಬ ಮಹಾನ್ ನಾಯಕ. ಈಡಿಪಸ್ ಥರ ಒಂದು ದೊಡ್ಡ ನಾಯಕ ಪಾತ್ರ ಅದು. ದೊಡ್ಡ ಕನಸುಗಳುಳ್ಳ ಮನುಷ್ಯ. ಆದರ್ಶಗಳುಳ್ಳ ಮನುಷ್ಯ. ಅವನು ದುರಂತಕ್ಕೆ ಒಳಗಾಗುವುದೇ ನಾಟಕದ ವಸ್ತು. ಈ ನಾಟಕದಲ್ಲಿ ತುಘಲಕ್‌ನ ಇಡೀ ಬೆಳವಣಿಗೆಯನ್ನು ಗಮನಿಸಿದರೆ ಅದು ಒಂದು ರೀತಿಯಲ್ಲಿ ಕನ್ನಡ ಸಾಹಿತ್ಯದ ಕೌಮಾರ್ಯ ಭಂಗ ಅಥವಾ ಇನ್ನೊಸೆನ್ಸ್ ಲಾಸ್ಟ್, ಅದನ್ನು ಕಾಣುತ್ತೇವೆ. ಅವನು ಕಡೆ ದೃಶ್ಯದಲ್ಲಿ ಹೇಗಾಗಿರುತ್ತಾನೆ ಅಂದರೆ ಅವನಿಗೆ ನಿದ್ದೆಯೇ ಬರುವುದಿಲ್ಲ. ಅವನದು ನಿದ್ದೆಯೋ ಸಾವೋ ಅಂತ ಪ್ರೇಕ್ಷಕರಿಗೆ ಅನುಮಾನ ಬರುವ ರೀತಿಯಲ್ಲಿ ಆ ನಾಟಕ ಕೊನೆಯಾಗುತ್ತದೆ. ಅವನು ಯಾರನ್ನು ತುಂಬಾ ಕೆಟ್ಟದಾಗಿ ಕಂಡಿರುತ್ತಾನೋ, ಒಬ್ಬ the scum of the earth ಆ ನಾಟಕದ ಕಾಮಿಡಿ ಪಾತ್ರ ಆಜಂ ಅಜೀಜ್ ಮೆರೆಯುತ್ತಾ ಇರುತ್ತಾರೆ. ಅವರು ಮೆರೆಯುತ್ತಿರುವಾಗ ಇವನು ಇಷ್ಟೆಲ್ಲಾ ಆದರ್ಶ

ಇರುವಂತಹ ರಾಜ ಅವನು ನಿದ್ರೆಗೆ ಜಾರುತ್ತಾನೆ ಅಥವಾ ಸಾವಿಗೆ ಜಾರುತ್ತಾನೆ. ಇದು ನನ್ನ ಪ್ರಕಾರ ಬಹಳ ಪ್ರಮುಖವಾದ ಅರ್ಥೈಸುವಿಕೆ. ಯಾವ ಅರ್ಥದಲ್ಲಿ ಅಂದ್ರೆ ಆಗಿನ ವಿಮರ್ಶಕರು ಅದನ್ನು ನೆಹರೂ ಯುಗದ ಬಗ್ಗೆ ಇದ್ದ ಭ್ರಮ ನಿರಸನವನ್ನು ಇದು ತೋರಿಸಿತು ಅಂತ ಹೇಳಿದರು. ಇರಬಹುದು. ನೆಹರೂ ಕಾಲದ ಭ್ರಮ ನಿರಸನವನ್ನು ತುಘಲಕ್ ಹೇಳಿದ್ದು ನಿಜ ಇರಬಹುದು. ಅದರ ಜೊತೆಗೆ ಒಟ್ಟಾರೆ ಆಧುನಿಕ ಮನುಷ್ಯನ ಒಂಟಿತನ, ಏಕಾಕಿತನ, ಒಂದು ರೀತಿಯ ಅಸಹಾಯತೆ, ಒಂದು ಸೋಲಿನ ಪ್ರಸಂಗವನ್ನು ಕೂಡ ಅದು ಕಾಣಿಸುತ್ತದೆ. ಇದನ್ನು ಗಿರೀಶರು ಬೆಳೆಸುತ್ತಾ ಹೋಗುತ್ತಾರೆ ಮತ್ತೆ ಬೇರೆ ಬೇರೆ ಘಟ್ಟದಲ್ಲಿ ಅದು ತನ್ನನ್ನು ತಾನು ತೋರಿಸಿಕೊಳ್ಳುತ್ತಾ ಹೋಗುತ್ತದೆ.

- **ಚಂದನ್**

ಅವರು ಜಾನಪದ ಕತೆಗಳನ್ನೂ ನಾಟಕದ ವಸ್ತು ಮಾಡಿದರು. ಹಯವದನ ಆಗಿರಬಹುದು, ನಾಗಮಂಡಲ ಆಗಿರಬಹುದು. ಈ ಪ್ರಯೋಗದಲ್ಲಿ ಅವರ ಆಧುನಿಕತೆಯ ಸಂಬಂಧ ಹೇಗಾಗುತ್ತದೆ..

- **ಪ್ರಸನ್ನ**

ಇದು ಗಿರೀಶರ ರಾಚನಿಕ ಚರಿತ್ರೆಯಲ್ಲಿ ಒಂದು ವಿಚಿತ್ರವಾದ ಬೆಳವಣಿಗೆ. ಅದೇನಪ್ಪ ಅಂದ್ರೆ ನೀವು ಗಿರೀಶರನ್ನು ತುಘಲಕ್ ಮೂಲಕ, ಅಂಜುಮಲ್ಲಿಗೆಯ ಮೂಲಕ ಆ ತಲೆದಂಡದ ಮೂಲಕ ನೋಡಿದರೆ ಕಾಣುವ ಉಗ್ರ ನವ್ಯ ಗಿರೀಶರಿಗಿಂತ ತುಂಬಾ ಪ್ರತಿಯಾದ, ಪ್ರತ್ಯೇಕವಾದ ನಾಟಕಗಳಾಗಿ ಹಯವದನ ಮತ್ತು ನಾಗಮಂಡಲ ನಾಟಕಗಳು ನಿಲ್ಲುತ್ತವೆ. ಇದು ತುಂಬಾ ಜನಪ್ರಿಯವಾಗಿಬಿಟ್ಟಿತು. ಅವರಿಗೆ ತುಂಬಾ ಹೆಸರನ್ನೂ ತಂದುಕೊಟ್ಟಿತು. ಆದರೆ ಎಲ್ಲೋ ಒಂದು ರೀತಿಯ ಕಾಂಪ್ರೊಮೈಸ್ ಅಂತ ನನಗೆ ಅನ್ನಿಸುತ್ತದೆ.

• **ಚಂದನ್**

ಯಾಕೆ.. ಕಾಂಪ್ರೊಮೈಸ್ ಹೇಗೆ..

• **ಪ್ರಸನ್ನ**

ಹೇಗೆಂದರೆ ಇದರಲ್ಲಿ ಚೆಂದದ ಕತೆ ಇದೆ. ಗಿರೀಶರಿಗೆ ನಾಟಕ ಬರೆಯೋದು ಚೆನ್ನಾಗಿ ಗೊತ್ತಿತ್ತು. He was great structural man. ಅವರಿಗೆ ನಾಟಕದ ಬಂಧವನ್ನು ಹೇಗೆ ರಚಿಸಬೇಕು ಅಂತ ಗೊತ್ತಿತ್ತು. ರಚಿಸಿದರು. ಬಹಳ ಆಕರ್ಷಕವಾದ ಜಾನಪದ ಕತೆಯನ್ನು ತೆಗೆದುಕ0ಡು ನಾಟಕ ಮಾಡಿದರು. ಆದರೆ ತುಘಲಕ್ ಎತ್ತುವ, ಯಯಾತಿ ಎತ್ತುವ, ಅಂಜುಮಲ್ಲಿಗೆ, ತಲೆದಂಡ, ಅಗ್ನಿ ಮತ್ತು ಮಳೆ ಈ ಥರಹದ ನಾಟಕಗಳು ಎತ್ತುವ ಮೂಲಭೂತ ಪ್ರಶ್ನೆಗಳನ್ನು ಇವು ಎತ್ತುತ್ತವೆ ಅಂತ ನನಗೆ ಅನ್ನಿಸಿಲ್ಲ.

• **ಚಂದನ್**

ನೀವು ಸ್ಟ್ರಕ್ಚರ್ ಬಗ್ಗೆ ಮಾತಾಡಿದ್ರಿ. ಅದಕ್ಕಾಗಿ ಬೇರೆಯವರೂ ಅವರನ್ನು ಪ್ರಶಂಸಿಸಿದ್ದಾರೆ. ಇವರ ನಾಟಕದಲ್ಲಿರುವ ರಚನಾಕ್ರಮ ಅಥವಾ ನಾಟಕ ಕಟ್ಟುವ ಕ್ರಮ ಬಹಳ ಉತ್ತಮವಾದದ್ದು. ಇಷ್ಟು ಫೈನ್ ಆಗಿ ಬೇರೆ ಯಾರಲ್ಲೂ ಕಾಣಿಸಲ್ಲ ಅಂತ...

• **ಪ್ರಸನ್ನ**

ಕನ್ನಡದಲ್ಲಿ ಒಂದು ಸಮಸ್ಯೆ ಏನಾಯಿತು ಅಂದ್ರೆ ನಾಟಕ ಬರೆಯೋಕೆ ಶುರು ಮಾಡಿದವರೆಲ್ಲಾ ಸಾಹಿತಿಗಳು. ಅದಕ್ಕೆ ಮುಂಚೆ ಕಂಪನಿ ನಾಟಕದಲ್ಲಿ ರಂಗಭೂಮಿಯವರೇ ನಾಟಕಗಳನ್ನು ಬರೆದರು. ಗರುಡ ಸದಾಶಿವರಾಯರು ಬರೆದರು. ಆದರೆ ಶ್ರೀರಂಗ ಮತ್ತು ಅನೇಕರು ಸಾಹಿತ್ಯ ಲೋಕದಿಂದ ಬಂದವರು. ಹಾಗಾಗಿ ಅದರಲ್ಲಿ ನಾಟಕಕ್ಕೆ ಅವಶ್ಯವಿರುವ ರಾಚನಿಕ ಅಂಶಗಳು ಕೆಲವು ಸಲ ದುರ್ಬಲವಾಗಿ ಕಾಣಿಸುತ್ತಿದ್ದವು. ಆದರೆ ಗಿರೀಶರಲ್ಲಿ ಹಾಗಾಗೋದಿಲ್ಲ. ರಾಚನಿಕವಾಗಿ ತುಂಬಾ ಗಟ್ಟಿ ನಾಟಕಗಳು ಗಿರೀಶರದು. ಅದರಲ್ಲೂ ಯಶಸ್ವಿಯಾಗಿರುವ ನಾಟಕಗಳು. ಇದಕ್ಕೊಂದು ಕಾರಣ ಇದೆ. ಅದನ್ನು ಅವರೂ ಹೇಳಿಕೊಂಡಿದ್ದಾರೆ ಕೂಡ. ಅವರು ಬಾಲ್ಯದಲ್ಲಿ ತುಂಬಾ ಕಂಪನಿ ನಾಟಕಗಳನ್ನು ನೋಡಿದ್ದರು ಮತ್ತು ಅದರಿಂದ ಪ್ರಭಾವಿತರಾಗಿದ್ದರು. ಮತ್ತೆ ಅವರ ಗುರುಗಳಾದ ಜಿ ಬಿ ಯವರಾಗಲಿ ಅಥವಾ ಕೀರ್ತಿನಾಥ ಕುರ್ತಕೋಟಿಯವರಾಗಲಿ ಮುಖ್ಯವಾಗಿ ಜಿ ಬಿ ಯವರು ಕೂಡ ಬಹಳ ಗಟ್ಟಿಯಾದ ನಾಟಕಗಳನ್ನು ಬರೆಯಬಲ್ಲ ವ್ಯಕ್ತಿಯಾಗಿದ್ದರು. ಮತ್ತೆ ಕಂಪನಿ ನಾಟಕ ಗೊತ್ತಿದ್ದ ಮನುಷ್ಯ ಆಗಿದ್ದರು. ಜಿ ಬಿ ಯವರ ಕದಡಿದ ನೀರು

ತುಂಬಾ ಗಟ್ಟಿಯಾದ ರಾಚನಿಕ ನಾಟಕ. ಗಿರೀಶರಲ್ಲಿ ಆ ಗುಣವನ್ನು ಕಾಣುತ್ತೇವೆ. ಆ ಗುಣವೇ ಗಿರೀಶರನ್ನು ಗೆಲ್ಲಿಸಿದ್ದು ಅಂತ ನನಗೆ ಅನ್ನಿಸುತ್ತದೆ..

- **ಚಂದನ್**

ಕಾರ್ನಾಡರ ಭಾಷೆ ಬಳಕೆ ಬಗ್ಗೆ ಮಾತನಾಡೋದಾದರೆ ನೀವು ಒಂದು ಕಡೆ ಹೇಳಿದ್ದೀರಿ, ಅವರ ಭಾಷೆ ಅತಿ ಗ್ರಾಂಥಿಕವಾಗಿಯೂ ಇರುವುದಿಲ್ಲ, ಅತಿ ದೇಸಿಯಾಗಿಯೂ ಇರುವುದಿಲ್ಲ ಅಂತ. ಯಾರೋ ವಿಮರ್ಶಕರು ಅದನ್ನು ಕೃತಕ ಕನ್ನಡ ಅಂತ ವಿಮರ್ಶಿಸಿದಾಗ ಲಂಕೇಶರು ಅದನ್ನು ಸಮರ್ಥಿಸಿದ್ದರು. ಅದು ಕೃತಕ ಅಲ್ಲ, ಜೀವಂತಿಕೆ ಇದೆ ಅದರಲ್ಲಿ. ಹೊಸತನ ಸೃಷ್ಟಿ ಆಗುತ್ತಾ ಇರುತ್ತದೆ ಅಂತ. ಬಾಷೆ ಬಳಕೆಯಲ್ಲಿ ಕಾರ್ನಾಡರ ವೈಶಿಷ್ಟ್ಯ ಏನು..

- **ಪ್ರಸನ್ನ**

ನಾಟಕ ಭಾಷೆ ಇತ್ತ ಆಡು ಮಾತೂ ಆಗಬೇಕು ಮತ್ತು ಸಾಹಿತ್ಯದ ಭಾಷೆಯೂ ಆಗಬೇಕು. ಇತ್ತ ಗ್ರಾಂಥಿಕವೂ ಆಗಬೇಕು ಅತ ಮೌಖಿಕವೂ ಆಗಬೇಕು. ಬರೀ ಮೌಖಿಕವಾದರೆ ಯಶಸ್ವಿಯಾಗಲ್ಲ, ನಾಟಕದ ಮಾತಲ್ಲಿ ಯಾವುದೋ ಡಯಲೆಕ್ಟ್ ಹಾಕಿದ್ರೆ ಯಶಸ್ವಿಯಾಗಲ್ಲ. ಈ ಒಂದು ಸಮತೋಲನವನ್ನು ಗಿರೀಶರ ನಾಟಕದಲ್ಲಿ ನಾವು ಕಾಣುತ್ತೇವೆ. ಆರಂಭದಲ್ಲಿ ಸ್ವಲ್ಪ ಹಾಗನ್ನಿಸೋದು ನಿಜ. ಗಿರೀಶರಿಗೆ ಕನ್ನಡ ಬರುತ್ತಿರಲಿಲ್ಲ, ಅವರು ಇಂಗ್ಲಿಷ್ ಆಕ್ಸ್‌ಫರ್ಡ್ ರಿಟರ್ನ್ ಆದ್ದರಿಂದ ಹೀಗಾಗಿರಬಹುದು ಅಂತ ಕೆಲವರಿಗೆ ಅನ್ನಿಸಿರಬಹುದು. ಆದರೆ ಗಿರೀಶರ ಭಾಷೆ ಬಹಳ ಗಟ್ಟಿ ಭಾಷೆ. ಅವರ ತುಘಲಕ್ ನಾಟದಲ್ಲಿನ ರೂಪಕಗಳನ್ನು ಗಮನಿಸಿದಾಗ ಗೊತ್ತಾಗುತ್ತದೆ ಅದು ತುಂಬಾ ಗಟ್ಟಿ ಭಾಷೆ ಅಂತ. ಮತ್ತೆ ಅದು ಎಲ್ಲಾ ವರ್ಗದ ಜನರನ್ನು ತಲುಪಬಲ್ಲ ಭಾಷೆಯಾಗಿತ್ತು. ಅದರಿಂದ ಲಂಕೇಶರು ಹೇಳಿದ್ದು ನಿಜ.

- **ಚಂದನ್**

ಸ್ವಾತಂತ್ರ್ಯಾನಂತರ ಸ್ವತಂತ್ರ ರಂಗಭೂಮಿ ಮೇಲೆ ಕಾರ್ನಾಡರ ಪ್ರಭಾವ ದೊಡ್ಡದು. ಅದನ್ನು ಗುರುತಿಸೋದಾದರೆ ಏನು ಕಾಣಿಸತ್ತೆ..

- **ಪ್ರಸನ್ನ**

ಅದಕ್ಕಿಂತ ಮುಂಚೆ ಶ್ರೀರಂಗರು, ಕೈಲಾಸಂ ಎಲ್ಲಾ ಬಹಳ ಮುಖ್ಯವಾಗಿ ಗಮನಿಸಿದ್ದು ಏನು ಅಂದ್ರೆ ಸಾಮಾಜಿಕ ಬದಲಾವಣೆಯನ್ನು, ಸಾಮಾಜಿಕ ವಿಮರ್ಶೆಯನ್ನು. ಅದನ್ನು ಅವರ ನಾಟಕಗಳಲ್ಲಿ ಕಾಣುತ್ತೀರಿ ನೀವು. ಸಮಾಜ ಬದಲಾವಣೆ, ಸಮಾಜ ವಿಮರ್ಶೆಯೇ ಆ ನಾಟಕಗಳ ವಸ್ತುವಾಗಿತ್ತು. ಕನ್ನಡದ

ಮೊತ್ತಮೊದಲ ನಾಟಕ ಅಂತ ಹೇಳುವ ಇಗ್ಗಪ್ಪ ಹೆಗ್ಗಡೆಯ ಪ್ರಸಂಗ ಕೂಡ ಸಾಮಾಜಿಕ ವಿಮರ್ಶೆಯ ನಾಟಕ ಆಗಿತ್ತು. ಅದರಿಂದ ಆಚೆಗೆ ಬಂದು ನಾಟಕವನ್ನು ಬರೆದಿದ್ದಿ ಗಿರೀಶರು. ಆದರಿಂದಲೇ ನಾನು ನನ್ನ ಒಂದು ಲೇಖನದಲ್ಲಿ ಗಿರೀಶರು ಸಂಸರ ದಾರಿಯಿಂದ ಬರುತ್ತಾರೆ ಅಂತ ಹೇಳಿದ್ದೆ. ಯಾಕೆಂದರೆ ಸಂಸರು ಕೂಡ ಸಾಮಾಜಿಕ ವಿಮರ್ಶೆಗೆ ಇಳೀಲಿಲ್ಲ. ನಾಟಕವನ್ನು ನಾಟಕವಾಗಿ ರಚಿಸುವ ಹಠ ಮಾಡಿದ ಮೊದಲ ನಾಟಕಕಾರ ಸಂಸರು. ಸಂಸರ ನಂತರ ಅದನ್ನು ಮುಂದುವರಿಸಿಕೊಂಡು ಬಂದವರು ಗಿರೀಶರು. ಗಿರೀಶರ ನಾಟಕಗಳಲ್ಲಿ ಸಾಮಾಜಿಕ ವಿಮರ್ಶೆ ಇಲ್ಲ ಅಂತಲ್ಲ. ಸಾಮಾಜಿಕ ವಿಮರ್ಶೆ ಇದೆ, ವೈಯಕ್ತಿಕವಾದ ಆಂತರಿಕ ಹುಡುಕಾಟ ಇದೆ. ಇತರ ಅನೇಕ ಸಂಗತಿಗಳು ಅಲ್ಲಿ ಕಾಣುತ್ತದೆ. ಎಲ್ಲಕ್ಕಿಂತ ಮುಖ್ಯವಾಗಿ ಗಟ್ಟಿ ಕತೆ ಇರುತ್ತದೆ. ಗಟ್ಟಿ ಪಾತ್ರ ಪೋಷಣೆ ಗಿರೀಶರ ನಾಟಕಗಳಲ್ಲಿ ನಾವು ಕಾಣುತ್ತೇವೆ.

- **ಚಂದನ್**

ಕಾರ್ನಾಡರು ಬರೀ ಕನ್ನಡದ ನಾಟಕಕಾರರಾಗಿ ಉಳಿದುಕೊಳ್ಳಲಿಲ್ಲ. ಕನ್ನಡದಲ್ಲಿ ಜನಪ್ರಿಯರಾಗುತ್ತಿದ್ದಂತೆಯೇ ರಾಷ್ಟ್ರಮಟ್ಟದಲ್ಲೂ ಖ್ಯಾತಿ ಪಡೆದುಕೊಳ್ಳುತ್ತಾ ಹೋದರು. ಕಾರಂತರ ಹಿಂದಿ ನಾಟಕವೇ ಅದಕ್ಕೆ ಕಾರಣ ಅಂತ ಕಾರ್ನಾಡರು ಹೇಳಿದ್ದಾರೆ. ಅನೇಕ ಭಾಷೆಗಳಿಗೆ ಅವರ ನಾಟಕ ಅನುವಾದ ಆಗಿದೆ. ರಾಷ್ಟ್ರಮಟ್ಟದಲ್ಲಿ ಕಾರ್ನಾಡರ ಪ್ರಭಾವ, ಕೊಡುಗೆ ಏನು ಅಂತ ಹೇಳುವುದಾದರೆ..

- **ಪ್ರಸನ್ನ**

ಕಾರ್ನಾಡರು ರಾಷ್ಟ್ರಮಟ್ಟವನ್ನು ತಲುಪಿದ ಮೊದಲ ಕನ್ನಡ ಲೇಖಕ. ಈ ಮಾತನ್ನು ಹೇಳಿದಾಗ ಕೆಲವರಿಗೆ ಆಶ್ಚರ್ಯ ಆಗಬಹುದು. ಕುವೆಂಪು, ಬೇಂದ್ರೆ, ಕಾರಂತರು ತಡವಾಗಿ ಕನ್ನಡದ ಆಚೆಗೆ ತಲುಪುತ್ತಾರೆ. ಆದರೆ ಗಿರೀಶರು ಬಹಳ ಬೇಗ ತಲುಪಿದರು. ಯಾಕೆಂದರೆ ಆಗ ಕಾಲ ಪಕ್ವವಾಗಿತ್ತು. ಗಿರೀಶರು ಕೂಡ ಅದಕ್ಕೆ ಸಿದ್ಧರಾಗಿದ್ದರು. ರಂಗಭೂಮಿ ಹೇಗೆ ಅಂದ್ರೆ ಯಾವುದೋ ಒಂದು ಭಾಷೆಯಲ್ಲಿ ಒಂದು ನಾಟಕ ಚೆನ್ನಾಗಿ ಬಂತು ಅಂದರೆ ಹತ್ತು ಭಾಷೆಗೆ ಅದನ್ನು ತರ್ಜುಮೆ ಮಾಡಿ ಅದನ್ನು ಅಭಿನಯಿಸುತ್ತಾರೆ. ಮತ್ತೆ ಗಿರೀಶರು ನಾಟಕಕಾರನಾಗಿ ಜ್ಞಾನಪೀಠ ಪಡೆದ ಮೊದಲ ಲೇಖಕ. ಭಾರತೀಯ ಭಾಷೆಯಲ್ಲಿ ಅಲ್ಲಿಯತನಕ ಬಂದಿದ್ದ ಎಲ್ಲಾ ಜ್ಞಾನಪೀಠ ಪ್ರಶಸ್ತಿಗಳೂ ಕವಿಗಳಿಗೆ, ಕಾದಂಬರಿಕಾರರಿಗೆ ಬಂದಿತ್ತು. ಅವರು ಒಂದೆರಡು ನಾಟಕಗಳನ್ನೂ ಬರೆದಿದ್ದರು. ಆದರೆ ನಾಟಕಕಾರನಾಗಿ ಪ್ರಶಸ್ತಿ ಬಂದಿದ್ದು ಗಿರೀಶರಿಗೆ. ಇದು ಕೂಡ ಬಹಳ ಮುಖ್ಯವಾದ ಅಂಶ.

• **ಚಂದನ್**

ವಂಶವೃಕ್ಷದಲ್ಲಿ ಅವರು ಕಾರಂತರ ಜೊತೆ ಸಿನಿಮಾ ನಿರ್ದೇಶನ ಮಾಡಿದರು. ನಂತರ ಕಾಡು ಮಾಡಿದರು. ಒಂದಾನೊಂದು ಕಾಲದಲ್ಲಿ ಮಾಡಿದರು. ಹಿಂದಿಯಲ್ಲಿ ಉತ್ಸವ್ ಮಾಡಿದರು. ನಿರ್ದೇಶಕನಾಗಿ ಅವರ ಕೊಡುಗೆ ಏನು?

• **ಪ್ರಸನ್ನ**

ಕಾರ್ನಾಡರ ಮುಖ್ಯ ಕೊಡುಗೆ ಒಬ್ಬ ನಾಟಕಕಾರನ ಕೊಡುಗೆ. ಒಬ್ಬ ಲೇಖಕನ ಕೊಡುಗೆ. ಆದರೆ ಪ್ರಾಯಶಃ ಅವರಲ್ಲಿದ್ದ ತುಡಿತ ಒಬ್ಬ ನಟನ ತುಡಿತ ಆಗಿತ್ತು. ಕಾರ್ನಾಡರು ಯಾವತ್ತೂ ನಟನಾಗಿ ಹಾತೊರೆದ ಮನುಷ್ಯ. ಅನೇಕರು ಇದನ್ನು ಅನುಭವಿಸಿದ್ದಾರೆ. ಉದಾಹರಣೆಗೆ ರಾಮಕೃಷ್ಣ ಹೆಗಡೆಯವರು ಅನೇಕ ಸಲ ಹೇಳಿಕೊಂಡಿದ್ದರು. ನಾನು ನಟನಾಗಬೇಕು ಅಂದುಕೊಂಡಿದ್ದೆ. ಓದಲು ಲಕ್ನೋಗೆ ಹೋದಾಗ ನಟನಾಗಲು ಯತ್ನಿಸಿದ್ದೆ. ಆಗಲೇ ಬಿ ವಿ ಕಾರಂತರ ಪರಿಚಯ ಆಗಿತ್ತು ಅಂತ ರಾಜಕಾರಣಿ ರಾಮಕೃಷ್ಣ ಹೆಗಡೆಯವರು ಹೇಳಿಕೊಂಡಿದ್ದಾರೆ. ಇನ್ನೂ ಅನೇಕರು ಹೇಳಿಕೊಂಡಿದ್ದಾರೆ. ಕಾರ್ನಾಡರು ಅನೇಕ ಸಿನಿಮಾದಲ್ಲಿ ಒಳ್ಳೆಯ ನಟನೆ ಮಾಡಿದ್ದಾರೆ ಕೂಡ. ಆದರೆ ಅವರ ನಟನೆಯನ್ನು ಬಹಳ ದೊಡ್ಡ ಸಂಗತಿ ಅಂತ ನಾನು ಪರಿಗಣಿಸಲ್ಲ. ಒಬ್ಬ ಸಾಹಿತಿಯಾಗಿ ಒಬ್ಬ ನಾಟಕಕಾರನಾಗಿ ಅವರು ಗಳಿಸಿದ ಎತ್ತರಕ್ಕೂ ಒಬ್ಬ ನಟನಾಗಿ ಗಳಿಸಿದ ಎತ್ತರಕ್ಕೂ ಅಂತರ ಇದೆ. ಇನ್ನು ನಿರ್ದೇಶಕನಾಗಿ, ಅದರಲ್ಲೂ ಸಿನಿಮಾ ನಿರ್ದೇಶಕನಾಗಿ ನನಗೇನು ಅಂತಹ ಬಹಳ ದೊಡ್ಡ ಕೊಡುಗೆ ಇದೆ ಅಂತ ಅನ್ನಿಸೋದಿಲ್ಲ. ಇದೆಲ್ಲವೂ ಬಹಳ ದೊಡ್ಡ ವ್ಯಕ್ತಿಯ ವಿಮರ್ಶೆ ಮಾಡುವಾಗ ಆಡುವ ಮಾತುಗಳು ಅನ್ನುವುದನ್ನು ಓದುಗರು ಗಮನಿಸಬೇಕು. ಯಾಕೆಂದರೆ ಅವನ ಕೆಲವು ಸಿನಿಮಾಗಳು ಚೆನ್ನಾಗಿದೆ. ಅವರ ನಿಜವಾದ, ಬಹಳ ದೊಡ್ಡ ಕೊಡುಗೆ ಸಾಹಿತ್ಯದ್ದು.

• **ಚಂದನ್**

ಕಾರ್ನಾಡರು ಅರವತ್ತು ವರ್ಷದ ಅವಧಿಯಲ್ಲಿ ನಾಟಕಗಳನ್ನೇ ಬರೆಯುತ್ತಾ ಹೋದರು. ಮೊದಲ ನಾಟಕ 61ರಲ್ಲಾದರೆ ಕಳೆದ ವರ್ಷ ರಾಕ್ಷಸ ತಂಗಡಿ ಬರೆದರು. ನೀವು ದೂರದಿಂದ ಗಮನಿಸುವುದಾದರೆ ಅವರ ವೈಚಾರಿಕ ನೆಲೆಗಳಲ್ಲಿ ಬದಲಾವಣೆ ಕಾಣತ್ತಾ ನಿಮಗೆ..

• **ಪ್ರಸನ್ನ**

ಖಂಡಿತಾ ಕಾಣತ್ತೆ. ಬಹಳ ಇಂಟರೆಸ್ಟಿಂಗ್ ಅಂದ್ರೆ ಆ ವೈಚಾರಿಕ ನೆಲೆಗಳಲ್ಲಿ ಆದ ಬದಲಾವಣೆಗಳಿಗೂ ಅವರ ನಾಟಕಗಳ ರಾಚನಿಕ ಬದಲಾವಣೆಗಳಿಗೂ ಸಂಬಂಧ

ಇದೆ. ಈ ಸಂಬಂಧ ಬಹಳ ಆರೋಗ್ಯಕರವಾದದ್ದು. ಉದಾಹರಣೆಗೆ 64ರಲ್ಲಿ ತುಘಲಕ್ ಬರೆಯುತ್ತಾರೆ. ತುಘಲಕ್ ಎಷ್ಟು ಜನಪ್ರಿಯವಾಯಿತು ಅಂದ್ರೆ ತುಘಲಕ್ ಒಂದು ಮಾದರಿಯಾಯಿತು. ತುಘಲಕ್ ಪಾತ್ರ ಮಾಡಿದ ಸಿ ಆರ್ ಸಿಂಹನಿಗೆ ಆ ಪಾತ್ರವೇ ಒಂದು ಮಾದರಿಯಾಗಿ ಅಲ್ಲಿಂದ ಮುಂದೆ ಹೋಗೋದಕ್ಕೇ ಆಗೋದಿಲ್ಲ. ಗಿರೀಶರಿಗೆ ಕೂಡ ಈ ತುಘಲಕ್ ನಾಟಕದಿಂದ ಆಚೆ ಹೋಗೋದು ಹೇಗೆ, ಇಂಥ ಒಳ್ಳೆಯ ಅಥವಾ ಇದಕ್ಕಿಂತ ಭಿನ್ನವಾದ ಕೃತಿ ಬರೆಯುವುದು ಹೇಗೆ ಅನ್ನುವ ಸಮಸ್ಯೆ ಕಾಡಿತ್ತು ಅಂತ ನಂಗೆ ಅನ್ನಿಸುತ್ತದೆ. ಅದೇ ಕಾರಣಕ್ಕೆ ತುಘಲಕ್ ನಂತರ ಅವರು ಸಣ್ಣ ಪುಟ್ಟ ನಾಟಕಗಳನ್ನು ಬರೆಯುತ್ತಾರಾದರೂ ಅವು ಯಶಸ್ವಿಯಾಗಲ್ಲ. ಅಂಜು ಮಲ್ಲಿಗೆಯಂತಹ ಗಾಢ ನವ್ಯದ ಕೃತಿಯನ್ನು ಬರೆಯುತ್ತಾರೆ. ಅದು

ಅಷ್ಟು ಯಶಸ್ವಿಯಾಗಲ್ಲ. ಆಮೇಲೆ ಪೂರ್ತಿ ಭಿನ್ನವಾದ ಹಾದಿ ಹಿಡಿದು ಹಯವದನ ಬರೆಯುತ್ತಾರೆ. ಹಯವದನ ಯಶಸ್ವಿಯಾಗುತ್ತದೆ ಮತ್ತು ಜನಪ್ರಿಯತೆ ತಂದುಕೊಡುತ್ತದೆ. ಆದರೂ ಕೂಡ ಒಬ್ಬ ವಿಮರ್ಶಕ ನೋಡಿದಾಗ ಅದು ತುಘಲಕ್ ಕೃತಿಗೆ ಸಮಾನವಾಗಿ ನಿಲ್ಲಲ್ಲ. ತುಘಲಕ್ ಕೃತಿಯ ಪರಿಧಿಯಿಂದ ಅವರು ಹೊರಗೆ ಬರೋದು ತಲೆದಂಡ ಬರೆದಾಗ. ತಲೆದಂಡ ಬಹಳ ಇಂಟರೆಸ್ಟಿಂಗ್ ಯಾಕೆ ಅಂದ್ರೆ ಒಂದು ರೀತಿಯಲ್ಲಿ ತಲೆದಂಡ ತುಘಲಕ್ ನನ್ನು ತಲೆಕೆಳಗೆ ಮಾಡಿದ ನಾಟಕ ಅದು. ತುಘಲಕ್ ಕ್ಲಾಸಿಕಲ್ ಪಾತ್ರ ಆದ್ರೆ ತಲೆದಂಡದ ಬಿಜ್ಜಳ ಒಂದು ದೇಸಿ ಪಾತ್ರ. ಅವನು ಚಕ್ರವರ್ತಿ ರಾಜ ಆದ್ರೆ ಇವನು ಬಿಜ್ಜಳ ಲಲ್ಲೂ ಪ್ರಸಾದ್ ಯಾದವನ ಥರದ ರಾಜ. ಬಿಜ್ಜಳ ಕ್ಷೌರಿಕರವನು. ಅವನ ಭಾಷೆ ಧಾರವಾಡದ ಕನ್ನಡ. ಹೀಗೆ ಇಡೀ ಒಳಗಿನಿಂದಲೇ ಅವನನ್ನು ಬದಲು ಮಾಡುತ್ತಾರೆ ಮತ್ತು ಅದೊಂದು ಅಸಾಧಾರಣವಾದ ಬೆಳವಣಿಗೆ. ಗಿರೀಶರಿಗೆ ನಿಜವಾಗಿಯೂ ಇದು ಒಂದು ಹೊಸ ದಾರಿ ತಂದುಕೊಡುತ್ತದೆ. ಈ ನವ್ಯದಲ್ಲಿ ಸಿಕ್ಕಿ ಹಾಕಿಕೊಂಡಿದ್ದರಲ್ಲ, ಅಂದ್ರೆ ನವ್ಯದ ರಾಚನಿಕ ಅಂಶಗಳಿಂದ ಸಿಕ್ಕಿಹಾಕಿಕೊಂಡಿದ್ದರು ಅದರಿಂದ ಹೊರಗೆ ಬರುವುದಕ್ಕೆ ಅವರಿಗೆ ಇಲ್ಲಿ ಸಾಧ್ಯವಾಗುತ್ತದೆ. ಹಾಗಾಗಿ ಅವರು ತಲೆದಂಡ ನಾಟಕದಲ್ಲಿ

ಇಡೀ ನಮ್ಮ ಭಕ್ತಿ ಚಳುವಳಿಗೆ ಒಂದು ಹೊಸ ಅರ್ಥವನ್ನು ತಂದುಕೊಡಲಿಕ್ಕೆ ಸಾಧ್ಯವಾಯಿತು.

• ಚಂದನ್

ಯಾವ ರೀತಿಯಲ್ಲಿ ಹೊಸ ಅರ್ಥ..

• ಪ್ರಸನ್ನ

ತಲೆದಂಡದಲ್ಲಿ ಅವರು ಬಿಜ್ಜಳ ಏಕೆ ಸಂತೋಷದಿಂದಿದ್ದ ಈ ವಚನಕಾರರಿಂದ ಅನ್ನೋದನ್ನು ವಿಶ್ಲೇಷಿಸುತ್ತಾರೆ. ವಚನಕಾರರು ಎಲ್ಲರೂ ಕುಶಲಕರ್ಮಿಗಳು. ಈ ಎಲ್ಲಾ ಕುಶಲಕರ್ಮಿಗಳು ಶರಣರಾದ್ದರಿಂದ, ಶಿಸ್ತಿನ ಸಿಪಾಯಿಗಳಾದ್ದರಿಂದ, ಕುಡಿತ ಬಿಟ್ಟಿದ್ದಿದರಿಂದ ಅವರು ಚೆನ್ನಾಗಿ ಕೆಲಸ ಮಾಡುತ್ತಾರೆ. ಆ ರಾಜ್ಯಕ್ಕೆ ಸಮೃದ್ಧಿ ಬರುತ್ತದೆ. ಹೆಚ್ಚಿನ ಆರ್ಥಿಕತೆ ಬರುತ್ತದೆ. ಹಾಗಾಗಿ ರಾಜನಿಗೆ ಅವರ ಜೊತೆ ಯಾವ ಸಮಸ್ಯೆಯೂ ಇರುವುದಿಲ್ಲ. ಬಸವಣ್ಣನ ಜೊತೆ ತುಂಬಾ ಸಂತೋಷವಾದ ಸಂಬಂಧ ಇರುತ್ತದೆ. ಅದನ್ನು ಕೆಡಿಸೋದು ಯಾರು ಅಂದ್ರೆ ಮೇಲ್ಜಾತಿಯವರು, ಮೇಲ್ವರ್ಗದವರು. ಅವರು ತಮ್ಮ ಅಸ್ತಿತ್ವ ಅಲುಗಾಡುವುದಕ್ಕೆ ಶುರು ಮಾಡಿದಾಗ ಬಿಜ್ಜಳನ ಮಗ ಒಬ್ಬ ದುರ್ಬಲ ವ್ಯಕ್ತಿತ್ವದ ವ್ಯಕ್ತಿಯನ್ನು ಹಿಡಿದುಕೊಂಡು ಇಡೀ ಸುಂದರವಾದ ಸಂಬಂಧವನ್ನು ಹಾಳುಗೆಡವುತ್ತಾರೆ. ಅದರಿಂದ ಕಲ್ಯಾಣದ ಕ್ರಾಂತಿ ಹಾಳಾಗುವುದು ಈ ಮೇಲ್ವರ್ಗದ ಜನರಿಂದಾದರೂ ಅದಕ್ಕಿದ್ದ ಸಾಮಾಜಿಕ, ಆರ್ಥಿಕ ಹಿನ್ನೆಲೆ ಏನು ಅನ್ನುವುದನ್ನು ಗಿರೀಶರು ತಮ್ಮ ನಾಟಕದಲ್ಲಿ ಕಟ್ಟಿಕೊಡುತ್ತಾರೆ. ಅದು ತಲೆದಂಡ ನಾಟಕದ ಪ್ರಾಮುಖ್ಯತೆ.

• ಚಂದನ್

ಕಾರ್ನಾಡರು ಸುಮಾರು ಆಡಳಿತ ಸ್ಥಾನಗಳಲ್ಲಿದ್ದರು. ಸಂಗೀತ ನಾಟಕ ಅಕಾಡೆಮಿ, 1974ರಲ್ಲಿ ಫಿಲ್ಮ್ ಆಂಡ್ ಟೆಲಿವಿಷನ್ ಇನ್‌ಸ್ಟಿಟ್ಯೂಟ್, ನೆಹರೂ ಸೆಂಟರ್, ಕರ್ನಾಟಕ ನಾಟಕ ಅಕಾಡೆಮಿ ಹೀಗೆ ಅನೇಕ ಕಡೆ ಅಧ್ಯಕ್ಷರಾಗಿದ್ದರು. ಈ ವಲಯಗಳಲ್ಲಿ ಅವರ ವಿಶೇಷ ಕೊಡುಗೆಗಳಿವೆಯಾ?

• ಪ್ರಸನ್ನ

ಕಾರ್ನಾಡರಿಗೆ ಇದು ಯಾವುದೂ ಸಮಸ್ಯೆಯಾಗಲಿಲ್ಲ. ಅವರು ಒಂಥರ man with the silver spoon ಅಂತಾರಲ್ಲ ಹಾಗೆ ಒಂದು ಶ್ರೀಮಂತ ಹಿನ್ನೆಲೆಯಿಂದ ಬಂದರು. ಒಳ್ಳೆಯ ಶಿಕ್ಷಣವನ್ನು ಪಡೆದರು. ಹಾಗಾಗಿ ನೆಹರೂ ಮಾದರಿಯಲ್ಲಿ, ನೆಹರೂಗೆ ಸಿಕ್ಕ ಎಲ್ಲಾ ಸೌಲಭ್ಯಗಳು ಸಿಕ್ಕಿತು ಮತ್ತು ಅದನ್ನು ಚೆನ್ನಾಗಿ ದುಡಿಸಿಕೊಂಡು ಬಹಳ ಮುಂದಕ್ಕೆ ಹೋದರು. ಅವರು ಹೋದ

ಕ್ಷೇತ್ರಗಳೆಲ್ಲಾ ತಾನೇ ತಾನಾಗಿ ಬಾಗಿಲು ತೆರೆದುಕೊಂಡವು. ಈ ದೇಶದ ಅನೇಕರಿಗೆ ಸಾಧ್ಯವಾಗದೇ ಇರುವಂತಹ ಪ್ರಕ್ರಿಯೆ ಅವರಿಗೆ ಸಾಧ್ಯವಾಯಿತು. ನನಗೆ ಅವರ ಈ ಸಾಮಾಜಿಕ ಕೆಲಸಗಳು, ಸಾರ್ವಜನಿಕ ಕೆಲಸಗಳು ಕೂಡ ತುಂಬಾ ದೊಡ್ಡದು ಅನ್ನಿಸಿಲ್ಲ. ಕೆಟ್ಟ ಕೆಲಸ ಮಾಡಿಲ್ಲ. ಚೆನ್ನಾಗಿಯೇ ಕೆಲಸ ಮಾಡಿದರು. ಆದರೆ ಬಹಳ ಮೂಲಭೂತ ಕೆಲಸ ಮಾಡಿದರು ಅಂತ ನನಗೇನೂ ಅನ್ನಿಸಲಿಲ್ಲ. ಅವರ ಮೂಲಭೂತ ಕೆಲಸ ಅವರ ಬರವಣಿಗೆಯೇ.

- **ಚಂದನ್**

ನೆಹರೂ ಕಾಲದ ಹತಾಶೆಯನ್ನು ತುಘಲಕ್ ನಾಟಕ ಎತ್ತಿ ಹಿಡೀತು ಅಂದ್ರಿ. ಒಂಥರ ನೆಹರೂವಿಯನ್ ವ್ಯಕ್ತಿತ್ವ ಕೂಡ ಅವರಲ್ಲಿತ್ತು ಅಂತ...

- **ಪ್ರಸನ್ನ**

ಖಂಡಿತಾ. ಅವರ ನೆಹರೂವಿಯನ್ ವ್ಯಕ್ತಿತ್ವ ಟೀಕೆಗೆ ಬಂದಿದ್ದು ಇತ್ತೀಚಿನ ದಿನಮಾನಗಳಲ್ಲಿ. ಈ ದಿನಮಾನಗಳಲ್ಲಿ ಯಾವಾಗ ನೆಹರೂವನ್ನು ಟೀಕೆ ಮಾಡುವುದಕ್ಕೆ ನಮ್ಮ ಜನಮಾನ ಶುರು ಮಾಡಿತೋ ಆಗ ಗಿರೀಶರನ್ನೂ ಟೀಕೆ ಮಾಡುವುದಕ್ಕೆ ಶುರು ಮಾಡಿತು. ನೆಹರೂರಲ್ಲಿದ್ದ ಅನೇಕ ಕನಸುಗಳು ಗಿರೀಶರಲ್ಲೂ ಇತ್ತು. ಈ ದೇಶದ ಹಲವು ಧರ್ಮಗಳು, ಹಲವು ಜನವರ್ಗಗಳು ಸಮಾನತೆಯಿಂದ ಬಾಳಬೇಕು. ನಾವು ನಮ್ಮವನಲ್ಲದ ಟಿಪ್ಪುವಿನಲ್ಲಿರಬಹುದಾದ ಘನತೆಯನ್ನ, ಗೌರವವನ್ನ ನಾವು ಸ್ವೀಕರಿಸಬೇಕು. ಹಾಗೆ ನಾನು ಸ್ವೀಕರಿಸಿದಾಗ ನನ್ನಲ್ಲಿರುವ ಘನತೆಯನ್ನು ಅವರೂ ಸ್ವೀಕರಿಸುವುದಕ್ಕೆ ಸಾಧ್ಯ ಆಗತ್ತೆ ಅನ್ನುವಂತಹ ಸಮಭಾವ ಗಿರೀಶರಲ್ಲಿ ಕಡೆತನಕ ಇತ್ತು. ಆ ಸಮಭಾವವನ್ನು ಟೀಕೆ ಮಾಡಿದಾಗ ಕೂಡ ಗಿರೀಶರು ಗಟ್ಟಿಯಾಗಿ ತನ್ನ ಸತ್ಯಕ್ಕೆ, ತನ್ನ ನಿಲುವಿಗೆ ಬದ್ಧರಾಗಿ ನಿಂತರು. ಅದು ನನಗೆ ಗಿರೀಶರ ದೊಡ್ಡ ಗುಣ ಅಂತ ಅನ್ನಿಸುತ್ತದೆ.

ದೂರದರ್ಶನ, ಚಂದನ । ಬರಹ ರೂಪ: ರಾಜೇಶ್ ಶೆಟ್ಟಿ

www.ingramcontent.com/pod-product-compliance
Lightning Source LLC
LaVergne TN
LVHW090329051026
849518LV00005B/1920
* 9 7 8 8 1 9 4 1 6 6 1 2 2 *